AF765659

பாபாசாகேப் அம்பேத்கரின்

‘புத்தரும் அவர் தம்மமும்’

காவியில் சிதையும் சிவப்பு

வன்மம் கொடுத்த புரிதல்

திரிபுகளை தகர்த்து உண்மையை நோக்கி

பாபாசாகேப் அம்பேத்கரின்
‘புத்தரும்
அவர்
தம்மமும்’

காவியில்
சிதையும்
சிவப்பு

2021-22 ஆண்டிற்கான சிறந்த எழுத்தாளர்களுள் ஒருவராக

இந்நூலுக்காக அ.ப.காரல் மார்க்ஸ் சித்தார்த்தர்

தமிழக அரசால் அறிவிக்கப்பட்டுள்ளார்.

வெளியீடு:

தென்னிந்திய புத்த விஹார்

முகப்பு: தலித் முரசு & M Creative

டாக்டர் பாபாசாகேப் அம்பேத்கரின் 'புத்தரும் அவர் தம்மமும்' நூலை

நேர்மையாகப் புரிந்து கொள்ளும் முயற்சி

Towards The Right Understanding Of

Dr. Babasaheb Ambedkar's 'The Buddha And His Dhamma'

பொருளடக்கம்

‘தலித் முரசு’ பதிவிலிருந்து...

தலித் மக்கள் ஊர் விலக்கம் செய்யப்பட்டு இன்றளவும் சேரிகளில் அல்லலுறுவதற்குக் காரணம், அவர்கள் அந்நியர்கள், ஏழைகள், வேற்று இனத்தவர், வேறு மதத்தினர் என்பதால் அல்ல; அல்லவே அல்ல. இந்நாட்டின் தொல்குடியினரான அம்மக்கள் வர்ண தர்மத்தை எதிர்த்த முதல் பேராசான் புத்தர் வலியுறுத்திய சமத்துவக் கோட்பாடாம் தம்மத்தைத் தம் உயிர் மூச்சாகப் பின்பற்றுகின்றனர் என்ற ஒற்றைக் காரணமேயன்றி வேறல்ல! உலகில் வேறெங்கும் இல்லாத ஜாதி என்ற படிநிலைப்படுத்தப்பட்ட பிறவி இழிவை ஏற்க மறுப்பதால்தான் அவர்கள் மீது இன்றளவும் வன்மம் கற்பிக்கப்படுகிறது.

ஆன்மிகப் பாசிசத்தை எதிர்த்து, ஏறக்குறைய 1000 முதல் 1200 ஆண்டுகள் வரை இந்நாட்டு மக்களின் சிந்தனையைப் பண்படுத்துவதில் வெற்றி கண்ட பவுத்த நெறி பார்ப்பனியத்தால் வீழ்த்தப்பட்டது. இம்மாபெரும் தத்துவத்தை ஒரு நூற்றாண்டுக்கு முன் மீட்டெடுத்த அந்த ஒற்றைக் காரணத்திற்காகத்தான் பாபாசாகேப் அவர்கள் மீது வன்மத்தைக் கக்குகிறார்கள். சேரிகளை அலங்கரிக்கும் அண்ணலின் கற்சிலைகள் மீது எவ்விதக் காரணமுமின்றி எவ்வாறு தாக்குதல்கள் நிகழ்த்தப்படுகிறதோ, அதற்குச் சற்றும் குறைந்தவை அல்ல, உலகின் தலைசிறந்த சிந்தனையாளர்களில் ஒருவராகத் திகழும் அம்பேத்கர் மீது வீசப்படும் அவதூறுகள்!

இம்மண்ணின் பெரும்பான்மை மக்களை ஈராயிரமாண்டு காலமாகப் பிறப்பின் அடிப்படையில் பாகுபடுத்தும் இனவாதக் கருத்தியலை இன்றுவரை நியாயப்படுத்தும் பார்ப்பனியத்தையும் அதற்கு நவீன விளக்கம் கொடுத்துப் பாதுகாக்கும் காந்தியம் போன்ற பிற்போக்குத்தனங்களின் மீதும் தாக்குதல் தொடுக்காமல் - அவற்றையெல்லாம் முற்றாக எதிர்த்து - மக்களை அடிமைத்தளையிலிருந்து விடுவிக்கும் புரட்சிகரக் கருத்தியலான அம்பேத்கரியல் மீது தாக்குதல் தொடுக்க வேண்டிய தேவை என்ன?

யார் இவர்கள்? அருண்சோரி, ஜெயமோகன், ம.வெங்கடேசன், வசுமித்ர, பாலச்சந்திரன், ரங்கநாயகம்மா என அவதூறு செய்பவர்களின் பட்டியல் நீள்கிறது. அம்பேத்கர் மீது அவதூறு சுமத்துவதில் பிற்போக்கு வலதுசாரிகளும் முற்போக்கு இடதுசாரிகளும் இணைவது தற்செயலானது அல்ல. ஆந்திராவில் ரங்கநாயகம்மா என்பவர் அம்பேத்கருக்கு எதிராக அவதூறுகளை முன்வைத்தபோது, அதற்கு உடனடியாக பதிலடி கொடுத்து ஆதாரங்களுடன் மறுப்பு நூலை எழுதியவர், மாவோயிச கட்சியின் அரசியல் செயற் குழுவின் முக்கிய உறுப்பினர். ஆனால் தமிழ்நாட்டு மார்க்சியவாதிகள் மவுனம் காப்பதன் நோக்கம் என்ன?

தன்னுடைய வாழ்நாளில் தம் மீது வீசப்பட்ட இதுபோன்ற அவதூறுகளை எல்லாம் எருவாக்கிக் கொண்டவர்தான் டாக்டர் அம்பேத்கர். இதோ அம்பேத்கர் எழுதுகிறார்:

"எப்பொழுதும் போலவே இந்த நூலையும் எழுதிய என்னையும் தூற்றுவார்கள் என்பது உறுதி. 'நாய்கள் குரைத்தாலும் தேர் தொடர்ந்து ஓட வேண்டும்' என்ற பழமொழியைப்போல, நானும் என்னுடைய கடமைகளைத் தொடர்ந்து செய்தாக வேண்டும்.

"வால்டேர் சொல்வது போல, 'தன்னுடைய சமகால வரலாற்றை எழுதும் எவன் ஒருவனும் அவன் எழுதியவைகளுக்காக மட்டுமல்ல, எழுதாமல் விட்டவைகளுக்காகவும் தூற்றப்படுவான். ஆனால் இதுபோன்ற அற்பத் தடங்கல்கள் - உண்மையையும் சுதந்திரத்தையும் நேசிக்கும் எந்தப் பலனையும் எதிர்பாராத, எதைக் கண்டும் அஞ்சாத, எதனையும் வேண்டிப் பெறாத, தான் சொல்ல வந்த வார்த்தைகளை வளர்த்தெடுப்பதில் மட்டுமே தன் கவனத்தைச் செலுத்தும் ஒருவனை - சோர்வடையச் செய்துவிடக்கூடாது."

பாபாசாகேப் டாக்டர் அம்பேத்கர் தொடங்கிய ஒரு நூற்றாண்டுக் காலத்திற்கும் மேலான அறிவுப் பயணத்தின் தொடர்ச்சியாக - அறிவு நேர்மையோடு கடமையாற்றி - பொய்களை உண்மை என்னும் உளி கொண்டு சிதைத்திருக்கிறார் அ.ப. காரல் மார்க்ஸ் சித்தார்த்தர்!

- புனித பாண்டியன்
ஆசிரியர், தலித் முரசு

‘கருப்புப் பிரதிகள்’ பதிவிலிருந்து...

அறிவுத் துறையில் கிரிமினல்கள் நுழைந்து சீரழித்து வரும் காலகட்டமிது. அதுவும் இந்துத்துவ கிரிமினல்களோடு மார்க்சிய முகமூடியை அணிந்து கொண்டு அறிவர் அம்பேத்கரை தொடர்ந்து அவதூறு செய்ய எத்தனிக்கும் காவி கம்யூனிஸ்டுகளின் முயற்சியை, அண்ணலை நுட்பமாகவும் நேர்த்தியாகவும் *text - context* இல் நிறுத்தியும் வாசிக்கக் கூடிய எழுத்தாளனின் துள்ளும் வாசிப்பாகவே இப்பிரதி உருவாகியுள்ளது.

ஜாதிய வன்ம மனங் கொண்ட 'மார்க்சிய' வசுமித்ரவின் வாசிப்பின் போதாமையையும் அதில் வந்தடைந்த வன்ம பொய்மைகளையும் கட்டுடைத்து அண்ணல் அம்பேத்கரை எப்படி வாசிக்க வேண்டும் என்பதை கற்றுக் கொடுக்கும் ஜனநாயக பூர்வ எழுத்தாகவும் சகோதரர் காரல் மார்க்ஸ் சித்தார்த்தரின் இப்பிரதி கச்சிதமாக எதிர்வினையாற்றியுள்ளது.

பார்ப்பன ஆதிக்க ஜாதிய சகதியில் சிக்கியிருக்கும் வசுமித்ர போன்ற மனநோயாளிகளை மீட்கவும் ஆற்றல் வாய்ந்த அண்ணல் அம்பேத்கரை முன்னிறுத்தியே உரையாடும் தர்க்க அழகின் தனித்துவமான இந்நூலை மக்களிடம் கொண்டு சேர்க்கும் பணியில் கருப்புப் பிரதிகளும் இணைந்திருக்கும் என்று உறுதியளிக்கிறேன்.

சகோதரர் காரல் மார்க்ஸ் சித்தார்த்தருக்கு அன்பும் வாழ்த்தும்.

- நீலகண்டன்

பதிப்பாளர், கருப்புப் பிரதிகள்

முகவுரை

'அம்பேத்கரும் அவரது தம்மமும்' என்ற நூல் டிசம்பர் 2018 அன்று வெளிவந்தது. இந்நூலின் ஆசிரியர் திரு. வசுமித்ர. ஆசிரியரின் இந்நூலுக்கான மறுப்பே தங்கள் கையில் தற்போது இருக்கும் "பாபாசாகேப் அம்பேத்கரின் 'புத்தரும் அவர் தம்மமும்'" என பெயரிடப்பட்டுள்ள 'காவியில் சிதையும் சிவப்பு' என்று கருதினால் அது தவறு. ஆசிரியரின் 'அம்பேத்கரும் அவரது தம்மமும்' நூலுக்கான மறுப்பு அம்பேத்கரின் 'புத்தரும் அவர் தம்மமும்' நூலே ஆகும். வாசிப்பில் பிழை இருந்தால் பக்கங்களில் உள்ள எழுத்து என்ன செய்ய முடியும்! வாசிப்பவர் தான் பிழையின்றி மறுவாசிப்பு செய்ய வேண்டும். அப்படியெனில் இந்நூலின் நோக்கம்தான் என்ன என்று கேட்கலாம். அம்பேத்கரை வாசிக்கும் ஆசிரியர் தெரிந்தே தான் பிழைகளாக நமக்கு வாசித்து காண்பிக்கிறார் என்பதை வெளிச்சம் போட்டு காண்பிக்கவே இந்நூல் எழுதப்பட்டது. ஒடுக்கப்பட்ட மக்களின் விடிவெள்ளியாய் வீற்றிருக்கும் அண்ணல் அம்பேத்கரை தர்க்க ரீதியாக சிதைக்க முற்படும் போது, அதில் பங்கெடுக்கும் கேள்விகளையும் விமர்சனங்களையும் கண்டு உணர்ச்சிவசப்படாமல், அதற்கான பதில்களையும் சரியான புரிதல்களையும் தேடி நகர்ந்ததின் இறுதி வடிவமே இந்நூல். எனவே, புத்தரையும் பௌத்தத்தையும் சரியாகப் புரிந்துகொள்ள இந்நூல் வழிவகுக்கும் என நம்புகிறேன்.

சிவப்புக்கு அழகு புரட்சி என்று நம்புகின்றவர்களுக்கு மத்தியில் புரட்சிக்கு பதில் வன்மத்தை வைத்தாலும் சிவப்பு அழகுதான் என்று அழைக்கும் உள்நோக்கம் கொண்ட ஒருவரிடமிருந்து தோழர்களை நாம் காப்பாற்ற வேண்டியுள்ளது. முதலாளிகளுக்கு

எதிரே புரட்சி இருக்கட்டும்; அம்பேத்கருக்கு எதிரே இருக்கும் வன்மம் அழியட்டும். புரட்சியை வெல்ல 'புத்தரும் அவர் தம்மமும்' இருக்க வன்மத்தை வீழ்த்த 'காவியில் சிதையும் சிவப்பு' இருக்கட்டும். நிறத்தின் பொருட்டு காவியின் அருகில் சிவப்பு உள்ளது என்பதற்காக காவியில் சிதையும் சிவப்பினை மார்க்ஸ் பொறுத்துக்கொள்ளப் போவதில்லை.

ஆசிரியரின் புரிதலைப் போல அம்பேத்கரது புத்தரை நாம் வைதீக புத்தராக கொண்டுவிட்டால் காரல் மார்க்சின் இந்தியாவை 'பார்ப்பனிய கம்யூனிசம்' ஆட்கொண்டுவிட்டது என்று பொருள். இரண்டுமே பேராபத்து. இரண்டிலிருந்தும் நம்மை நாமே காப்பற்றிக்கொள்ள வேண்டியுள்ளது.

வசுமித்ர-வின் 'அம்பேத்கரும் அவரது தம்மமும்' பெரும் அசதியின் வெளிப்பாடு என்பது 'கருப்புப் பிரதிகள்' கூறிய ஒற்றை வரி கருத்து. இவ்விமர்சனம் மறுக்கமுடியாததும் கூட. அறிவுசார் தளங்களில் இருக்கும் பெரும்பாலானோர் இந்நூலை விமர்சிப்பதைவிட நிராகரிப்பதே புத்திசாலித்தனம் என முடிவு கொண்டனர். முக்கியமான இடதுசாரி சிந்தனையாளர்கள் சிலரின் நிலைப்பாடும் இதுவாகவே இருந்தது. நிராகரிப்பதற்கான விமர்சனங்களைக்கூட தூண்டாத வண்ணம் எழுதப்பட்டிருக்கும் ஆசிரியரின் வாதப் பிழைகளும், முடிவுகளுமே இதற்கான காரணம் எனலாம். அம்பேத்கருக்கு எதிரான திரிபுகளும் அவதூறுகளும் வளரும் இக்காலகட்டத்தில் புத்தரும் களங்கப்படுத்தப் படுகிறார் என்பதை எச்சரிக்கையாகவே உணர்ந்து நாம் விழித்துக்கொள்ள வேண்டியுள்ளது. இதன்பொருட்டே, ஆய்வென்ற போர்வையில் கட்டமைக்கப்படும் விருப்பவாதங்களை அம்பலப்படுத்துவது கட்டாயத்துடன் கூடிய கடமையுமாகிறது. எனவே, அற்ப காரணங்களை கூறிக்கொண்டு தமிழ்ச் சமூகமும், அம்பேத்கர் வழிவந்த பௌத்தர்களும் மவுனம் காப்பது சரியானதும் அல்ல. நமது எதிர்வினை என்பது தனி மனிதர்களுக்கு எதிரானவையாக சுருங்குவது தவறு. மாறாக, பிழைகளுடன் முன்னிறுத்தும் அவர்களின் கோட்பாட்டினை எதிர்த்து இருக்க வேண்டும்.

ஒரு முறை ஆசிரியரின் நூலை வாசித்தப் பின்பு, சில குறிப்பிட்ட பகுதிகளை மட்டும் மறுவாசிப்புக்கு உட்படுத்தி, எழுதியதே இம்மறுப்பு. எனவே ஆசிரியரின் 'அம்பேத்கரும் அவரது தம்மமும்' நூலினை தீர விமர்சித்துள்ளேன் என யாரும் கருதத்

தேவையில்லை. நூல் நெடுக்க காணப்படும் அப்பட்டமான திரிபுகளுக்கே எதிர்வினையாற்றியுள்ளேன். எனது இந்நூலினை ஆய்வு நூல் என்று எடுத்துக்கொள்வதை விட ஆய்வுகளைப் பற்றிய நூல் என்றே கருதலாம். என்னுடைய பங்களிப்பு என்பது மிகக் குறைவே.

புத்தரது மைய இழை துக்க மார்க்கம்[1] என்று எழுதும் ஆசிரியரின் வாக்கிய அமைப்பிலிருந்தே விமர்சனத்தை ஆரம்பிக்க வேண்டியுள்ளது. துக்கத்திலிருந்து விடுதலைப் பெரும் மார்க்கமே புத்தருடையது. துக்க மார்க்கம் என்பது சரியான விவரணை அல்ல.

ஆசிரியர் தன் வாதத்திற்கு வலு சேர்க்க பல ஆய்வாளர்களின் மேற்கோள்களைப் பயன்படுத்துகிறார். பெரும்பாலான இந்த மேற்கோள்கள் *'Petitio Principii'* அடிப்படையில் கையாளப்பட்டுள்ளது. அதாவது, தன் விருப்பவாதத்திற்கான முடிவுரைகளை ஏற்கனவே கொண்டுள்ள இந்த மேற்கோள்களைக் கொண்டு ஆய்வு ரீதியில் முடிவுக்கு வருவது போல் ஒரு தோற்றத்தை ஆசிரியர் கட்டமைக்கிறார். உதாரணத்திற்கு, அம்பேத்கரின் 'புத்தரும் அவர் தம்மமும்' நூலில் இடம்பெறாத ஒரு செய்தியை உமா சக்கரவர்த்தி [2] விமர்சனம் செய்து ஒரு முடிவு கொள்கிறார். இதனை அனுமானமாக *(Premise)* கொண்டு அம்பேத்கருக்கு எதிராய் ஆசிரியர் முடிவுரை *(Conclusion)* எழுதுவது தர்க்கபிழைகளுள் ஒன்றே. இதேபோன்று, தம்மபதத்தை[3] அனுமானமாக கொண்டு அம்பேத்கரின் புத்தர் கூற்றாக மாற்றுவதும் தவறானதே. அம்பேத்கரின் நூலில் இடம்பெற்றிருப்பவையும் ஆசிரியர் அனுமானமாக கொள்ளும் மேற்கோள்களும் தொடர்பற்றவைகளாக உள்ளன. இதுபோன்ற முறையற்ற வாத கட்டமைப்பினால் அம்பேத்கர் மீதும் அவர் விவரிக்கும் புத்தரின் மீதும் தனக்கு தோதாகப்படும் மேற்கோள்கள் கொண்டு எப்படி வேண்டுமானாலும் விமர்சனம் செய்வது ஆசிரியருக்கு எளிதாகிறது. நேர்மையற்ற இத்தகைய வாத முறை அவரது நூலில் பல இடங்களில் கையாளப்பட்டுள்ளது.

---

[1] பக். *627*

[2] பக். *620-621*

[3] பக். *638-640*

தனது விருப்பவாதத்திற்கு தகுந்தவாறு கேள்விகள் கேட்டு விவாதத்தின் பாதையை தீர்மானிக்கும் ஆசிரியரின் பாணியையும் அறிவார்ந்த வாசகர்கள் ஆமோதிப்பார்கள். ஒருசார்பு கொண்ட வினாக்களுடனே அவரின் பெரும்பாலான வாதங்கள் வளர்கின்றன.

பௌத்தத்தை குறித்து அம்பேத்கர் ஆற்றிய உரைகளை *(Speeches)* மட்டும் ஆசிரியர் விரிவாகக் கையாளாமல் விட்டிருப்பதை நாம் ஆராய வேண்டும். அம்பேத்கரது இந்த உரைகள் புத்தரை வைதீக/பார்ப்பன பாதைக்கு எதிர் திசையிலே நிறுவுகிறது.

புத்தரின் போதனைகளிருந்து அவரை மறுதலிக்காமல் அவரது வாழ்க்கை விவரங்களை வைத்து விவாதம் செய்வது புத்தரை நிராகரிப்பதற்கான ஆசிரியரின் நோக்கத்திற்கு தர்க்க ரீதியாக பயன்படப்போவதில்லை. அவர் வாதத்தை பழகிக்கொண்டு தடுமாறும் வாசகர்கள் கூட அதிகபட்சமாக புத்தரை விவரித்த விதத்தில் கேள்விகள் எழுப்ப முடியுமே தவிர, புத்தரின் போதனைகள் கொண்டு வைதீக சாயலையோ பார்ப்பனிய சாயலையோ அவர் மீது திணிக்க இயலாது. இவ்விதத்தில் அம்பேத்கரின் 'புத்தரும் அவரது தம்மமும்' ஆசிரியரின் விமர்சனங்களை வீழ்த்திக் கொண்டே தான் உள்ளன.

அம்பேத்கர் கூறும் விசயங்களை அவரை வைத்தே விமர்சிக்க வேண்டியிருப்பதாக அவரது பல எழுத்துகளையும் மேற்கோளிடுகிறார் ஆசிரியர்.[4] ஆனால் அம்பேத்கரது எழுத்துகளில் எதை, எங்கே, எவ்வாறு மேற்கோளிடுவது என்பதில் தன் சார்புநிலைக்கு தோதுவான முறைகேடுகளில் ஆசிரியர் ஈடுபட்டிருக்கிறார். இதனை தோலுரிப்பதற்கும் அம்பேத்கரது எழுத்துகளை பயன்படுத்துவதே எனக்கு சரியானதும் தவிர்க்க இயலாததுமாகிறது. நாங்கள் இருவர் மேற்கோளிட்டதையும் வாசகர்கள் விழிப்புணர்வோடு அணுக வேண்டுமே தவிர சலிப்புடன் அல்ல.

அம்பேத்கரது எழுத்துகளில் பெரும்பகுதியினை நான் ஆங்கிலத்திலேயே மேற்கோளிட்டுள்ளேன். இதற்கான உண்மைக் காரணம் அவரது எழுத்துகளை நான் ஆங்கிலத்தில் பயின்றுள்ளது என்பது தான். இருப்பினும் இதர காரணங்களையும் பட்டியலிட விரும்புகிறேன். ஏனெனில்,

---

[4] *பக். 591*

அவை எழுப்பும் வாதங்கள் முக்கியமானவை. அவை, நாம் அக்கறை செலுத்த வேண்டியவை. அம்பேத்கரின் தொகுதி நூல்களைப் படிப்பது என்பது பாபாசாகேப் அவர்களை நமக்காகவே நம் எதிரில் உரையாற்ற அழைத்து அவரது ஒவ்வொரு வார்த்தைகளையும் நன்கு உள்வாங்குவதற்கு சமம் ஆகும். அவர் இயல்பாகவே எழுதியதும் சிந்தித்ததும் ஆங்கிலத்தில் என்பதால் அம்மொழியிலேயே அவரை அணுகும்போது இந்த அனுபவமானது நேர்த்தியாகிறது. இரண்டாவது காரணம், ஒடுக்கப்பட்ட மக்களின் எழுச்சி என்பது ஆங்கிலத்தை சரளமாக பேசுவதிலும் எழுதுவதிலும் தாண்டி ஆங்கிலத்திலேயே சிந்திப்பதிலும் அமைகிறது. இதற்கு அம்பேத்கரையே சான்றாய் சமர்ப்பிக்கின்றேன். சமுதாய தளத்திலும் பொருளாதார தளத்திலும் நசுக்கப்படும் அவர்களுக்கு ஆங்கிலம் என்பது எளிதாய் அடையக்கூடிய ஆயுதம். மூன்றாவதாக, எத்துறை சார்ந்த அறிவு பொக்கிஷங்களும் மிகுதியாக எழுதப்பட்டது, எழுதப்படுவது, எழுதப்படப்போவது ஆங்கிலத்திலேயே ஆகும். அப்படி இல்லாவிடினும், அவை மற்ற மொழிகளைவிட ஆங்கிலத்தில் மொழிபெயர்ப்பாய் கிடைப்பதற்கான சாத்தியக்கூறுகளும் அதிகம். ஒடுக்கப்பட்டவர்கள் அறிவுத்தளங்களில் பயணிப்பதோடு தங்கள் அரசியலை உலகளவில் கொண்டு சேர்ப்பதற்கு ஆங்கிலம் அவசியமாகிறது. நான்காவதாய், அப்பொழுது என் தாய்மொழி என்பது எங்கே குறைந்துபோகிறது என்று இந்நேரம் மூளைக்குள் வீண்வாதம் செய்துகொண்டு இருப்போருக்காக நான் மீண்டும் ஆங்கிலத்தை வலியுறுத்துகிறேன். ஆங்கிலம் என்பது உலக மக்களை இணைக்கும் முதன்மையான மொழியாக இருப்பதால் அடித்தட்டு மக்களே இதனை தீவிரமாக அரவணைக்க வேண்டும். எனவே ஆங்கிலம் என்றதுமே மற்ற மொழிகளுக்கு எதிரான விவாதம் போல் ஆவேசமடையத் தேவையில்லை. மற்ற எந்த மொழியினையும் இதுவரை நான் கீழிறக்கவும் இல்லை.

வசுமித்ரவின் நூலை படிக்காமலே என் நூலை படிப்பது நல்லது. அதன் பின் அவர் நூலை ஆராயலாம். இல்லையேல் அவர் நூலை அசதி வராமல் 920 பக்கங்களையும் படிக்கும் பொறுமையும் நேரமும் வேண்டும். ஆசிரியரின் அற்பமான விமர்சனங்களுக்கும் எதிர்வினையாற்றியிருப்பது வாசிப்பு அனுபவத்தை சலிப்புள்ளதாக மாற்றிவிடுமோ என்ற அச்சமும் அய்யமும் எனக்கும் உள்ளது. ஆனால், பௌத்தத்தை நிராகரிப்பவர்களின்

முகாம்களில் இருந்து வரும் விமர்சனங்களுக்கும் சாடல்களுக்கும் விளக்கமாய் பதிலளிப்பதன் மூலம் பௌத்தத்திற்கு நெருக்கமாக வாசகர்களை அழைத்துச்செல்லும் புத்தகத்தின் கட்டமைப்பு வாசிப்பு அனுபவத்தை சுவாரசியமானதாக மாற்றும் என நம்புகிறேன்.

வாசிப்பின்போது அடிக்குறிப்புகளுக்கும் சமரசமற்ற முக்கியத்துவத்தை தருமாறு வாசகர்களை கேட்டுக்கொள்கிறேன். ஆசிரியருக்கான மறுப்புகள் மட்டுமின்றி, பௌத்தம் தொடர்பான சரியான விளக்கங்களையும் அடிக்குறிப்புகள் மூலம் தொகுத்துள்ளதால் இத்தேவை கட்டாயமாகிறது.

எனது நூலில் இடம்பெறும் இயல் இரண்டு முதல் இயல் ஏழு வரையிலான விளக்கங்கள் அதே வரிசையில் எழுதப்பட்டிருக்கும் ஆசிரியரின் இயல்களுக்கான மறுப்பாகும். சாதி ஒழிப்பு, பௌத்தம் ஏற்பு, கம்யூனிச அரவணைப்பு மற்றும் ஏனைய விஷயங்கள் தொடர்பான ஆசிரியரின் வாதங்களுக்கு 'இயல் ஒன்று (ஒரு முன்னோட்டம்)' என்ற தலைப்பில் விளக்கங்களை தொகுத்துள்ளேன். ஏழாவது இயலிலும் இவ்வாதங்களை காணலாம்.

தனது நூலை ஆசிரியரால் ஆங்கிலத்தில் கொண்டு வருவது சிக்கலாகவே இருக்கும். அவரது பல வாதங்கள் ஆங்கிலத்தில் எழுதிய அம்பேத்கரின் மேற்கோளிலிருந்து புரிந்துகொள்ளும் போது தானாகவே உடைந்து விடுகிறது. மொழிபெயர்ப்பின் தவறுகளை ஆதாயமாக தமிழில் கையாண்டதால் ஆசிரியருக்கு இது பிரச்சினையாக எழும்.

இந்நூலில் குறிக்கப்படும் 'ஆசிரியர்' வசுமித்ர-வை குறிக்கும். அடிக்குறிப்புகளில் 'பக்.' என வருபவை அவரது நூலில் உள்ள பக்கங்களை குறிக்கிறது. *BAWS* என்பது *'Dr. Babasaheb Ambedkar Writings and Speeches'* ஆங்கில நூல் தொகுப்பைச் சுட்டுகிறது.

ஒரு எழுத்தாளனின் நேரம் என்பது தனிமை நிறைந்ததாக இருப்பது புதிதல்ல. இத்தனிமையினை புரிந்துக்கொண்டு இந்நூலாக்கத்திற்கான தட்டச்சு பொறுப்புகளையும் ஏற்றுக்கொண்ட என் வாழ்வின் இணையான தமிழுக்கு அன்பும் புன்னகையும். தென்னிந்திய புத்த விஹார் சார்பாக இப்புத்தகத்தை பதிப்பிக்க அக்கறையுடன் முன்வந்த பகுஜன் சமாஜ் கட்சியின் மாநில தலைவர் திரு.ஆம்ஸ்ட்ராங்

அவர்களுக்கு எனது நன்றி. தனது பொறுப்பென இந்நூலினைப் படித்து சரிபார்த்த 'தலித் முரசு' ஆசிரியர் திரு.புனித பாண்டியன் அவர்களின் பங்களிப்பை இங்கே அங்கீகரிக்க கடமைப்பட்டுள்ளேன்.

சாதி என்பதன் வரையறையாய் விளங்கும் 'அகமணமுறை' *(Endogamy)* என்ற வழக்கத்தை மனித மாண்பினை களங்கப்படுத்தும் 'மணக்கத்தகாமை' என்ற பாகுபாடாக முன்னிறுத்தி அதனினூடே பல்வேறு மாற்றுப்பார்வைகளை வித்திடும் விதமாக நான் எழுதிய *'UNCASTE' subtitled as 'Understanding Unmarriageability: The Way Forward To Annihilate Caste'* என்ற நூலை ஆங்கில மொழியின் பொருட்டு படிக்கத் தடையாய் உள்ளதென வருந்தி எனது எண்ணங்களைப் புரிந்து கொள்ள தமிழில் மொழிபெயர்க்க வேண்டும் என்று விரும்பிய நட்பு வட்டாரத்தை இடைக்காலத்திற்கு இந்நூல் தேற்றும் என நம்புகிறேன்.

- அ.ப. காரல் மார்க்ஸ் சித்தார்த்தர்

இயல் ஒன்று (ஒரு முன்னோட்டம்)

'அம்பேத்கரும் அவரது தம்மமும்' என்ற தனது நூலில் அம்பேத்கரை விமர்சிக்கத் தொடங்கும்போது வசுமித்ர தரும் முன் அறிவிப்பு வாசகர்களின் ஆர்வத்தை தவறாமல் தூண்டிவிடுகிறது என்றே கூறலாம்,

> இந்த நூல் அம்பேத்கரது புத்தரைக் கேள்விக்குட்படுத்துகிறது, அதோடு 'நவயானம்' என்றழைக்கப்படும் அவரது பௌத்தம் எத்தனை பிழையானது, பகுத்தறிவுக்குப் புறம்பானது என்பதை அவரது வார்த்தைகளை வைத்தே நான் விவாதித்திக்கிறேன்.[5]
>
> > "மூத்தவர்களை விமர்சனம் செய்யும் போக்கு அசட்டுத் துணிச்சலையும், அகங்காரத்தையும் வளர்க்கும் என்பதையும் நான் அறிவேன். இதைத் தவிர்க்கப் பாதுகாப்பான வழி, மூத்தவர்களை கூடிய மட்டும் அவர்களையே எதிர் எதிராகப் பேசவிடுவது ஆகும்."
>
> என்ற தேவிபிரசாத்தின் இத்தகைய வார்த்தைகளையே வழிகாட்டலாக நானும் பின்பற்றியிருக்கிறேன் என நினைக்கிறேன்.[6]

---

[5] பக். 146

[6] பக். 147

என வசுமித்ர எழுதும்போது ஒரு வாசகராய் நானும் ஆர்வமடைந்தேன். எதிர் வாதத்திற்கு ஆய்வாளர்களின் கருத்துகளை வலுசேர்ப்பது ஒருபுறமிருக்க, அம்பேத்கரை எப்படி விமர்சனம் செய்யப்போகிறார் என்ற எதிர்பார்ப்பும் கூடிற்று. இதனை சாத்தியப்படுத்த திரிபுகள் மற்றும் தெளிவான சார்பு நிலைகள் வழியிலேயே முடியும் என அவரது வாத கட்டமைப்புகள் உணர்த்திய போது ஏமாற்றத்திற்கான காரணமாகவே அவரது நூல் முடிகிறது. அம்பேத்கருக்கு எதிராக மட்டுமின்றி புத்தருக்கு எதிராகவும் வன்மம் என்பது ஓங்கி தலைத்தூக்கச் செய்கிறது! இதற்கு எதிர்வினையாற்றிட ஆசிரியர் கையாள மறுத்திருக்கும் அம்பேத்கரது பல எழுத்துகள் இந்நூலில் கவனப்படுத்தப்பட்டுள்ளது.

> தனிமனித வேதனையை நாம் தனி மனிதனின் பக்கம் திருப்பும்போது, அது தனிமனிதப் பிரச்சினைகளோடு முடிந்துவிடுகிறது. அதை சமூகத்தின் பக்கம் திருப்பும் போது அதற்கான தீர்வுகளையும் பொதுமைப்படுத்த வேண்டும். போராட்ட வழிகளைக் கண்டுப்பிடிக்க வேண்டும். [7]

இவ்விரண்டையும் அம்பேத்கர் செய்திருக்கிறார் என ஆசிரியர் ஒத்துக்கொண்டாலும் இத்தீர்வுகளையும் போராட்ட வழிகளையும் விமர்சனத்திற்குட்படுத்த வேண்டும் என்பது அவரது முடிவு. இதற்காக அம்பேத்கர் ஏற்ற பௌத்தத்தை தேர்ந்தெடுக்கிறார் ஆசிரியர். பௌத்தத்தை தழுவுதல் என்பது மணக்கத்தகாதவர்களின் [8] விடுதலைக்கானப் போராட்ட வழி மட்டுமல்ல. சாதிய சமுதாயத்திற்கெதிரான புரட்சியும் கூட. 'புரட்சியும் எதிர்ப்புரட்சியும்' *(Revolution and Counter-Revolution)* என்ற கருத்தியல் வழியாக "இந்தியாவின் வரலாறு இரண்டு மதங்களுக்கிடையே - பௌத்தத்திற்கும் பார்ப்பனியத்திற்கும் இடையே நடந்த கடும் போராட்டமேயன்றி வேறல்ல" [9] என்று

---

[7] பக். 36

[8] *Unmarriageables- the present day Scheduled Castes.*

[9] *India is a land of warring religions. For indeed there is no country in which Religion has played so great a part in its history as it has in the history of India. The history of India is nothing but a history of a mortal conflict between— Buddhism and Brahmanism. (BAWS, Vol. 3, p.267)*

அம்பேத்கர் அழுத்தம் தருகிறார். இவை தொடர்பான விரிவான விவாதத்தை தன் விமர்சனத்தின் வெளிப்பாடாக நிகழ்த்தாமல்,

> அம்பேத்கரின் பயணம் நீண்ட தூரம் போராட்டத்தோடு பயணித்து இறுதியில் மனசோர்வோடு நிறுவனமயமான ஆன்மீக பவுத்தத்தின் பாதையில் முடிவடைகிறது.[10]

என ஆசிரியர் தன் நூலை தொடங்குகையில், அம்பேத்கரின் மதம் சம்மந்தமான புரிதலையே [11] ஆசிரியர் கண்டுக்கொள்ளாதது வெளிப்படையாகிறது. கிளிப்பிள்ளைகளை மார்க்சிய அறிஞர்களாகக் கருதும் போக்கும் இங்குள்ளது[12] என எழுதும் ஆசிரியரை நோக்கி அம்பேத்கரியத்தை சரியாகப் புரிந்துக்கொண்டுத்தான் தனது விமர்சனத்தை வைக்கிறாரா என கேட்கவும் இங்கே அவர் இடமளிக்கிறார்.

முதல் *180* பக்கம் வரை அம்பேத்கரது பௌத்தம் ஒரு ‘வைதீக பௌத்தமே என்பதை மட்டும் திரும்பத் திரும்ப எழுதுவதை தாண்டி *181* ஆவது பக்கத்தில் இருந்து தான் அவ்வாதத்தை முன்னெடுக்க முதன் முறையாக ஒரு மேற்கோளையாவது அளிக்கிறார் ஆசிரியர். *184* ஆவது பக்கத்தில் தான் அம்பேத்கர் எழுதிய ‘புத்தரும் அவர் தம்மமும்’ நூலில் இருந்து மேற்கோளும் முதன்முறையாக அமையப்பெறுகிறது. இத்தகைய நெடுநேர காத்திருப்பில், அம்பேத்கரது முழு நூல்களையும் முடிந்தவரை ஆங்கிலத்தில் படிக்க நேராத வாசகர்கள் ஆசிரியர் கட்டமைக்கும் பாதையில் தடம் மாற வாய்ப்புகள் அதிகம் (பெரும்பாலேர் இந்த வட்டத்துக்குள்ளே விழுந்து விடுவார்கள்) என்றே கூற வேண்டும். அதற்கான பணிகளை ஆசிரியர் சாமர்த்தியமாகவே செய்து விடுகிறார். எனவே, எந்தவொரு கருத்தியலின் முன்பும் ஆரம்பக்கட்ட மாணவர்களாய் உள்ளவர்கள், ஆசிரியர் எழுப்பும் இந்த சட்டகத்திற்குள்ளே சிக்குண்டு குழம்பி போகும் சாத்தியக்கூறு அதிகம்!

அம்பேத்கரின்,

---

[10] பக். *35*

[11] இந்நூலின் பக். *271-276* பார்க்க.

[12] பக். *134*

> வாழ்க்கைக்கும் சமுதாய நடைமுறைகளுக்கும் மதத்தின் அடிப்படைகள் மிகவும் இன்றியமையாதவை என்று நான் கருதுகிறேன்.[13]

என்ற சிந்தனையோடு பின்வரும் காரல் மார்க்சின் சிந்தனையான,

> மதம் என்பது ஒடுக்கப்பட்டவர்களின் பெருமூச்சு; இதயமற்ற உலகத்தின் இதயம்; ஆன்மாவற்ற நிலைமைகளின் ஆன்மா. அது மக்களுக்கு அபின்.[14]

என்பதனை எதிரெதிராக ஒப்பிட்டு வேறுபடுத்திக் காட்டும் ஆசிரியருக்கு மார்க்சியவாதிகள் தங்களின் மதத்தின் அடையாளத்தை புறக்கணிக்க மறுப்பது ஏன் என்ற கேள்வியையும் சமர்ப்பிக்க வேண்டியுள்ளது.

> தலித்துகளுக்கு பௌத்தத்தை ஒரு தீர்வாக வைக்கும் போது, அது எந்த வகையிலும் அவர்களுக்கு விடிவைத் தராது.[15]

என ஆசிரியர் கூறுகிறார். விடியல் என்றால் என்னவென்றே அறியாது இந்து மதத்திலேயே தலித்துகள் தங்கள் வாழ்க்கையை நகர்த்த வேண்டுமா என்பதற்கு அவர்தான் விடையை பரிந்துரைக்க வேண்டும். அவர் பார்வையில் ஒட்டுமொத்தமாக மதத்தையே நிராகரிக்க வேண்டுமானால் கம்யூனிஸ்ட்கள் ஏன் இன்னும் அதை செய்யாமல் இருக்கிறார்கள்? தங்கள் சாதி மற்றும் மத சான்றிதழ்களில் என்னவாக அவர்களை அடையாளப்படுத்திக் கொண்டிருக்கிறார்கள்? 2011 ஆம் ஆண்டின் மக்கள் தொகை கணக்கீட்டின்படி 121 கோடி இந்தியர்களில் தங்களின் மதத்தின் அடையாளத்தை கூறாதவர்கள் *(Religion Not Stated)* வெறும் 0.24% மட்டுமே[16]. இந்த சொற்ப சதவீதத்தினர் முழுதுமே மார்க்சிய சிந்தனையால் மதத்தை நிராகரித்தவர்கள் என்று நாம் கொண்டாலும்கூட, ஏதேனும் ஒரு மதத்தோடு தங்களை அடையாளப்படுத்திக்கொள்ளும் மீதமுள்ள 99.7% நபர்களில்

---

[13] பக். 33

[14] பக். 31

[15] பக். 867

[16] *Data from Census of India, 2011.*

மதத்தை அபின் என சொல்லிக்கொள்ளும் இடதுசாரிகள் இல்லவே இல்லை என்றால் அதனை இடதுசாரிகளே ஒப்புக்கொள்ள மாட்டார்கள். இப்படி மதத்தை நிராகரிக்காத மார்க்சிய பாசாங்குத்தனம் ஏதோ ஒரு வகையில் அம்பேத்கரின் கூற்றையே நியாயப்படுத்துகின்றன [17]. இங்கே, மதத்தின் பயன்பாடு மற்றும் அவசியம் சம்பந்தமான வாதத்தை மக்கள் தொகை தரவுகள் மூலம் தான் முடிவுகொள்ள வேண்டும் என்பதல்ல. மதத்தைப் பற்றிய அம்பேத்கரது புத்தரின் வரையறையான,

> மதத்தின் மையப்புள்ளி மனிதனுக்கும் மனிதனுக்கும் இடையிலான உறவு பற்றியதாக இருக்க வேண்டுமே

---

[17] மதம் என்பதற்கு *'Social Force'* என்ற முக்கியத்துவத்தை அம்பேத்கர் தருகிறார்,

> *Religion as a social force cannot be ignored. Religion has been aptly described by Hebert Spencer as "the weft which everywhere crosses the warp of history". This is true of every Society. But Religion has not only crossed everywhere the warp of Indian History it forms the warp and woof of the Hindu mind. The life of the Hindu is regulated by Religion at every moment of his life. It orders him how during life he should conduct himself and how on death his body shall be; disposed of. It tells him how and when he shall indulge in his sexual impulses. It tells him what ceremonies are to be performed when ; a child is born—how he should name, how he should cut the hair on its head, how he should perform its first feeding. It tells him what occupation he can take to, what woman he should marry. It tells him with whom he should dine and what food he should eat, what vegetables are lawful and what are forbidden. It tells how he should spend his day, how many times he should eat, how many times he should pray. There is no act of the Hindu which is not covered or ordained by Religion. It seems strange that the educated Hindus should come to look upon it as though it was a matter of indifference. (BAWS, Vol.3, p.23)*

> தவிர மனிதனுக்கும் கடவுளுக்கும் இடையிலான உறவு பற்றியதாக இருக்கக் கூடாது.[18]

என்பதனை சிந்தனைக்குட்படுத்தும் போது, மதத்தை நிராகரிக்கும் மார்க்சியத்திற்கு வலுவாகவே சவால் விடும் மாற்று கருத்தியலும் நிலைப்பெறுகிறது. மற்ற மதங்களைப் போல் மனிதனுக்கும் கடவுளுக்கும் உள்ள உறவுமுறையைப் பற்றி பௌத்தம் அக்கறை கொள்வதில்லை என்பதை அம்பேத்கரது பௌத்த ஏற்பு உரையில் இருந்தும் நாம் புரிந்துகொள்ள முடியும்,

> *What is the original foundation of Buddhism? There is tremendous difference between the Buddha's religion and other religions. <u>It is not possible to have changes in other religions because those religions relate man with God</u>. Other religions preach that God has created the Nature. God has created all-sky, air, moon, sun etc. God has left nothing for us to do, so we must worship God. According to the Christian religion, after death, there is a Day of Judgement, and all depends on that Judgement. <u>There is no place for God and Soul in the Buddha religion</u>. Lord Buddha said there is sorrow all over the world, 90% people are suffering from sorrow. To emancipate those depressed and poor people from sorrow is the principal task of the Buddha's religion. What else did Karl Marx tell different from Lord Buddha's saying? Lord Buddha did not tell anything in a zigzag way.*[19]

மதம் என்பது மனிதர்களுக்குள்ளான உறவுமுறை பற்றியதாக இருக்கவேண்டும் என்ற சிந்தனைக்குள் வரமறுக்கும் சராசரி கம்யூனிஸ்ட்கள் போல் ஆசிரியரும்,

> புத்தரையும் அவரது வார்த்தைகளையும் தொழுவதன் மூலம் மார்க்ஸை அவர் பின்னுக்குத் தள்ளலாம். ஆனால் வரலாறு புத்தரை அனுப்பிவிட்டு மார்க்ஸை முன்னெடுக்கிறது.[20]

---

[18] *Dr. B. R. Ambedkar, The Buddha And His Dhamma, p.254, Verse 46*
[19] *BAWS Vol.17, Part Three, p.543*
[20] பக். *829*

என்றொரு ஒப்பீட்டை செய்கிறார். மதமென்பது மனிதனையும் மனிதனையும் தொடர்புபடுத்தும் கோட்பாடாக இருப்பதை தவரவிட்டு வெறும் அபின் என நிராகரிப்பதால்தான் கம்யூனிசம் இன்னும் பாமர மக்களை பெருமளவில் கவரவில்லை என்பதை இங்கே நினைவூட்ட வேண்டியுள்ளது. அடுத்ததாக,

> ஒப்பீட்டளவில் பௌத்தத்தை அழித்த இந்து மதத்தைக் கூட அவர் மன்னிக்கத் தயாராகலாம். ஆனால், மார்க்சியத்தை மன்னிக்க அவர் தயாராக இருந்ததில்லை.[21]

என ஆசிரியர் முடிவுக்கு வருவது அம்பேத்கரைப் பற்றிய அவரது புரிதலையே கேள்விக்குட்படுத்துகிறது. மார்க்சியத்தின் எதிரியாய் காட்டிட வேண்டும் என்பதற்கு இந்து மதத்தோடு சமரசம் செய்துக்கொள்ளும் ஒரு அம்பேத்கரை இங்கு புனைவது என்பது அம்பேத்கரின் எழுத்துகளை ஊன்றிப் படிக்காதவர்களால் மட்டுமே சாத்தியம். அம்பேத்கர் பௌத்தத்தை தழுவியது *1956*ஆம் ஆண்டாக இருக்கலாம். ஆனால், தான் ஓர் இந்துவாக சாக மாட்டேன் என்று *1935* ஆம் ஆண்டிலேயே அவர் கொண்ட உறுதியை நாம் மறக்கலாகாது.

அம்பேத்கரின் ‘சாதி ஒழிப்பு’ நூலைப் பற்றியும் ஆசிரியருக்கு தெளிவான புரிதல் இல்லை என்றே கூறவேண்டியுள்ளது. இந்நூல் தொடர்பான அவரது விமர்சனங்களே அவரது அறியாமையையும் வெளிக்கொணர்கின்றன. அவற்றுள் சில,

> அம்பேத்கரின் ‘சாதி ஒழிப்பு’ என்கிற நூல் மிகப் பிரசித்தமானது. அதேசமயம் துரதிருஷ்டவசமாக அம்பேத்கர் அந்நூலில் சாதியை ஒழிக்கும் விதமாக எந்தத் தீர்வையும் முன்வைக்கவில்லை.[22]
>
> அம்பேத்கர் தான் கூறியதற்கு எதிராக அதே மத அடிமைத்தனத்திலேயே முடித்தார் என்பதையும் இங்கு நாம் விவாதிக்க வேண்டும். மேலும் அம்பேத்கரது பௌத்தத்திற்கு மாறியவர்கள் இதுவரையிலும் சாதியை

[21] பக். *127*

[22] பக். *71*

> ஒழித்துக்கட்டியதற்கான சிறுதடயம் கூட இதுவரை கிடைக்கவில்லை.[23]
>
> ‘தலித் முரசு’ வெளியிட்ட ’சாதியை ஒழிக்கும் வழி’ என்ற நூலில் அம்பேத்கர் சாதியை ஒழிக்கும் வழிகளாக எதையும் கூறவில்லை. சாதி ஒழிப்பை பிராமணர்கள் ஏற்றுக்கொள்ளமாட்டார்கள், அதனால் சாதி ஒழியாது என்ற அவநம்பிக்கையுடனேயே அந்த நூல் முடிந்திருக்கிறது. அதே சமயம் பௌத்த மதத்திற்கு மாறுதலாலும் சாதி ஒழிப்பு சாத்தியமில்லை.[24]
>
> ஆனால் “சாதியை ஒழிக்கும் வழி” நூலை வெளியிட்டவர்களாவது அம்பேத்கர் வழியில் சாதியை ஒழித்துக்கட்டினார்களா, அல்லது மதம் மாறியிருக்கிறார்களா என்பதும் கேள்வி. அம்பேத்கர் அவரது காலத்திலேயே சாதியை ஒழித்தும் விட்டார் என்று கூறுவதன் மூலம், இவர்கள் தங்களது தலித் அடையாள அரசியலை புத்த மதமாற்றத்தோடு முன்மொழிகின்றனர். இவர்களைப் பொறுத்தமட்டில் தலித்துகள் பௌத்த மதத்திற்கு மாறி, அஷ்டாங்க மார்க்கத்தைப் பின்பற்றி விட்டால் சாதி ஒழிந்துவிடும்.[25]
>
> அம்பேத்கர் பௌத்தத்திற்கு மாறி சாதியை ஒழித்துக்கட்டினார்; ஆனால், இங்கு அதை யாரும் – தலித்துகளும் கூட – முன்னெடுக்கவில்லை என்பது சில தலித்தியர்களது கண்டுப்பிடிப்பாக இருக்கிறது! அவர்களைப் பொறுத்தமட்டில் அம்பேத்கரின் சாதியை ஒழிக்கும் முடிவு பௌத்தத்தின் பாற்பட்டதே. எனவே தலித் விடுதலை என்பது புத்தமதத்திற்கு மாறுவதே.[26]

முதலாவதாக, ‘சாதி ஒழிப்பு’ என்கிற நூலில் *(உரையில்)* அம்பேத்கர் சாதியை ஒழிக்கும் விதமாக எந்தத் தீர்வையும் முன்வைக்கவில்லை என்பது முற்றிலும் தவறு. இந்நூலில் இடம்பெறும் அவரது உரை சாதி இந்துக்களையே பார்வையாளர்களாகக் கருதி உரையாற்றப்பட்டது. இருப்பினும்,

---

[23] பக். *73*

[24] பக். *72*

[25] பக். *79*

[26] பக். *43*

சாதியை ஒழிப்பதற்கான தீர்வாக இந்து சமுதாயத்திற்கும் ஒடுக்கப்பட்ட சமுதாயத்திற்குமென என இரு வெவ்வேறு தீர்வுகளை அம்பேத்கர் இவ்வுரையில் வழங்குகிறார்.

இந்து சமுதாயத்திற்கான தீர்வாக,

> *To agitate for and to organise inter-caste dinners and inter-caste marriages is like forced feeding brought about by artificial means. Make every man and woman free from the thraldom of the Shastras, cleanse their minds of the pernicious notions founded on the Shastras, and he or she will inter-dine and intermarry, without your telling him or her to do so...*
>
> *You must take the stand that Buddha took. You must take the stand which Guru Nanak took. You must not only discard the Shastras, you must deny their authority, as did Buddha and Nanak.*[27]

என்று கூறுகிறார். இத்தீர்வானது இந்து சமுதாயத்தினுள் சாத்தியமில்லை என்பது அம்பேத்கரது தனிப்பட்ட கருத்தானாலும் இத்தீர்வுக்கான வழிமுறையையும் இந்து சீர்திருத்தவாதிகளை கருத்தில் கொண்டு அவர் கூறுகிறார்,

> *You must give a new doctrinal basis to your Religion—a basis that will be in consonance with Liberty, Equality and Fraternity, in short, with Democracy. I am no authority on the subject. But I am told that for such religious principles as will be in consonance with Liberty, Equality and Fraternity it may not be necessary for you to borrow from foreign sources and that you could draw for such principles on the Upanishads. Whether you could do so without a complete remoulding, a considerable scraping and chipping off the ore they contain, is more than I can say. This means a complete change in the fundamental notions of life. It means a complete change in the values of life. It means a complete change in outlook and in attitude towards men and things. It means conversion; but if you do not like the*

---

[27] *BAWS, Vol. 1, p.68-69*

word, I will say, it means new life. But a new life cannot enter a body that is dead. New life can enter only in a new body. The old body must die before a new body can come into existence and a new life can enter into it. To put it simply, the old must cease to be operative before the new can begin to enliven and to pulsate. This is what I meant when I said you must discard the authority of the Shastras and destroy the religion of the Shastras.[28]

ஒடுக்கப்பட்ட சமுதாயத்திற்கான தீர்வாக 'சாதி ஒழிப்பு' உரை சம்பந்தமாக ஹர் பகவானுக்கு எழுதும் கடிதத்தில் அம்பேத்கர் குறிப்பிடுவதாவது,

It was when you came to Bombay that I voluntarily told you that I had no desire to use your platform from which to advocate my views regarding change of religion by the Depressed Classes. I think I have scrupulously kept that promise in the preparation of the address. Beyond a passing reference of an indirect character where I say that "I am sorry I will not be here. . . etc." I have said nothing about the subject in my address. When I see you object even to such a passing and so indirect a reference, I feel bound to ask; did you think that in agreeing to preside over your Conference I would be agreeing to suspend or to give up my views regarding change of faith by the Depressed Classes? If you did think so I must tell you that I am in no way responsible for such a mistake on your part. If any of you had even hinted to me that in exchange for the honour you were doing me by electing as President, I was to abjure my faith in my programme of conversion, I would have told you in quite plain terms that I cared more for my faith than for any honour from you.[29]

'Conversion' என்ற வார்த்தையை சாதி ஒழிப்பிற்கான தீர்வாக இரு பதத்தில் அம்பேத்கர் கையாண்டிருக்கிறார்.[30] இந்து சமுதாயத்தை

---

[28] *BAWS, Vol. 1, p.77-78*

[29] *BAWS, Vol. 1, p.34*

[30] சாதிமுறையினை தனது அடிப்படையாகக் கொண்டிருக்கும் இந்து மதத்தில் இருந்து சாதியற்ற மதமாகவும் சாதிக்கு எதிரான மதமாகவும் இருக்கும் பௌத்தத்தை தழுவுவது சாதி

நோக்கி கூறுகையில் இந்து மதத்திற்கான புதிய கோட்பாட்டினை அடித்தளமாக *(new doctrinal basis)* அமைக்க வேண்டுமென்றும், ஒடுக்கப்பட்ட சமுதாயத்தை நோக்கி கூறுகையில் மதமாற்றத்தை குறிக்கும் விதமாக இந்து மதத்தை விட்டு வெளியேற வேண்டுமென்றும் *(change of religion by the Depressed Classes)* அவர் பயன்படுத்தி இருக்கும் *'Conversion'* என்ற வார்த்தை பொருள்படுகிறது.

சாதி ஒழிப்பு செயல்திட்டத்தில் ஒடுக்கப்பட்ட மக்கள் எந்தளவிற்கு தங்களை ஈடுபடுத்திக்கொள்ள வேண்டும் [31] என்பதையும் கவனமாக விளங்கிக்கொள்ள வேண்டியுள்ளது,

---

ஒழிப்பிற்கான ஒரு தீர்வே ஆகும். இங்கே, மற்றொரு தெளிவும் பெற வேண்டியுள்ளது. ஒடுக்கப்பட்டவர்களின் விடுதலைக்கு முதன்மையான தீர்வாக அம்பேத்கர் தேர்ந்தெடுத்ததே பௌத்தம் ஆகும். பௌத்தத்தை சாதியை ஒழிப்பதற்கான தீர்வாக மட்டுமே அம்பேத்கர் சொன்னார் என்று கம்யூனிஸ்ட் சிந்தனையாளர்கள் சுருக்குவதும் தவறு.

[31] அம்பேத்கரின் 'சாதி ஒழிப்பு' உரை பின்வருமாறு முடிவடைகிறது,

> *... the responsibility is entirely yours. You must make your efforts to uproot Caste, if not in my way, then in your way. I am sorry, I will not be with you. I have decided to change. This is not the place for giving reasons. But even when I am gone out of your fold, I will watch your movement with active sympathy and you will have my assistance for what it may be worth. Yours is a national cause. Caste is no doubt primarily the breath of the Hindus. But the Hindus have fouled the air all over and everybody is infected, Sikh, Muslim and Christian. You, therefore, deserve the support of all those who are suffering from this infection, Sikh, Muslim and Christian. Yours is more difficult than the other national cause, namely Swaraj. In the fight for Swaraj you fight with the whole nation on your side. In this, you have to fight against the whole nation and that too, your own. But it is more important than Swaraj. There is no use having Swaraj, if you cannot defend it. More important than the question of defending Swaraj is the question of defending the*

When the movement of Unmarriageables is aimed against the caste system, naturally its purpose prevails until the annihilation of caste. The onus towards its annihilation, though does not entirely rest on the Unmarriageables, the crushing hands of caste will continue to strangle their lives till it exists[32]*. Unequipped and unprivileged within the caste system, their esteem and indignation at best could resist them to remain under its clutches. They could be vigilant in claiming their rights and ensuring their own emancipation. In fact, the Unmarriageables directed their movements more in the direction of freeing themselves from the bondage of caste than towards the breaking up of caste system. But there also lies this question of who will perform the obsequies of caste system if not by the Unmarriageables. Had the kings had led their cry against monarchy and like so the Whites had been the front-runner against apartheid, then history would have been without any cogency. The exploiters to end their hold on exploitation is an improbability and the exploited to be aware of this is a necessity.*[33]

Hindus under the Swaraj. In my opinion only when the Hindu Society becomes a casteless society that it can hope to have strength enough to defend itself. Without such internal strength, Swaraj for Hindus may turn out to be only a step towards slavery. Good-bye and good wishes for your success. (BAWS, Vol. 1, p.80)

[32] அம்பேத்கரின் பின்வரும் கூற்றினையும் இங்கே பொருத்திப் பார்க்க வேண்டும்,

The out-caste is a by-product of the caste system. There will be outcastes as long as there are castes. Nothing can emancipate the outcastes except the destruction of caste system. Nothing can help Hindus and ensure their survival in the coming struggle except the purging of Hindus faith of this odious and vicious dogma. (BAWS, Vol. 17, part 1, p.230)

[33] *'UNCASTE' subtitled as 'Understanding Unmarriageability: The Way Forward To Annihilate Caste', p.72*

இரண்டாவதாக, பௌத்தத்திற்கு மாறியவர்கள் இதுவரையிலும் சாதியை ஒழித்துக்கட்டியதற்கான சிறுதடயம் கூட கிடைக்கவில்லை என்று ஆசிரியர் எழுதுகையில் இந்து சமுதாயத்திற்கும் மணக்கத்தகாதவர்களுக்கும் உள்ள உறவுமுறை பற்றியான அவரது புரிதலின்மை வெளிப்படுகிறது. இந்து சமுதாயத்திற்குள் நிலவும் நான்கு வர்ணத்திற்குள் அடங்காதவர்கள் மணக்கத்தகாதவர்கள். எனவே, நான்கு வர்ணம் கட்டமைத்து இருக்கும் சாதி முறையை ஒழிப்பது என்பது அவர்களின் முழுநேர கடமையோ அல்லது தனிப்பட்ட பொறுப்போ கிடையாது. மாறாக, சாதிய ஆதிக்கத்திலிருந்து விடுதலை பெறுவதே அவர்களது நோக்கம்[34]. எனவே, சாதியற்ற சமத்துவ அடையாளத்தை தரும் பௌத்தத்தை ஒடுக்கப்பட்டவர்கள் ஏற்கிறார்கள்.

மூன்றாவதாக, பௌத்த மதத்திற்கு மாறுவதாலும் சாதி ஒழிப்பு சாத்தியமில்லை என்ற வறட்டுத்தனமான கற்பிதத்தை ஆசிரியர் எழுதுகிறார்[35]. சாதி ஒழிப்பை ஒட்டுமொத்த சமுதாயத்தின்

---

[34] இந்நிலைப்பாட்டினை மிகவும் நேரிடையாகவே *31* மே *1936* ஆம் ஆண்டு தாதர், பம்பாயில் *35,000* தீண்டத்தகாத மஹர் மக்களை நோக்கி அம்பேத்கர் உரையாற்றும்போதும் நாம் அறிந்துக்கொள்ளலாம்,

> *If we are to die in our struggle for freedom, what is the use of fighting at wrong place? To reform the Hindu society is neither our aim nor our field of action. Our aim is to gain freedom for us. We have nothing to do with anything else. If we can gain our freedom by the conversion, why should we shoulder the responsibility of reforming the Hindu Society? BAWS, Vol. 17, part 3 p.136*

[35] ஆசிரியர்,

> தலித்துக்கள் மதம் மாறினால் சாதியை ஒழித்துவிடுவார்கள் என்று தப்பர்த்தமும் கொடுக்கிறார். அது இன்னும் ஆளும் வர்க்க சேவைக்கு உதவத்தான் வாய்ப்பளிக்கும். ஆதிக்க சாதிகள் பௌத்தத்திற்கு மாறினாலும் சாதியை ஒழிக்க முடியாது. *(பக். 849)*

நோக்கமாக எண்ணாமல் மணக்கத்தகாதவர்களின் கண்ணோட்டத்திலேயே அவர் பார்ப்பதால் இப்பிழை ஏற்படுகிறது. சாதி ஒழிப்பு என்பது இந்துக்களின் கடமையும் பொறுப்புமே ஆகும் என்பதை இந்து சமுதாயத்தோடு சேர்ந்து அவரும் தவறவிடுகிறார். பௌத்தத்திற்கு மாறும் தலித்துகளுக்கு மத்தியில் சாதி நிலவுவதில்லை என்பதையும் இங்கே கவனிக்க வேண்டும். மாறாக, மகாராஷ்டிரா-வில் மஹர்கள் பெருவாரியாக பௌத்தத்திற்கு மாறியபின்பு பௌத்தத்தையும் ஒடுக்கப்பட்டவர்களின் மதமாக காணத்துவங்கியது இந்து சமுதாயம். எனவே கோளாறு என்பது சாதி இந்துக்களிடமே உள்ளது. அவர்களும் பௌத்தத்தை ஏற்கும்போது சாதி முற்றிலும் அழிவது சாத்தியமே. அதுவரை அவர்கள் சாதியின் பாதுகாவலர்களாகவே தொடர்வர். மதமாற்றத்தை நிராகரிக்கும் வரை, பௌத்தத்தின் சாதி ஒழிப்பு புரட்சிக்கு எதிர் புரட்சியாக சாதி இந்துக்கள் சலிக்காமல் அணித்திரள்வதும் உறுதி. இந்திய வரலாறு என்பதும் சாதி ஒழிப்பிற்கான வரலாறு என்பதும் இப்படியாகவே இருந்துள்ளது; இப்படியாகவும் இருக்கின்றது.

மதம் தொடர்பான பொதுவான வரையறைக்குள் பௌத்தத்தையும் வைத்து ஆசிரியர் விமர்சிப்பதாவது,

> மதத்தைப் படைக்கும் நூலின் உருவம், உள்ளடக்கம் எத்தகைய நிலையைப் பெறும் என்பது நாம்

என்று எழுதும்போது ஆளும் வர்க்கமும், ஆதிக்க சாதிகளும், இந்து மதமும் ஒன்றோடு ஒன்றாகப் பிணைந்துள்ளது யாருக்கு சேவையாக உள்ளது என்ற கேள்வியும் உடன் சேர்ந்து எழுகிறது.

> சமூக மாற்றம் என்பது மத மாற்றத்தோடு மட்டும் தொடர்புடையதல்ல. ஆளும் வர்க்கங்கள் பற்றிய ஆய்வில்தான் அவற்றைப் புரிந்து கொள்ள முடியும். *(பக். 799)*

என்று ஆசிரியர் கூறுகையில் ஆளும் வர்க்கதில் நிலவும் மத *(இந்துத்துவ)* ஆதிக்கத்தையும், சாதிய *(பார்ப்பன-பனியா)* ஆதிக்கத்தையும் அவர் ஆய்வுக்குட்படுத்துவதாய் தெரியவில்லை.

> அறியாததல்ல. மதத்தை முன்னிறுத்தும் நூல்கள் உருவ அளவில் முதலில் கையாள்வது, புனிதமான வடிவத்தையே. இதற்கு முன் ஏதுமில்லை என்று தொடங்குவதிலிருந்து, அதுவே முழுமுற்றானது இறுதியானது என்றே முடியும். விமர்சனத்தை மதங்கள் ஏற்றுக் கொள்வதில்லை. அம்பேத்கரின் புத்தரும் அவ்வாறே படைக்கப்பட்டிருக்கிறார்.[36]

இதற்கான அம்பேத்கரின் எழுத்துகளும் அவற்றிற்கான ஆசிரியரின் முடிவுரைகளும் கருப்பும் வெள்ளையுமாக இருப்பதற்கு கீழுள்ள அம்பேத்கரின் விளக்கமே நேரிடையான ஆதாரம்,

> *In his (Buddha) opinion, nothing was infallible and nothing could be final. Everything must be open to re-examination and reconsideration whenever grounds for re-examination and reconsideration arise.*
>
> *Man must know the truth and real truth. To him freedom of thought was the most essential thing. And he was sure that freedom of thought was the only way to the discovery of truth.*[37]
>
> *He never claimed infallibility for his message.*
>
> *The only claim he made was that his message was the only true way to salvation as he understood it.*
>
> *It was based on universal human experience of life in the world.*
>
> *He said that it was open to anyone to question it, test it and find what truth it contained.*

---

[36] பக். 105

[37] Dr. B. R. Ambedkar, The Buddha And His Dhamma, p.89

> *No founder has so fully thrown open his religion to such a challenge.*[38]

ஒரு மதமாக பௌத்தத்தின் செயல் நோக்கத்தையும் உட்கருத்தையும் விளக்கிட மறுக்கிறார் ஆசிரியர். *'The Purpose of Religion'* என்ற தலைப்பில் இதற்கான விரிவான தொகுப்பை இந்நூலின் ஆறாவது இயலில் காணலாம்[39]. இப்போதைக்கு 'மதம்' தொடர்பான பொதுவான வரையறையை கடந்து மனித உறவுகளை பலப்படுத்தும் 'நெறி' என அர்த்தம் கொள்வது போதுமானது,

> *What the Buddha calls Dhamma differs fundamentally from what is called Religion.*[40]
>
> *The purpose of Religion is to explain the origin of the world. The purpose of Dhamma is to reconstruct the world.*[41]

என்ற பௌத்தத்திற்கான அம்பேத்கரது விளக்கத்தை[42] நினைவில் கொள்வதும் அவசியம்.

---

[38] *Dr. B. R. Ambedkar, The Buddha And His Dhamma, p.222*

[39] இந்நூலின் பக். *271-276* பார்க்க.

[40] *Dr. B. R. Ambedkar, The Buddha And His Dhamma, p.316*

[41] *Dr. B. R. Ambedkar, The Buddha And His Dhamma, p.322*

[42] *Gail Omvedt traces Ambedkar's profound statement on Buddhism thus, "The purpose of Religion is to explain the origin of the world. The purpose of Dhamma is to reconstruct the world' (Ambedkar 1987: 322). With these words, Dr. B.R. Ambedkar, the famous leader of India's Untouchables, interpreted Buddhism as a world-transforming religion. This meant a three-fold challenge:*

- *to Brahmanism, the main exploiting system of traditional Indian society;*
- *to Marxism, the main social ideology opposing exploitation; and*
- *to the existing interpretations of Buddhism itself*

> மதத்தின் அனுபூதித்தளம் *(metaphysics)* அம்பேத்கரின் அணுகுமுறையில் முழுவதும் மறுதலிக்கப்பட்டு அதன் சமூகப் பண்பாட்டுத்தளமே முன்னுக்குக் கொண்டு வரப்படுகிறது. வேறு வார்த்தைகளில் சொல்லுவதானால், இந்து மதம் *X* பௌத்தம் என்ற எதிர்வில் அனுபூதி உண்மை குறித்த தேடல் என்ற பழைய ஆன்மீகக் கற்பிதம் அடியோடு விட்டொழிக்கப்பட்டு அது சாதிச் சமூக முரண்பாடுகள் குறித்த எதிர்வு என்ற விஷயம் வலுவாக நிறுவப்பட்டு விடுகிறது.[43]

அம்பேத்கரின் அணுகுமுறையில் மட்டும் மதத்தின் அனுபூதித்தளம் மறுதலிக்கப்படுகிறது என்பதல்ல. மதத்தின் அனுபூதித்தளம் மக்களை ஆட்கொள்ளும் அபினாகவே உள்ளதால் மார்க்சியத்தாலும் அவை மறுதலிக்கப்படுகிறது. இன்னும் சொல்லப்போனால், மார்க்சின் அணுகுமுறையில் பொருளாதாரத் தளம் மட்டுமே முன்னுக்குக் கொண்டு

(Gail Omvedt. Buddhism in India: Challenging Brahmanism and Caste. p.1. New Delhi: Sage Publication, 2003)

Ambedkar in Buddha or Karl Marx provides in graphic details the tenets of the philosophy of Buddha and Marx and compares them. Omvedt finds that even when Ambedkar talks of Buddhism his words were often couched in Marxist terms:

> *At the same time, Ambedkar also saw the Dhamma as a fundamental alternative to Marxism. But in seeing the Dhamma as a solution to exploitation he was asking Marxist questions. His very words echoed his interpretation of Marx's famous saying in the Theses on Feuerbach, 'Philosophers have only interpreted the world differently; the point, however, is to change it.' In one of his last essays on 'Buddha or Karl Marx', Ambedkar had rephrased this as 'The function of philosophy is to reconstruct the world and not to waste its time in explaining the origin of the world'. (Gail Omvedt, ibid.)*

[43] பக். 107

வரப்படுகிறது. ஆனால் பௌத்தத்தின் அணுகுமுறையில் உள்ள சமுதாய கண்ணோட்டத்தில் பொருளாதார தளமும் உள்ளடங்குகிறது.

மார்க்சியம் அமைக்கத் துடிக்கும் ஒரு கம்யூனிச சமுதாயத்தை பௌத்தமும் தனது நோக்கமாக கொண்டுள்ளது என்பதை மறதி உள்ளோருக்கு வலியுறுத்த வேண்டியுள்ளது. இதற்கான அடித்தளத்தை கொள்கையளவில் மட்டும் நிறுத்திக்கொள்ளாமல் தன்னிச்சையான தனி மனித ஒழுக்கத்திலிருந்தே பௌத்தம் கட்டமைக்க தொடங்குகிறது என்பதை கவனிக்கையில் இவ்விடத்தில் மார்க்சியமும் பின்னுக்கு செல்கிறது. *Dr. W.S Karunaratna* அவர்களின் விளக்கத்தை கவனிக்க வேண்டுகிறேன்,

> *Political philosophy is public philosophy. The philosophy of the public is the widest consistent extension of the philosophy of the individual. There cannot, therefore, be any disparity in the moral foundations of human behaviour as between private and public life. Moral significance attaches to all aspects of conscious and volitional action. Political behavior is part of the totality of human behavior. The theory and practice of politics must therefore lend themselves to moral judgment and evaluation. What is repugnant to the moral consciousness in personal life cannot therefore be ethically edifying in public life. If it is morally wrong to allow exploitation of man by man it is equally wrong to allow exploitation of class by class or nation by nation. Warfare between tribes and nations is to less reprehensible than aggression between individual. In short the Buddha has emphasized the inseparable connection between ethics and politics and the desirability of conducting public life in manner consistent with moral values.*
>
> ...
>
> *Today socialism is so widespread and popular that one of the difficulties nowadays is to come across people who are not socialists in some sense or other. But hardly any one among modern socialists or even among historians of socialism has been able to trace the beginnings of socialism to its significant sources in the Tripitaka of the Buddhists. The elements of socialist thought and practice in the life and work of the Buddha*

sound remarkably modern even in our time. Let me refer you to just two points which came within the purview of socialist economics.

The Cakkavattisihanada Suttana of the Digha Nikaya contains an analysis by the Buddha of the causality of suffering in society. We are told here that poverty began to increase in society as a result of the non-production of economic goods among the proletarian masses[44]*. The increase of poverty resulted in the increase of theft and plunder. The increase of theft and plunder then resulted in the increase of weapons and armaments, for these are required by men who are given to theft and plunder. The increase in weapons and armaments next results in the shedding of blood leading to extensive killings and massacres. In this vein the Buddha goes on to give us long chain of causally connected stages in the growth of misery and conflict in social life. Is not this analysis, may I ask you, as true today as it was at the time it was first undertaken? This valuable Suttanta, I am sorry to be able to say, has not received the attention that is due to it even at the hands of the Buddhists themselves. In any case this Suttanta leaves us in no doubt that the Buddhists have had a keen insight into the nature and function of economic laws as they operated in society.*

The second point I wish to refer to is that pertaining to public ownership which is found to a greater or lesser extent in every country in the modern world. As far as I know the first consistent and thorough-going application of the principle of common ownership to a specific community or society in history is recorded in the Vinaya Pitakas of the Buddhists. In the Order of monks which the Buddha instituted, all property, both movable and immovable, of significant economic value, was pooled together under a system of common ownership to be had and to be held for the common benefit of all members of the corporate body.

---

[44] புத்தரது அணுகுமுறை உழைப்பு குறித்து எந்தக் கவலையும் கொண்டதில்லை *(பக். 802)* என்ற ஆசிரியரின் கருத்து ஏற்புடையதல்ல.

But this was an entirely voluntary arrangement without any coercion or compulsion. Men and women of a contemplative disposition who voluntarily abandon home and hearth in their quest for truth and perfection band themselves into fraternities and sororities to lead a life of strenuous discipline and altruistic service. They are untrammeled by attachment to the goods of the world. They have overcome the acquisitive way of lay society. If they are interested in material goods it is for reason of bare sustenance only, not for purposes of adornment or acquisition. The bare necessities of life in terms of food and drink, clothing, medicaments and shelter are common to the entire community of ascetic monks and nuns. These are therefore jointly held for distribution and consumption, to each according to his or her needs. This is corporate life based on the principle of voluntary co-operation. The economic equality in this corporate society has not been achieved at the expense of social and individual liberty. In the Buddhist order of monks and nuns economic goods are socialised only in order to enhance the opportunities and conditions for the fullest possible development of each individual. This is humanism at its best social and economic life, becomes meaningful only to the extent it serves the needs of the individual whose integrity and sanetity alone guarantees the possibilities for human culture. The socialist philosophy of Buddhism offers a corrective to the more militant forms of modern socialism such as the Marxist which conspire to rob the individual of his freedom and liberty. In Marxism, as now understood and applied by its revolutionary votaries, the individual is submerged in the mass and the socialization of economic and other goods has only become a euphemism for plunder and expropriation. Common ownership in these system degenerates into ownership by a minority which has seized political power by extra-democratic intrigue. The freedom of the individual and civil liberties of the citizenry are stifled and the entire society of people is held in perpetual slavery by totalitarian regime of intolerant bigots.[45]

[45] *Dr. W.S Karunaratna, 'Man in Society: The Buddhist View', Maha Bodhi Journal, Vol. 86 Jan. 1978 pp. 9-18*

> பௌத்தத்தைப் பார்ப்பனிய மதத்தோடு ஒப்பிட்டது போல, சமூக விடுதலைக்கு மக்களைச் சரியான பாதைக்கு அழைத்துச் செல்லும் தத்துவம் என்ற பார்வையில் பௌத்தத்தையும், மார்க்சியத்தையும் வைத்து ஆய்வைச்செய்தால் பௌத்தத்தின் பிரச்சினைகள் புரியவரும்.[46]

என்றவாறு ஆசிரியர் பரிந்துரைக்கிறார்[47]. இதனையே மிகச்சரியாக 'புத்தரா அல்லது காரல் மார்க்ஸா' என்ற கட்டுரையிலும்[48] (கீழே ஆங்கிலத்தில் தொகுக்கப்பட்டவை[49]), அதே தலைப்பிலான உரையிலும் (தமிழில் அடிக்குறிப்புகளாய் கீழே வருபவை[50]), அம்பேத்கர் செய்திருப்பதை ஆசிரியரும் நாமும் கவனிக்க வேண்டியுள்ளது. இக்கட்டுரையை அடுத்த சில பக்கங்களில் விரிவாக புரிந்து கொள்வோம்,

> *The means of bringing about Communism which the Buddha propounded were quite definite.*

---

[46] பக். 130

[47] இங்கு பௌத்தத்தையும், மார்க்சியத்தையும் வைத்து ஆய்வு செய்ய வேண்டும் என்று கூறும் ஆசிரியர் மற்றொரு இடத்தில் மார்க்சியத்தோடு, மதத்தை ஒன்றாக வைத்து ஒப்பிட்டிருப்பதே தவறு என்றுரைக்கிறார்,

> குறிப்பாகச் சொல்ல வேண்டுமென்றால், மார்க்சியத்தின் தத்துவ அடிப்படைகள் அம்பேத்கருக்குத் தெரியாதென்றே சொல்லலாம். பொருள் முதல்வாதத்தைத் தனது அடிப்படைகளில் ஒன்றாக வைத்திருக்கிற மார்க்சியத்தோடு, மதத்தை அவர் ஒன்றாக வைத்து ஒப்பிட்டிருப்பதே அதற்கான முதல் சான்றாகக் காட்சியளிக்கிறது. (பக். 64)

[48] *BAWS Vol.3, p.441-462*

[49] *BAWS Vol.3, p.441-462*

[50] டாக்டர் பாபாசாகேப் அம்பேத்கர் நூல் தொகுப்பு, தொகுதி 37, பக். 704-717

...

It is clear that the means adopted by the Buddha were to convert a man by changing his moral disposition to follow the path voluntarily.

The means adopted by the Communists are equally clear, short and swift. They are (1) Violence and (2) Dictatorship of the Proletariat.

The Communists say that there are the only two means of establishing communism. The first is violence. Nothing short of it will suffice to break up the existing system. The other is dictatorship of the proletariat. Nothing short of it will suffice to continue the new system[51].

---

[51] கம்யூனிசத்தைக் கொண்டுவரும் பொருட்டு எத்தகைய வழிமுறைகளைக் கடைப்பிடிக்க கார்ல் மார்க்சோ கம்யூனிஸ்டுகளோ விரும்புகின்றனர்? இது முக்கியமான கேள்வி. துக்கம் இருந்து வருவதை அங்கீகரிப்பது, சொத்துரிமையை ஒழிப்பது என்ற அடிப்படையில் அமைந்த கம்யூனிசத்தைக் கொண்டு வருவற்கு வன்முறையையும் பகைவர்களைக் கொல்லுவதையும் வழிமுறையாக கடைப்பிடிக்க கம்யூனிஸ்டுகள் விரும்புகின்றனர். இதில் தான் புத்தருக்கும் கார்ல்மார்க்சுக்கும் இடையேயான அடிப்படை வேறுபாடு அமைந்துள்ளது. குறிப்பிட்ட கோட்பாடுகளைக் கடைப்பிடிக்கும்படி மக்களை தூண்டுவதற்கு புத்தர் கடைப்பிடிக்கும் வழி ஒழுக்க போதனையும் அன்புமாகும். எதையும் அன்பு வெல்லுமே தவிர அதிகாரம் வெல்லாது என்ற சித்தாந்தத்தை, போதனையை எதிராளிக்கு ஊட்டி அவனைத் தன் பக்கம் ஈர்க்க அவர் விரும்புகிறார். இங்குதான் ஓர் அடிப்படையான வேறுபாடு நிலவுகிறது. புத்தர் வன்முறையை அங்கீகரிக்க மாட்டார். கம்யூனிஸ்டுகள் அங்கீகரிப்பர். இதன் மூலம் கம்யூனிஸ்டுகள் உடனடியாகப் பலன் பெறுவார்கள் என்பதில் ஐயமில்லை. ஏனென்றால் மனிதர்களை ஒழித்துக்கட்டும் வழிமுறைகளை நீங்கள் கைக்கொள்ளும் போது, உங்களை எதிர்ப்பதற்கு அவர்கள் உயிரோடு இருப்பதில்லை.

It is now clear what are the similarities and differences between Buddha and Karl Marx. The differences are about the means. The end is common to both.

பௌத்தமும் மார்க்சியமும் இரண்டுமே கம்யூனிச சமுதாயத்தை ஏற்படுத்துவதையே குறிக்கோளாய் கொண்டிருந்தாலும் இந்நோக்கத்திற்கான வழிமுறையில் இருவரும் மாறுபடுகின்றனர் என்பதனை அம்பேத்கர் சுட்டிக்காட்டுகிறார்.

The Buddha was against violence. But he was also in favour of justice and where justice required he permitted the use of force.

...

he (Buddha) would have said that if the end justified violence, violence was a legitimate means for the end in view. He certainly would not have exempted property owners from force if force was the only means for that end. As we shall see his means for the end were different. As prof. Dewey has pointed out that violence is only another name for the use of force and although force must be used for creative purposes a distinction between use of force as energy and use of force as violence needs to be made. The achievement of an end involves the destruction of many other ends which are integral with the one that is sought to be, destroyed. Use of force must be so regulated that it should save as many ends as possible in destroying the evil one. Buddha's Ahimsa was not as absolute as the Ahimsa preached by Mahavira the founder of Jainism. He would have allowed force only as energy. The Communists preach Ahimsa as an absolute principle. To this the Buddha was deadly opposed.

உங்கள் சித்தாந்தம் போல் நீங்கள் நடந்து கொள்ளுங்கள்; காரியம் சாதிப்பதற்கான வழிமுறைகளை உங்கள் விருப்பம் போல் கடைப்பிடியுங்கள். நான் ஏற்கனவே கூறியது போல் புத்தரின் வழி நீண்ட வழி. மனச்சோர்வூட்டுகிற வழி என்றுகூட சிலர் கூறலாம். ஆனால் இதுதான் நிச்சயமான, சத்தியமான வழி என்பதில் எனக்கு எள்ளளவும் ஐயமில்லை. *(டாக்டர் பாபாசாகேப் அம்பேத்கர் நூல் தொகுப்பு, தொகுதி 37, பக். 710)*

> *As to Dictatorship the Buddha would have none of it. He was born a democrat [52] and he died a democrat.*

வன்முறையை *(Violence/Force)* ஊக்க சக்தியாக *(Energy)* பயன்படுத்துவதை புத்தர் அனுமதிக்கிறார். அதாவது, அவரது அஹிம்சை என்பது முழுமுற்றானது *(absolute)* கிடையாது என்பதை இங்கே புரிந்துகொள்ள வேண்டும். மார்க்சியத்தோடு இவ்விடத்தில் பௌத்தம் ஒத்துப்போனாலும் 'சர்வாதிகாரம்' *(Dictatorship)* என்பதனை கோட்பாட்டு ரீதியில் முற்றிலுமாக நிராகரிக்கவே செய்கிறார் புத்தர். மார்க்சியத்தைவிட பௌத்தம் சிறந்ததாக உள்ளது என்பதற்கு இரு கோட்பாடுகளின் வழிமுறையையும் ஒப்பிட்டு அம்பேத்கர் கொடுக்கும் காரணமும் வலிமையுள்ளதாகவே உள்ளது,

> *What about the value of the means? Whose means are superior and lasting in the long run?*
>
> *Can the Communists say that in achieving their valuable end they have not destroyed other valuable ends? They have destroyed private property. Assuming that this is a valuable end can the Communists say that they have not destroyed other valuable end in the process of achieving it? How many people have they killed for achieving their end. Has human life no value? Could they not have taken property without taking the life of the owner?*
>
> *Take dictatorship. The end of Dictatorship is to make the Revolution a permanent revolution. This is a valuable end. But*

---

[52] *Buddha hated a hierarchical system and was strongly opposed to the system of nomination of succeeding heads of religious organizations. He was an out and out democrat and he declared that after his demise his Dharma and Vinaya would be the teacher and he would not nominate any successor. Every congregation of monks was given the power of choosing its leader of carrying on the business of the Sangha, and every ecclesiastical act had to be performed by a chapter of monks and not by an individual monk, however spiritually advanced he might be. (Dr. Nalinaksha Dutt, 'Greatness of Buddha and Buddhism', Maha Bodhi Journal, Vol. 59 June 1951 pp. 164-168)*

can the Communists say that in achieving this end they have not destroyed other valuable ends? Dictatorship is often defined as absence of liberty or absence of Parliamentary Government. Both interpretations are not quite clear. There is no liberty even when there is Parliamentary Government. For law means want of liberty. The difference between Dictatorship and Parliamentary Government lies in this. In Parliamentary Government every citizen has a right to criticise the restraint on liberty imposed by the Government. In Parliamentary Government you have a duty and a right; the duty to obey the law and right to critise it. In Dictatorship you have only duty to obey but no right to criticise it.

இவ்விடத்தில் *Dr. W.S Karunaratna* அவர்களது கருத்தினை மேற்கோளிடுவதும் பொருத்தமாய் இருக்கும்,

The Buddha taught the virtues of liberty and democracy and established an order of monks and nuns precisely on the basis of democratic and corporate principles. In so doing he undoubtedly expected also to indicate to the lay peoples the desirability of following such principles in the matter of organizing their own institutions. He emphasized the need for the liberty of the individual without failing to remind him of the right of his society. He was neither the mediator nor the dispenser of salvation. He considered himself to be a teacher descended in a long line of such teachers of humanity.

...

The social philosophy of Buddhism seeks to combine in amicable harmony the rights of the individual with obligations due to society. The Buddha was able to inculcate in the minds of his contemporaries a social consciousness that acted as a powerful motive impulse to the overthrow of tyranny in social, economic, political and religious life. In the social teachings of Buddhism there is a persistent emphasis on the truth that social betterment calls for the reform not merely of the individual but also of the social institutions themselves.[53]

நீண்ட காலம் நீடித்து பயனளிப்பதாக இருப்பதில் இவ்விரு கருத்தியல்களில் எதன் வழிமுறை சிறந்தது என்பதனையும் அம்பேத்கர் ஒப்பீடு செய்கிறார்,

> *We must now consider whose means are more lasting. One has to choose between Government by force and Government by moral disposition.*
>
> *As Burke has said force cannot be a lasting means. In his speech on conciliation with America he uttered this memorable warning:*
>
> > *"First, Sir, permit me to observe, that the use of force alone is but temporary. It may subdue for a moment; but it does not remove the necessity of subduing again; and a nation is not governed which is perpetually to be conquered."*
> >
> > *"My next objection is its uncertainty. Terror is not always the effect of force, and an armament is not a victory. If you do not succeed, you are without resource, for, conciliation failing, force remains; but force failing, no further hope of reconciliation is left. Power and authority are sometimes bought by kindness; but they can never be begged as alms by an impoverised and defeated violence.*
> >
> > *A further objection to force is, that you impair the object by your very endeavours to preserve it. The thing you fought for is the thing which you recover, but depreciated, sunk, wasted and consumed in the contest."*

---

[53] *Dr. W.S Karunaratna, 'Man in Society: The Buddhist View', Maha Bodhi Journal, Vol. 86 Jan. 1978 pp. 9-18*

...

What the Buddha wanted was that each man should be morally so trained that he may himself become a sentinal for the kingdom of righteousness.

பர்க் கூறும் காரணங்கள் மூலம் கம்யூனிசத்திற்கெதிராக அம்பேத்கர் கட்டமைக்கும் வாதம் மிக முக்கியமானவை. கட்டாயப்படுத்தும் கம்யூனிச அரசுமுறையை விட *(Government by force)* தன்னிச்சையாக அறநெறியை அரவணைத்து ஏற்படுத்தப்படும் அரசுமுறையானது *(Government by moral disposition)* சிறந்ததாக அம்பேத்கர் முடிவு கொள்கிறார்.

The Communists themselves admit that their theory of the State as a permanent dictatorship is a weakness in their political philosophy. They take shelter under the plea that the State will ultimately wither away. There are two questions which they have to answer. When will it wither away?[54] *What will take the place*

---

[54] என்னுடைய கம்யூனிஸ்டு நண்பர்களைச் சந்திக்கும்போது இரண்டு அல்லது மூன்று கேள்விகளுக்குப் பதிலளிக்கும்படி எப்போதும் அவர்களை கேட்டுக் கொள்வேன். ஆனால் அவர்களால் என் கேள்விகளுக்குப் பதிலளிக்க முடியவில்லை என்பதைப் பட்டவர்த்தனமாக நான் கூறியாக வேண்டும். பாட்டாளி வர்க்க சர்வதிகாரம் எனப்படுவதை வன்முறை மூலம் தான் அவர்கள் உருவாக்குகின்றனர். செல்வம் படைத்த அனைவரையும் அவர்கள் ஓட்டாண்டியாக்குகின்றனர். அவர்களது அரசியல் உரிமையைப் பறிக்கின்றனர். சட்டமன்றத்தில் அவர்கள் இடம்பெற முடியாது; வாக்களிக்கும் உரிமை அவர்களுக்கு இருக்காது. அவர்கள் நாட்டின் இரண்டாந்தர பிரஜைகளாகவே இருப்பார்கள்; ஆளப்படுபவர்களாக இருப்பார்கள்; ஆட்சியில் அல்லது அதிகாரத்தில் பங்குகொள்ள கூடியவர்களாக இருக்கமாட்டார்கள். சர்வாதிகாரம் என்பது மக்களை ஆள்வதற்கு ஒரு சரியான முறை என்று நீங்கள் நினைக்கிறீர்களா? என நான் கேட்கும்போது அவர்கள் என்ன பதில் சொல்லுகிறார்கள் தெரியுமா? "இல்லை நாங்கள் அப்படி நினைக்கவில்லை; சர்வாதிகாரத்தை நாங்கள் விரும்பவில்லை." அப்படியானால் நீங்கள் எப்படி அதை அனுமதிக்கிறீர்கள் என்று நாம் கேட்டால்

of the State when it withers away? To the first question they can give no definite time. Dictatorship for a short period may be good and a welcome thing even for making Democracy safe. Why should not Dictatorship liquidate itself after it has done its work, after it has removed all the obstacles and boulders in the way of democracy and has made the path of Democracy safe. Did not Asoka set an example? He practised violence against the Kalingas. But thereafter he renounced violence completely. If our victors to-day not only disarm their victims but also disarm themselves there would be peace all over the world.

The Communists have given no answer. At any rate no satisfactory answer to the question what would take the place of the State when it withers away, though this question is more important than the question when the State will wither away[55]*.*

அதற்கு அவர்கள் என்ன பதில் கூறுகிறார்கள் என்று நினைக்கிறீர்கள். இது இடைக்கால கட்டம். இதில் சர்வாதிகாரம் இருந்தாக வேண்டும் என்கின்றனர். நாம் தொடர்ந்து அது சரி இந்த இடைக்கால கட்டம் என்பது எத்தனை ஆண்டுகள்? இருபது ஆண்டுகளா? நாற்பது ஆண்டுகளா, ஐம்பது ஆண்டுகளா? என்று கேட்கிறோம். பதில் இல்லை. பாட்டாளி வர்க்க சர்வாதிகாரம் எப்படியோ தானாகவே மறைந்துவிடும் என்று மட்டுமே பதிலளிக்கின்றனர். *(டாக்டர் அம்பேத்கர் நூல் தொகுப்பு, தொகுதி 37, பக். 711)*

[55] நல்லது அவர்கள் கூறுவது போல் சர்வாதிகாரம் அஸ்தமித்து விடும் என்றே வைத்துக் கொள்வோம். இங்கு நான் ஒரு கேள்வி கேட்கிறேன். சர்வாதிகாரம் மறைந்துவிடும் போது என்ன நடைபெறும்? அதனிடத்தில் எது இடம்பெறும்? மக்களுக்கு ஏதேனும் ஒரு வகையான அரசாங்கம் தேவையில்லையா? இதற்கு அவர்களிடமிருந்து பதில் இல்லை.

பிறகு மீண்டும் புத்தரிடம் செல்லுகிறோம். அவருடைய தம்மம் பற்றிய இந்தக் கேள்வியைக் கேட்கிறோம். அவர் என்ன கூறுகிறார்? மனிதனது மனதையும் உலகத்தின் மனதையும் மாற்றினாலொழிய உலகத்தை சீர்படுத்த முடியாது என்று புத்தர் உலகுக்கு கூறியது மிகப்பெரிய விஷயமாகும். மனம் மாறினால்,

Will it be succeded by Anarchy? If so the building up of the Communist State is an useless effort. If it cannot be sustained except by force and if it results in anarchy when the force holding it together is withdrawn what good is the Communist State.

பொது உடைமைக் கொள்கையின்படி உழைப்பாளிகளின் சர்வாதிகாரத்தைத் தொடர்ந்து அரசு அமைப்பானது உதிர்ந்து போய் கம்யூனிசம் நிலைப்பெறும் என்று கூறப்படுகிறது. ஆனால், இதனை சார்ந்து எழுப்பப்படும் இரு முக்கியமான கேள்விகளுக்கு கம்யூனிஸ்ட்களிடம் பதில் இல்லை என்றே அம்பேத்கர் சுட்டிக்காட்டுகிறார்; அரசு எப்போது உதிர்ந்து போகும்? அரசு உதிர்ந்து போகும் போது அதன் இடத்துக்கு எது வரும்? என்ற கேள்விகளுக்கு அம்பேத்கரது கம்யூனிச அறிவை கேள்விக்குட்படுத்தும் இடதுசாரி சிந்தனையாளர்களிடமும் இதுவரை தீர்வுகள் இல்லை[56]. இதுமட்டுமின்றி, பாரபட்சமின்றி அனைத்து மதங்களையும் நிராகரிப்பதிலும் அவர்கள் தவறிழைகின்றனர்,

---

கம்யூனிச அமைப்பு முறையை மனம் ஏற்றுக்கொண்டால், அதனை விசுவாசத்தோடு நேசித்தால், அது நிரந்தரமாகி விடுகிறது. மனிதனைக் கட்டுப்பாட்டில் வைத்திருப்பதற்கு ஒரு படைவீரனோ அல்லது காவல்துறை அதிகாரியோ தேவையில்லை. ஏன்? இதற்கான பதில் இதுதான். புத்தர் மனச்சான்றை ஊக்குவித்து நீங்கள் சரியான வழியில் செல்லுவதற்கு வழிகாட்டும் காவலாளியாக அதை மாற்றியிருக்கிறார். மனம் மாற்றப்பட்டு எந்த ஒரு விஷயமும் நிரந்தரமாகிவிடும் போது எத்தகைய இடர்ப்பாடும் ஏற்படுவதற்கு வாய்ப்பில்லை. *(டாக்டர் பாபாசாகேப் அம்பேத்கர் நூல் தொகுப்பு, தொகுதி 37, பக். 712)*

[56] அம்பேத்கர் புரிந்துக்கொண்டிருக்கும் மார்க்சியமோ பொன் மொழிகளாகச் சுருக்கம் காண்கிறது *(பக். 855)* என ஆசிரியர் எழுதுகிறார். இது தவறு. கம்யூனிசத்தை அடைவதற்கு தடைகளாய் இருக்கும் அதனின் கோட்பாட்டு குழிகள் அனைத்திலும் எச்சரிக்கை பலகையினை நடுகிறார் அம்பேத்கர்.

The only thing which could sustain it after force is withdrawn is Religion. But to the Communists Religion is anathema. Their hatred to Religion is so deep seated that they will not even discriminate between religions which are helpful to Communism and religions which are not. The Communists have carried their hatred of Christianity to Buddhism without waiting to examine the difference between the two. The charge against Christianity levelled by the Communists was two-fold. Their first charge against Christianity was that they made people other worldliness and made them suffer poverty in this world. As can be seen from quotations from Buddhism in the earlier part of this tract such a charge cannot be levelled against Buddhism.

The second charge levelled by the Communists against Christianity cannot be levelled against Buddhism. This charge is summed up in the statement that Religion is the opium of the people. This charge is based upon the Sermon on the Mount which is to be found in the Bible. The Sermon on the Mount sublimates poverty and weakness. It promises heaven to the poor and the weak. There is no Sermon on the Mount to be found in the Buddha's teachings. His teaching is to acquire wealth.

...

Thus to acquire wealth legitimately and justly, earn by great industry, amassed by strength of the arm and gained by sweat of the brow is a great blessing.

...

The Russians do not seem to be paying any attention to Buddhism as an ultimate aid to sustain Communism when force is withdrawn[57].

---

[57] கம்யூனிச அமைப்பு வன்முறையை அடிப்படையாகக் கொண்டது. நாளைய தினம் ரஷ்யாவில் சர்வதிகாரம் தோல்வியடைந்து அதன் தோல்விக்கான அறிகுறிகளை நாம் காணும் போது என்ன நடக்கும்? கம்யூனிச அமைப்புக்கு என்ன நேரும் என்பதை உண்மையிலேயே நான் தெரிந்து கொள்ள

The Russians are proud of their Communism. But they forget that the wonder of all wonders is that the Buddha established Communism so far as the Sangh was concerned without dictatorship. It may be that it was a communism on a very small scale but it was communism without dictatorship a miracle which Lenin failed to do.

The Buddha's method was different. His method was to change the mind of man: to alter his disposition: so that whatever man does, he does it voluntarily without the use of force or compulsion. His main means to alter the disposition of men was his Dhamma and the constant preaching of his Dhamma. The Buddha's way was not to force people to do what they did not like to do although it was good for them. His way was to alter the disposition of men so that they would do voluntarily what they would not otherwise to do.

It has been claimed that the Communist Dictatorship in Russia has wonderful achievements to its credit. There can be no denial

---

விரும்புகிறேன். நாட்டின் சொத்தைக் கபளீகரம் செய்து கொள்வதற்கு ரஷ்ய மக்கள் தங்களுக்குள் சச்சரவிட்டுக் கொண்டு கொடிய ரத்தக்களறியில் ஈடுபடுவார்கள். இவ்வாறுதான் அதன் விளைவு இருக்கும். ஏன்? ஏனென்றால் அவர்கள் தாங்களாகவே முன்வந்து கம்யூனிச அமைப்பு முறையை ஏற்றுக்கொள்ளவில்லை. இதற்கு அவர்கள் கீழ்ப்படிந்து நடந்து கொள்கிறார்கள். ஏனென்றால் தாங்கள் தூக்கிலிடப்பட்டு விடுவோமோ என்ற அச்சம் அவர்களுக்கு. இத்தகைய அமைப்பு ஆழ வேரூன்ற முடியாது. இந்தக் கேள்விகளுக்குக் கம்யூனிஸ்டுகள் பதிலளிக்க இயலவில்லை என்றால் அவர்களது அமைப்பு என்னவாகும்? வன்முறை மறைந்து விடும்போது அதனைப் பின்பற்றுவதில் பயனேதும் இருக்காது. ஏனென்றால் மனம் மாறாத போது வன்முறை தேவை. முடிவாக ஒன்று சொல்ல விரும்புகிறேன். புத்த மதத்தில் நான் காணும் மிக முக்கியமான அம்சம் அது ஒரு ஜனநாயக அமைப்பு முறை என்பதேயாகும். *(டாக்டர் பாபாசாகேப் அம்பேத்கர் நூல் தொகுப்பு, தொகுதி 37, பக். 713)*

> *of it. That is why I say that a Russian Dictatorship would be good for all backward countries. But this is no argument for permanent Dictatorship. Humanity does not only want economic values, it also wants spiritual values to be retained. Permanent Dictatorship has paid no attention to spiritual values and does not seem to intend to.*

சமத்துவத்தை மட்டும் வலியுறுத்திக்கொண்டு சகோதரத்துவத்தையும் சுதந்திரத்தையும் சமூகமானது தியாகம் செய்ய முடியாது என்ற அம்பேத்கரின் வாதமும் கம்யூனிசத்திற்கு பெரும் பின்னடைவை ஏற்படுத்துகின்றன,

> *Carlyle called Political Economy a Pig Philosophy. Carlyle was of course wrong. For man needs material comforts. But the Communist Philosophy seems to be equally wrong for the aim of their philosophy seems to be fatten pigs as though men are no better than pigs. Man must grow materially as well as spiritually. Society has been aiming to lay a new foundation was summarised by the French Revolution in three words, Fraternity, Liberty and Equality. The French Revolution was welcomed because of this slogan. It failed to produce equality. We welcome the Russian Revolution because it aims to produce equality. But it cannot be too much emphasized that in producing equality society cannot afford to sacrifice fraternity or liberty. Equality will be of no value without fraternity or liberty. It seems that the three can coexist only if one follows the way of the Buddha. Communism can give one but not all.*

இவ்விடத்தில், மதத்தை அம்பேத்கர் எவ்வாறு வரையறை செய்கிறார் என்பதைப் புரிந்துகொள்வதும் அவசியமானது. ‘புத்தரா அல்லது காரல் மார்க்ஸா’ கட்டுரையை பொறுத்தமட்டில்,

> *Ambedkar also went on to explain in this essay what Buddha and Marx stood for and what made them different. And on each point of similarities and dissimilarities, Ambedkar cited from Buddha's teachings and corroborated the other viewpoints from Marxist literatures.*

It would be noteworthy here to discuss how Ambedkar used to define religion based on principles rather than on rules and regulations.[58]

மதம் சம்பந்தமான அம்பேத்கரது எழுத்துகளையும் வாசிப்போம்,

I maintain that:—

(i) That society must have either the sanction of law or the sanction of morality to hold it together. Without either, society is sure to go to pieces.

In all societies, law plays a very small part. It is intended to keep the minority within the range of social discipline. The majority is left and has to be left to sustain its social life by the postulates and sanction of morality. Religion in the sense of morality, must therefore, remain the governing principle in every society.

(ii) That religion as defined in the first proposition must be in accord with science. Religion is bound to lose its respect and therefore becomes the subject of ridicule and thereby not merely loses its force as a governing principle of life, but might in course of time disintegrate and lapse, if it is not in accord with science. In other words, religion if it is to function, must be in accord with reason which is merely another name for science.

(iii) That religion as a code of social morality, must also stand together another test. It is not enough for religion to consist of a moral code, but its moral code must recognise the fundamental tenets of liberty, equality and fraternity. Unless a religion recognises these three fundamental principles of social life, religion will be doomed.

---

[58] *BAB-101, B.R. Ambedkar Thinker, His Time, IGNOU, P.78-79*

> (iv) *That religion <u>must not sanctify or ennoble poverty</u>. Renunciation of riches by those who have it, may be a blessed state, but poverty can never be. To declare poverty to be a blessed state is to pervert religion, to perpetuate vice and crime, to consent to make earth a living hell.*
>
> *Which religion fulfils these requirements? In considering this question it must be remembered that the days of the Mahatmas are gone and the world cannot have a new Religion. It will have to make its choice from those that exist. The question must therefore be confined to existing religions.*
>
> *It may be that one of the existing religions satisfies one of these tests, some two. Question is — Is there any religion which satisfies all these tests? So far as I know, the only religion which satisfies all these tests is Buddhism. In other words <u>Buddhism is the only religion which world can have</u>. If the new world—which be it realised is very different from the old-must have a religion—and the new world needs religion far more than the old world did—then it can only be religion of the Buddha.*[59]

அம்பேத்கரின் நூல்களுக்கு நடந்த எண்ணற்ற வாசிப்புகளையும் மறுவாசிப்புகளையும் ஒருசேர மிஞ்சுமளவிற்கு வேறு எந்தவொரு தனிநபர் படைப்புகளுக்கும் இந்திய சமுதாயத்தில் தீவிர கவனம் கொடுக்கப்பட்டுள்ளதா என்பது சந்தேகமே. ஒரு எழுத்தாளராய் அம்பேத்கர் அடைந்த வெற்றிகள் பரந்தவை; வார்த்தைகளில் விவரிக்க முடியாதவை. மாற்றங்களின் ஊற்றாய் அவரது நூல்கள் மாறிவிட்டன. "அம்பேத்கர் விவாதங்களின் நாயகன்தான். அப்பொழுதும் இப்பொழுதும். அதில் நமக்கு எந்த மாற்றுக்கருத்தும் இல்லை" என ஆசிரியரும் ஒத்துக்கொள்கிறார்[60]. அம்பேத்கரை கலகக்காரர், விவாதங்களின் நாயகன் என்றெல்லாம் கூறிவிட்டு அவரது 'புத்தரும் அவர் தம்மமும்' நூலை யாரும் விமர்சனம் செய்ய முடியாத அபத்தச்சூழலும் நிலவுகிறது என இரட்டை நிலைப்பாட்டினை ஆசிரியர் எடுக்கிறார். விமர்சனம் செய்ய முடியாத அளவில்

---

[59] *BAWS, Vol. 17, Part Two, pp.104-105*

[60] பக்.*35*

அம்பேத்கர் ஆக்கப்பட்டிருப்பின் அவர் எப்படி விவாதங்களின் நாயகனாக உருமாறியிருக்க முடியும்?

இந்துத்துவ அம்பேத்கர், அம்பேத்கரிய பார்ப்பனியம் போன்ற மலிந்த கருத்தாக்கங்களுக்கு எதிர்வினையாற்றும் தலித்தியர்களை சுயசாதிக் கருத்தியல் கொண்டவர்களாய் விமர்சிப்பதோடு ஆசிரியர் நிறைவடையவில்லை. அம்பேத்கருக்கு அருகில் பயணிக்க முற்படும் இடதுசாரி சிந்தனையாளர்களையும் சேர்த்தே அவர் நிராகரிக்கத் தொடங்குகிறார்,

> உண்மையில் இவர்கள் அனைவரும் ஒன்று சேரும் புள்ளி மிகவும் தந்திரமானது. அது மார்க்சியத்தை உள்ளுறை இயல்போடு உணர்ந்து மறுப்பது. அல்லது உருமாற்றம் செய்து திரிப்பது. உற்று நோக்கும் போது, ராஜதுரைக்கு 'அந்நியமாதல் மார்க்சியம்', அ. மார்க்ஸ், ரவிக்குமார் மற்றும் பிரேமுக்கு 'பின்நவீன மார்க்சியம்', முத்துமோகனுக்கு 'அடையாள அரசியல் மார்க்சியம்'. இதில் எதிர்பார்க்காத வியக்கத்தக்க ஒற்றுமை என்னவெனில் எஸ்.வி. ராஜதுரை, வ. கீதா, அ. மார்க்ஸ், ரவிக்குமார், பிரேம், முத்துமோகன், அருணன் என எவரும் அம்பேத்கர் குறித்து ஆய்வுப்பூர்வமான ஒரு நூலைக் கூட, ஏன் மார்க்சியத்தின் அடிப்படையில் அம்பேத்கரது பார்வையை வைத்து ஒரு கட்டுரையைக் கூட எழுதியதில்லை. (துதிகளுக்கோ பஞ்சமில்லை. துதிகளையும் மழுப்பல்களையும் கட்டுரைகள் என்ற வகையில் அடக்கவும் முடியாது) என்பதை மறுபடி நாம் நினைவில் கொள்ள வேண்டும்.[61]

அறிவுஜீவித்தனமான வார்த்தைகளில் உளறிய வ. கீதா இப்பொழுது 'மைத்ரி' 'கருணை' என்று மதம் சார்ந்த வியாக்கியானங்களை வழங்கிக் கொண்டும், அதற்கு தலித்திய அடையாளம் தருவதற்காக இடையிடையே ஜெய்பீம்! ஜெய்பீம்! என்று மந்திர உச்சாடனங்களைப் பொழிந்தும், 'தலித் அடையாள அரசியலுக்கு' சேவை செய்து வருகின்றார். கீதா முன்வைக்கும் அம்பேத்கரின் மீதான புகழுரைகள், தன்னடையாள நெருக்கடியிலிருந்து

---

[61] பக். 112

> தப்பிப்பதற்கானவையே தவிர, அம்பேத்கரை நிறுவுவதற்கல்ல. தன்னடையாள நெருக்கடியாளர்களுக்கு அறிவுஜீவி என்ற அங்கீகாரம் வழங்கப்படும் போது, தத்துவம் தன் புறமுதுகைக் காண்பிக்கிறது. வெற்றுச் சொல்லாடல்கள் மூலம் யதார்த்தம் அற்றவற்றை விவாதிப்பதென்பது இத்தகையவர்களுக்கு சொகுசாகவும் இருக்கின்றது. பிழைப்புவாதமாகவும் ஆகின்றது.[62]

ஒடுக்கப்பட்ட வகுப்பை சேராதவர்களுக்கு சாதி உறுத்துகிறது என்றால் அவர்களது தன்னடையாளம் நெருக்கடியும் தரவேண்டும். மூளைக்குள் உறைந்து கிடக்கும் மனிதத்தை மீட்டெடுக்க அவர்கள் தங்களது தன்னடையாள நெருக்கடிகளிலிருந்து தப்பிக்க வேண்டியிருப்பதும் வரவேற்கத்தக்கதே. இதற்கான ஒரு வெளிப்பாடாகவே அம்பேத்கருக்கு புகழுரைகள் முன்வைக்கப்படுகிறது எனில் அதை விமர்சன பாங்கில் மட்டுமே சித்தரிக்க வேண்டிய அவசியமில்லை. அதே சமயம், சாதி எதிர்ப்பு திருமணங்கள் மூலம் மணக்கத்தகாதவர்களுடன் பந்தங்களை ஏற்படுத்திக்கொள்ளும் தீர்க்கமான வழிமுறையைவிட அம்பேத்கருக்கு புகழுரைகள் பாடுவது நால்வருண சாதியில் உள்ளவர்களுக்கு எளியதாகவும், சங்கடங்கள் இல்லாததாகவும் இருப்பது உண்மைத்தான். இது சம்மந்தமான எச்சரிக்கை உணர்வு மணக்கத்தகாதவர்கள் மத்தியில் இல்லாமல் இல்லை. அம்பேத்கரை அரவணைக்காமல் சாதி எதிர்ப்பு மனோபாவம் பயணிக்காது என்கின்ற நிர்பந்த நிலையை இப்புகழுரைகள் நினைவூட்டுகிறதே தவிர இப்புகழுரைகளே அம்பேத்கரை நிறுவுவதற்கு என ஆசிரியரைப்போல் எண்ணிக்கொள்வதோ அல்லது எதிர்பார்ப்பதோ முற்றிலும் தவறு. சாதிக்கெதிரான நிறுவனமயமாக்கப்பட்ட அடையாளமாகவே அம்பேத்கர் ஏற்கனவே இருக்கிறார். அதன் வெளிப்பாடே இந்தப் புகழுரைகள். இவை ஆரம்ப படிக்கட்டுகளாய் இல்லாமல் இறுதி படிக்கட்டுகளாய் முடியுமாயின் அப்பொழுது பிழைப்புவாதம் என்று ஆசிரியர் விமர்சிக்கலாம்.

அம்பேத்கரை புகழும் தன்னடையாள நெருக்கடியாளர்களுக்கு அறிவுஜீவி என்ற அங்கீகாரம் வழங்கப்படுவதை

---

[62] பக். *102*

பொறுத்துக்கொள்ள முடியாத ஆசிரியர் 'பிரதிநிதித்துவம்' என்று கருத வேண்டிய இடஒதுக்கீட்டு கோட்பாடு கம்யூனிஸ்ட் கட்சிக்குள் இருக்கத்தேவையில்லை என வாதத்தை கட்டமைப்பது அறிவின்பாற்பட்டதில்லை. முதலாளித்துவ வர்க்கத்திற்கெதிரான புரட்சியை உழைக்கும் வர்க்கத்தினரே முன்னெடுக்க முடியும் என்று கூக்குரலிடுகையில் உழைக்கும் மக்களுக்கான முழு பிரதிநிதித்துவம் என்ற அர்த்தத்திலும் *'Dictatorship of the Proletariat'* என்ற கருத்தியலை விளங்கிக்கொள்ள முடியும். உழைப்பாளிகளின் பிரதிநிதித்துவத்தில் சமுதாயத்தின் அனைத்து கட்டமைப்புகளையும் நிறுவ காரல் மார்க்சின் தத்துவம் முற்படுகையில், இந்தியாவின் அறிவுசார் மற்றும் ஆளும் வர்க்கமான[63] பார்ப்பனர்கள் மட்டும் கம்யூனிஸ்ட் கட்சிகளின் அதிகாரப் பொறுப்புகளை கைவசம் கொண்டிருப்பதை ஏற்றுக்கொள்ள முடியாத பிரதிநிதித்துவம் என்றே இங்கே மார்க்சியவாதிகள் விவாதம் செய்திருக்க வேண்டும். ஆனால் ஆசிரியருக்கு கோளாறாகப் படுவது,

> தலித்தியர்கள் இங்குள்ள இடதுசாரிக் கட்சிகளை பார்ப்பனக் கம்யூனிஸ்ட் கட்சி என்ற அடையாளத்தில் வைத்ததும், [64] அரசியல் பொருளாதாரம் பற்றிய

---

[63] *Intellectual Class and Ruling Class*

[64] கம்யூனிஸ்ட் கட்சியில் உள்ள பார்ப்பன ஆதிக்கத்தை அம்பேத்கர் தன் காலத்திலேயே விமர்சித்துள்ளார். இன்று வரை இவ்விமர்சனம் தொடர்கிறது,

Dr. B. R. Ambedkar, who organised Mahars as a political force, accounted similarly for Communist weakness in Maharashtra :

> *"The Communist Party was originally in the hands of some Brahmin boys—Dange and others. They have been trying to win over the Maratha community and the Scheduled Castes. But they have made no headway in Maharashtra. Why? Because they are mostly a bunch of Brahmin boys. The Russians made a great mistake to entrust the Communist movement in India to them. Either the Russians didn't want Communism in India—they wanted only drummer boys —or they didn't understand"*

> புரிதலின்மையால் கம்யூனிஸ்ட் கட்சி பதவிகளில் இடஒதுக்கீடு கேட்டதுமே.[65]

கம்யூனிசம் என்று வந்துவிட்டாலே வர்க்கத்திற்குள் நிலவும் சாதிய ஆதிக்கம் பற்றிய விவாதங்களுக்கு முற்றிலும் முட்டுக்கட்டையிடும் வழக்கமான இடதுசாரி சிந்தனைப்பிழையே இது. 'சமத்துவம்' என்று சொல்லிக்கொண்டு உற்சாகமடையும் தோழர்களுக்கு சமத்துவத்தையும் உள்ளடக்கிய 'சமூக நீதி' என்ற கோட்பாடு உத்வேகத்தை அளிப்பதில்லை. மாறாக அவர்கள் காத்திரமாகவே முகம் சுளிக்கிறார்கள். எதார்த்தத்தில், கம்யூனிஸ்ட் தளங்கள் இடஒதுக்கீட்டினை நிராகரிக்கின்றன. ஆசிரியர் தனது அரசியல் பொருளாதாரம் பற்றிய புரிதலால் 'சமூக நீதி' என்ற இடஒதுக்கீடு கோட்பாட்டினை சமூக 'அநீதி'யாகவே வாதம் செய்வது அவரது மார்க்சியத்தைத்தான் கேள்விக்குட்படுத்துகின்றன,

> ... கம்யூனிஸ்ட் கட்சிக்குள் ஒரு இடஒதுக்கீட்டுக் கொள்கை என்பது சரியானதுமல்ல. சாத்தியமானதுமல்ல. அவ்வாறு தலைமைப் பொறுப்பிற்கு நியமிக்கப்படுபவர்கள், சமூகச் சிக்கல்களை முழுமையாகப் புரிந்து கொள்வது என்பது ஒரு போதும் சாத்தியமில்லை. அத்தகைய பின்னணியில் அவர்கள்

(BAWS, Vol. 17, Part One, p.425 / Ambedkar on Communism in India — quoted in the book, India: The Most Dangerous Decades, by Seling S. Harrison. Pp.190-91)

Events in 1930s have a significant role in the Indian working class history. It was for the first time in modern Indian history that anti-caste and anti-class ideology came together to fight against brahminism and capitalism. However, the alliance could not last for long. Ambedkar tried to convince Marxist leaders to fight against caste oppression. Gail Omvedt has argued that caste elitism was a major barrier to the spread of the Maharashtrian communist movement. Their leadership was mostly dominated by upper castes. (BAB-101, B.R. Ambedkar Thinker, His Time, IGNOU, P.114)

[65] பக். 132

> ஆளும் வர்க்கங்களால் விலைக்கு வாங்கப்படுவதுகூட நிகழலாம்.[66]

என்ற விநோத் மிஸ்ராவின் கூற்றினை ஆதரவு தொனியில் மேற்கோளிடும் ஆசிரியர், மார்க்சிய தளத்திற்குள் 'தலித்' அடையாளத்திற்கும் இடஒதுக்கீட்டுக் கொள்கைக்கும் அழுத்தம் தரும் செயல்பாடுகளையும் பெயர் குறிப்பிடாமல் விமர்சிக்கிறார்,

> இட ஒதுக்கீட்டுக்குக் கொள்கையோடு தன்னை ஒரு 'தலித் கம்யூனிஸ்ட்'டாக முன்வைத்து அக்கட்சிக்கு தலைவராக இருக்கிறார். அவரது நிலையும் அவரது கட்சியின் நிலையும் கவலைக்கிடமான நிலையில் இருப்பதோடு, மார்க்சியத்தை முன்னெடுக்காத, அதே சமயம் அடையாள அரசியலாக மாறிய தலித் கம்யூனிஸ்ட் கட்சியாக உள்ளது.[67]

வர்க்கத்தின் ஆதிக்கம் பொருட்டு 'உழைப்பாளிகள்' என்ற அடையாள அரசியலை முன்னிறுத்தும் மார்க்சியத்திற்கு சாதியின் ஆதிக்கத்தால் சிதைக்கப்பட்டிருக்கும் 'தலித்' என்ற அடையாள அரசியல் அருவெறுப்பாக தெரிவது சந்தேகமின்றி ஆதிக்க மனோபாவத்தின் ஆதாரமே. தலித்துகளின் எண்ணிக்கையும் அவர்கள் செய்யும் தொழிலையும் தரவுகள் வைத்து அலசினாலும்கூட 'உழைப்பாளி' என்ற வரையறைக்குள்ளேயே அவர்களின் பெரும்பான்மையோர் வாழ்க்கை நிலை நகர்கிறது[68].

---

[66] *பக். 139*

[67] *பக். 140*

[68] *Scheduled Castes have a higher rate of work participation than the overall Indian population. While at the all India level overall work participation rate is 39.8%, for Scheduled Castes it is 40.9%. In rural and urban areas, while the overall work participation rates are 41.8% and 35.3%, among Scheduled Castes these are 42.4% and 35.9% respectively. The rate of work participation has gradually increased among them. However the higher rates of work participation are reflective of higher concentration of Scheduled Castes workers in the low-paying, insecure and under employed jobs. These phenomena are widely reflected in their:*

- *declining work participation as main workers (who get employment for more than 180 days in a year), cultivators and household industry workers;*
- *increasing work participation as marginal workers (who do not get employment for more than 180 days in a year), agricultural labourers and other category workers.*

Declining Work Participation as Cultivators:

The increasing nature of work participation has been accompanied by declining work participation as cultivators and increasing work participation as agricultural labourers. In general Scheduled Castes have lower degree of work participation as cultivators and a higher degree of work participation as agricultural labourers because of: landlessness, de-peasantization displacement, marginal holding, economic compulsion of getting engaged in manual activities for a livelihood.

While 20% of total Scheduled Castes workers and 23.5% of their rural workers were cultivators in 2001, the numbers have declined to 14.8% and 18.2% respectively in 2011.

Increasing Work Participation as Agricultural Labourers and Marginal Workers:

The working conditions of rural agricultural labourers are pathetic. Their work is characterized by: inadequate legal protection, lack of fixed wage or social and employment security, absence of fixed hours of duty.

It is not only economically non-rewarding but also bone-breaking toil. Despite such plight, a large section of Scheduled Castes workforce is pushed to work as agricultural labourers. It shows that while in general 30% of the work force of India and 39.3% of rural workers are agricultural labourers, for Scheduled Castes, 45.9% of the total and 55.2% their total rural workers are agricultural labourers. Significantly, the extent of work participation as agricultural labourers has increased

'தலித்' என்ற அடையாள அரசியலை கேள்விக்குட்படுத்தும் எந்தவொரு இடதுசாரி வாதமும் 'உழைப்பாளிகள்' என்ற கம்யூனிசத்தின் அடையாள அரசியலையும் சேர்த்தே கேள்விக்குட்படுத்துகின்றன. உழைப்பாளிகளின் பிரதிநிதித்துவத்திற்காக புரட்சியினை கையிலெடுக்கும் கம்யூனிசம் தலித்துகளின் பிரதிநிதித்துவத்தினை அடையாள அரசியலாக கேள்விக்குட்படுத்தும்போது அதன் புரட்சி வன்முறையாகவே வீழ்கிறது.

இங்கு, அடையாள அரசியலை அநாகரிகமாக சித்தரிப்பதே சூழ்ச்சியின் தொடக்கப்புள்ளியாக உள்ளது. ஆதிக்கசாதி எஜமானர்களின் சுரண்டலுக்கு முழுதும் பலியாகும் தலித் உழைப்பாளிகள் சாதியும் வர்க்கமும் சேர்ந்தே அமைத்திருக்கும் சிறையில் இருக்கின்றனர். வர்க்கத்திலிருந்து அவர்கள் மீண்டாலும் சாதி அவர்களை விடப்போவதில்லை. விடுதலைக்கான தங்களது மீட்சிக்காக 'உழைப்பாளி' என்ற அடையாளத்தால் அணிதிரளும் அவர்கள் 'தலித்' என்று ஒன்றிணையும்போது மட்டும் எப்படி தவறிழைத்தவர்களாய் கூறப்படுகிறார்கள்? பிறப்பினால் 'தலித்' என்று அடையாளப்படுத்தப்பட்டு ஒடுக்குமுறைகளுக்கு உள்ளாகுகையில் அந்த அடையாளத்தைக் கொண்டே அவர்கள் ஒன்றிணைந்து ஆதிக்கத்தை கேள்விக்குட்படுத்தும்போது ஏன் கைவிடப்படுகிறார்கள்?[69] வர்க்கம், சாதி என இரு திசைகளிலும்

---

for Scheduled Castes from 2001 to 2011 showing the persistent downward mobility of this category of workers.

Such downward mobility has been accompanied by shifting of their workforce to non-agricultural activities as other categories of workers. (BAB-104, State, Democracy and Nation Building, IGNOU, pp.152-155 / Census of India, 2001 and 2011)

[69] சாதி எதிர்ப்பு மனோநிலையில் ஒன்றிணைவதை சாதிய மனோநிலையாகவே ஆசிரியர் பார்க்கிறார்,

> பிறப்பின் அடிப்படையிலான அடையாள அரசியலைக் கொண்ட தலித்திய அறிஞர்கள் தங்களது சாதிய மனோநிலையை அம்பேத்கரது சாதியுடன் பொருந்திக்

அவர்கள் பிரச்சினைகளை எதிர்கொள்கிறார்கள். *"Workers of all World, Unite! You have nothing to lose but your chains"* என 'உழைப்பாளி' என்ற அரசியல் அடையாளத்தின் வழியாகத்தான் சுரண்டும் ஆதிக்கத்தை மார்க்ஸ் கேள்விக்குட்படுத்தினார். மார்க்சியத்தில் அணித்திரள்வதற்கான காரணியாக கையாளப்படும் அடையாள அரசியலின் தர்க்கம் தலித்துகளை ஒருங்கிணைக்கும்போது மட்டும் விமர்சனமாக ஏன் மாற்றப்படுகிறது?

'உழைப்பாளி' என்ற அடையாள அரசியல் 'தலித்' என்ற அடையாள அரசியலோடு கைகோர்த்து பயணிக்காதவரை மார்க்சியம் உழைப்பாளிகளை கவரப்போவதில்லை. ஏனெனில், இங்கு உழைப்பாளிகளில் அதிகமாக சுரண்டப்படுவோர் தலித்துகளாகவே உள்ளனர். மார்க்ஸோடு பயணித்த இடதுசாரி சிந்தனையாளர்களின் பரிந்துரையின்படி பார்த்தாலும்கூட, இந்திய சமுதாயத்தின் தனித்துவமான பிரச்சினையான 'சாதி'யை கம்யூனிஸ்ட் கட்சிகள் புறந்தள்ளுவது தவறாகவே உள்ளது. பெர்டினன்ட் லாஸ்ஸலே,

> *That political reform cannot with impunity take precedence over social reform in the sense of reconstruction of society is a thesis which, I am sure, cannot be controverted. That the makers of political constitutions must take account of social forces is a fact which is recognized by no less a person than Ferdinand Lassalle, the friend and co-worker of Karl Marx. In addressing a Prussian audience in 1862 Lassalle said:*
>
> > *"The constitutional questions are in the first instance not questions of right but questions of might. The actual constitution of a country has its existence only in the actual condition of force which exists in the country: hence political constitutions have value and permanence only when they accurately express those*

கொள்வதன் மூலம் உண்மையில் ஒரு நோய்க் கூறையே வெளிப்படுத்துகிறார்கள். (பக். 865)

> *conditions of forces which exist in practice within a society."*[70]

எனக் கூறுவதாக அம்பேத்கர் சுட்டிக்காட்டுகிறார். மார்க்சின் காலகட்டத்தில் வாழ்ந்த, மார்க்சோடு சிலகாலங்கள் பயணித்து விவாதமும் நடத்திய பெர்டினன்ட் லாஸ்ஸலே வரை சென்று அம்பேத்கர் ஒடுக்கப்பட்டவர்களின் பிரதிநிதிக்கான கருத்துக்கு வலுசேர்க்கிறார். ஆனால் ஆசிரியரின் முயற்சிகளோ, முப்பதிற்கும் மேலான பக்கங்களில்[71], அம்பேத்கருக்கு மார்க்சியத்தின் ஆதார அடிப்படைகள் குறித்தான பரிச்சயம் இல்லை என்பதை நிறுவுவதை நோக்கி சென்றிருக்கிறது. முன் பக்கங்களில் கையாளப்பட்டிருக்கும் அம்பேத்கரது 'புத்தரா அல்லது காரல் மார்க்ஸா' என்ற கட்டுரையையும், அதே தலைப்பிலான உரையையும், நடுநிலையோடு படிக்கும் யாரொருவரும் அப்படி முடிவுக்கு வர முடியாது. கம்யூனிசம் குறித்து அம்பேத்கர் எழுப்பியுள்ள கேள்விகளும் விமர்சனங்களுமே அக்கருத்தியல் குறித்தான அவரது ஆழ்ந்த புரிதலை நிருபணமாக்குகிறது. இதற்கென பொருள்முதல் பார்வையோடு ஒரு நூலை அவர் எழுதியிருக்க வேண்டும் என்பது அவசியமும் அல்ல; அது அவரது பணியாக இருந்ததுமில்லை.

மார்க்சிய பார்வையில் பார்க்கவில்லை அல்லது மார்க்சியம் குறித்து அம்பேத்கரது படைப்புகள் பெரிதாய் ஏதும் இல்லை என்று நினைத்துக்கொண்டு மார்க்சியம் பற்றி அம்பேத்கருக்கு தெரியவில்லை என்பதாக ஆசிரியர் எழுதுகிறார். பொருளாதாரத்தில் நோபல் பரிசு பெற்ற அமர்தியா சென் தன்னுடைய பொருளாதார தந்தையாக அம்பேத்கரை கைகாட்டினார் என்பதை நினைவூட்டினாலும் அது பெருமைவாதம் என்று தட்டிக்கழிக்கப்படும் முட்டாள்தனம் இங்கு நிலவுகிறது. எனவே அறிவாளிகள் அம்பேத்கரை அரவணைப்பதன் அடிப்படையில் வாதத்தை வைப்பது வீண்போகலாம். மாறாக, அம்பேத்கர் மார்க்சியம்/கம்யூனிசம் குறித்தான தமது கருத்துகளையும் விமர்சனங்களையும் நூல்களாகவே கொண்டுவரும் பெரும்பணியிலும் ஈடுபட்டிருந்தார் என்பதை நாம் கவனத்தில் கொள்ளவேண்டும்.

---

[70] *BAWS, Vol. 1, p.42*

[71] பக்.66 முதல் பக்.100 வரை படிக்க.

பலரின் வாய்சவடால்களையும் மேற்கோள் காட்டி அம்பேத்கரின் கம்யூனிசம் குறித்த அறிவை மட்டுப்படுத்த முற்படும் ஆசிரியருக்கு சிலவற்றை தகவல்களாக கூறியாக வேண்டும். மகாராஷ்டிர அரசின் முயற்சியால் அம்பேத்கரது நூல்களை பதிப்பிற்கு கொண்டுவந்த *Babasaheb Ambedkar Source Material Publication Committee*-யின் உறுப்பினர்கள் தொகுதி நூலின் முன்னுரையில் குறிப்பிடுவதாவது,

> *In this Introduction we propose to deal with all the questions raised about these manuscripts in order to clear the air about the publication of all Dr. Ambedkar's extent writings.*
>
> *It is generally believed by the followers of Dr. Ambedkar that Dr. Ambedkar had completed the books entitled: (1) Riddles of Hinduism, (2) The Buddha and Karl Marx and (3) Revolution and Counter-Revolution. The manuscripts of "Riddles of Hinduism" have been found in separate chapters bundled together in one file. These chapters contain corrections, erasures, alterations, etc. by the hands of Dr. Ambedkar himself. Fortunately, the introduction by Dr. Ambedkar is also available for this book. We, however, regret that the final manuscript of this volume has not been found. The Committee has accepted the title "Riddles in Hinduism", given by Dr. Ambedkar in his Introduction to the Book.*
>
> *"The Buddha and Karl Marx" was also said to have been completed by Dr. Ambedkar, but we have not come across such a book among the manuscripts. There is, however, a typed copy of a book entitled "Gautam the Buddha and Karl Marx" (A Critique and Comparative Study of their Systems of Philosophy) by LEUKE—Vijaya Publishing House, Colombo) (year of publication not mentioned). One short essay of 34 pages by Dr. Ambedkar entitled "Buddha or Karl Marx" was however found and being included in the third volume. A third book, viz., "Revolution and Counter-Revolution", was also believed to have been completed by Dr. Ambedkar, A printed scheme for this treatise has been found in the papers received by the Committee. It appears that Dr. Ambedkar had started working on various*

chapters simultaneously. Scattered pages have been found in the boxes and are gathered together.

We are tempted here to present the process of writing of Dr. Ambedkar which will give an idea of the colossal efforts he used to make in the writing of a book. He had had his own discipline. He used to make a blue-print of the book before starting the text. The Editorial Board found many such blue-prints designed by him, viz., "India and Communism", "Riddles in Hinduism", "Can I be a Hindu?", "Revolution and Counter-Revolution", "What Brahmins have done to the Untouchables", "Essays on Bhagvat Gita", "Buddha and Karl Marx", etc. But some of these were not even begun and those which were begun were left incomplete. It will be interesting to present an illustration. Dr. Ambedkar had prepared a blue-print for a book entitled "India and Communism".

The contents are as follows:

Part—I The Pre-requisites of Communism

Chapter 1—The Birth-place of Communism

Chapter 2—Communism & Democracy

Chapter 3—Communism & Social Order

Part—II India and the Pre-requisites of Communism

Chapter 4—The Hindu Social Order

Chapter 5—The Basis of the Hindu Social Order

Chapter 6—Impediments to Communism arising from the Social Order.

Part—III What then shall we do?

Chapter 1—Marx and the European Social Order

Chapter 2—Manu and the Hindu Social Order.

இதுமட்டுமின்றி தான் எழுதிய 'புத்தரும் அவர் தம்மமும்' நூலின் முகவுரையிலும் மார்க்சியத்திற்கு சகமுக்கியத்துவத்தை அனுமதிக்கும் அம்பேத்கரை காணமுடிகிறது,

I may mention that this is one of the three books which will form a group for the proper understanding of Buddhism. The other two books are (1) <u>Buddha and Karl Marx</u> and (2) <u>Revolution and</u>

> <u>*Counter Revolution in ancient India*</u>*. They are wtitten out in parts. I hope to publish them soon.*[72]

ஆசிரியர் கொள்ளும் அனுமானங்களும் சிக்கல்கள் உடையவைகளாக உள்ளன,

> தலித் ஆய்வாளராக அறியப்படும் தலித்திய அடிப்படைவாதிகள் சிலர் தங்களது பற்களைக் கடித்தபடி, *'பார்ப்பனிய புத்தி, பார்ப்பனிய புத்தி'* என்று சர்வ சாதாரணமாகச் சொல்லும் போது, தர்க்க அளவில் *'செட்டியார்புத்தி', 'வெள்ளாள புத்தி', 'கள்ளர் புத்தி', 'பறையர் புத்தி', 'அருந்ததியர் புத்தி'* என எந்த சாதிக்கும் பிறப்பின் அடிப்படையில் புத்தி இருக்கிறது என்றுதானே பொருள்படுகிறது?[73]

இரண்டு விஷயங்களை தவறவிடுவதினால் ஆசிரியர் இந்த கேள்வியை எழுப்புகிறார். முதலாவதாக, வர்க்கத்தையும் சாதியையும் அவர் வேறுபடுத்தி புரிந்துகொள்ளவில்லை. 'பார்ப்பனியம்' என்பது வர்க்கத்தை மய்யப்படுத்தி கையாளப்படும் ஒரு சொல் ஆகும். சாதியை மய்யப்படுத்தி அல்ல. இன்னும் குறிப்பாக சொன்னால் ஆளும் வர்க்கத்தை *(Ruling Class)* குறிக்கின்ற சொல். இந்த ஆளும் வர்க்கம் பல ஆதிக்க சாதிகளை உள்ளடக்கி உள்ளது. இதே ஆளும் வர்க்கம் அறிவு சார்ந்த வர்க்கமாகவும் *(Intellectual Class)* இந்தியாவில் தன்னை முன்னிறுத்திக் கொள்கிறது,

> *The intellectual class in every community is charged by its moral code with one sacred duty, namely, to safeguard the interest of the community and not to sacrifice it to the interest of their own class. No intellectual class has so grossly violated this trust as have the Brahmins in India. When one finds the*

---

[72] இத்தகவல் *Nanakchand Rattu*-வின் *'Last few years of Dr. Ambedkar'* என்ற நூலின் *197* ஆவது பக்கத்தில் இடம்பெறுகிறது. இவை அம்பேத்கர் எழுதிய முகவுரைதான் என்பதை நிரூபணம் செய்ய அவரது கையெழுத்தில் எழுதப்பட்டிருக்கும் இவ்வரிகள் இடம்பெறும் பக்கங்களையும் *BAWS, Vol. 17, Part Three, p.158*-இல் காணமுடிகிறது.

[73] பக். *145*

Brahmins repudiating their position as the governing class in India one begins to think whether it is due to a guilty conscience, born out of the realization that they have committed a criminal breach of this trust and therefore dare not stand before the bar of the world. Or is it due to their sense of modesty? It is not necessary to speculate as to what the truth is. For, it is hardly open to question that in India the Brahmins are a governing class. If necessary there are two tests which one could apply for the purpose of ascertaining the truth. First is the sentiment of the people and the second is the Brahmin's share in administration.[74]

There are countries where education did not spread beyond a few. But India is the only country where the intellectual class, namely, the Brahmins not only made education their monopoly but declared acquisition of education by the lower classes, a crime punishable by cutting off of the tongue or by the pouring of molten lead in the ear of the offender... The record of the Brahmins as law givers for the Shudras, for the Untouchables and for women is the blackest as compared with the record of the intellectual classes in other parts of the world. For no intellectual class has prostituted its intelligence to invent a philosophy to keep his uneducated countrymen in a perpetual state of ignorance and poverty as the Brahmins have done in India. Every Brahmin today believes in this philosophy of Brahmanism propounded by his forefathers. He is an alien element in the Hindu Society.[75]

இரண்டாவதாக, மார்க்சிய பார்வையில் முதலாளித்துவ வர்க்கத்தின் பொதுவான நோக்கம்/நலன் *(Common Interest)* என்பது சுரண்டலை அடிப்படையாய் கொண்டிருப்பது ஆகும். இதே பொருளை வேறு வார்த்தையில் சொல்ல வேண்டுமானால், முதலாளி வர்க்கத்தின் 'பொதுப் புத்தி' என்பது சுரண்டுவதை நோக்கமாகக் கொண்டுள்ளது. இந்த 'எஜமான புத்தி'யை இந்தியாவின் சாதிய சமுதாயத்தைக் கொண்டு விளக்கும் போது 'பார்ப்பனிய புத்தி' என பயன்படுத்துவதில் துளியும்

---

[74] *BAWS, Vol. 9, p. 450*

[75] *BAWS, Vol. 9, pp. 215-216*

தவறில்லை. ஏனென்றால், முதலாளித்துவத்தின் கோட்பாடும் பார்ப்பனியத்தின் கோட்பாடும் ஒன்றிணைவது 'சுரண்டல்' என்ற புள்ளியிலேயே. பார்ப்பனியத்தை வர்க்கத்திற்கு வெளியேவும் சாதிக்கு உள்ளேயும் ஆசிரியர் சுருக்குவதால் 'செட்டியார்புத்தி', 'வெள்ளாள புத்தி', 'கள்ளர் புத்தி', 'பறையர் புத்தி', 'அருந்ததியர் புத்தி' என அவரது சிந்தனை சிதைகிறது.

காந்தி தொடர்பான ஆசிரியரின் புரிதலும் பிழையானவை,

> காந்தி சாதி குறித்த புரிதலை காலப்போக்கில் எப்படி மாற்றிக்கொண்டார், அதன் மைய இழையை, அதன் நோக்கங்களை எப்பொழுது பொருட்படுத்தினார், அதன் மீதான அவரது புரிதல்கள் எப்படி மாறிவந்தன என்கிற விவாத அடிப்படையில் தலித்தியர்கள் விவாதிப்பதில்லை. காந்தியின் வருணத்திற்கும் அம்பேத்கரின் வருணப் புரிதலுக்கும் ஒப்பீட்டளவில் என்ன வேறுபாடுகள் உள்ளன என்பதும் தர்க்கப்பூர்வமாக ஆய்வு செய்யப்படவில்லை.[76]

சாதி மற்றும் வர்ணம் குறித்தான காந்தியின் புரிதலைப்பற்றி ஆசிரியர் எதிர்பார்க்கும் தர்க்கப்பூர்வமான ஆய்வினை அம்பேத்கரே செய்து முடித்துள்ளார் என்பதை இங்கே குறிப்பிட வேண்டும். சாதியில் இருந்து வர்ணத்திற்கு மாறினார் காந்தி என்பது கருத்தளவில் உண்மை அல்ல. இம்மாற்றத்தை காந்தியின் எழுத்துகளைக் கொண்டே விவாதப்படுத்துகையில் அவர் வர்ணத்திற்கு கொடுக்கும் அர்த்தமானது இறுதியில் சாதியின் அர்த்தத்திற்கே திரும்புகிறது,

> *That Mr. Gandhi changed over from the caste system to the varna system does not make the slightest difference to the charge that Gandhism is opposed to democracy. In the first place, the idea of varna is the parent of the idea of caste. If the idea of caste is a pernicious idea it is entirely because of the viciousness of the idea of varna. Both are evil ideas and it matters very little whether one believes in varna or in caste. The idea of varna was most mercilessly attacked by the Buddhists who did not believe in it. Orthodox or the Sanatan Vedic Hindus*

---

[76] பக். 51

had no rational defence to offer. All that they could say was that it was founded on the authority of the Vedas and that as the Vedas were infallible so was the varna system. This argument was not enough to save the varna system against the rationalism of the Buddhists. If the idea of the varna survived it was because of the Bhagvat Gita, which gave a philosophical foundation to the varna system by arguing that the varna was based on the innate qualities of man. The Bhagvat Gita made use of the Sankhya philosophy to bolster and buttress the varna idea which would have otherwise petered away by making sense of a thing that is absolute nonsense. Bhagvat Gita had done enough mischief by giving a fresh lease of life to the varna system by basing it upon, anew and plausible foundation, namely that of innate qualities. The varna system of the Bhagvat Gita has at least two merits. It does not say that it is based on birth. Indeed it makes a special point that each man's varna is fixed according to his innate qualities. It does not say that the occupation of the son shall be that of the father. It says that the profession of a person shall be according to his innate qualities, the profession of the father according to the father's innate quality and that of the son according to the son's innate qualities. But Mr. Gandhi has given a new interpretation of the varna system. He has changed it out of recognition. Under the old orthodox interpretation caste connoted hereditary occupation but varna did not. Mr.Gandhi by his own whim has given a new connotation to the varna. With Mr. Gandhi varna is determined by birth and the profession of a varna is determined by the principle of heredity so that varna is merely another name for caste. That Mr. Gandhi changed from caste to varna does not indicate the growth of any new revolutionary ideology. The genius of Mr. Gandhi is elvish, always and throughout. He has all the precocity of an elf with no little of its outward guise. Like an elf he can never grow up and grow out of the caste ideology.[77]

அடுத்ததாக,

---

[77] *BAWS, Vol. 9, pp. 289-290*

> காந்தி என்கிற வில்லன் இல்லாமல் அம்பேத்கர் என்கிற கதைநாயகனை எப்பொழுதும் தலித் அடையாள அரசியலால் உருவாக்க முடியாது. தனித்த கதாநாயகப் பண்பை காந்தியைத் தவிர்த்துவிட்டு அம்பேத்கருக்கு யாரும் வழங்கவும் இல்லை. தனிநபர்வாதத்தைத் தத்துவவாதமாக அம்பேத்கர் விவாதித்ததன் அடிப்படையானது, அவரது வாசகர்களையும் இம்முடிவுக்கே வரச்செய்தது. [78]

என்பது ஆசிரியரின் நம்பிக்கையாக உள்ளது. அவரது நம்பிக்கையை நாமறிந்த தமிழ்நாட்டை வைத்தே உரசிப்பார்ப்போம். பெரியாரியத்தையும், மார்க்சியத்தையும், திராவிடத்தையும் உற்று கவனிக்கும் அம்பேத்கரியவாதிகள் காந்தியத்தை எப்பொழுது, எந்தளவுக்குப் பொருட்படுத்தினார்கள்? நாடு முழுதும் இருக்கும் அம்பேத்கரின் சிலைகள் காந்தியை வில்லனாக்கி எழுந்தவையா என்ன? கண்டிப்பாக இல்லை. அம்பேத்கரியம் என்ற தத்துவத்தின் வெளிப்பாடு அவை. அம்பேத்கரின் எழுத்துகள் மார்க்சின் எழுத்துகள் போன்றே தனிநபர்வாதத்தை சார்ந்தது அல்ல. அப்படி அவை இருந்திருப்பின் மரணம் என்ற முற்றுப்புள்ளியை இயற்கை இவ்விருவருக்கும் தந்தப்பின்பும் தத்துவம் என்ற பரிணாமத்தை அவர்களது எழுத்துகள் அடைந்திருக்காது. வாசகர்கள் கொள்கைவாதிகளாக மாறுவது தனிநபர்வாதங்களால் அல்ல; மாறாக தத்துவங்களால் ஆகும். இங்கு அம்பேத்கரியவாதிகளும் அப்படியே.

> அம்பேத்கர் ஒடுக்கப்படுவர்களை நோக்கி அஸ்டாங்க மார்க்கத்தை விடுதலையாக வைக்கையில் காந்தி ஒடுக்குகிறவர்களின் பக்கம் சென்று மனதை மாற்றிக்கொள்ளச் சொல்கிறார். காந்தி வில்லனாகிறார். ஒடுக்கப்படும் மக்களுக்கு அற்புதமான துறவுக் கொள்கையைச் சொன்ன அம்பேத்கர் கதைநாயகனாகிறார். [79]

என்று எழுதும் ஆசிரியர் கம்யூனிச சமுதாயத்தை உருவாக்கிட முதலாளி வர்க்கத்திடம் சென்று மனதை மாற்றிக்கொள்ள

[78] பக். 51

[79] பக். 868

மட்டும் சொல்லலாமே. தோழர்களுடன் சேர்ந்து புரட்சிக்காக போராடுவதையும் நிறுத்திக்கொண்டு முதலாளிகளின் மனமாற்றத்திற்காகவும் அவர் காத்திருக்கலாம். ஏன் அப்படி செய்யவில்லை? இந்துக்களின் சாதி ஆதிக்கத்தைப் பொறுத்தவரையில் காந்தி கூறிய தீர்வும் இதைப்போன்றதே. ஒடுக்கப்படுவர்களை நோக்கி அவர் கூறியதெல்லாம் ஒடுக்குகிறவர்களின் மனமாற்றத்திற்காக காத்திருங்கள் என்று மட்டுமே. இதைத்தாண்டி ஒடுக்கப்படுவர்களின் விடுதலைக்கான செயற்பாடுகளாய் அவர் என்ன செய்துள்ளார்? யாரும் வழிபடாத பாழடைந்த கோயில்களை அவர்களுக்காக திறந்ததைத் தவிர! சாதிய அடிமைத்தனத்திலிருந்து மீளத்துடிக்கும் ஒடுக்கப்பட்ட சமுதாயத்தின் செயற்பாடுகளை கட்டிப்போடும் காந்தி கதைநாயகனாக எப்படி மாறமுடியும்?

'இந்துத்துவ பெரியார்' எப்போதும் சாத்தியமில்லை என்று உணரும் ஆசிரியர், 'இந்துத்துவ அம்பேத்கர்' என்று அழைக்கும் போது அவரது விமர்சனங்களில் மீது நமக்கு ஏற்படும் எச்சரிக்கை உணர்வு, 'இந்துத்துவ காந்தி' சாத்தியமில்லை என்று கூறுகையில் முடிவெடுக்கப்பட்ட அவரது சார்புநிலை உறுதிப்படுகிறது.

பொருள்முதல் வாதத்தை விட கற்பனைவாதத்தைக் கையாளவே ஆசிரியருக்கு தெரிந்திருக்கிறது. 'அம்பேத்கரும் அவரது தம்மமும்' என்ற அவரின் நூலின் சாயலில் 'பெரியாரும் அவரது பகுத்தறிவும்' என்றொரு நூலை அவர் எழுதினாலும், ஒடுக்கப்பட்ட மக்கள் பௌத்ததிற்கு மதம் மாறுவதை பெரியார் ஆதரித்தார் என்பதன் பொருட்டு பகுத்தறிவுப் பகலவனை வைதீக பார்வை கொண்டவர் என முடிவுரை கொடுத்தாலும் வியப்பில்லை.

> ரங்கநாயகம்மாவின் நூல் வந்தபோது கொதித்தெழுந்த தலித்திய அடையாள அரசியல்வாதிகள், அம்பேத்கர் ரசிகர் மன்ற தலைவர்கள், ரசிகர்கள் ஒரே குரலில் கூறியது, அது எங்கள் ஹீரோவை விமர்சிக்கிறது, எங்கள் தலைவரை விமர்சிக்கிறது என்ற குறுகிய பார்வையைத் தவிர, அம்பேத்கரது பார்வை எப்படி சரி என விளக்கி

> எங்கும் ஒரு சிறு கட்டுரையைக் கூட முன்வைக்கவில்லை.[80]

என்ற ஆசிரியரின் தகவல் முற்றிலும் தவறானதே. 'அண்ணல் அம்பேத்கர்: அவதூறுகளும் உண்மைகளும்' என்ற தலைப்பில் மதிவண்ணன் அவர்கள் ரங்கநாயகம்மா அவர்களுக்கு விரிவான மறுப்புகளையும் எழுதியுள்ளார். இந்நூலை 'கறுப்புப் பிரதிகள்' பதிப்பித்துள்ளது. மதிவண்ணன் அவர்களை தன் நூலில் மறைமுகமாக சுட்டிக்காட்டிடும் ஆசிரியருக்கு இது தெரியாமல் இருக்கும் வாய்ப்புகளும் மிக குறைவு.

தன் நிலத்தை விற்க முனையும் சூத்திர முதலாளி அதனை வாங்கிட போதிய பண பலத்துடன் இருக்கும் ஒடுக்கப்பட்டவர்களுக்கு இந்நாட்களிலும் விற்க முன்வருவதில்லை என்ற எதார்த்த உண்மையை ரங்கநாயகம்மா அறிந்திருந்தால்,

> 'மேல் வருண இலக்கியம்' என்பதும் சரியானதல்ல. இங்கு நாம் 'நிலப்பிரபுத்துவ இலக்கியம்' என்னும் பதத்தை பயன்படுத்தப் பயில வேண்டும்.[81]

என முடிவு கொண்டிருக்க மாட்டார். சாதியையோ வருணத்தையோ பின்னுக்குத்தள்ளி வர்க்கத்தினை மட்டும் முன்னிலைப்படுத்தும் கம்யூனிச நிலைப்பாடு [82]

---

[80] பக். *141*

[81] பக். *662*

[82] ஆசிரியரின் நிலைப்பாடானது,

> வர்க்கச் சிந்தனைக்கு முன்னுரிமை கொடுக்காதவரையில் தங்களது அம்பேத்கரின் துண்டு துக்காணியான வார்த்தைகளை பொருந்தாத அர்த்தத்தில் இணைத்துக் கட்டி தங்களது சொந்த அம்பேத்கரை *(தலித்திய அறிஞர்கள்)* உருவாக்குவார்கள். *(பக். 865)*

> தலித் மக்கள் விடுதலை என்பது மதமாற்றத்தில் அல்ல. அது வர்க்கக் கண்ணோட்டத்தில் மட்டுமே சாத்தியம். அதுவே விடுதலை. *(பக். 870)*

அறிவுத்தளங்களில் கவனிக்கப்பட மாட்டாது. இதனை திருத்திக்கொள்ளாவிட்டால் இந்திய சமுதாயத்தில் கம்யூனிச சித்தாந்தமும் வலுப்பெறாது.

> மதம் மாறிய ஒடுக்கப்பட்ட மக்கள் அனைவரும் பௌத்த நூல்களை ஆராய்ந்து கற்ற பின்புதான் மதம் மாறினார்களா என்ன?[83]

என்றொரு கேள்வியை ஆசிரியர் வைக்கிறார். புரட்சி பேசும் இடதுசாரி தோழர்கள் அனைவரும் மார்க்சின் நூல்களை ஆராய்ந்து கற்ற பின்புதான் கம்யூனிஸ்டாக மாறினார்களா என்ற மறுகேள்வியையும் பதிலுக்கு கேட்க முடியும். மாறாக, ஆசிரியரின் கேள்விக்கு கவனத்தை செலுத்துவோம். பௌத்தத்தை ஏற்றிடும் ஒடுக்கப்பட்ட மக்கள் அனைவரும் பௌத்த நூல்களை தீர படிக்காதவர்களாக இருக்கலாம். ஆனால், தாங்கள் அனைவரும் இந்து மதத்தால் ஒடுக்கப்பட்டு இருந்துள்ளதை நன்கு உணர்ந்தவர்களாகவே அவர்கள் உள்ளனர். மதமாற்றத்திற்கான உந்துசக்தியாக இவ்விழிப்புணர்வே போதுமானது. இதுமட்டுமின்றி, ஒடுக்கும் மனநிலையில் இருப்பவர்கள் பௌத்தம் ஏற்பதும் சாத்தியமில்லை. வருணத்தில் கீழ்நிலையில் இருப்பினும் மணக்கத்தகாதவர்களை ஒடுக்கிக்கொண்டிருக்கும் சூத்திரர்கள் பௌத்தத்தை ஏற்காததற்கான காரணம் அவர்கள் மனதிலும் நிலைகொண்டிருக்கும் ஆதிக்க பண்புகளே. சமத்துவமற்ற சமூகம் சமத்துவ நெறியை ஏற்பது கடினம்.

> உண்மையில் புத்தரை கடவுளாக மாற்றும் முயற்சியில் அம்பேத்கர் முதலில் அழித்தொழித்திருப்பது, புத்தரிடம் இருந்த பகுத்தறிவையே.[84]

என்பதாக ஆசிரியர் நினைக்கிறார். ஆனால் அம்பேத்கரோ எட்டு நூல்களாக 'புத்தரும் அவர் தம்மமும்' புத்தகத்தை பிரிக்கிறார். இதன் கடைசி நூலுக்கு அவரிட்ட தலைப்போ *'The Man who was Siddharth Gautama'* என்பதே. இதுமட்டுமின்றி நூல் மூன்றில் *His*

என்பதோடு முடிகிறது.

[83] பக். 66
[84] பக். 513

(Buddha's) Place in His Dhamma என்ற பகுதியில் இடம்பெறும் மூன்று தலைப்புகளை கவனிக்க வேண்டும்.

முதலாவதாக,

> *The Buddha claimed no place for Himself in His own Dhamma.*

இரண்டாவதாக,

> *The Buddha did not promise to give Salvation. He said He was Marga Data (Way Finder) and not Moksha Data (Giver of Salvation)[85].*

மூன்றாவதாக,

> *The Buddha did not Claim any Divinity for himself or for his Dhamma. It was discovered by man for man. It was not a Revelation[86].*

என அம்பேத்கர் தலைப்பிடுவதிலேயே புத்தரை கடவுளாக மாற்றும் அனைத்து முயற்சிகளையும் வீழ்த்துகிறார். அதுமட்டுமின்றி, தனது எழுத்துகளில் மிக நேரிடையாகவும், பின்வருமாறு தெளிவுபடுத்துகிறார்:

> *Every founder of religion has either claimed divinity for himself or for his teachings.*
>
> *Moses, although he did not claim for himself any divine origin, did claim divine origin for his teachings. He told his followers that if they wished to reach the land of milk and honey they must accept the teachings because they were the teachings of Jehovah the God.*
>
> *Jesus claimed divinity for himself. He claimed that he was the Son of God. Naturally His teachings acquired a divine origin.*

---

[85] *Dr. B. R. Ambedkar, The Buddha And His Dhamma, p.217*

[86] *Dr. B. R. Ambedkar, The Buddha And His Dhamma, p. 221*

Krishna said that he was God himself and the Gita was his own word.

The Buddha made no such claim either for himself or his Sasana.

He claimed that he was one of the many human beings and his message to the people was the message of man to man.[87]

புத்தரிடம் மனித சக்தியை மீறிய அற்புதங்கள் எதுவும் இருந்ததில்லை என்பதற்காகவே அவரது கோட்பாடுகளையும் முறைமைகளையும் விட்டு சுநகத்தர் விலகும் நிகழ்வை அம்பேத்கர் விவரிப்பதாவது,

And soon after, leaving the Doctrine and Discipline of the Buddha, Sunakkhatta started telling people that there was nothing superhuman about the Buddha's ennobling gifts of knowledge and insight; that it was his own reasoning which had hammered out a doctrine of his own evolving and of his personal invention, such that whoso hears it preached for his good has only to act up to it to be guided to the utter ending of ill.

Although, Sunakkhatta was slandering the Buddha, what he was telling people was true. For, the Buddha never resorted to the superhuman or the miraculous in propagating his Doctrine.[88]

ஆசிரியர் கருதுவதற்கு நேரெதிராக, எந்தவொரு தெய்வீகக் குறுக்கீடுகளும் இல்லாத புத்தரது தத்துவத்தையே அம்பேத்கர் தன் நூலில் முன்வைத்திருக்கிறார்.

அம்பேத்கர் தனக்கு ஆதாரமாக இந்து மதத்தை தத்துவார்த்த ரீதியாகத் தோலுரிப்பதற்கு பயன்படுத்திய

[87] *Dr. B. R. Ambedkar, The Buddha And His Dhamma, p. 221-222*

[88] *Dr. B. R. Ambedkar, The Buddha And His Dhamma, P.443*

> நூல்கள் பெரும்பாலும் பார்ப்பனர்கள் எழுதியவையே. இது ஏன்?! [89]

என ஆசிரியர் கேள்வியெழுப்புவது எதனடிப்படையில் என்பது புரியவில்லை. அம்பேத்கர் பார்ப்பன ஆசிரியர்களை அப்படியே எடுத்தாளவும் இல்லை; நிராகரிக்கவும் இல்லை. முரண்படும் இடங்களில் அவர்கள் மீது வெளிப்படையான விமர்சனங்களையும் வைக்கிறார். இதுமட்டுமின்றி, பார்ப்பனியத்தை தோலுரிப்பதற்கு பார்ப்பனர்களின் நூல்களையும் அம்பேத்கர் பயன்படுத்தி இருப்பது அம்பேத்கரது வாதத்தைத்தான் பலப்படுத்துகிறது. இவ்விடத்தில் ஆசிரியரின் மற்றொரு விமர்சன பாங்கினையும் தொடர்புபடுத்த வேண்டியுள்ளது,

> தலித் அடையாள அரசியல், சுயசாதிக் கருத்தியலாய் மட்டும் மாற்றம் கொண்டதனால், இங்குள்ள தலித்தியர்கள், 'அம்பேத்கரது நூல் எதையும், யாரும் விமர்சிக்கக் கூடாது. விமர்சிக்கும் பட்சத்தில், விமர்சகரின் சாதியே முதன்மை அளவுகோல்' என்ற மையத்தில் இருந்து, தங்களது வசைகளைத் தொடங்குவர். [90]

என ஆசிரியர் விமர்சிக்கிறார். இது போன்ற விமர்சனத்தை அவரோ அல்லது பார்ப்பன வகுப்பை சார்ந்த மற்றவர்களோ நினைத்தாலும். கூட இந்து மதத்தை விமர்சிக்கும் அம்பேத்கர் மீது வைக்க முடியாது. ஏனென்றால், பார்ப்பனியத்தையும் இந்து மதத்தையும் தத்துவார்த்த ரீதியாகத் தோலுரிப்பதற்கு அம்பேத்கர் பயன்படுத்தி இருக்கும் நூல்களில் பார்ப்பனர்களின் எழுத்துகளும் உள்ளடங்குகிறது. இதனால், பார்ப்பனர்கள் அம்பேத்கரின் (விமர்சகரின்) சாதியை முதன்மை அளவுகோலாக வைத்து அவரது வாதத்தைப் புறந்தள்ள முடியாது. அம்பேத்கர் ஒடுக்கப்பட்டவர் என்பதால் மட்டுமே இந்து மதத்தை எதிர்க்கிறார் என்பதான ஆசிரியரின் தர்க்கத்தை ஒத்திருக்கும் சாதி அடிப்படையிலான வசைகள் இங்கே தோற்கிறது. எதிரியை வீழ்த்துவதற்கு எதிரியின் முகாமில் நிலவும் கருத்தாக்கங்களையும் அம்பேத்கர் பயன்படுத்தியிருப்பது

---

[89] பக். 142

[90] பக். 48

அவரது போர்க்குணத்தை வெளிப்படுத்துகிறது. இப்போர்க்குணத்தில் சமுதாயத்தில் புதைந்து கிடக்கும் உண்மைகளையும் அவர் மீட்டெடுக்கிறார். ஏனென்றால், இங்கே சாட்சியாக அவர் முன்னிறுத்துவது ஒடுக்கப்பட்டவரின் வாழ்க்கையை மட்டுமல்ல; ஒடுக்குபவர்களின் வாக்குமூலத்தினையும் தான்! இதுபோன்ற பலத்தரப்பட்ட கருத்துகளை உள்ளடக்கிய பலமான வாதமுறைகள் ஆசிரியரின் நூலில் காணமுடியவில்லை. மார்க்சிய ஆய்வாளர்களின் கருத்துகளைக் கடந்து மற்றவர்களின் படைப்புகளையும் கொண்டு அம்பேத்கரை விமர்சிக்க அவரால் இயலவில்லை,

> பண்டைய பௌத்தத்தையும் அதன் பின்னான பிறகால பௌத்தத்தையும் மார்க்சிய அடிப்படையில் வைத்தும், விமர்சன அடிப்படையிலும் விமர்சித்துள்ள ஆய்வுகள் [91] பல உள்ளன. தர்மானந்தர், தேவிபிரசாத் சட்டோபாத்யாய, கோசாம்பி தொடங்கி ராகுல்ஜி, ராம்விலாஸ் சர்மா, குபேர் மற்றும் ரங்கநாயகம்மா வரை பெரிய பட்டியல் உண்டு. *(ரங்கநாயகம்மா நேரடியாக அம்பேத்கரின் புத்தரை விமர்சித்து எழுதியுள்ளார்.)* [92]

ஆகியோரை ஆசிரியர் பெரிதும் சார்ந்துள்ளார். தர்மானந்த தாமோதர் கோசாம்பி பௌத்த அறிஞர் மட்டுமின்றி மார்க்சிய வரலாற்றாசிரியரும் கூட. அவரது மகனான தாமோதர் தர்மானந்த கோசாம்பியும் (டி.டி. கோசாம்பி) மார்க்சிய வரலாற்றாசிரியராக பொருள்முதல்வாத பார்வையில் நூல்களை எழுதியுள்ளார். தேவிபிரசாத் சட்டோபாத்யாய லோகாயக்தாவை ஆய்வுக்குட்படுத்திய மார்க்சிய தத்துவ அறிஞர் ஆவார். ராகுல் சாங்கிருத்யாயன் அவர்கள் தயானந்த சரஸ்வதியின் ஆர்ய சமாஜ்-யினை பின்பற்றி, பௌத்த பிக்குவாகவும் ஒரு கட்டத்தில் மாறி, இறுதியில் மார்க்சிய சோசியலிசத்திற்கு நகர்ந்தார். ராம்விலாஸ் சர்மாவும் மார்க்சிய கண்ணோட்டத்தில் இலக்கிய விமர்சனங்களை வைத்த புலவரும் சிந்தனையாளரும் ஆவார். இடதுசாரி இயக்கத்திற்கு வாழ்நாள் முழுதும் துணைநின்ற மற்றொரு மார்க்சிய பற்றாளர் குபேர் தத் எனலாம். ரங்கநாயகம்மா அவர்கள் மார்க்சிய எழுத்தாளராகவும்

---

[91] இந்நூலின் பக்.*262-263* மற்றும் *299-307* பார்க்க.

[92] பக். *135*

சிந்தனையாளராகவும் மட்டுமின்றி பல நாவல்களையும் சிறுகதைகளையும் படைத்துள்ளார்.

இவர்களில் பலர் பார்ப்பன மற்றும் ஆதிக்கசாதி பின்புலத்தில் இருந்து வந்திருப்பதும், பார்ப்பனியத்தை எதிர்த்த பௌத்தத்தை விமர்சிப்பதற்கு இவர்களின் விவாதங்களையே பெரிதும் ஆசிரியர் பயன்படுத்தியிருப்பதும் அவருக்கு தர்மசங்கடங்களை எழுப்புகிறதா என்பது தெரியவில்லை. ஏனென்றால்,

> இந்துமதப் புராணங்களையும் கடவுள்களையும் கேள்வி கேட்டு அது குறித்து, பல விவரணைகளை விவாதங்களை ஏற்படுத்திய பிறப்பால் மட்டுமான பார்ப்பனர்களை இங்கு சுட்டிக் காட்ட முடியும். கோசாம்பி, தேவிபிரசாத் முதலான பல பேரை நாம் குறிக்க முடியும். அப்படி அவர்கள் இயங்கக் காரணமான சூழல்களையும் நாம் விவாதிக்க முடியும்.[93]

என்றொரு விளக்கத்தை அவராகவே முன்வந்து தருகிறார். இப்பின்புலத்தை கவனப்படுத்த கூடாது என்பதற்காக,

> இந்த அறிஞர்களைப் பார்ப்பனர் என்ற சாதி அடையாளத்தோடு பார்ப்பது தலித் அடையாள அரசியலாக இருக்குமே தவிர அறிவுசார் அடையாளமாக இருக்காது.[94]

என ஆசிரியர் முன்னெச்சரிக்கையாக தடை விதிக்கையில் அவருக்கு, இந்த அறிவுசார் சமூகமானது அம்பேத்கரை தலித் தலைவராக மட்டும் சுருக்கிக்கொண்டிருப்பதும், தலித் பின்புலத்திலிருந்து யாரொருவர் உயர்வை அடைந்தாலும் அவர்களுக்கு ‘தலித்’ குடியரசு தலைவர், ‘தலித்’ எழுத்தாளர், ‘தலித்’ சமூக ஆர்வலர், ‘தலித்’ அறிஞர் என்றொரு முன் அறிவிப்பை தருவதையும் பார்ப்பனிய/சாதி அடையாள அரசியலாக புரிந்துகொள்ள முடியுமா என்றொரு கேள்வியை வைக்க வேண்டியுள்ளது. ஒருவரின் சாதி பின்புலத்தை மட்டுமே ஆதாரமாய் கொண்டு அவரைப்பற்றியும் அவரது படைப்புகளைப் பற்றியும் அனுமானம் கொள்வது தவறு

---

[93] பக். 676

[94] அதே பக்கம்.

என்பதை மறுக்கலாகாது. ஆனால், இந்த அனுமானங்கள் எழுவதையும் கெடுவாய்ப்பாக நாம் தவிர்க்க முடியாத சூழல் நிலவுகிறது. சாதியின் ஆதிக்கம் இருக்கும் வரை பார்ப்பனர்கள் மீதிருக்கும் சந்தேகப் பார்வையும் தொடர்ந்து கொண்டிருக்கிறது. சாதிய கட்டமைப்பின் எதிர்வினை இது. பிறப்பால் மட்டுமான பார்ப்பனர்கள் இப்பார்வையை மாற்றிட சாதிக்கெதிரான தங்கள் எழுத்துகள் மூலமும் சாதியை புறந்தள்ளும் தங்கள் வாழ்வியல் மூலமுமே முனைய வேண்டும். பிறப்பிலேயே சாதி நம்மை அடையாளப்படுத்தி விடுகிறது. கருத்தாக்கங்கள் மூலமாகவும், படைப்புகள் மூலமாகவும், கோட்பாட்டு ரீதியாகவும், செயல்பாட்டு ரீதியாகவும் ஒவ்வொருவரும் தங்களை சாதிக்கெதிராய் நிலைநிறுத்திக்கொள்ள வேண்டியுள்ளது. இந்த அடையாளத்திலிருந்து மீள ஒவ்வொருவரும் தங்களை சாதியற்றவர்களாக நிறுவ வேண்டியுள்ளது. சாதியற்ற அடையாளம் யாரொருவருக்கும் இலவசம் கிடையாது. ஏனென்றால், இங்கு தலித்துகளுக்கும் கூட உட்சாதி பற்றிலிருந்து தங்களை விடுவித்துக்கொள்ள வேண்டிய பொறுப்பு உள்ளது.

அடுத்ததாக,

> எனக்குத் தெரிந்து எந்த ஆய்வாளரும் இந்த நூலைத் தத்துவார்த்த முறையில் அணுகியதில்லை. அணுகியது அனைத்தும் ‘அம்பேத்கரது பௌத்தம் முற்போக்கு பௌத்தமே’ என்ற அவர்களது நம்பிக்கையிலிருந்தும் அடையாள அரசியலின் புரிதலிலிருந்துமே வந்திருக்கிறது. இதுவரை இந்நூல் குறித்து பொருட்படுத்தத்தக்க எந்த ஆய்வும் தமிழக அளவில் முற்போக்காளர்களால் எழுதப்படவே இல்லை.[95]
>
> அம்பேத்கரது ‘புத்தரும் அவர் தம்மமும்’ நூலில் உள்ள அவரது மகாயான பௌத்தம் குறித்து இதுவரை தமிழில் எந்த விமர்சனமும் வந்தது இல்லை. இதற்கு மார்க்சியர்களும் விதிவிலக்கு அல்ல.[96]

என்பதான தகவலை ஆசிரியர் தருகிறார். மார்க்சியர்களுக்கும் மற்றவர்களுக்கும் அம்பேத்கரது ‘புத்தரும் அவர் தம்மமும்’

---

[95] பக். 48

[96] பக். 131

நூலினை படிக்கும்போது மகாயான புரிதல்கள் ஏற்படாததும்கூட இதற்கான காரணமாக இருக்கலாம். பௌத்தம் ஏற்ற ஒடுக்கப்பட்டவர்களுள் எத்தனைப்பேர் அவதாரங்களிலும், முற்பிறவியிலும், அடுத்த பிறவியிலும், முன்ஜென்ம கர்மவினைகளிலும் அக்கறை கொண்டர்வர்களாக உள்ளனர்? அப்படிப்பட்டவர்களை சந்திப்பது சாத்தியமற்றது. பௌத்த ஏற்பின்போது மேற்கொள்ளும் 22 உறுதிமொழிகளும் (அம்பேத்கரால் வகுக்கப்பட்டது) இதற்கு வழிவகுக்கவில்லை.

இயல் இரண்டு

பௌத்தத்தில் இடைசெருகல்கள் எராளம் என்பதை உணரும் ஆசிரியர் அதே திரிபுகளின் இடையூறுகளை நன்கறிந்து எழுதும் அம்பேத்கரை புரிந்து கொள்ளவும் முயற்படாமல் சகித்துக் கொள்ளவும் முடியாமல் புறந்தள்ளியே ஆக வேண்டும் என்ற கட்டாயத்தில் இருக்கவே, பல விந்தையான உத்திகளை கையாள்கிறார். அவற்றுள் சில:

1. வைதீக பௌத்தம் என்று திரும்பத் திரும்பத் சொல்வது.
2. பார்ப்பன புத்தர் என்று நிறுவ முயல்வது.
3. சத்திரிய புத்தர் என்று அடையாளப்படுத்துவது.
4. ஒழுக்கவாத கண்ணோட்டத்திலேயே அம்பேத்கரை அணுகுவது.
5. இந்துத்துவ அம்பேத்கரும் சாத்தியப்படுகிறார் என எழுதுவது.[97]

அம்பேத்கர் புத்தரை சத்திரியர் என்று எழுதியிருப்பதை விவாதத்திற்குட்படுத்துவதன் பொருட்டு ஆசிரியர் என்ன நிறுவ முயற்படுகிறார் என்று தெரியவில்லை[98]. சத்திரிய புத்தர் என்று பெருமைப்படுத்துவதாய் அம்பேத்கரின் எழுத்துகள் அமையவில்லை. கண்டிப்பாக, வைதீக பௌத்தம் என்ற தளத்திற்கும் இவ்விவாதம் நம்மை அழைத்துச் செல்லவுமில்லை.

[97] பக். 55
[98] பக். 216-221

ஒரு விவாதத்திற்காக, ஆசிரியரின் கூற்றுப்போல் சுத்தோதனரை அரசர் இல்லை என்றும், மகாமாயாவை அரசி இல்லை என்றும், சித்தார்த்தரை இளவரசர் இல்லை என்றும் எடுத்துக்கொண்டாலும்கூட இப்படியொரு புரிதல் அம்பேத்கரது ‘புத்தரும் அவர் தம்மும்’ நூலை வைதீக பௌத்தமாக பிரகடனம் படுத்த உதவப்போவதில்லை. அந்நூலின் சாரம் அதற்கு வழிவகுக்க மறுக்கிறது.

பிறப்பைப் பற்றிய விவரணைகளிலிருந்தே வைதீக புத்தராக காட்ட முயல்கிறார் அம்பேத்கர் என்று வாதிடும் ஆசிரியர் அதற்கு விளக்கமளிப்பதாய் பல எழுத்தாளர்களின் (தேவிபிரசாத் சட்டோபாத்யாய, சீனி வேங்கடசாமி, சோ.நா.கந்தசாமி) நூல்களில் இருந்து எடுக்கப்பட்ட மகாயான மேற்கோள்களையே புத்தகம் முழுவதும் தருகிறார். இந்த மகாயான மேற்கோள்களை கடந்து, அம்பேத்கரின் புத்தர் பண்டைய பௌத்த நூல்களில் இருந்தும், தேரவாத நூல்களில் இருந்தும் எப்படி மாறுபடுகிறார் அல்லது ஒத்துப்போகிறார் என்று ஒப்பிட முற்பட்டிருப்பின் அத்தகைய விவாதம் கவனிக்கப்படுவதற்கு நியாயமாக இருந்திருக்கும். முழுமையான ஒப்பீடுகைகளை தவிர்ப்பதால், ஆசிரியரின் யூகங்களும், எப்படியாவது வைதீக புத்தரை நிறுவிட வேண்டும் என்ற ஆதகங்களுமே புத்தகம் முழுவதும் காணப்பெற்று வாசகர்களை சோர்வடையச் செய்கிறது.

மகாயான நூல்களில் இருந்து மேற்கோள் காட்டி, அதன் பின் தனக்கு தேவையான யூகங்களை அறிமுகப்படுத்தி, அதனையே உண்மையின் நீட்சியாக அமைக்கும் ஆசிரியரின் உத்தியில் ‘வைதீக புத்தராய்’ எளிதில் சிக்க மறுக்கிறார் புத்தர் என்ற ‘மாமனிதர்’. அதேபோன்று, அம்பேத்கரின் ‘சூத்திரர்கள் யார்?’ என்ற புத்தகத்தின் ஊடே அவரை விமர்சனம் செய்யாமல், ரோமிலா தப்பாரின் ‘சூத்திரகுலம்’ குறித்தான புராண மேற்கோளை[99] பயன்படுத்தி அம்பேத்கரை பற்றிய ஆசிரியருக்கு தேவையான யூகங்களை நிறுவ முனைவது கோளராகவே படுகிறது.

புத்தரின் பிறந்தநாள் குறித்து வேறுபடும் மேற்கோள்களை காண்பிப்பது அம்பேத்கரின் புத்த தம்ம புரிதலை விமர்சிப்பதற்கு எப்படி உதவுகிறது என்பதும் புலப்படவில்லை.

---

[99] *பக் 214*

அயோத்திதாசரின் பௌத்தத்தை [100] விமர்சனம் செய்வதால் கிட்டும் பலனை வைத்து அம்பேத்கரின் சிந்தனைகளையும் படைப்புகளையும் நோக்கி தன் விருப்பவாதத்தை அறுவடை செய்யும் முயற்சிகள் ஆசிரியரின் இயலாமையையே வெளிச்சம் போட்டுக் காட்டுகிறது.

எழில் இளங்கோவன், வானமாமலை ஆகியோர் மீது ஆசிரியர் வைக்கும் விமர்சனம், வள்ளிநாயகத்தின் 'அம்பேத்கரின் ஆசான் புத்தர்' நூலின் மீதான விமர்சனம்[101] போன்றவை புத்தகத்தின் நோக்கத்திலிருந்து விலகுவதால் அவற்றுக்கு பதிலளிக்கும் தேவை எழவில்லை. ஆசிரியருக்கான மற்ற மறுப்புகளுக்கு இனி செல்வோம்.

<u>32 அங்க லட்சணங்கள்</u>

> *Asita observing the child, beheld that it was endowed with the thirty-two marks of a great man and adorned with the eighty minor marks, his body surpassing that of Sakra, Brahma, and his aura surpassing them a hundred thousand-fold, breathed forth this solemn utterance, "Marvellous, verily, is this person that has appeared in the world," and rising from his seat clasped his hands, fell at his feet, made a rightwise circuit round and taking the child in his own hand stood in contemplation.*[102]

மேலே மேற்கோளிட்டிருப்பவை அம்பேத்கரின் 'புத்தரும் அவர் தம்மமும்' நூலில் இடம்பெறுபவை. இதற்கான மூலம் *Buddhacharita, Sarga 1, Shloka 59-60* என்பதாக *'Pali And Other Sources Of The Buddha And His Dhamma With An Index'* என்ற நூலின்[103] வழியே அறிய முடிகிறது. இதே நூலில் கூடுதலாக நாம் நினைவில் கொள்ள வேண்டிய மற்றுமொரு முக்கியமான குறிப்பு, *"Asita's magical powers and mention of Vedas and Mantras*

---

[100] பக். *232-233*

[101] பக். *337-353*

[102] *Dr. B. R. Ambedkar, The Buddha And His Dhamma, p.6*

[103] *This book provides the sources from the original Buddhist scriptures which were used by Dr. Ambedkar in writing "The Buddha and His Dhamma".*

has been omited by Dr. Ambedkar" என்பதாகும். இருப்பினும், புத்தரின் 32 அங்க லட்சணங்களை[104] பற்றி அம்பேத்கரது நூலில் இரண்டு இடங்களில்[105] இடம்பெற்றிருப்பதால் ஆசிரியர் தன் விமர்சன எள்ளல்களுக்கும் சாடல்களுக்குமான ஊற்றாகவே இவ்வரிகளை பயன்படுத்திக் கொள்கிறார். இப்போக்கு அவரது நூல் நெடுக்கவே தொடர்கிறது. கவனத்திற்காக அவற்றுள் சில:

> பார்ப்பனர்கள் சகுனமும், சோசியமும் பார்த்துக் கூறினால், அதை அம்பேத்கர் நம்பவேண்டுமா? அல்லது பேரழகோடு இருப்பவரும் உடலில் 32 லட்சணங்கள் இருந்தால்தான் புத்தராக முடியும் என்கிற அம்பேத்கரின் நம்பிக்கையைக் கேள்வி கேட்கத் தோன்றுகிறது.[106]
>
> பாவம் அந்த சாலே. அறிவற்ற பார்ப்பனர் இல்லையா! இல்லையென்றால் கண்களால் காணும்படி 32 அங்க லட்சணங்கள் இருக்கும் போதே அவருக்கு அது புரியவில்லை. மேலும் புத்தரை சோதிக்க எண்ணுகிறார், ஆனால் அசிதர் கெட்டிக்காரப் பார்ப்பனர். புத்தர் குழந்தையாய் இருந்த போதே அவர் கணித்துவிட்டார்.[107]
>
> உண்மையில் புத்தரை மக்கள் நேசித்திருந்தால், அல்லது மன்னன் மகனாக இருந்தால், அதற்கும் மேல் அவர் பிறப்பை, அவதாரத்தின் பிறப்பு போல் கொண்டாடியிருந்தால் என்ன நடந்திருக்க வேண்டும்? இத்தகைய ஒழுக்க சீலரை ஏன் துறவுக்குத் தள்ளுகிறீர்கள்? பிறக்கும் போதே உடன் தோன்றிய அணிகலனாய் 32 உடற்குறிகளுடன் தோன்றியவர்.

---

[104] *Lakkhana Sutta, which is a part of Pathika Vagga Pali of Digha Nikaya (Suttanta Pitaka), contains the complete description of 32 bodily marks of a great man. Each of these bodily marks was acquired as a result of meritorious deeds previously performed.*

[105] *In addition to Asita's remark, the testimony of eye-witnesses by a Brahmin, Sale, is the second instance.*

[106] பக். 238

[107] பக். 445

அவரை ஏன் நாடு கடத்தல் போல் பரிவ்ராஜகத்தை ஏற்கச் சொன்னீர்கள்?[108]

சித்தார்த்தரின் பிறப்பிலேயே அணிகலனாய் உள்ள சின்னங்களை அறியாத அவரது சாக்கிய குலத்தினரும், சாக்கிய குல தளபதியும் சங்க உறுப்பினர்களும் அங்கலட்சண இலக்கணம் தெரியாத காரணத்தால் போருக்கு வா, இல்லையேல் நாடு கடத்தப்படுவாய். இல்லையேல் உன் தகப்பன் சொத்தைப் பறிமுதல் செய்வோம் என ஏன் மிரட்டினார்கள்? அப்போது சித்தார்த்தருடன் உடன் தோன்றிய அணிகலன்கள் அறிவொளிச் சின்னங்கள் தங்களுடைய ஒளியைக் குறைத்துக் கொண்டனவா என்ன? அல்லது, அவ்வொளிகள் குறித்து சாக்கியர்கள் எந்த அறிவும் பெறவில்லையா?[109]

ஆனால் மகதத்தின் மக்கள் 32 லட்சணங்களின் பெருமைகளை அறிந்தவர்களாய் இருப்பதால் அதை நன்கு புரிந்து அவரை மதிப்புடன் காண்கிறார்கள் என்பதாகிறது.[110]

"அதோடு புத்தரின் 32 அங்க லட்சணங்களும் உள்ளூர்க்காரர்களான அவர்களை (சாக்கியர்கள்) அசைக்கவில்லை என்பதோடு புத்தராகி திரும்பிய போதும் எந்த மரியாதையையும் அவருக்கு அளிக்கவில்லை. அது ஏன் என்று புரியவில்லை."[111]

32 அங்க லட்சணங்கள் உள்ளவர், ஏன், ஞானத்திற்காக அடுத்தவர் ஆஸ்ரமம் தேடி அலையவேண்டும்? அவர் இருக்கும் இடம் தேடி ஞானம் வருமே என்ற சந்தேகம் அம்பேத்கருக்கு எழவே இல்லை. ஞானம் பெறுவதற்காக, சித்தார்த்தரை இங்கும் அங்கும் அலையவிடுகிறார் அம்பேத்கர்.[112]

---

[108] பக். 471

[109] பக். 479

[110] பக். 479

[111] பக். 490

[112] பக். 493

> அம்பேத்கரது புத்தரை யார் கண்டாலும் சட்டெனக் காலைக் கழுவி விட வேண்டும். ஏவல்கள் செய்யவேண்டும். ஏனெனில் அவர் பிறக்கும்போதே ஞான உடலைக் கொண்டவர். 32 அங்க லட்சணங்களைக் கொண்டவர். அழகு வாய்ந்தவர். அதனால் அவர் இட்ட ஏவல்களைப் பார்த்த மாத்திரத்திலேயே செய்துவிட வேண்டும். இதுதான் அம்பேத்கரின் புத்தர்.[113]
>
> அம்பேத்கரது புத்தர் நொடிக்கு நொடி சமயத்திற்குத் தகுந்தாற் போல் தன்னை மாற்றிக்கொள்கிறார். எல்லாவற்றிற்கும் மேலாக அவர் பிறந்த போதே உடன் தோன்றிய அந்த 32 லட்சணங்களும் இருந்து, புத்தருக்கு எந்தவிதப் பயனையும் அளிக்கவில்லை. மேலும் இப்போது அவரது ஒட்டிய உடலில் அந்த லட்சணங்களும் மறைந்திருக்கும், இல்லையா![114]
>
> ... மேலும் அதன் தத்துவகர்த்தர்கள் யாருக்கும் 32 அங்க லட்சணம் இல்லாததால் இந்தக் குழப்பங்கள் வரவில்லை என்று நாம் கருதலாம். அவர்கள் தங்களது தத்துவ மரபுகளை விவாதிக்க எந்த தெய்வீகக் குறுக்கீட்டையும் வரவேற்கவில்லை.[115]
>
> நமக்கு இங்கு வரும் சந்தேகம் புத்தரின் 32 அங்க லட்சணங்களும் அழகும் அந்த மக்களைக் கொஞ்சம் கூட கவரவே இல்லை என்பதோடு அவருக்கு எதிராகவும் மக்களை ஒரு கூறாகப் பிரித்து வைத்திருக்கிறது. ஆச்சரியம்.[116]

அம்பேத்கரது நூலில் இரண்டே இடங்களில் குறிப்பிடப்பட்ட அங்க லட்சணம் பற்றிய தகவல்களை வைத்துக்கொண்டு மேலே அடிக்கோடிடப்பட்டிருக்கும் அத்தனை முடிவுகளுக்கும் ஆசிரியர் வந்துவிடுகிறார்! மேலும் திரிபுகளை புனைந்திட 'புத்தரும் அவர் தம்மமும்' நூலில் கையாளப்படாத 'அம்பத்தா சுத்தா'வை பல பக்கங்களுக்கு விவரித்துக்கொண்டு,

---

[113] பக். 495

[114] பக். 499

[115] பக். 529

[116] பக். 569

> இவ்வாறு புத்தர் தனது உரையால் மூடப்பெற்ற ஆணுறுப்பைக் காட்டுவதையும், நாக்கு நீண்டு, இரு காதுகளையும் மூக்குத் துவாரங்களையும் தொட்டதையும் வைத்து அவர் உயர்பேரறிவெய்தியவர் என தர்க்கப் பூர்வமாக நிறுவுகிறார் அம்பேத்கர்.[117]

என ஆசிரியர் எழுதுகிறார். புத்தரின் 32 லட்சணங்களின் பெருமைகளை அறிந்தவர்களாய் மகதத்தின் மக்களை மாற்றும் ஆசிரியர் அம்பேத்கரும் இவ்விஷயத்தில் நம்பிக்கை கொண்டவராய் உள்ளார் என முடிவுகட்டுகையில் அதற்கான விளக்கங்களை நேர்படவும், நேர்மையாகவும் அவரால் விளக்க முடியவில்லை. பிழையான வாத முறைகளில் ஒன்றான *'Fallacy of non sequiter'* [118] அடிப்படையில் மேலுள்ள ஆசிரியரின் வாதங்கள் பல அமைகின்றன. மேலே அடிக்கோடிடப்பட்டுள்ள தன் விருப்பவாதங்களை முடிவாக *(Conclusion)* மாற்ற சற்றும் சம்பந்தம் இல்லாத புத்தரின் உடற்குறிகள் பற்றிய செய்தியை காரண காரியக் கூற்றாக *(Premise)* தன் நூல் நெடுக்க பயன்படுத்தி இருக்கிறார்.

ஆசிரியரின் மற்றொரு போக்கினையும் இங்கே கவனிக்க வேண்டியுள்ளது. அவருக்கு புத்தரை சாதாரண மனிதராக கொள்வதிலும் தடங்கல் உள்ளது,

> கலகக் குரலை எழுப்பிய புத்தரை அம்பேத்கர் சாதாரண மனிதர்கள் எதிர்பார்க்கும் புத்தராக, தன்தத்துவத்தை வெளிக்காட்டுவதில் சந்தேகமும், அதை ஏற்றுக்கொள்ளாவிட்டால் தன் மனம் விரக்தியுறும் என்ற எண்ணமும் கொண்ட சந்நியாசியாக முடிவெடுக்கும் ஒரு சாதாரணச் சாமியாராகாவே காட்டுகிறார்.[119]

---

[117] பக். 240

[118] *Fallacy of non sequitur (it does not follow) occurs when there is not even a deceptively plausible appearance of valid reasoning because there is an obvious lack of connection between the given premises and the conclusion drawn from them.*

[119] பக். 529

அதே சமயம், புத்தரை இறை அம்சங்கள் கொண்ட மனிதர் போல விவரிப்பதையும் கேள்விக்குட்படுத்துகிறார்,

> இப்படிப் பல பெருமைகளைக் கூறி பகுத்தறிவாளரான புத்தரை கடவுளாகிய புத்தராக மாற்றுகிறார் அம்பேத்கர்.[120]

அம்பேத்கரது நூலில் 32 லட்சணங்களைப் பற்றிய தகவல் இடம்பெற்றிருப்பதையே ஆதாயமாக்கிக்கொண்டு ஆசிரியர் இத்தனைப் பெரும் தவறுகளை செய்துள்ளார். இதுபோன்ற வர்ணனைகளை அம்பேத்கர் ஏன் அனுமதிக்கிறார் என்பதனையும் இத்தருணத்தில் நாம் புரிந்துகொள்வது அவசியமாகிறது. 'புத்தரும் அவர் தம்மமும்' முன்னுரையில் அம்பேத்கர் கீழ்கண்டவாறு குறிப்பிடுகிறார்:

> *Anyone who is not a Buddhist finds it extremely difficult to present the life and teachings of the Buddha in a manner which would make it a consistent whole. Depending on the Nikayas, not only the presentation of a consistent story of the life of the Buddha becomes a difficult thing and the presentation of some parts of his teachings becomes much more so. Indeed it would not be an exaggeration to say that of all the founders of religions in the world the presentation of the life and teachings of the founder of Buddhism presents a problem which is quite puzzling if not baffling. Is it not necessary that these problems should be solved and the path for the understanding of Buddhism be made clear? Is it not time that those who are Buddhists should take up these problems at least for general discussion and throw what light they can on these problems?*[121]

அம்பேத்கரின் கூற்றுப்போல் நிகாயங்களை அடிப்படையாக ஆராய்ந்து புத்தரின் வாழ்கை மற்றும் போதனைகளை விரித்துரைப்பது கடினமாகவும், புதிராகவுமே உள்ளது. பௌத்த நூல்களில் வரும் புத்தரைப் பற்றிய பகுத்தறிவற்ற விவரணைகளை தகவலாக மட்டுமே அம்பேத்கர் நமக்கு தருகிறார். இவ்வாறும் புத்தரின் வாழ்க்கை பற்றி பண்டைய

---

[120] பக். 519

[121] *Dr. B. R. Ambedkar, The Buddha And His Dhamma, Introduction.*

பௌத்த நூல்களில் எழுதப்பட்டுள்ளன என்பதே இங்கு அர்த்தமாகிறது. இவ்விவரணைகளை வரலாறாகவோ அல்லது நம்பிக்கையாகவோ புரிந்துகொள்ள வேண்டிய தேவையும் அவசியமும் அறிவார்ந்த வாசகர்களுக்கு இல்லை. *Rhys David*-இன் வழிகாட்டுதலையும் இங்கு நாம் குறிப்பிடலாம்[122]. இந்து மதத்திலிருந்து விடுபட நினைக்கும் மணக்கத்தகாதவர்களுக்கான (ஒடுக்கப்பட்டவர்கள்) பௌத்த மதநூலினை உருவாக்கும் சமய சித்தாந்தவியலாளராகவே இவ்விடங்களில் அம்பேத்கர் தம் பணிகளை செய்துள்ளார் என்பதை நாம் நினைவில் கொள்ள வேண்டும்.

இறுதியாக, 32 அங்க லட்சணங்கள் பற்றிய ஆசிரியரின் வைதீக வாதங்களுக்கு மறுப்பாக இந்த லட்சணங்கள் தொடர்பான எந்தவொரு வைதீக குறியீடுகளையும் அனுமதிக்காத புத்தரின் தோற்றம் குறித்தான அம்பேத்கரது விவரணைகளை கீழே கவனிப்போம். *'His (Buddha's) Personal Appearance'* என்ற தலைப்பில்,

> *1. From all accounts the Blessed Lord was a handsome person.*
>
> *2. His form was like the peak of a golden mountain. He was tall and well built; with a pleasing appearance.*
>
> *3. His long arms and lion gait, his bull-like eyes, and his beauty, bright like gold, his broad chest, attracted everyone to him.*

---

[122] *That we should have to draw distinctions between different parts of the same book is nothing surprising. As Professor Deussen has said of the early Upanishads, and as Professor Winternitz has said of the Maha-Bharata, so also may be said of the Nikayas and of the Vinaya (and even of some portions of the Abhidhamma), that "we must judge each separate piece by itself." And this is really only the very natural and necessary result of what has been pointed out above, that the books grew up gradually, that they were not books in our modern sense, and that they had no single authors. (Rhys Davids, Buddhist India, p.123)*

4. His brows, his forehead, his mouth or his eyes, his body, his hands, his feet or his gait— whatever part of him anyone beheld that at once riveted his eyes.

5. Whoever saw him could not help being struck with his majesty and his strength, his splendid beauty, surpassing all other men.

6. On seeing him, he who was going elsewhere stood still and whoever was standing followed him: he who was walking gently and gravely, ran quickly, and he who was sitting at once sprang up.

7. Of those who met him some reverenced him with their hands, others in worship saluted him with their heads, some addressed him with affectionate words, not one went on without paying him homage.

8. He was loved and respected by all.

9. Men as well as women were ever ready to hear him.

10. His voice was singularly sweet and deep as a drum, lovely, vibrant and eloquent. It made his speech as though it was heavenly music.

11. His very tones convinced the hearer, and his looks inspired awe.

12. His personality alone sufficed to make him not only a leader but a god to the hearts of his fellows.

13. When he spoke he obtained hearers.

14. It mattered little what he said. He influenced the emotions and bent whoever listened to his will.

15. He could create in the minds of his hearers that what he taught was not only a verity, but the very hope of their salvation.

16. His hearers could recognize in his words the truth that makes of slaves free men.

17. When he talked with men and women his serene look inspired them with awe and reverence and his lovely voice struck them with rapture and amazement.

18. Who could have converted the robber Augulimala or the Cannibal of Atavi? Who could have reconciled King Pasenjit to his queen Mallika by a single word. To have come under his spell is to be his for ever. So charming was his personality.[123]

என புத்தரின் தோற்றச் சிறப்புகளை அம்பேத்கர் விவரிக்கையில் 32 லட்சணங்களின் வைதீக பெருமைகளை முற்றிலுமாகவே அவர் தவிர்ப்பதை நம்மால் கவனிக்க முடிகிறது. அங்கீகரிக்கப்பட்ட பௌத்த நூல்களுக்கு மத்தியில் நின்று புத்தரின் வாழ்க்கை சம்பந்தமான நிகழ்வுகளை ஒருசேர அம்பேத்கர் விளக்குகிறார்[124]. இது ஒருபுறம் இருந்தாலும்

---

[123] *567-568*

[124] *In Sri Lanka, the Tripitaka was written in the Pali language whereas its commentaries were written in the Sinhala language. A considerable commonality exists in the Tripitaka texts in all the countries. All the texts were gradually translated into English. With the help of Chinese chronicles, General Cunningham conducted extensive exploration in the country that brought to light many Buddhist sites.*

கோட்பாடுகளைப் பொறுத்தவரையில் பகுத்தறிவு நிரம்பிய பௌத்த போதனைகளாக தொகுப்பதிலும் அவரது பெரும் கவனம் இருந்தது என்பதற்கு அவரது நூலே போதுமான சான்று[125] எனலாம். அம்பேத்கருடைய புத்தரின் கோட்பாடுகளை ஆசிரியர் ஏன் விரிவாக விமர்சிக்கவில்லை என்ற கேள்வியையும் இங்கே எழுப்ப வேண்டியுள்ளது.

நேர்மையற்ற நோக்கத்தின் பொருட்டு சமத்காரமாகவே அம்பேத்கரின் பௌத்த கோட்பாடுகளின் ஊடே தனது விமர்சன பார்வையை வைப்பதில் ஆசிரியர் பெரிதும் விலகியிருக்கிறார். 'அம்பேத்கரும் அவர் தம்மமும்' என்ற தலைப்பில் *900* பக்கங்களுக்கு மேலும் தன் நூலை எழுதி முடித்திருக்கும் ஆசிரியர் அம்பேத்கர் எழுதியிருக்கும் புத்தரின் தம்மத்தை மய்யமாக கையாளாமல் புத்தரின் வாழ்க்கை நிகழ்வுகளை சுற்றியே வட்டமிடுகிறார். இதன் சூட்சமத்தை வெளிக்கொணர்வது இங்கே கட்டாயமாகிறது. இதனைப் புரிந்துகொள்வதற்கு முன் புரட்சிகரமாக வளர்ந்தோங்கிய பௌத்தத்தை எதிர்ப் புரட்சியின் மூலம் வீழ்த்திய

Many have written on Buddhism and Buddha's biography by using the Pali text. Many believed that whatever is mentioned in the text is a truthful description of historical events. Many read the Buddhist texts at their face values but Ambedkar refused to follow such readings. Instead, he followed a different method of understanding i.e. to understand the tradition of compilation of the texts as well as nature of possibility in an event which reflects historical reality than mythical narration. It may also be observed that there was more emphasis on the textual tradition rather than understanding the tradition of the compilation of the texts.

Ancient texts are the main source of writing on Buddha and his teachings. There are numerous contradictions in many scholarly works because Buddha was conceived as a divine figure and whatever was written in the text was deemed to be an authentic account. (BAB-102, B.R. Ambedkar Society and Culture, IGNOU, p.106)

[125] அம்பேத்கரது 'புத்தரும் அவர் தம்மமும்' நூலில் இடம்பெறும் நூல் *3* (புத்தர் எவற்றைப் போதித்தார்) மற்றும் நூல் *4* (மதமும் தம்மமும்) ஆகியவைகளை காண்க.

பார்ப்பனியத்தைப் பற்றியும் [126] நாம் விளங்கிக்கொள்ள வேண்டியுள்ளது.

தனது காலத்தில் இருந்த நடப்புகளை மனதில் கொண்டு, சடங்கு, வேதம் இவற்றிற்கு எதிராக இயங்கிய மனிதரே புத்தர்[127] என ஆசிரியரும் பண்டைய புத்தரைப் பற்றி தெய்வீகதன்மையற்ற புரிதலையே கொண்டுள்ளார். காலப்போக்கில் எழுதப்பட்ட வெவ்வேறு நூல்களின் மூலம் புத்தர் தெய்வீகமாக்கப்படுகிறார் என்பதனையும் ஆய்வாளர்களின் எண்ணற்ற மேற்கோள்களை கொண்டுள்ள அவரின் நூலின் வழியாகவே நாம் புரிந்துகொள்ளலாம். "கி.பி. நான்காம் நூற்றாண்டில் குப்தர் ஆட்சியின் தொடக்கக் காலத்திலிருந்து போதிசத்வர் எண்ணிக்கை கூடிற்று; புதுத் தேவர்களும் தேவதைகளும் சேர்ந்தனர்" [128] என்ற ராகுல் சாங்கிருத்யாயன் அவர்களின் மேற்கோள் இதற்கான சிறந்த உதாரணம். மனிதராக இருந்த புத்தர் எண்ணற்ற திரிபுகளின் வழியே தெய்வத்தன்மையுடைய, வைதீக பார்ப்பன புத்தராகவும் ஆக்கப்பட்டுள்ளார் என்பதை அம்பேத்கரும் அறிவார் [129] . பௌத்தம் செழித்திருந்த

---

[126] *It must be understood that the preaching of equality among the masses was detrimental to the hegemony the Brahmins were enjoying for all times before the Buddha. When that was challenged and when yajnyas were opposed to by the Buddha, their livelihood came in jeopardy. They fought Buddhism both ways, from outside as well as by entering the Sangha. The prejudice of supremacy was not altogether gone from the minds of the Brahmins even after joining the Sangha. (Source: Dr. K. Jamanadas, Original Buddhism And Brahminic Interference)*

[127] பக். *510*

[128] பக். *517-518*

[129] *The element of exotic past and the mysticism was so strong in the imperial and the Brahmanical interpretations that Ambedkar singularly went for de-mystification of the tradition and projected Buddha as a historical human being.*

...

While writing The Buddha and his Dhamma, despite quoting the Pali texts, he did not get carried away by the sheer descriptions in the text itself. For example, the last journey of Buddha is mentioned in the

காலக்கட்டத்தில் இதுபோன்ற கள்ளத்தனமான எதிர்ப் புரட்சியின் வழியாகவே பார்ப்பனியம் பௌத்தத்தை வென்றது என்பதை அம்பேத்கர் சுட்டிக்காட்ட தவறவில்லை [130].

Mahaparibbanasutta of the Digha Nikaya. The textual account mentions the dialogue between the Shakra (Indra) and the Buddha but Ambedkar did not consider it as a historical reality and omitted many of such descriptions that were unhistorical in nature. Similarly the mention of Mara in all the biographical text of the Buddha needs to be understood differently. Ambedkar does not read it as a historical reality. The Mara episode is mentioned at the time of the enlightenment. It needs to be understood as a personification of desires or the state of mind through which Buddha might have passed. (BAB-102, B.R. Ambedkar Society and Culture, IGNOU, pp.108-109)

[130] *Buddhism, says Dr. Ambedkar, swept the land as no physical conqueror had ever done in India's history. Within a few generations almost the entire country especially the masses and the trading classes went over to Buddhism.*

Brahminism was in the grip of mortal fear. In fact, it would have been wiped out had it not been for the shrewd adaptability of the Brahmins who were prepared to throw overboard every social and religious institution which they had championed for centuries and on which they had flourished for ages if only Brahminism could be saved. What did the Brahmins do?

…

…

when Buddha came out preaching abolition of animal sacrifices and religious ceremonials the masses to whom the new doctrines appealed both economically and ethically eagerly accpeted them and scrapped Brahminical teachings.

How did Brahminism save itself from the surging tide of Buddhism? It straight-way gave up all the sacrificial and ceremonial part of Hinduism. The cow that was slaughtered so far was, to outbid Buddha, covered with the highest sanctity.

Any one who knows the central teachings of the Buddha is quite bewildered after reading the Sutta Pitaka as we find it now wrapped about by the mythical drapery, disfigured by additions of purely Brahmanic ideas entirely foreign to the original Buddhist thought and distorted by the twists and turns given to it by monastic ideas intended to enforce monastic ideals.[131]

பௌத்தத்தை கோட்பாடு ரீதியில் எதிர்கொள்ள முடியாமல், இறுதியில் பௌத்தத்தையே உள்வாங்கி, அதில் மெல்ல தனது கற்பிதங்களை புகுத்தி, புத்தரையே தெய்வத்தன்மையாக்கி வெற்றிகண்ட பார்ப்பனியத்தை அம்பேத்கர் மறந்து விடவில்லை. எனவே, 'புத்தரும் அவர் தம்மமும்' நூலை எழுதுகையில் பௌத்தத்தில் ஏற்பட்ட பிளவுகளையெல்லாம் புறந்தள்ளி பகுத்தறிவுக் குறிப்புகளை மட்டுமே அனுமதிக்கும் புத்தரின் வரலாற்றை எழுத வேண்டும் என்பதோடு அவர் நோக்கம் முடிவடையவில்லை. பிளவுக்குண்டான பௌத்த மார்க்கத்தை மேலும் பிளவுபடுத்தாமல், அதே சமயம் பிளவுபட்டவைகளை நிராகரிக்கக்கூடாத நோக்கத்திலேயே அவர் புத்தரின் வாழ்க்கை வரலாற்றை அனுகுகிறார். மகாயானம்,

---

The meat-eating Brahmin became a strict vegetarian. Wine bibbing came to an end. Hinduism assumed a puritanical covering.

...

...

In order to prevent the Kshatriyas going over to Buddhism the Brahmins offered them equality with themselves ... The one great teaching that the Brahmins did not accept was the theory of equality and abolition of the "Chaturvarna" caste system. But they did one thing. They, for the time being, put the Kshatriyas on the same level as themselves, relegated the Gods of Brahmin birth to the background, installed Kshatriya Gods in their places and came to other time-serving compromises. (BAWS, Vol. 17, Part One, pp.303-305)

[131] *BAWS, Vol. 17, Part Two, P.110*

தேரவாதம் இவற்றையெல்லாம் தாண்டி பௌத்தத்தின் மீது அதீத அக்கறைக் கொள்கிறார் அம்பேத்கர்[132].

பௌத்தத்தில் எந்தப் பிரிவுக்கு மாற வேண்டும் என்பதைப் பற்றியெல்லாம் அம்பேத்கர் எழுதியது கிடையாது என்பதை நாம் கவனத்தில் கொள்ள வேண்டும். இந்து மதத்திலிருந்து முழு விடுதலைக்கான வழியாக அவர் காட்டியது பௌத்தம். பௌத்தத்தில் சிறந்த மரபு அல்லது பிரிவு எது என்பதை விவாதமாகக் கூட அவர் பேசவில்லை. அசித்தரின் வருகை, அவர் சித்தார்த்தரை வலப்புறமாக சுற்றுவது, ஸ்வஸ்திக் சின்னம் உடையதாயிருந்த சித்தார்த்தரின் கரமும், சக்கர மகிமை பொருந்திய கணுக்காலும், பிரம்ம சஹம்பதியின் பிரகடனம், சுஜாதா உணவளித்த பாத்திரம் நீரோட்டத்தை எதிர்த்து மிதக்கும் நிகழ்வு, போதிசத்வரின் பத்து வாழ்வுகள்[133] போன்றவைகளை

---

[132] *When Ambedkar's book was published, it was badly criticized in the Mahabodhi Society journal. The textual tradition was hovering so large on the mind of the educated class that they failed to understand and appreciate Ambedkar's quest for demystification of the tradition. However, Ambedkar was no more by then. There was no one to understand his contentions. It was only Bhadanta Ananda Kausalyana who had replied to all the criticism hurled at Ambedkar's book. Kausalyana not only translated the book into Hindi but also was the first one to provide references in the book. It paved way to study further the composition of The Buddha and his Dhamma.*

The intellectual project of Ambedkar was devoid of exoticism, mysticism and mythicism. This potential was hardly realized by many of his followers due to lack of understanding of methodology of interpretations. Only recently, with the renewed interest, people have started reading Ambedkar very differently. Today, the very people who had criticized Ambedkar for writing The Buddha and His Dhamma, have started praising and re reading his book such as in Sri Lanka, Thailand and Japan. For Tibetans, it is going to be a daunting task because Tibetan Buddhism has always been marred with the ideas of mysticism. (BAB-102, B.R. Ambedkar Society and Culture, IGNOU, p.110)

[133] *The Mahayanist changes are far reaching, as is well known. The personality of the Buddha is changed from a human being to something*

அம்பேத்கர் இதன் அடிப்படையிலேயே அனுமதிக்கிறார். *Lalit Vistara, Buddhacharita, Anguttara Nikaya, Majjhima Nikaya* போன்ற பௌத்த நூல்களிலிருந்தே புத்தரின் வாழ்வை கட்டமைக்க வேண்டிய குறிப்புகள் உள்ளதால் புராண விவரணைகள் சிலவற்றையும் கதையின் ஓட்டம் பாதிக்காமல் இருக்க 'புத்தரும் அவர் தம்மமும்' நூலில் இடம் பெற்றுள்ளன. நூலில் உள்ளதாலேயே இந்த புராண விவரணைகளின் மீது அம்பேத்கர் நம்பிக்கையும் கொண்டுள்ளார் என்பது தவறு. புத்தரின் வாழ்க்கைக் குறிப்புகள் பற்றி இவ்வாறு நூல்களில் எழுதப்பட்டுள்ளது என்பதை விவரிக்க மட்டுமே அம்பேத்கர் முனைகிறார். பௌத்தத்தை உள்வாங்கியபின் பிளவுபடுத்திய பார்ப்பனியத்தை [134] இக்காலக்கட்டத்தில் வீரியத்துடன்

---

like a divine being, three-kaya doctrine is introduced, even the aim of Buddhism is changed from Nibbana to Buddha-hood. Concept of Arhant is replaced by that of Bodhisatva. This all bridges the gap between the Brahminic religion and Buddhist religion. From the point of view of common man, there remains not much difference between Buddhism and Brahminism. (Source: Dr. K. Jamanadas, Original Buddhism And Brahminic Interference)

[134] *Counter Revolution by Brahminism*

In Brahminic priestly circles, Panini around 350 B.C. brought in Sanskrit grammar, changed all old Vedic language. A century later around 250 B.C. Katyayana, who ridiculed Asoka as a 'grass eating king', flourishes and makes Sanskrit more hardened and restricted. This is furthered by Patanjali around 150 B.C. - after Pushyamitra's counter-revolution - actually started Ashwamegha sacrifices.

Last Mauryan Buddhist king Bhahidrath was assassinated around 185 B.C by his Brahmin commander of army - Pushyamitra Shunga - who usurps the throne, comes to power and open massacre of Buddhists starts. They got entry to Sangha and now could manipulate, gradually and slowly but firmly changed the concepts in Pali, the concepts of Buddhist canonical words like Bodhisatva etc. and gave them new meanings. New concepts are brought in. All these concepts are

எதிர்க்கொள்ள பிளவுபட்டிருக்கும் பௌத்தத்தை ஒருசேர எழுச்சியுற செய்யும் அறிவார்ந்த முயற்ச்சியாகவும் இதனை நாம் புரிந்துகொள்ள வேண்டும். மே *24, 1956* அன்று அம்பேத்கர் பேசிய உரையை பற்றிய செய்திக் குறிப்பில் அம்பேத்கரின் இம்முடிவை நம்மால் உணரக்கூடும்:

> *He told his followers that his book on Buddhism would be published soon. He had closed all the breaches in the organization of Buddhism and would now consolidate it; so the tide of Buddhism would never recede in India.*[135]

பௌத்தத்திற்கு மாறிய மணக்கத்தகாதவர்கள் அனைவரும் பௌத்தத்தில் உள்ள பல்வேறு மரபுகளுக்குள் சிக்குண்டு தங்களை பிளவுபடுத்திக் கொள்ளாமல் இன்றளவும் தாங்கள்

Mahayanist. Mahayana spread all over the world, it slowly changed and went nearer to Brahminism.

After Pushyamitra came to power, they captured viharas, killed the Bhikkus, who were predominently Pali speaking, as we do not see any non-Brahmin and Pali speaking Bhikku of any stature after Pushyamitra Shunga's counter-revolution. Of course, these things would not be recorded. Overseas Buddhists, who are not conversant with the Chaturvarnya and caste system feel that Brahmins helped Buddhism. It is not too difficult to comprehend these changes if one recollects the present day Indian scenario of previous political party passing over reigns of power to present rulers.

During the post Pushyamitra period, we see only one important book in Pali, i.e. 'Milind-Panho' having dialogues of King Milinda with Nagsena, a Brahmin Bhikku. The first three chapters of the book are in keeping with the original ideas of the Buddha, but after that the rest of the book tends to lean towards the Brahminic ideology and concepts are imaginary and miraculous. The Chinese translation of this book does not contain these last chapters. (Source: Dr. K. Jamanadas, Original Buddhism And Brahminic Interference)

[135] *BAWS, Vol. 17, Part Three, p.517*

அனைவரும் பௌத்தர்கள் என்ற ஒரே அடையாளத்தின் கீழ் திரள்வது ஒரு படைப்பாளியாய் 'புத்தரும் அவர் தம்மமும்' நூலை எழுதிய அம்பேத்கரின் ஆளுமையை [136]

---

[136] *Ambedkar presents Buddha not as a superhuman being but a human being with difference. He mentions in the introduction of the book that whoever presented life and teaching of Buddha has been very puzzling. The reason for such an observation is because the life and teaching of Buddha was always presented from a mysterious and a divine point of view. Ambedkar depended on Nikayas (colections of suttas from Sutta Pitaka) to reconstruct the life events as well as teaching of the Buddha. Sutta Pitaka has five nikayas (collections):*

Digha Nikaya, the long discourses.
Majjhima Nikaya, the middle-length discourses.
Samyutta Nikaya, the connected discourses.
Anguttara Nikaya, the numerical discourses.
Khuddaka Nikaya, the minor collection.

The book also demonstrates Ambedkar's deeper understanding of the textual tradition because all the texts were compiled after Buddha's death. Therefore, it becomes important to study the textual tradition as well as tradition of compilation of the text itself.

One good example would be the Vinaya Pittaka which mentions the two Buddhist councils. The second Buddhist council was held a hundred years after Buddha's death, thus proving that the compilation of Vinaya Pittaka went on for a long period of time.

Texts other than the Nidanakatha belonged to later traditions and hence were not given due consideration in constructing the life events of the Buddha. However, Ambedkar and Kosambi understood those texts very differently. Thus importance of Buddhacharita becomes pivotal. Ambedkar praised the poetic expressions of Ashvaghosha and remarked that no one could excel his poetic quality.

Though most of the analysis has been made in the Pali or the Thervadin tradition, Ambedkar did not confine himself to the Pali tradition alone.

உறுதிப்படுத்துகிறது. 'நவயான பௌத்தம்' என்ற சொல்லாடலை அம்பேத்கர் பயன்படுத்தியது கிடையாது. அதுபோன்றொரு புதுப் பயன்பாட்டை பௌத்தத்தின் ஒற்றுமை கருதி அவர் நிராகரித்தே இருப்பார்,

'Navayana'- Tracing the Source of it

The only source that I could find in tracing the connection between Dr. Babasaheb Ambedkar and the term 'Navayana' is Dr B.R. Ambedkar's following Press interview on 13th October 1956 at Sham Hotel, Nagpur:[137]

> *"I will accept and follow the teachings of Buddha. I will keep my people away from the different opinions of Hinyan and Mahayan, two religious orders. Our Bouddha Dhamma is a new Bouddha Dhamma, Navayan."*

Also, I am not sure if this interview was given in English, Marathi or Hindi. I look forward in getting to know the complete details about this interview. It would better explain the context and relevance of the term 'Navayan'.

He even quoted Asang in explaining the thesis of pratitya-samvutpada. Therefore, it is wrong to say that Ambedkar relied only on the Thervadin/Hinayana tradition and did not pay attention to the Mahayana tradition. (BAB-102, B.R. Ambedkar Society and Culture, IGNOU, p.107-108)

Ambedkar made a selective choice by adopting the principle of non contradictions. He finds many discourses contradictory to the basis tenants of Buddhism or the principles with which Buddha lived and preached. He studied many Buddhist texts seriously. There is also a background work to this book. (BAB-102, B.R. Ambedkar Society and Culture, IGNOU, p.105)

[137] *But this interview could not be found in the English Volumes published by Maharashtra Government (BAWS- Dr.Babasaheb Ambedkar Writings and Speeches)*

Going by the quote, it also raises the question whether 'Navayan' is used by Babasaheb as a 'nomenclature' or 'term' to differentiate his Buddhism from Hinyan and Mahayan. If so, he should have popularized it or even hinted about 'Navayan' as a new terminology during the conversion that happened next day or during the days before/after conversion or at least in his book 'The Buddha and His Dhamma'. But we could not find any direct hint from him for the specific usage of the term 'Navayan'. Rather, I am also skeptical whether Babasaheb would have wanted to popularize the term 'Navayan'. He was more concerned about uniting Buddhism than promoting the factions. The speech he gave on 24th May 1956 becomes relevant here:

> *He told his followers that his book on Buddhism would be published soon. He had closed all the breaches in the organization of Buddhism and would now consolidate it; so the tide of Buddhism would never recede in India. (BAWS, Vol. 17, Part Three, p.517)*

The above stance could also be seen in the construction of 'The Buddha and His Dhamma' written by Babasaheb himself in which we cannot find any mention about the different sects in Buddhism.

And most importantly, when he was very eager in fostering fraternity among the Buddhist countries and expecting them to give a helping hand in the revival of Buddhist Movement in India, it raises question whether he would have been interested in the popularization of the new term 'Navayan'. The present scenario in fact evinces the demarcation of 'Navayana' (Ambedkarite) Buddhist from the rest of the Buddhists.

If his Press interview on 13th October 1956 at Sham Hotel, Nagpur is authentic and reliable, is the term 'Navayan' used by him is merely a passing reference or was intended to specifically define a new sect of Buddhism? It should be the responsibility of Buddhists and Ambedkarists to throw proper light on these questions. In this regard, the book 'Reflections on Contemporary Navayana Buddhism Context, Debates and Theories' co-authored by Shaileshkumar Darokar, Subodh Wasnik and Bodhi S.R offers us significant insights:

> *Navayana, we opine is not a separate religion, but a methodology of total emancipation within Buddhism, and like many other methodology/ies in Buddhism, it is both a mode of ontological*

> *epistemological enquiry and a scientific path to awakening the self through relentless effort, engaged observation and insight gained of the true nature of reality. (In the 'Preface')*
>
> ...
>
> *On the evening of October 13, 1956, Dr Ambedkar held a press conference and told news reporters that his Buddhism would follow the tenets of the faith as taught by the Buddha himself. It is essentially an act of taking refuge in the Buddha, the Dhamma, and the Sangha which is common to every Buddhist in the world across all sects and schools they belong to. He clearly declared to the reporters and made a statement that he would not involve his conversion into a new-sect and will not involve his people in a differences which had arisen on account in the history of Hinayana, Mahayana, or Vajrayana. His approach would be new and based on liberation from suffering that transcends an argument of falling into dialogues of sectarianism. Here he hinted that one might call it a Navayana.*
>
> *Although Dr. Ambedkar only used this word once, it has come to stand for his approach to Buddhism. This approach has its unique characteristic in the way he tries to bring out the Buddha's teachings in a way that speak to the modern world. (In the 'Foreword' by Dr. Santosh Raut)*

இனி புத்தரின் தம்மத்தை மையமாகக் கையாளாமல் புத்தரின் வாழ்க்கை நிகழ்வுகளைச் சுற்றியே விமர்சனங்களை வைக்கும் ஆசிரியரின் பலவீனத்திற்கான காரணங்களை கவனிப்போம்.

புத்தரின் தம்மத்தை மழுங்கடிப்பதை விட அவரது வாழ்க்கை தொடர்புடைய விவரணைகளை கலங்கடிப்பது ஆசிரியருக்கு எளிதாகிறது. நிகாயங்களிலும் சுத்தாக்களிலும் காணப்படும் புராண விவரணைகளே புத்தரின் மீது வைதீக சாயலையோ, தெய்வீக சாயலையோ யாரொருவர் பூசுவதற்கும் போதுமானது. இருப்பினும் புத்தரின் வாழ்வைப் பற்றிய வரலாற்றினை தர்க்க ரீதியில் கட்டமைக்க முற்படும் எந்தவொரு ஆய்வாளருக்கும் இதே நிகாயக்களும் சுத்தாக்களுமே தேவைப்படுகிறது. புத்தர் மறைந்து நான்கு நூற்றாண்டுகளுக்குப் பிறகே இந்நூல்களின் தொடக்கம் இருந்தாலும் அவரின் வாழ்க்கை மற்றும்

போதனைகளை உள்ளடக்கிய காலவரிசையில் முதன்மையான கோப்புகளும் இவைகளே. இதன் அடிப்படையிலேயே அம்பேத்கரும் இவற்றை கையாள்கிறார்.

காலவரிசையில் நாம் முன்னோக்கி நகர நகர மேலும் சிக்கலுக்குள்ளாகிறது பௌத்தம். பல பிரிவுகளாகி பலதரப்பட்ட கோட்பாடுகளையும் உள்ளடக்கியவையாக பௌத்தம் மாறி இருப்பதைப் பற்றி *Rhys Davids* பின்வருமாறு எழுதுகிறார்,

> *And I venture to assert that most people draw the conclusion that we have two distinct Buddhisms to deal with, one made in Nepal, the other made in Ceylon. Every one now agrees that this is all wrong. What we have is not two, but very many different sorts of Buddhism; <u>for almost every book gives us a different doctrine</u>.*
>
> *The more authoritative and ancient books, whether written in Pali or in Buddhist Sanskrit, are none of them either northern or southern. They all, without any exception,- claim to belong, and do actually belong, to the Middle Country, as the Indians call it, that is, to the Ganges Valley...*
>
> *There is not now, and never has been, any unity either of opinion or of language in what is called northern, or in what is called southern Buddhism. There is a distinct disadvantage in continually suggesting a unity which has no existence in fact. In a word, the current division of Buddhist literature into northern and southern is entirely unscientific, and misleading. It contains a suggestio falsi in at least two important respects. It cut across the only division that has a scientific basis, the division, not according to the locality whence we get our modern copies, but according to time, according to date of origin. Why then continue the use of an ambiguous phraseology which may be (and which we know, from experience, will be) misunderstood? The only way to avoid endless confusion is to drop the use of it altogether... The word "northern" has been replaced by "Tibetan", "Japanese", "Mahayanist", etc., according to the context. There has been no loss in clearness, or in conciseness, and much gain in precision...*

We know a great deal now of developed or corrupted doctrine current in Ceylon, of new technical terms invented, of new meanings put into the older phrases. Not one single instance has yet been found of any such later idea, any such later form of language, any such later technical term, in any one of the canonical books.

The philosophic ideas of the ancient Buddhism, and the psychological ideas on which they were based, were often curtly, naively, confusedly expressed...[138]

புத்தர் பரப்பிய பகுத்தறிவுக்குட்பட்ட போதனைகளை கண்டறிவதில் சிக்கல்கள் இருக்கவே செய்தாலும் ஆய்வின் அடிப்படையில் திரிபுகளை பிரித்தெடுப்பதும் சாத்தியமாகிறது[139]. பௌத்த பேரவைகளை ஆய்வுப் பார்வையில் பார்க்கத் தொடங்கினாலே இருட்டடிப்புகள் வீழ ஆரம்பிக்கின்றன. முதல் பௌத்த பேரவை[140] மற்றும் இரண்டாம்

---

[138] *Rhys Davids, Buddhist India, pp.110-112*

[139] *It is important to realize that everything in Tipitaka is not original Dhamma of the Buddha. So scholars, specially those in Pali Text Society of London, have tried to find out original teachings. Scholars in UK have better access to their works and they could explore it better. More research is needed in this field. (Source: Dr. K. Jamanadas, Original Buddhism And Brahminic Interference)*

[140] *The First Council:*

Mahakassapa was the Brahmin Bhikku who presided over the First Sangiti. The Buddha had exchanged Chivars with him, which shows his respect and status in the Sangha. It is usually believed that Abhiddhamma Pitaka is by Mahakassapa, though some believe it to be by Sariputta. It is said that Sariputta was called 'Dammasenapati', and was whole and sole in the Sangha and he would lead after the Buddha. So both were having positions of importance and prestige created for them by putting the words in the mouth of the Buddha to that effect.

பௌத்த பேரவை[141] பற்றிய ஜமனாதாஸ் அவர்களின் பார்வை இதற்கானொரு சிறந்த முயற்சி எனலாம். எனவே அம்பேத்கர்

Sariputta wrote "Niddesh", which is a commentary on 'Sutta Nipat' in Sutta Pitaka, thus creating a tradition of writing of comentary on a book of the Tipitakas. This phenomenon seems rather strange, to say the least, because many times the commentaries become more important than the original. Many passages in the Tipitakas show glorification of Brahmins.

"Sangit pariyay Sutta" in Digha Nikaya is written by Sariputta. This does not contain "samyak" Noble eight fold path, but "mithya" eight-fold path. This misled Mrs. Rhys Davids into saying that "Noble Eight-fold Path" was not original gospel of the Buddha. Dhamma Chakka Pavattana Sutta, containing "Noble Eight-fold Path" is the main Base of the Buddha's teachings, and it appears that Sariputta tried to destroy its importance. (Source: Dr. K. Jamanadas, Original Buddhism And Brahminic Interference)

[141] *The Second Council:*

Second Sangiti was the crucial point in the history of Sangha. The reason for disputes given by Sri Lankan tradition is that ten rules of Vinaya were not observed by those who broke away. Chinese Tibetan tradition says the doctrinal changes of Mahadeva was the cause. Both are very flimsy grounds to break up - an offense of 'Sanghadises'.

There must be other reasons, which become apparent if we look at the activities of those who broke up. These Brahmins were calling themselves Mahasanghikas. They were all Eastern Bhikkus and had captured even Rajgriha and Nalanda and Vaishali. They wrote in Sanskrit. As nobody knew Sanskrit except Brahmins, it follows that they were mostly, if not all, Brahmins. It becomes clear that it was their intention, to start with, to divide the Buddhist Sangha.

After they split, they not only changed the 'Vinaya' — about which they had grudge and for which they had a 'mahasangiti' — but they also changed the 'Dhamma' and laid down new Dhamma contrary to established one. They claimed originality and orthodoxy, but declared Buddha as 'lokottara' — superhuman, having no worldly attributes —

எழுதியிருக்கும் புத்தரின் தம்மத்தை கோட்பாடு ரீதியில் வீழ்த்துவது எட்டாக்கனியாகவே ஆசிரியருக்கு படுகிறது. அம்பேத்கரின் பௌத்த கோட்பாட்டின் அடிப்படையில் வைதீக புத்தரையோ, பார்ப்பன புத்தரையோ அல்லது தெய்வீக புத்தரையோ நிறுவ முயன்றாலும் ஆய்வு ரீதியில் மோசடியாகவே விரைவில் அறியப்படும் என்பதனையும் நன்கு உணர்ந்தே அவர் புத்தரின் வாழ்கை குறிப்புகளுக்குள்ளேயே தனது விமர்சன பணியை சுருக்கிக் கொள்கிறார்.

'sashrava dharmas', and his 'rupa kaya' has limitless powers, he is always in trance — 'samadhi'. He came to earth for enlightenment of worldly beings. Bodhisatva concept was put forward. They believed in plurality of Buddhas and changed the summum bonum from Arhanthood to Buddhahood. Thus degrading the 'arhants'- followers of Pali Buddhism. All this, you could not really say, happened because of ten rules of Vinaya. It shows their intention — to start with — was to divide the Sangha and not just ten minor rules like eating of salt etc.

Sanskrit speaking Bhikkus in Mathura region also formed their own Bhikku Sangha separating from the original Bhikku Sangha and called themselves Sarvastivadins and remaining original Sangha was Pali speaking, which was the original mother tongue and language of all northern and central India, and was known as Sthavirvadi, with their HQ at Avanti (now Ujjayin) in Central India in MP. It was the Avanti Tipitaka which was taken to Ceylon by Mahinda, son of Asoka the Great. Its language is akin to that of the Girnar Edict. These Bhikkus lost all influence in Eastern India - the original area of the Buddha. Thus Sangha got divided into three Buddhist orders.

It must be understood, as Rhys Davids pointed out, wherever the Buddha went - and he had come to west right up to Mathura and beyond - he did not require the assistance of any interpreters. The masses knew the language of the Buddha. Whereas these Bhikkus avoided the language of masses and went nearer to Brahminism by adopting Sanskrit. Their doctrines led in later times the formation of Mahayana school. (Source: Dr. K. Jamanadas, Original Buddhism And Brahminic Interference)

இப்படி புத்தரின் வாழ்க்கை குறிப்புகளின் அடிப்படையிலேயே விமர்சனங்களை வைப்பதில் மற்றொரு பயனும் ஆசிரியருக்கு அமைகிறது. புத்தரின் வரலாற்றை மீட்டெடுக்க மூலமாய் அம்பேத்கர் எடுத்துக்கொண்ட பௌத்த நூல்களில் உள்ள பல நிகழ்வுகளை, ஆய்வுக்குட்படுத்துவதாய் விவரித்துக்கொண்டே, பகுத்தறிவுக் கேள்விகளை எழுப்பி, திசை திருப்பும்படியான விளக்கங்களை கட்டமைப்பது அவருக்கு எளிதாகிறது. அம்பேத்கரின் 'புத்தரும் அவர் தம்மமும்' நூலில் உள்ளதை அலட்சியம் செய்து அந்நூலுக்கான மூல/பண்டைய பௌத்த படைப்புகளில் கிடைக்கும் பகுத்தறிவற்ற விவரணைகளையெல்லாம் அம்பேத்கரின் புத்தருக்கு எதிராய் அணிசேர்க்கும் போது பெரும்பாலோருக்கு இந்த வேறுபாட்டின் *(Nuance)* மறுபுறத்தில் குடிக்கொண்டிருக்கும் வன்மமும் ஆய்வு மோசடியும் புலப்படுவதில்லை. மிக எளிதாகக் கூற வேண்டுமென்றால் புத்தரின் வாழ்க்கை தொடர்புடைய புராண விவரணைகளை அம்பேத்கர் எடுத்தாண்டாலும் தவறு, எடுத்தாளாவிட்டாலும் தவறு என இரண்டையுமே ஆதாயமாக்கிக் கொள்கிறார் ஆசிரியர்.

புராண விவரணைகளை மூலமாக அம்பேத்கர் எடுத்தாளும் போது ஆசிரியரின் விமர்சனப் போக்கு,

> அதன் பின் ஏழு வயதான ராகுலனை புத்தர் மதம் மாற்றியது குறித்து எந்த அறிவாராய்ச்சியும் செய்யாது பௌத்தப் புராணங்களை யதார்த்தம் தொனிக்குமாறு மாற்றுவதிலேயே அம்பேத்கர் கவனம் கொள்கிறார்.[142]

ராகுலனின் வயது சம்பந்தமாக மற்றொரு இடத்தில்,

> பௌத்த புராணங்கள் என்ன சொல்லியிருக்கிறதோ அதை நமக்குச் சொல்லுகிறார் அம்பேத்கர்.[143]

சோபகா மற்றும் சுப்பியாவின் கதையை விமர்சிக்கையில்,

[142] பக். 564

[143] பக். 566

> இதுபோன்ற கதைகளைச் சொல்ல அம்பேத்கர் ஆதாரமாக எடுப்பது புத்தர் கதைகளைத்தானே ஒழிய வலுவான ஆதாரங்களையோ, தர்க்கத்திற்கு உட்பட்ட யோசனைகளையோ அல்ல.[144]

சுத்தாக்களை அம்பேத்கர் கையாள்கிறார் என்பதை விமர்சிக்கையில்,

> உண்மையில் அவர் பண்டைய பௌத்தத்தைக் கண்டடைய நினைத்திருந்தால், துணிச்சலான முறையில் பௌத்தத்தை மறுகட்டமைப்பே செய்திருக்கலாம்.[145] அப்படிச் செய்திருந்தால் அவரது ஆய்வுகள் மூல பௌத்தத்தின் சாரமாக இருந்த, பகுத்தறிவு அம்சங்களையாவது முன்வைத்து விவாதித்திருக்கும். ஆனால் அவரோ, புத்தரை ஒரு கடவுள் ஆசனத்தில் ஏற்றி வைக்கிறார். எந்த சுத்தாக்கள், புராணங்கள் இடைச்செருகல்கள் என்று சொன்னாரோ, அத்தகைய சுத்தங்களில் உள்ள கருத்து முதல்வாதப்

---

[144] *பக். 584*

[145] புத்தரின் தம்மத்தை அம்பேத்கர் தொகுக்கையில் அறிவியலுக்கு உகந்த பகுத்தறிவு அம்சங்களைக் கொண்ட கோட்பாடுகளை மட்டுமே அனுமதிக்கிறார். கடவுள், ஆன்மா, முற்பிறவி, மரணத்திற்கு அப்பாற்பட்ட உலகம் என அனைத்தையும் அம்பேத்கரின் புரிதலில் புத்தர் நிராகரிக்கிறார். மறுபிறவி சம்மந்தமான புத்தரின் கூற்றையும் *(1) Rebirth of What and (2) Rebirth of Whom* என தெளிவாக பிரித்து *He (Buddha) believed in the regeneration of matter and not in the rebirth of the soul. (Dr. B. R. Ambedkar, The Buddha And His Dhamma, p.332)* என அம்பேத்கர் விளக்குகிறார். விஞ்ஞானமற்ற பல பௌத்த பிரிவுகள் இதனாலேயே அம்பேத்கரின் நூலினை முழுதாக ஒத்துக்கொள்ளவில்லை.

துணிச்சலான முறையில் பௌத்தத்தை மறுகட்டமைப்பே செய்திருக்கலாம் என ஆசிரியர் கூறுகையில் சித்தாந்தவியல் பற்றியும் அதன் பயன்பாடு பற்றியும் அவரது அறியாமையே வெளிப்படுகிறது.

> புனைவுகளையே[146] நம்பி தன் புத்தரை கருத்து முதல்வாதியாகக் கட்டமைக்கிறார். உண்மையில் பெறுமதி வாய்ந்த புத்தரது அணுகுமுறைகளைக் கீழே தள்ளி, மகாயான புத்தரைக் கெட்டியாகப் பிடித்துக்கொள்கிறார்.[147]

பகுத்தறிவற்ற புராண விவரணைகளை அம்பேத்கர் எடுத்தாளாத போது ஆசிரியரின் விமர்சனப் பாங்கினை சற்று கவனிப்போம்:

அம்பேத்கர் எழுதிய நூல்கள் எவை (இங்கே 'புத்தரும் அவர் தம்மமும்') என்பதும், அம்பேத்கர் தன் நூலில் மேற்கோளாய் பயன்படுத்தும் நூல்கள் எவை (இங்கே, 'அம்பத்தா சுத்தா') என்பதும் வித்தியாசப்படுத்தி விளங்கிக்கொள்ளத் தெரியாததன் விளைவே ஆசிரியரின் இக்கூற்று,

> அம்பேத்கர் புராணப்பெருமையைக் கூறுகையில் பழைய விவரணைகளை விட்டுவிடுகிறார். தானே உண்டாக்கிய கதைகளுக்குத் தர்க்கத்தை விட்டுவிடுகிறார். தர்க்கத்தை விடும் நிலையில் புராணங்களை நிரப்புகிறார்.[148]

அம்பேத்கர் புராணப்பெருமையைக் கூறுகையில் பழைய விவரணைகளை விட்டுவிடுகிறார் என்றுரைக்கும் ஆசிரியரின் கூற்றே வைதீக புத்தரை வெறுக்கும் அம்பேத்கரை நிலைநாட்டுகிறது.

> இங்கு புத்தர் செய்த கடுந்தவத்தைப் பற்றிக் கூறும் போது அம்பேத்கர், புத்தர் செய்ததாகச் சொல்லப்படுகின்ற பல

---

[146] கருத்து முதல்வாதம் பற்றிய தனது விளக்கங்களையெல்லாம் தெளிவாகவும், நுட்பமாகவும் ஆசிரியர் அமைக்கத் தவறுகிறார். இங்கே, கருத்து முதல்வாதப் புனைவுகள் எவைஎவை என்பதை கூற்றாக இல்லாமல் விளக்கங்களாக அவர் கையாண்டிருக்கலாம்.

கருத்து முதல்வாதம் முற்றிலும் தவறு, பொருள் முதல்வாதம் மட்டுமே அனைத்து சந்தர்ப்பங்களையும் சரியாக விளக்கிவிடும் என்ற கம்யூனிச நிலைப்பாடுடன் ஆசிரியர் எழுதுவதையும் இங்கே விமர்சிக்க வேண்டியுள்ளது.

[147] பக். 616-617

[148] பக். 296

> தவமுறைகளை வெட்டியிருக்கிறார். ஒருவேளை, இது நீண்டதாக இருக்கும், தேவையில்லை என்று வெட்டியிருக்கலாம் என நாம் புரிந்துகொண்டோமெனில் அது நம் தவறு, அம்பேத்கர் புத்தரது பெருமைகளை விரிவாகவே சொல்ல நினைக்கிறார். அதற்கு இந்த நூலின் பக்கங்களே சான்று. புத்தர் அசைவைக் கூட ஞானத்தின் அசைவாய்க் கண்ட அம்பேத்கர் புத்தரது கடும் தவத்தை அவ்வளவு எளிதாக விட்டுவிடுவாரா என்ன? ஆனால் பல தவமுறைகளை வெட்டி எறிந்திருக்கிறார்[149]. காரணம், அது அவரது சத்திரிய புத்தருக்கு அழகல்ல. புத்தர் இதையெல்லாம் செய்தார் என்று குறிப்பிட்டால் அது அவருடைய புத்தருக்குக் கேடு, அவமானம் என்று கருதியே அவற்றை நீக்கியிருக்கிறார். தேர்ந்தெடுத்த தவப்பயிற்சியை மட்டும் குறித்து அது எவ்வளவு கடினமானது என்பதை மட்டும் அழுத்திச் சொல்ல நினைத்து சரிபகுதியை வெட்டி எறிந்திருக்கிறார்.[150]

பின்பு தர்மானந்தரின் மேற்கோள்கள் மூலம் 5 பக்கங்களுக்கு[151] வெட்டிய பகுதிகளை விவரித்து, ரங்கநாயகம்மாவின் மேற்கோள் மூலம் இரண்டு பக்கங்களுக்கு[152] பகுத்தறிவற்ற அத்தவமுறைகளை விமர்சனம் செய்கிறார் ஆசிரியர்.

பெண்களை பிக்குனிகளாக சங்கத்தில் சேர்ப்பதற்கு புத்தர் கூறிய எட்டு விதிகளைப் பற்றி அம்பேத்கர் *'The Rise And Fall Of The Hindu Woman: Who Was Responsible For It?'*[153] என்ற கட்டுரையில் விரிவான விளக்கத்தை எழுதியுள்ளார். ஆசிரியர் தன் நூலில் அம்பேத்கரின் விளக்கங்களுக்கான முழுமையான மறுப்பையும் எழுதவில்லை. மிக முக்கியமாக, பிக்குகளுக்கும், பிக்குனிகளுக்கும் இடையில் இருக்கும் ஆசிரியர்-சீடர்

---

[149] அம்பேத்கரது புத்தர் இத்தவமுறைகளை நிராகரிக்கவே செய்கிறார். காண்க- *Dr. B. R. Ambedkar, The Buddha And His Dhamma, p.427-432 (specifically point no.11)*

[150] பக். *499*

[151] பக். *499-504*

[152] பக். *505-507*

[153] *BAWS Vol.17, Part Two, p.109-129*

என்பதற்கான அம்பேத்கரின் விளக்கத்தை [154] புறந்தள்ளியே விடுகிறார். இப்படி புறந்தள்ளாமல் இருப்பின் பின்வரும் நியாயமற்ற விளக்கத்தை அவர் அளித்திருக்க மாட்டார்,

> ... பெண்களைச் *(சங்கத்தில்)* சேர்த்துக் கொள்வதை நடைமுறைக் காரணம் காட்டி விளக்குகிறார். புத்தர் பலமுறை மறுக்க, ஆனந்தர் அதற்கொரு உபாயம் சொல்லுங்கள் என்றதும் எட்டுத் தலையாய விதிகளைக் கூறுகிறார். அந்த தலையாய விதிகளை வைத்து அக்காலத்திய பெண்களின் [155] நிலைமையை நாம் உணர்ந்துகொள்ள வேண்டுமா?

> சமத்காரமாக அந்த எட்டுத் தலையாய விதிகள் என்ன என்று அம்பேத்கர் இங்கு சொல்லவில்லை. சொல்லவும் முடியாது. அவற்றைச் சொல்லியிருந்தால் பால் வேறுபாடு காரணமில்லை என்ற அவரது சொந்த தர்க்கத்தை அவரே முறித்தது போலாகிவிடும். அதுவுமின்றி அவரது புத்தர் பார்ப்பன புத்தராகவும் மாறிவிடுகிறார். மாறாக அதை தன் நம்பிக்கைக்கு உகந்த விதமாய் எட்டு விதிகளை வளைத்துக் கூறவேண்டுமென்றால், அவராகவே ஒரு புதிய எட்டு விதிகளை விதிக்க வேண்டிவரும். <u>ஆனால் அது அவரது சொந்த விதிகளாக இருக்குமே தவிர பௌத்த புராண விதிகளாகவோ, பண்டைய புத்தரின் விதிகளாகவோ இருக்காது</u>. இதையும் செய்ய முடியாது அதையும் செய்ய முடியாது. இதற்கு ஒரே வழி எட்டுத் தலையாய விதி, எட்டு தலையாய விதி என்று சொல்லிவிட்டு அது குறித்து எதுவுமே சொல்லாமல் தப்பித்துவிட வேண்டியதுதான். [156]

> 'புத்தரும் அவர் தம்மமும்' நூலில், பௌத்த நூல்களில் இருந்து எடுத்த ஆதாரங்களை <u>தன் மனத்திற்கு உகந்த</u>

---

[154] இந்நூலின் பக். *228-247* பார்க்க.

[155] சங்கத்தில் நுழையும் பிக்குனிகளுக்காகவே இந்த எட்டு விதிகள். பொது சமூகத்தில் வாழும் அனைத்து பெண்களுடனும் இதனை ஆசிரியர் பொருத்திப்பார்க்கத் தேவையில்லை.

[156] பக். *598*

> வகையில் வெட்டி ஒட்டி பகுத்தறிவுக்கு இழுக்கு வராமல் இந்த நூலை ஆக்கியிருக்கிறார்.[157]

என எதிர்திசையில் பயணிக்கத் தொடங்குகிறார் ஆசிரியர். பகுத்தறிவுக்கு இழுக்கு வராமல் அம்பேத்கர் தனது நூலை ஆக்கியிருக்கிறார் என தற்போது எழுதும் ஆசிரியர், 675 பக்கங்கள் வரை பகுத்தறிவுக்கு முரணாகவே அம்பேத்கர் எழுதியிருக்கிறார் என நிறுவ முற்பட்டிருக்கிறார். புராண விவரணைகளைக் கொண்டு அம்பேத்கருக்கு எதிராக தான் கட்டமைத்த வாதங்கள் ஏற்புடையதாகுமா என ஆசிரியருக்கே ஐயப்பாடு உள்ளதுபோல் தெரிகிறது.

> *அதே சுத்தாவை (குடதந்த சுத்தம்) புத்தரும் அவரது தம்மமும் நூலில் குறிக்கும்போது, தனக்கு வேண்டாதவற்றை தூக்கி எறிந்துவிட்டு, வேண்டியதை மட்டும் காட்டி, புத்தர் இதைத்தான் போதித்தார் என நிறுவத் துடிக்கிறார், அதாவது மன்னர் மஹாவிகிதரின் புரோகிதராக புத்தர் பிராமணராக இருந்தார் என்று எடுத்தாண்ட அம்பேத்கர், இங்கு அதை வெட்டியதோடு குலச் சிறப்புகளையும் வெட்டி எறிந்திருக்கிறார். அந்த நூலில் (தொகுதி நூலில்) அந்த சுத்தத்தை எடுத்து விளக்கும் போது பல முற்போக்கு வசனங்களைச் சொல்லி விளக்கியவர் இங்கு ('புத்தரும் அவர் தம்மமும்' நூலில்) அதை காரண காரியமின்றி வெட்டி ஒட்டி புத்தரை பகுத்தறிவாளாராக ஆக்கியுள்ளார்.*[158]

என்பது ஆசிரியரின் அடுத்த விமர்சனம். முதலாவதாக, 'குடதந்த சுத்தா'வைப் பற்றி அம்பேத்கர் தொகுதி நூலில் விளக்கவும் இல்லை, பல முற்போக்கு வசனங்களை அதற்காக அவர் கையாளவும் இல்லை. ஆசிரியர் தவறான தகவலை தருகிறார். *"Another powerful attack against Yadna is contained in his discourses known as Kutadanta Sutta. It is as follows:"* என ஒரு வரி அறிமுகத்துடன் 'குடதந்த சுத்தா' அப்படியே தொகுதி நூலில்[159]

---

[157] பக். 676

[158] பக். 676-677

[159] *BAWS Vol.3, p.195-204*

மேற்கோளிடப்பட்டுள்ளது[160]. அம்பேத்கரின் விளக்கங்கள் என இங்கு இடையில் ஏதும் இல்லை. இரண்டாவதாக, மன்னர் மஹாவிகிதரின் புரோகிதராகவும் பிராமணராகவும் புத்தர் இருந்தார் என்பதனை அம்பேத்கர் கையாளாதது முற்பிறவி தொடர்புடைய அவரது அவநம்பிக்கையையே உணர்த்துகிறது. மூன்றாவதாக, அறநெறி ஒழுக்கம் உள்ள துறவிகளுக்கு கொடுக்கப்படும் கொடை, சங்கத்துக்காக நான்கு திசைகளிலும் விஹாரம் அமைப்பது, நம்பிக்கை கொண்ட உள்ளத்துடன் புத்தரை வழிகாட்டியாகக் கொள்வது போன்ற செயல்கள் அதிக பலனும் அதிக ஆதாயமும் தரக்கூடிய வேள்விகளாக ‘குடதந்த சுத்தா’வில் கூறப்பட்டுள்ளதையும் ‘புத்தரும் அவர் தம்மமும்’ நூலில் அம்பேத்கர் அனுமதிக்கவில்லை. பண்டைய பௌத்தத்தை அம்பேத்கர் கண்டடைய நினைத்திருந்தால், துணிச்சலான முறையில் பௌத்தத்தை மறுகட்டமைப்பே செய்திருக்கலாம் என்று எழுதிய ஆசிரியர் இங்கே ‘வெட்டி எறிந்திருக்கிறார்’ என அம்பேத்கரை விமர்சிப்பது தன் பரிந்துரையை தானே மறுப்பதாய் உள்ளது. இதனையே அஸ்ஸலாயன சுத்தா குறித்தான ஆசிரியரின் கருத்துக்கும் நாம் கூறலாம்,

> மேலும் அந்த சுத்தத்தை, தனக்குகந்த வகையில் வெட்டி நீக்கியதன் மூலம் இன்னும் சரியாகச் செய்ய நினைக்கிறார். காரணம் அச்சுத்தம் பிறப்பு, இறப்பு, நரகம், சொர்க்கம் பற்றியும் பேசுகிறது. இங்கு சாதியை மறுத்தார் என்பதற்கான பகுதிகளை மட்டும்தான் குறித்திருக்கிறார். அதனால் சொர்க்க நரகத்தை இணைத்தால் தவறாகிப் போய் விடுமே என்ற எச்சரிக்கையன்றி வேறேதுமில்லை.[161]

---

[160] இதைப் போன்றே, ‘அம்பத்தா சுத்தா’ பற்றிய அம்பேத்கரது விளக்கங்களும் அவரது தொகுதி நூலில் இல்லை என்பதை நாம் மறக்கக் கூடாது. ஒரு பத்தி அறிமுகத்துடன் (இந்நூலின் பக்.130-131 காண்க) ‘அம்பத்தா சுத்தா’வை அப்படியே மேற்கோளாக மட்டுமே அம்பேத்கர் தருகிறார். ஆனால் ஆசிரியரோ தன் நூலின் பெரும் பக்கங்களை இதற்கான விமர்சனத்திற்கு பயன்படுத்தியுள்ளார்.

[161] பக். 701

பௌத்த புராணங்கள் என்ன சொல்லியிருக்கிறதோ அதையே அம்பேத்கர் நமக்குச் சொல்லுகிறார் என்று முன்பு விமர்சித்த ஆசிரியர் இவ்விடத்தில் ஏன் தன் நிலையை மாற்றிக்கொள்கிறார்?

புத்தரின் வாழ்க்கை விவரணைகளில் பகுத்தறிவை அம்பேத்கர் கட்டமைக்கும் போது ஆசிரியரின் விமர்சனப் பாங்கினையும் இனி கவனிப்போம்:

> *Blessed is the Buddha for his is the path of reason and his is the way of emancipation from superstition. Blessed is the Buddha who teaches the middle way. Blessed is the Buddha who teaches the law of righteousness. Blessed is the Buddha who teaches the peace of Nibbana. Blessed is the Buddha who preaches love, kindness and fellowship to help fellow beings to obtain salvation.*[162]

புத்தரைப் பற்றிய பிரம்ம சஹம்பதியின் இக்கூற்றுக்கு,

> பல உயர்வெய்திய புகழாரங்களைச் சூட்டிய பிரம்ம சஹம்பதி, பிக்குவோ உபாசகரோ ஆகாமல் தெளிவாக பிரம்ம நிலையத்துக்கே போயிருக்கிறார். அதிலும் பிரம்மர் வாயாலேயே மூட நம்பிக்கைகளிலிருந்து விடுவிக்கும் பாதை என்று சொல்ல வைத்த அம்பேத்கரின் பகுத்தறிவை வியப்போடு அசித்தருக்கே சவால் விடுவது போல் அவர் இன்னும் சில வார்த்தைகளைக் கூறுகிறார்.[163]

என்பதாக ஆசிரியர் தொடர்கிறார். பௌத்த நூல்களில் பிரம்மாக்களின் மண்டலத்திலிருந்த ஒரு புராண கதாப்பாத்திரத்தை (பிரம்ம சஹம்பதி) பிக்குவோ உபாசகராகவோ மாற்றியமைக்க வேண்டும் என ஆசிரியர் ஏன் எதிர்பார்க்கிறார் என்பது தெரியவில்லை. அப்படி அம்பேத்கரும் எதார்த்தத்திற்காக மாற்றியமைத்திருந்தாலும் அதனையுமல்லவா ஆசிரியர் விமர்சித்திருப்பார். அப்படி விமர்சித்திருப்பதற்கும் சான்று உள்ளது: புத்தரின் பிறப்பு குறித்தான அம்பேத்கரது விவரணைகளை அவர் விமர்சிக்கையில்,

---

[162] *Dr. B. R. Ambedkar, The Buddha And His Dhamma, p.114*

[163] பக். *533*

> இந்த வெள்ளை யானைக் கதையைத்தான் பௌத்தப் புராணங்கள் விதந்தோதிச் சொல்கின்றன. அதே கதையைத்தான் அம்பேத்கர் பாதி வெட்டியும், யதார்த்தப் பூர்வக் கனவாக மாற்றியும் தன் சித்திரத்தை முன்வைக்கிறார்.[164]

என குறைக்காணுகிறார். "பௌத்தப்புராணங்களை யதார்த்தம் தொனிக்குமாறு மாற்றுவதிலேயே அம்பேத்கர் கவனம் கொள்கிறார்"[165] என்று குறைகாணும் அதே ஆசிரியர் மறுபுறம் "பௌத்த புராணங்கள் என்ன சொல்லியிருக்கிறதோ அதை நமக்குச் சொல்லுகிறார் அம்பேத்கர்" [166] என்ற எதிர்மறையான விவாதங்களை ராகுலன் வயது தொடர்புடைய ஒரே விவாதத்தில் வைக்கிறார். அம்பேத்கர் எதைப்பற்றி என்னென்ன எழுதினாலும் அதனில் குறை கண்டுபிடித்துவிடுவேன் என்ற ஆசிரியரின் கோளாறு பார்வையையே இது காட்டுகிறது. புத்தரின் வாழ்க்கை விவரிப்புகள் தொடர்புடைய அம்பேத்கரது எழுத்துகளுக்கு ஆசிரியர் தரும் விமர்சனங்களை நோக்கி இனி நகர்வோம்.

சித்தார்த்தரை சுற்றி நிகழும் நிகழ்வுகள் [167] பகுத்தறிவுக்கு முரணாக இருக்கக்கூடாது என்று எதிர்பார்ப்பதன் பலனினாலேயே வைதீக கண்டுபிடிப்புகளை புத்தர் மீது உமிழும் ஊற்றாக ஆசிரியர் உருவாக்குகிறார். பகுத்தறிவுக்கு முரணான சூழல்களும் நிகழ்வுகளும் மனிதர்களும் (தன் உறவுகள் உட்பட) நிறைந்த சமூகத்தில் தான் சித்தார்த்தர் பிறந்து, வாழ்ந்து புத்தராக சீர்திருத்தம் செய்கிறார் என்பதை நாம் விளங்கிக் கொள்ள வேண்டும். அசித்தரின் வருகை குறித்த பகுதியை வைதீக கண்ணோட்டத்திலேயே அணுகும் தவறு ஆசிரியருக்கு ஏற்பட்டதன் காரணம் இப்புரிதலில் இருந்து வெகுதொலைவில் அவர் இருந்தது தான். புத்தரின் வாழ்க்கை நிகழ்வுகளும் சூழல்களும் இன்றைய காலத்திலிருந்து பார்க்கும் பகுத்தறிவுக்கு உகந்ததாய் இல்லை என்பதை நன்கு அறிந்துகொண்டுதான் அம்பேத்கர் 'புத்தரும் அவர் தம்மும்' நூலை எழுதுகிறார். இதனை புரிந்துகொள்ளாமல் அம்பேத்கரது புத்தரை 'வைதீக புத்தர்' என்று முடிவு செய்ய முனைவது

---

[164] பக். 199

[165] பக். 564

[166] பக். 566

[167] பக். 254-255

ஆசிரியரின் அவசர புத்தியையும் அவரது ஆய்வின்/விமர்சனத்தின் தோல்வியையும் குறிக்கின்றதாய் அமைந்துவிடுகிறது. அம்பேத்கரின் எழுத்துக்குள் இனி செல்வோம்:

> *He refused to join hunting parties. His friends used to say: "Are you afraid of tigers?" He used to retort by saying, "I know you are not going to kill tigers, you are going to kill harmless animals such as deer and rabbits."*
>
> *"If not for hunting, come to witness how accurate is the aim of your friends," they said. Even such invitations Siddharth refused, saying; "I do not like to see the killing of innocent animals."*
>
> *Prajapati Gautami was deeply worried over this attitude of Siddharth.*
>
> *She used to argue with him saying: "You have forgotten that you are a Kshatriya and fighting is your duty. The art of fighting can be learned only through hunting for only by hunting can you learn how to aim accurately. Hunting is a training ground for the warrior class."*
>
> *Siddharth often used to ask Gautami: "But, mother, <u>why should a Kshatriya fight</u>? And Gautami used to reply: "Because it is his duty."*
>
> *Siddharth was never satisfied by her answer. He used to ask Gautami: "Tell me, how can it be the duty of man to kill man?" Gautami argued, "Such an attitude is good for an ascetic. But <u>Kshatriyas must fight</u>. If <u>they</u> don't, <u>who will protect the kingdom</u>?"*

> *"But mother ! If all Kshatriyas loved one another, would they not be able to protect their kingdom without resort to killing?" Gautami had to leave him to his own opinion.*[168]

"சத்திரியன் போரிடத்தான் வேண்டும். இல்லையேல் அரசாட்சியை யாரால் காப்பற்ற முடியும்?" என்று கௌதம சித்தார்த்தருடன் விவாதம் செய்யும் நிகழ்வினை ஆசிரியர் மேற்கோள் காட்டிவிட்டு அதன் நீட்சியாக "அரசாட்சியை யார் காப்பாற்ற முடியும்" என்கிற வரிகளில் நிரந்தரமாக சுத்தோதனர் மட்டுமே அங்கு மன்னராக இருந்தார் [169] என்று தன் விருப்பவாதத்தை புகுத்த ஆரம்பித்து விடுகிறார். கையாண்டிருக்கும் மேற்கோள் கொலை செய்வதற்கு எதிரான சித்தார்த்தரை புரிந்துகொள்வதற்கேயன்றி சுத்தோதனர் பற்றியோ அவரது அரசாட்சியை பற்றியோ, பரம்பரையான ஆட்சி முறை பற்றியோ அல்ல. பொதுவான அடிப்படையில் "சத்திரியர்கள் போரிடத்தான் வேண்டும்" என்று கவுதமி வாதிடுகிறாரே தவிர தானும் சித்தார்த்தரும் சார்ந்த அரசாட்சி தொடர்புடைய விவாதம் அல்ல இது. ஆங்கில நூலின் சரியான மொழிபெயர்ப்பினை எடுத்துக்கொண்டால் "<u>சத்திரியர்கள்</u> போரிடத்தான் வேண்டும்" என்று கவுதமி கூறுகிறாரே தவிர "<u>சத்திரியன்</u> போரிடத்தான் வேண்டும்" (ஆசிரியர் எடுத்துக்கொண்ட மொழிபெயர்ப்பு இது) என்று சித்தார்த்தரை நோக்கி மட்டும் கூறவில்லை. 'சத்திரியர்கள்' என்பதற்கு பதிலாய் 'சத்திரியன்' என்று ஆசிரியர் எடுத்துக்கொண்டதால் மட்டுமே வந்த தவறல்ல இது. மாறாக, கவுதமியின் கூற்றுக்கு முன்னால் "ஒரு சத்திரியன் ஏன் போரிட வேண்டும்?" என்ற பொதுவான அடிப்படையிலேயே கேள்வியை முன் வைக்கிறார் சித்தார்த்தர். இதனையும் கவனிக்கத் தவறிவிட்டார் ஆசிரியர் என்று நாம் எடுத்துக்கொள்ள இயலாது. மாறாக தன் விருப்பவாதத்திற்கு ஊன்றுகோல் கொடுக்க அர்த்தங்களை புரிந்து கொள்ளும் முறையில் திரிபுகளை உள் நுழைக்கிறார். சமத்காரமாகவே செய்கிறார் என்று அவர் நடையில் நாம் கூறலாம்.

ஆனால் அவர் சாமர்த்தியமும் பல சமயங்களில் வாசகர்களின் முன் தோற்று விடுகிறது. இதற்கு ஒரு சிறந்த உதாரணம்,

---

[168] *Dr. B. R. Ambedkar, The Buddha And His Dhamma, p.10-11*

[169] பக். *256-259*

பெரியார்தாசனின் மேற்கோள்களை காட்டி அதில் கூறி இருப்பதைப் போல மகாபிரஜாபதி சித்தார்த்தரின் பெரியம்மா அல்ல, சின்னம்மா அல்லது சித்தி என்று தான் கொள்ள வேண்டும், என உறவுமுறை வரைக்கும் சென்று விவாதம் செய்யும் ஆசிரியர்[170] அம்பேத்கர் ஆங்கிலத்தில் எழுதிய *'Buddha and His Dhamma'* நூலை தனது விமர்சனத்திற்கான மூல நூலாகக் கொண்டிருப்பின் அதில் வெறும் *'aunt'* என்றே குறிப்பிடப்பட்டுள்ளது என்பதை அறிந்திருப்பார். அம்பேத்கர் தான் எழுதிய ஆங்கில மொழியில் சரியாகத்தான் குறிப்பிட்டுள்ளார். ஆங்கிலத்தில் பெரியம்மா அல்லது சின்னம்மா இருவரையும் *'aunt'* என்று பொதுவாகவே அழைப்பர். பின்பு தமிழ் மொழிபெயர்ப்பில் தான் பிழை உள்ளதாக ஆசிரியர் கூறுகிறார் என்றால் அதுவும் சாத்தியமில்லை. ஆசிரியர் கூறுவது போல், மகாபிரஜாபதி, மாயாவின் மூத்த சகோதரியே ஆவார்" என்று தமிழ் நூலிலும், *She (Mahaprajapati) was the elder sister of Mahamaya*[171] என்று ஆங்கில நூலிலும் வருகிறது.

ஆய்வாளர்களுக்கு மத்தியில் கலங்கரை விளக்கமாய் மிளிரும் அம்பேத்கர், தான் எழுதிய நூல்களிலேயே மிகச் சிறந்ததாய் கருதுவது 'புத்தரும் அவர் தம்மமும்' ஆகும். அத்தகைய நூலினையே ஆய்வுக்குட்படுத்துகிறேன் என்ற பெயரில் வன்மத்தை உமிழும் ஆசிரியர், தன் மீது தானே ஏற்றிக்கொண்ட பாரத்தினையும் உணராமல் ஆய்வுக்கான பொறுப்புகளையும் அறியாமல் இதுபோன்று அற்பப் பிழைகளை சுயமாகவே முன்வந்து எழுதுவதை என்னவென்று கொள்வது? ஆய்வு சோம்பல் என்றா? அறிவு நாணயமின்மை என்றா?

இப்படி தேடித்தேடி கற்பனைப் பிழைகளை தொகுத்தளிப்பதிலும், புத்தரின் வாழ்வில் நடக்கும் நிகழ்வுகளை இப்படியும் பொருள்கொள்ளலாம் என்று விளக்கங்கள் தருவதிலும் தீவிரமாகி தனது முதன்மை நோக்கமான ''வைதீக புத்தரை' நிறுவுவதை மறந்து விடுகிறார் ஆசிரியர். அவர் எப்படித்தான் நிறுவப்போகிறார் என்று ஆவலுடன்

---

[170] பக். 258

[171] *Dr. B. R. Ambedkar, The Buddha And His Dhamma, p.2*

பக்கங்களைத் திருப்பும் வாசகனுக்கு சலிப்பும் ஏமாற்றங்களுமே மிச்சமாய் கிடைக்கிறது.

'வைதீக புத்தர்' என்று முடிவு செய்வதற்கு தோதுவாக இருக்கும் பிற எழுத்தாளர்களின் மேற்கோள்களை மூட்டை மூட்டையாய் கத்தரித்துக்கொண்டு அதனினூடே அம்பேத்கர் வைதீக புத்தரையே காண்பித்திருக்கிறார் என்று வரையறுக்க முயல்வது அற்பத்தனமாகாவும் முட்டாள்தனமாகாவும் உள்ளது என்பதைக் கடந்து அதுவே வாசகர்களை விழிப்படையச் செய்து ஆசிரியரின் வாதத்தவறுகளை உணர வைத்துவிடுகிறது.

தன் பார்வையில் அம்பேத்கரை கற்பனை வளம் மிக்கவராக எண்ணிக்கொள்கிறார் ஆசிரியர். இங்கே, ஆசிரியரின் கற்பனை வளம் எவ்வாறு விரிவடைந்து காணப்படுகிறது என்பதையும் விவரிக்க வேண்டியுள்ளது,

> *It was a custom among the Sakyas to observe an annual midsummer festival which fell in the month of Ashad. It was celebrated by all the Sakyas throughout the State and also by the members of the ruling family.*
>
> *It was the usual practice to celebrate the festival for seven days.*
>
> *On one occasion Mahamaya decided to observe the festival with gaiety, with splendour, with flowers, with perfume, but without drinking intoxicants.*[172]

தன் விருப்பவாதத்தை நிறுவ முட்டாள்தனமான அர்த்தம் தருவதிலும் தவறில்லை என ஆசிரியர் முடிவெடுப்பதால் இம்மேற்கோளுக்கான அவரது விளக்கம்,

> 'ஒருமுறை' என்று அம்பேத்கர் சொல்லியதிலிருந்து, மாயா அப்படி பலமுறை மதுவருந்தி 'அந்தப் பண்டிகையைக்' கொண்டாடினாலும், ஒருமுறை சிறப்பாகக் கொண்டாட எண்ணி 'மதுவகைகளை

[172] *Dr. B. R. Ambedkar, The Buddha And His Dhamma, p.2*

> விலக்கினார்' என்று பொருள்படுகிறது. இதற்கு முன் மாயா மது வகைகளை விலக்கவில்லையா? அப்படியெனில் கபிலவஸ்துவில் பெண்களிடம் மது அருந்தும் வழக்கம் இருந்திருக்கிறது.[173]

என செல்கிறது. ஆசிரியரை தவிர வேறெந்த இடதுசாரி சிந்தனையாளர்களும் கூட மேலே குறிப்பிட்டிருக்கும் அம்பேத்கரது ஆங்கில வரிகளுக்கு இப்படி பொருள் தருவார்களா என்பது சந்தேகமே. மகாமாயாவின் மீதே இப்படியொரு குற்றச்சாட்டினை வைப்பதற்கு வரிகள் இடமளிக்காமல் இருக்க ஆசிரியரோ 'கபிலவஸ்துவில் பெண்களிடம் மது அருந்தும் வழக்கம் இருந்திருக்கிறது' என தனது முடிவை நீட்டிக்கிறார். இதுபோன்ற வாதப்பிழைகளை *'Converse Fallacy of Accident'* [174] -இன் அடிப்படையில் ஆய்வாளர்கள் புறந்தள்ளிவிடுவர். ராணியான மகாமாயா தொடர்புடைய பொய்யான திரிபுகளைக் கொண்டு ஒட்டுமொத்த கபிலவஸ்துவின் பெண்களுக்கும் முடிவுரை எழுதுகிறார் ஆசிரியர். நேர்மையற்ற இந்த வாத முறையை யசோதரையை கொண்டு சாக்கியர்களை பழிப்புரைப்பதற்கும் [175] அவர் பயன்படுத்தி இருப்பதை நாம் கவனிக்க வேண்டும்.

---

[173] பக். 192

[174] *'Converse Fallacy of Accident' involves an argument applying a special case to general proposition.*

[175] 'அம்பேத்கரும் அவரது தம்மமும்' நூலில் தம்மத்தை முதன்மைப்படுத்தி விமர்சிப்பதற்கு மாறாக மகாமாயா, யசோதரை, புத்தர், அம்பேத்கர் என தனி நபர்கள் மீது அவதூறுகளை எழுதும் ஆசிரியரின் பாங்கினை *'ad hominem'* என்பர். ஆங்கிலத்தில் விளக்குகையில் *speaking 'against the man' rather than the issue* எனலாம்.

அ. மார்க்ஸ்-ன் 'அம்பேத்கர் வாழ்வில் அறிந்துகொள்ளப்பட வேண்டிய சில அம்சங்கள்' என்ற புத்தகத்தை மேற்கோளிட்டு அம்பேத்கர் மீது யார் காதல் வயப்பட்டிருந்தது, அவர் யாரை இந்த வகையில் அடையாளம் கண்டார் போன்ற தவல்களை

> தேவதத்தன் தனது தங்கையான யசோதரையை காமத்தோடு அழைத்ததும் சாக்கியகுலப் பெருமை கருதியே.[176]

என்ற ஆசிரியரின் வரம்புக்கு மீறிய கற்பிதத்தை வன்மையாகக் கண்டிப்பதோடு நிறுத்திக்கொள்ளாமல் அவை எவ்வளவு மேம்போக்காக உள்ளது என்பதையும் பொறுமையுடன் நிறுவவேண்டியுள்ளது. விளக்கங்களை அடிப்படை செய்திகளிலிருந்தே தொடங்கலாம்.

யசோதரை யார்?

> *There was a Sakya by name Dandapani. Yeshodhara was his daughter.*[177]

சாக்கியர்களுள் தண்டபாணி என்றொருவரின் மகளே யசோதரை.

தேவதத்தன் யார்?

> *There lived in Kapilavastu a Sakya by name Jaya Sena. Sinahu was his son. Sinahu was married to Kaccana. Sinahu had five sons, Suddhodana, Dhotodana, Sakkodana, Suklodana and Amitodana. Besides five sons, Sinahu had two daughters, Amita and Pamita.*[178]

> *He (Siddharth) had also several cousins, Mahanama and Anuruddha, sons of his uncle Suklodan, Ananda, son of his uncle Amitodan, and Devadatta, son of his aunt Amita. Mahanama was older than Siddharth and Ananda was younger.*[179]

சுத்தோதனரின் சகோதரியான அமிதா-வின் மகன் தேவதத்தன் ஆவார். வேறு முறையில் சொல்ல வேண்டுமானால், சித்தார்த்தரின் அத்தையான அமிதா-வின் மகன் தேவதத்தன்.

ஆசிரியர் 'ஓர் முன்னோட்டம்' என்ற தலைப்பில் முன்னிறுத்துவதும் இதனடிப்படையிலேயே (பக். 116).

[176] பக். 307

[177] *Dr. B. R. Ambedkar, The Buddha And His Dhamma, p.13*

[178] *Dr. B. R. Ambedkar, The Buddha And His Dhamma, p.2*

[179] *Dr. B. R. Ambedkar, The Buddha And His Dhamma, p.9*

இங்கு நாம் இரு குறிப்புகளை கவனத்தில் கொள்ள வேண்டும்:

முதலாவதாக, சித்தார்த்தருக்கு அமிதா, பமிதா என இரு அத்தைகள் உள்ளனர். அம்பேத்கரின் விளக்கப்படி தேவதத்தன் பமிதா-வின் மகன் அல்ல.

இரண்டாவதாக, தேவதத்தனுக்கும் யசோதரைக்கும் ரத்த தொடர்புடைய உறவுமுறை கிடையாது. அதாவது, தேவதத்தனின் உடன் பிறந்த சகோதரியாய் யசோதரை கருதுவது தவறு.

ஆனால், ஆசிரியர் தனது வன்மத்தை பின்வரும் திரிபின் மூலம் அடித்தளமிடுகிறார்,

> தேவதத்தன் யசோதரையின் சகோதரன். நாரததேவர் கூற்றுப்படி யசோதரையின் உடன்பிறந்த அண்ணன். அம்பேத்கரது புத்தர் சத்திரியர் என்பதால், அங்கும் இத்தகைய உறவு இருந்திருக்கும். பொதுவான கருத்தும் இதுவே.[180]

இங்கு, அம்பேத்கரை விமர்சிக்க அவரது கூற்றை கையாளாமல் "நாரததேவர் கூற்றுப்படி யசோதரையின் உடன்பிறந்த அண்ணன் (தேவதத்தன்)" என வாசகர்களை அழைத்துச் செல்வதில் ஆசிரியரின் கள்ளத்தனம் தொடங்குகிறது. *'Petitio Principii'*யின் அடிப்படையில் திசைத்திருப்பும் உத்தியே இது. ஆசிரியர் நிறுவ முயலும் முடிவுரையானது *(Conclusion)*, அவர் அனுமானமாகக் *(Premise)* கையாளும் நாரததேவரின் மேற்கோளில் ஏற்கனவே உள்ளது. ஆசிரியரின் முடிவுரையானது,

> எனவே சாக்கிய குலம் உடன்பிறந்த சகோதரிகளையே புணர்ந்து தன் குலப்பெருமையை காத்த வரலாற்றை அம்பேத்கர் புத்தரின் மூலம் எடுத்துச் சொல்லும் போது அது தெள்ளென நிரூபணம் ஆகிறது.[181]

என்றிருக்க, இங்கே அம்பேத்கரின் புத்தரை பொறுத்தமட்டில் தேவதத்தனின் உடன்பிறந்த சகோதரியாக யசோதரை ஆகவே முடியாது. அம்பேத்கரது எழுத்துகளிலேயே இதனை

---

[180] பக். 261

[181] பக். 264

கவனித்தோம். ஆனால் ஆசிரியர் அவ்வாறு முடிவுகட்ட விழைகிறார். தன் விருப்பமுடிவுகளுக்கு இட்டுச்செல்லும் அனுமானமாகவே *(Premise)* பின்வரும் நாரத தேவரின் விவரணை அவருக்கு உதவுகிறது. இருப்பினும் இதிலிருந்து மாறுபட்டு இருக்கும் அம்பேத்கரின் விவரணைகளை கவனப்படுத்தாமல் பார்த்துக்கொள்வதில் ஆசிரியருக்கு சிக்கல் ஏற்படுகிறது. இணைக்கமுடியாத இந்த இரு விவரணைகளையும் தனக்கு சாதகமாக இணைப்பதில் தான் சகோதரப் புணர்ச்சிக்கான போலி தர்க்கத்தை உருவாக்குகிறார் ஆசிரியர்.

> இளவரசி யசோதரை கோலிய வம்சத்தை ஆண்டு வந்த மன்னர் சுப்ப புத்திரருக்கும், மன்னர் சுத்தோதனரின் தங்கையான பமிதாவுக்கும் மகளாக பிறந்தவர் யசோதரை... தேவதத்தன் மன்னர் சுப்பபுத்திரருக்கும் புத்தரின் அத்தையான பமிதாவுக்கும் மகனாகப் பிறந்தவனே தேவதத்தன். யசோதரை அவனது சகோதரி, ஆகவே, அவன் புத்தரின் மைத்துனன் ஆவான்.[182]

என்பது நாரத தேவரின் கூற்று. இக்கூற்றிலிருந்து மாறுபட்டு இருக்கும் அம்பேத்கரின் எழுத்துகளை கவனப்படுத்தாமல் இருக்க அமிதாவின் மகனான தேவதத்தனை அமிதோதனரின் மகனாக ஆசிரியர் மாற்றம் செய்கிறார். அதாவது, அம்பேத்கரது விவரணை பாங்கினில் திரிபுகள் நுழைக்கப்படுகிறது. தாய் வழியில் *(அமிதா)* இருக்கும் அவரது விவரணை தந்தை வழி *(அமிதோதனர்)* விவரணையாக மாற்றப்படுகிறது.

அம்பேத்கரது விவரணையாவது,

> சித்தார்த்தருக்கு ஒன்றுவிட்ட சகோதரர்கள் பலர் இருந்தனர். சுக்லோதனரின் மக்களான மகாநாமன், அனுருத்தன் ஆகியோர். அமிதோதனரின் மகனான ஆனந்தன். அவருடைய அத்தை அமிதையின் மகனான தேவதத்தன். மகாநாமன், சித்தார்த்தருக்கு மூத்தவன். ஆனந்தனோ இளையவன்.[183]

அம்பேத்கரது விவரணையாக ஆசிரியர் தருவது,

---

[182] பக். 261

[183] டாக்டர் பாபாசாகேப் அம்பேத்கர், புத்தரும் அவர் தம்மமும், தமிழில்: டாக்டர் வீ. சித்தார்த்தா (பெரியார்தாசன்), பக். 9

> சித்தார்த்தருக்கு ஒன்றுவிட்ட சகோதரர்கள் பலர் இருந்தனர். சுக்லோதனரின் மக்களான மகாநாமன், அனுருத்தன் ஆகியோர். அமிதோதனரின் மகனான தேவதத்தன். மகாநாமன், சித்தார்த்தருக்கு மூத்தவன். ஆனந்தனோ இளையவன்.

விழிப்புடன் படிக்கும் வாசகர்கள் இத்திரிபினைக் கண்டறிவதும் சாத்தியமே. ஏனென்றால், நாரததேவரின் கூற்றுப்படி தேவதத்தனின் தந்தை சுப்ப புத்திரர்; அம்பேத்கரது விவரணையாக ஆசிரியர் ஏற்படுத்தும் திரிபில் தேவதத்தனின் தந்தை அமிதோதனர். தாய் வழியிலோ அல்லது தந்தை வழியிலோ தேவதத்தன் யாருடைய மகன் என விளக்க வேண்டியிருப்பதால் ஏதேனும் ஒரு வழியை தேர்ந்தெடுத்தே ஆகவேண்டும் என்பது ஆசிரியருக்கு தவிர்க்க இயலாதது. தேவதத்தனின் தந்தையைப் பற்றி அம்பேத்கர் குறிப்பிடாமல் இருப்பதால், ஆனந்தனின் தந்தையான அமிதோதனரை தேவதத்தனின் தந்தையாக மாற்றுவது தனக்கு பலமான இடையூறுகளை ஏற்படுத்தாது என்பது ஆசிரியரின் எதிர்பார்ப்பு. அதுமட்டுமின்றி தனது முதன்மை நோக்கமான "அத்தை அமிதையின் மகனான தேவதத்தன்" *(Devadatta, son of his aunt Amita)* என்ற அம்பேத்கரது வரிகளை தான் வெட்டியிருப்பதை வாசகர்கள் துப்பறியாமல் போவதும் இதனால் சாத்தியமாகிறது. உறவுமுறைகளை தெரிந்தே ஆசிரியர் மாற்றுவது வரிகள் வெட்டப்பட்ட விதம் உறுதிப்படுத்துகிறது.[184] இத்தகைய மாற்றங்களை அம்பேத்கரின் எழுத்துகளில் செய்துவிட்டு நாரததேவரின் கூற்றான "புத்தரின் அத்தையான பமிதாவுக்கும் மகனாகப் பிறந்தவனே தேவதத்தன். யசோதரை அவனது சகோதரி" என்ற பொய்யான அனுமானத்தை சகோதரப் புணர்ச்சிக்கான தன் விருப்பவாதத்திற்கு ஆசிரியர்

---

[184] "அமிதோதனரின் மகனான ஆனந்தன்" என்ற வரியின் பின்பகுதியும் "அவருடைய அத்தை அமிதையின் மகனான தேவதத்தன்" என்ற வரியின் முன்பகுதியும் வெட்டப்பட்டு, "அமிதோதனரின் மகனான தேவதத்தன்" என்ற வரி உருவாக்கப்படுகிறது. கவனக்குறைவிலோ தட்டச்சு பிழையிலோ வரிகள் இப்படி தெளிவாக வெட்டப்படுவது சாத்தியமில்லை.

மேற்கோளிடுகிறார். மூன்று செய்திகளை இங்கே கவனிப்பது முக்கியமாகிறது:

1. "அத்தை அமிதையின் மகனான தேவதத்தன்" என்ற அம்பேத்கரது கூற்றை ஆசிரியர் தன் நூலில் எங்கேயும் கூறவேயில்லை. இதனடிப்படையிலேயே அவரது விமர்சனம் இருந்திருக்க வேண்டும்.

2. எச்சரிக்கை உணர்வோடு, நாரததேவரின் "புத்தரின் அத்தையான பமிதாவுக்கு மகனாகப் பிறந்தவனே தேவதத்தன்" என்ற அனுமானத்தை ஒரே முறை மேற்கோளின் கட்டாயத்திற்காக குறிப்பிடுகிறார்.

3. மேலும் எச்சரிக்கையாக இருக்க, "தேவதத்தன் புத்தரின் அத்தை மகன்" என பொதுவாகவே குறிப்பிடுகிறார். அத்தையின் பெயரை[185] குறிப்பதை தவிர்க்கிறார்.

---

[185] அத்தையின் பெயர் 'அமிதா' என்று குறிப்பிட்டால் யசோதரை தேவதத்தனின் சகோதரி அல்ல என்பது வெளிப்படையாகிறது. இதனால் ஆசிரியரின் 'சகோதரப் புணர்ச்சி' வாதமும் தோல்வியடையும். இந்த இடையூறுகளை சமாளிக்கவே,

> "உடன் பிறந்த தங்கையிடம் (அல்லது தங்கை முறை கொண்ட பெண்ணிடம்)" (பக். 263)

என அடைப்புக்குறிகளுக்குள் சமாளிப்பதும்,

> "மைத்துனன் உறவென்பது, சத்திரிய உறவுமுறையில் ஒருவரது மனைவிக்கு, அண்ணன் அல்லது தம்பி உறவுமுறை கொண்டவன்" (பக். 261)

> "அம்பேத்கரது புத்தர் சத்திரியர் என்பதால், அங்கும் இத்தகைய உறவு இருந்திருக்கும்." (பக். 261)

என யூகிக்கவும் செய்கிறார் ஆசிரியர்.

> அண்ணன் தங்கையை காமத்துக்கு அழைப்பதாக அம்பேத்கர் விவரிக்கும் வார்த்தைகளில் உள்ள முரண்களை வாசகர்கள் அறியலாம்.[186]

என்ற ஆசிரியரின் அறிவிப்பு அறிவுநேர்மையற்றுச் செல்கிறது. இதற்கான மறுப்பு 'அர்த்தப் பூர்வமாகத் தொனிக்கிறது' என தொடரும் அவரது அடுத்த வரிகளிலேயே காணக்கிடைக்கின்றன,

> யசோதரை சொல்லும் ஒரே ஒரு வார்த்தைதான் இங்கு அர்த்தப் பூர்வமாகத் தொனிக்கிறது. அது 'நான் இளமையாய், அழகாய் இருக்கையில் நீ என்னைக் கண்டுகொள்ளவே இல்லை' என்பது.[187]

யசோதரை தேவதத்தனின் சகோதரி அல்ல என்பதற்கு தேவதத்தனை நோக்கி யசோதரை கூறும் இக்கூற்றே மிகச்சிறந்த சான்று. அண்ணன் தங்கையை காமத்துக்கு அழைப்பதாக அம்பேத்கர் விவரிக்கிறார் என ஆசிரியர் பொருள் தருவது உண்மையானால், தங்கையுமா அண்ணனை நோக்கி 'நான் இளமையாய், அழகாய் இருக்கையில் நீ என்னைக் கண்டுகொள்ளவே இல்லை' என கூறப்போகிறாள்? யசோதரை பற்றியான அம்பேத்கரின் கருத்துருவாக்கம் இப்படி இல்லவே இல்லை. சித்தார்த்தரின் மனைவியான யசோதரையை அம்பேத்கர் பெரிதும் மதிக்கவே செய்கிறார். ஆசிரியரின் நம்பிக்கைகள் அவரது தர்க்கமற்ற கற்பனைகளை சார்ந்துள்ளது. அவரது கற்பனைகளோ அம்பேத்கரை களங்கப்படுத்தும் நோக்கில் விரிவடைகின்றன. ஆசிரியர் தரமறுத்த அம்பேத்கரின் சம்மந்தப்பட்ட வரிகளே இங்கே நமக்கு தெளிவை உண்டாக்குவது நிச்சயம்,

> *"Yeshodhara, Yeshodhara, I love you" pleaded Devadatta. "And your husband shows you nothing but contempt. He has been cruel to you. Love me and revenge his cruelty."*
>
> *Yeshodhara's pale and emaciated face became tinged with a purple hue. Tears rolled down her cheeks.*

---

[186] பக். 264
[187] பக். 264

"Devadatta, it is you who are cruel to me. Even if your love were sincere, it would have been an insult to me. You are simply lying when you say you love me.

"When I was young and pretty you hardly looked at me. Now I am old, broken down by sorrow and anguish, you have come at night to declare your treacherous and guilty love. You are a base coward."

And she shouted: "Devadatta, get out from the place," and Devadatta left the place.[188]

வாதத்திற்காக தேவதத்தனின் சகோதரியாக நாம் யசோதரையை கருதினாலும் கூட, மேலே உள்ள உரையாடலில் யசோதரை தேவதத்தனை வெறுப்புடன் நிராகரிக்கிறார். கீழ்த்தரமான கோழை என்று ஏசுகிறார். இங்கே சகோதரப் புணர்ச்சிக்கு எதிரான நிகழ்வுகளே நடந்துள்ளன. அம்பேத்கரது விவரணைகள் இப்படி இருக்க, ஆசிரியர் எழுதுவதோ,

> இதன் அடிப்படையில் பார்த்தால், சாக்கிய குலத்து சத்திரியர்களிடம் சகோதரப் புணர்ச்சி முறை அப்போது நடைமுறையில் இருந்திருக்க வேண்டும். அதனால்தான் சகோதரியிடம் தேவதத்தன் காதல் வசனங்களைப் பேசுகிறான். தேவதத்தன் அடையாளம் தெரியாதவாறு அரிதாரம் பூசி தங்கையை உடலுறவுக்கு அழைக்கிறான்.[189]

என்று. இறுதியாக, நாரததேவரின் கூற்று உண்மையானால் சித்தார்த்தர் யசோதரையை திருமணம் செய்வதே சாத்தியமில்லாமல் போகிறது. நாரததேவர் விளக்கும் உறவுமுறையை மீண்டும் கவனிப்போம்,

> இளவரசி யசோதரை கோலிய வம்சத்தை ஆண்டு வந்த மன்னர் சுப்ப புத்திரருக்கும், மன்னர் <u>சுத்தோதனரின்</u>

---

[188] *Dr. B. R. Ambedkar, The Buddha And His Dhamma, p.493*

[189] பக். *263*

> தங்கையான பமிதாவுக்கும் மகளாக பிறந்தவர் யசோதரை... தேவதத்தன் மன்னர் சுப்பபுத்திரருக்கும் புத்தரின் அத்தையான பமிதாவுக்கும் மகனாகப் பிறந்தவனே தேவதத்தன். யசோதரை அவனது சகோதரி, ஆகவே, அவன் புத்தரின் மைத்துனன் ஆவான்.[190]

இதன்படி, சுத்தோதனரும் பமிதாவும் ஒரே தாய் தந்தைக்கு பிறந்தவர்கள். தாயின் பெயர் கச்சனா என்பதாகவும் தந்தையின் பெயர் சினாகு என்பதாகவும் அம்பேத்கர் விளக்குகிறார். அம்பேத்கர் தரும் தகவல் தவறென்று எடுத்துக்கொண்டாலும்கூட சுத்தோதனரும் பமிதாவும் ஒரே தாய் தந்தைக்கு பிறந்தவர்கள் என்பதை நாரததேவரின் கூற்றுப்படியும் மறுக்க இயலாது. எனவே, சித்தார்த்தரின் தந்தை (சுத்தோதனர்) வழியாகவும் யசோதரையின் தாய் (நாரததேவரின் கூற்றுப்படி பமிதா) வழியாகவும் இருவரும் பொதுவான முன்னோர்களை *(Common Ancestors)* கொண்டுள்ளதால் இங்கே சபிந்தா உறவுமுறை *(Sapinda Relationship)* உண்டாகிறது. அதாவது சித்தார்த்தரும் யசோதரையும் சபிந்தா உறவுமுறைக்குள் வருவதால் வழக்கத்தின் பொருட்டு இருவரும் திருமணம் செய்துக்கொள்வது தடை செய்யப்பட்ட *(Prohibited Relationship)* ஒன்றாகும். வேறு வார்த்தைகளில் கூற வேண்டுமானால், சபிந்தா உறவுமுறையின்படி தனது அத்தை மகளான யசோதரையை சித்தார்த்தர் மணமுடிக்க முடியாது. ஆசிரியர் தன் வாதத்திற்கு பயன்படுத்தும் சத்திரிய வழக்கத்தின்படி பார்த்தாலும்கூட இம்முறை மேலும் கடுமையாய் அங்கீகரிக்கப்பட்டிருக்க வேண்டும். புத்தருக்குப்பின் தோன்றிய மநுவும் சபிந்தா உறவுமுறை குறித்து விதிகள் எழுதியுள்ளார்[191]. இன்றளவும், சபிந்தா உறவுமுறை என்பது வட இந்தியாவில் தடை செய்யப்பட்ட ஒன்றாகும்[192]. தென் இந்தியாவில் அல்லது குறிப்பாக தமிழகத்தில் நிலவும் திருமணம் சம்மந்தமான மரபிலிருந்து மாறுபட்டதாய் இருக்கும் சபிந்தா

[190] பக். 261

[191] BAWS, Vol.3, p.343

[192] *In the north near relatives are forbidden to marry; but in the south cousin marriage is prescribed, and even closer alliances are sometimes permitted. (BAWS, Vol.4, p.15)*

உறவுமுறைக்கான தடையினை *Hindu Marriage Act, 1955* அங்கீகரிப்பதும் குறிப்பிடத்தக்கது. எனவே, தேவதத்தனின் தங்கை யசோதரை எனில், சித்தார்த்தர் யசோதரையை மணமுடித்தே இருக்க முடியாது. நாரததேவர் விளக்கும் உறவுமுறையானது தர்க்கத்தின் பொருட்டு பலவீனமாக உள்ளது.

தர்க்கப்படி இங்கே அம்பேத்கர் தரும் தகவல்களே வரலாற்று நிகழ்வுகளோடு பொருந்திப் போகிறது. அதாவது,

1. சாக்கியர்களுள் தண்டபாணி என்றொருவரின் மகளே யசோதரை.
2. தேவதத்தனுக்கும் யசோதரைக்கும் ரத்த தொடர்புடைய உறவுமுறை கிடையாது. ஆகையால், தேவதத்தனின் உடன் பிறந்த சகோதரியாய் யசோதரையை கருதுவது தவறு.

முடிவாக, ஆசிரியரின் சகோதரப் புணர்ச்சிக்கான வாதத்தை அவரது வக்கிர புத்தியின் உச்சமாகவே சந்தேகமின்றி நாம் கூறலாம்.

<u>அம்பத்தா சுத்தா</u>

அம்பேத்கரின் புத்தரை தர்க்கப்பூர்வமாக எதிர்கொள்கிறேன் என்பதாக 'அம்பத்தா சுத்தா'வை ஆசிரியர் கையில் எடுக்கிறார். இந்த சுத்தாவை முழுமையாகப் படித்தால் தான் விமர்சனமும் நன்கு விளங்கும் என்பதாக அடுத்த 25 பக்கங்கள் முழுக்க சுத்தாவையே நிரப்புகிறார். இத்தகைய நீண்ட மேற்கோளை வாசகர்கள் படித்தே ஆக வேண்டும் என்று முடிவெடுக்கும் ஆசிரியர் <u>'அம்பத்தா சுத்தா' அம்பேத்கரின் 'புத்தரும் அவர் தம்மும்' நூலில் இடம்பெறவில்லை</u>[193] என்னும் உண்மையை ஒரு சிறு வாக்கியமாகக் கூட எழுத மறுக்கிறார். இத்தகவலை குறிப்பிட்டால் அம்பேத்கரது 'புத்தரும் அவர் தம்மும்' நூலை அவரால் விமர்சனம் செய்ய இயலாது. நூலில் இல்லாத ஒன்றை

---

[193] "அம்பேத்கர் குடக தந்த சுத்தத்தை தொகுதி நூலில் விரிவாக முன்வைத்து உரையாடியிருக்கிறார்" என ஆசிரியர் தனது நூலின் 676 பக்கத்தில் எழுதுகிறார். இத்தகவலைக் கூட குடக தந்த சுத்தத்தை அவர் கையாளும் பக்கங்களில் குறிப்பிட்டிருக்க வேண்டும்.

அடிப்படையாய் கொண்டு நூலை எப்படி விமர்சனம் செய்ய முடியும்! இங்கேயே அம்பேத்கரின் புத்தரை தர்க்கப்பூர்வமாக எதிர்கொள்வதில் தோற்றுப்போய் விடுகிறார் ஆசிரியர். இருப்பினும் ஆசிரியரின் 'அம்பேத்கர் வெறுப்பு' சாடல்களை ஒரு விவாதப் பயிற்சிக்காக நாம் எதிர்கொள்ளலாம். அதனால் ஆசிரியரின் ஆய்வு முறையைக் குறித்தும் நாம் வினாக்கள் வைக்க முடியும்.

25 பக்கங்களுக்கு 'அம்பத்தா சுத்தா'வை முழுவதுமாக மேற்கோள் காண்பிப்பதுபோல் எழுதும் ஆசிரியர் சுத்தாவின் இறுதியில் ஒரேயொரு வாக்கியத்தில் கூறப்பட்டிருக்கும் புத்தரின் மிக அடிப்படை போதனையான துக்கம் சம்பந்தமான கொள்கையை மட்டும் நீக்கிவிடுகிறார்,

> *And when the Blessed One saw that Pokkharasadi the Brahman, had become prepared, softened, unprejudiced, upraised, and believing in heart, then he proclaimed the doctrine the Buddhas alone have won; that is to say, the doctrine of sorrow, of its origin, of its cessation, and of the Path. And just as a clean cloth from which all stain has been washed away will readily take the dye, just even so did Pokkharasadi the Brahman, obtain, even while sitting there, the pure and spotless Eye for the Truth...*[194]

என்ற ஆங்கில வரிகளை பெரியார்தாசன் பின்வருமாறு மொழிபெயர்க்கிறார்,

> போக்கர் சாதியின் உள்ளம் மென்மை அடைந்து, வெறுப்பு நீங்கி, உயர்ந்த நிலை அடைந்து, நம்பிக்கை நிறைந்தாக ஆகியிருப்பதை உணர்ந்த புத்தபிரான் அவருக்குப் புத்தர்கள் மட்டுமே அறிந்த உண்மைகளை அறிவித்தார். துக்கம், துக்க உற்பத்தி, துக்க நிவாரணம், மார்க்கம் ஆகியவற்றை அறிவித்தார். சுத்தமாக வெளுக்கப்பட்ட துணி சாயத்தை எளிதாக ஏற்றிக்கொள்வது போல, பிராமணர் போக்கர் சாதி

[194] *BAWS, Vol. 3, p.219*

> அங்கே அமர்ந்தவாறே உண்மையைக் காணும் தூய்மையான, மாசற்ற கண்ணைப் பெற்றார்".[195]

போக்கர் சாதியும் அம்பத்தாவும் புத்தரிடம் கற்ற உண்மையாக மேலே இடம் பெறும் "துக்கம், துக்க உற்பத்தி, துக்க நிவாரணம், மார்க்கம் ஆகியவற்றை அறிவித்தார் (புத்தர்)" *(the doctrine of sorrow, of its origin , of its cessation, and of the path)* என்ற வரியினை ஆசிரியர் வெட்டிவிடுகையில் [196] ஒளிவுமறைவு இல்லாத வாதத்தை முன்னெடுப்பதில் இருக்கும் அவரது தயக்கமே மேலோங்குகிறது. தான் எழுதிய 'அம்பேத்கரும் அவரது தம்மும்' நூலில் ஆசிரியர் ஆங்காங்கே வாசகர்களுக்கு திணிக்க முற்படுவது புத்தர் மாயைகளையும் ஒழிக்கவில்லை, உலகின் கண்களை மறைக்கும் திரையையும் விலக்கவில்லை என்பதை. இக்கூற்றினை தவறு என்று வெட்டப்பட்ட வரிகளில் விளக்கங்கள் இருப்பதால் அதனையும் இருட்டடிப்புச் செய்கிறார் ஆசிரியர். 'அம்பத்தா சுத்தா'வே அம்பேத்கரின் 'புத்தரும் அவர் தம்மமும்' நூலில் இல்லை என்பதை எழுதமறுத்த ஆசிரியரின் கள்ளத்தனத்தை விட ஆபத்தானது இந்த இருட்டடிப்புச் செயல். புத்தரின் துக்கம் சம்பந்தமான கொள்கையை திடமாக மறுக்கவும் வெறுக்கவும் செய்கிறார் ஆசிரியர். இதனை தீர உணர, அம்பேத்கர் புத்தர் பற்றியும் கார்ல் மார்க்ஸ் பற்றியும் என்ன ஒப்பீடு செய்கிறார் என்பதை நாம் புரிந்துகொள்ள வேண்டும். அம்பேத்கர் காட்மண்டில் ஆற்றிய 'புத்தரா அல்லது கார்ல் மார்க்ஸா' என்னும் உரையினை கவனிப்போம்,

> "நான் ஏற்கனவே கூறியது போல் ஏழைகள் சுரண்டப்படும் விஷயத்திலிருந்து தான் கார்ல் மார்க்ஸ் தொடங்குகிறார். இது பற்றி புத்தர் என்ன சொல்கிறார்? அவர் எங்கிருந்து தொடங்குகிறார்? அவர் தமது மதத்தின் கட்டமைப்பை எழுப்பியுள்ள அடித்தளம் என்ன? புத்தரும் 2000 அல்லது 2400 ஆண்டுகளுக்கு முன்னர் இதையேதான் கூறினார். அவர் சொன்னார் உலகில் துக்கம் இருக்கிறது. 'சுரண்டல்' என்னும் சொல்லை அவர் பயன்படுத்தவில்லை. ஆனால் துக்கம்

---

[195] டாக்டர் பாபாசாகேப் அம்பேத்கர் நூல் தொகுப்பு, தொகுதி 7, பக். 92-93

[196] பக். 290 பார்க்க

> எனப்படுவதன் மீதுதான் அவர் தமது மதத்துக்கான அஸ்திவாரத்தை இட்டார். உலகில் துக்கம் இருக்கிறது. துக்கம் என்னும் சொல் பல்வேறு வகைகளில் அர்த்தம் செய்து கொள்ளப்படுகிறது என்பதில் ஐயமில்லை. மறு பிறவி, வாழ்க்கை சக்கரம் இது தான் துக்கம் எனப் பொருள்கொள்ளப்படுகிறது. இதை நான் ஏற்பதற்கில்லை. *(புத்தரால்)* வறுமை [197] என்னும்

[197] தன் நூலில் அம்பேத்கருக்கு கம்யூனிசம் குறித்தான வாசிப்பும் புரிதலும் இல்லை என வாதம் செய்யும் ஆசிரியர், ஒரு கட்டத்தில் தனது பௌத்த அறிவைக்கொண்டு,

> பண்டைய புத்தரின் சுரண்டல் ஒழிப்புக் கருத்துகள் இருந்தன எனக் கூறும் அம்பேத்கரது வைதீக பௌத்தம் குறித்தும் பேசினால் நன்றாகவும் இருக்கும். *(பக். 149)*

என வாசகர்களிடமே எதிர்பார்க்கிறார். முதலாவதாக, அம்பேத்கரது பௌத்தம் வைதீக பௌத்தம் அல்ல. அடுத்ததாக, சுரண்டல்*(exploitation)* ஒழிப்புக் கருத்துகளுக்கு செல்வதற்கு முன் வறுமைக்கும் சுரண்டலுக்கும் உள்ள அடிப்படை தொடர்பை நினைவில் கொள்வது முக்கியமாகிறது. சுரண்டலை சுற்றி மட்டுமே பெரும்பாலோரின் சிந்தனைகள் விழைவதால் இத்தேவை எழுகிறது.

> *That language is different but the meaning is the same. If for misery one reads exploitation Buddha is not away from Marx. (BAWS, Vol. 3, p.446)*

என அம்பேத்கர் விளக்குகிறார். தோழர்களின் புரட்சி சுரண்டலுக்கு எதிரானதாக இருக்கலாம். ஆனால், சுரண்டல் ஏற்படுத்தும் வறுமையினாலேயே சுரண்டலுக்கு எதிராக புரட்சி நிறுத்தப்படுகிறது. அதாவது, கம்யூனிசத்தின் முதன்மையான நோக்கம் *(End)* வறுமையை நீக்குவதே. அதற்காக கையிலெடுக்கப்படும் வழிமுறை *(Means)* புரட்சி. இங்கே, வறுமையின் காரணம் *(Reason)* மட்டுமே சுரண்டல். மார்க்சியம் விரும்பும் 'சமத்துவம்' என்பதும் கூட அனைவரிடத்திலும் வறுமையை நீக்குவதே. இதற்காகவே ஏழை-பணக்காரன் என்ற சமுதாய *(பொருளாதார)* கட்டமைப்பு கேள்விக்குட்படுத்தப்படுகிறது. நோக்கத்தை *(வறுமையை நீக்குவது)* மறந்துவிட்டு வழிமுறையை மட்டுமே

பொருட்படுத்திக்கொள்ளும் இடதுசாரி சிந்தனையாளர்களுக்கு வறுமையினை துக்கமென கவனப்படுத்தும் பௌத்தம் அவர்களது மூளையை தட்டி எழுப்புவதில்லை. காரணம், அவர்கள் மார்க்சிய மொழியினை பௌத்த நூல்களில் தேடுகின்றனர். 'சுரண்டல்' என்ற வார்த்தையை புத்தர் உச்சரித்து உள்ளாரா அல்லது 'சுரண்டல்' என்ற வார்த்தை பௌத்த நூல்களில் உள்ளனவா என்று ஆராய்ந்துகொண்டிருக்கும் தோழர்களுக்கு புத்தர் பேசும் வறுமையைவிட மார்க்ஸ் பேசும் வறுமையாவது ஞாபகத்தில் உள்ளனவா என்றே கேள்வி எழுப்ப வேண்டியுள்ளது. இவற்றை தவறவிடுவதினாலேயே,

> அம்பேத்கரது புத்தர் உழைப்பு குறித்தோ, சுரண்டல் குறித்தோ எங்கும் எப்பொழுதும் பேசியதில்லை. புத்தரது துக்கம் என்பது சுரண்டல் குறித்த அர்த்தத்தில் எப்பொழுதும் இருந்ததில்லை. *(பக். 802)*

> உழைப்பு குறித்தும் சுரண்டல் குறித்தும் அம்பேத்கர் தனது புத்தரை பேசவிடுவதன் மூலம் புத்தரையே திரிபுக்குள்ளாக்கியிருக்கிறார் என்பது நமக்குத் தெளிவாக விளங்கும். *(பக். 803)*

என ஆசிரியர் முடங்கிவிடுகிறார். புத்தர் 'சுரண்டல்' என்ற வார்த்தையை பயன்படுத்தவில்லை என்பதை அம்பேத்கரும் கவனப்படுத்தாமல் இல்லை,

> *He (Buddha) said, "There is Dukkha in the world." He did not use the word 'exploitation'... (BAWS, Vol. 17, Part Three, p.552)*

இதனையும் தாண்டி, மனிதனின் துயரம்/ஏழ்மை *(misery)* மனிதன் அடுத்த மனிதனுக்கு நிகழ்த்தும் அநீதியின் விளைவேயாகும் என்ற புத்தரின் போதனைகளையும் முன்னிறுத்துகிறார் அம்பேத்கர்,

> *Man's misery is the result of man's inequity to man.*

> *Only righteousness can remove this inequity and the resultant misery.*

பொருளில் துக்கம் என்னும் சொல் பௌத்த நூல்களில் பல இடங்களில் பயன்படுத்தப்பட்டிருக்கின்றது என கருதுகிறேன். எனவே, அடித்தளம் என்பதைப் பொறுத்த வரையில் உண்மையில் எத்தகைய கருத்து வேறுபாடும் இல்லை என்பது தெள்ளத் தெளிவு.

அடித்தளம் பெறுவதற்குப் பௌத்தர்கள் கார்ல் மார்க்சிடம் செல்வது அவசியமற்றது, தேவையற்றது. இந்த அடித்தளம் ஏற்கனவே இருக்கிறது. அது நன்கு இடப்பட்டுள்ளது. புத்தர் தமது முதல் விளக்கப் பேருரையான தர்மசக்கர பரவர்த்தன சுத்தத்தை எங்கு தொடங்குகிறாரோ அங்குதான் அந்த அடித்தளம் உள்ளது. எனவே கார்ல் மார்க்ஸால் கவரப்பட்டிருப்பவர்களுக்கு ஒன்று சொல்கிறேன். தர்மசக்கர பரவர்த்தன சுத்தத்தை படியுங்கள். அதில் புத்தர் என்ன சொல்லுகிறார் என்பதைத் தெரிந்து கொள்ளுங்கள். இந்தப் பிரச்சினையில் நீங்கள் போதிய அளவு திருப்தியடைவீர்கள். புத்தர் தமது மதத்துக்கான அடித்தளத்தை கடவுள் மீதோ அல்லது ஆன்மா மீதோ அல்லது இது போன்றோ வேறு எந்த இயல்நிலை கடந்தவற்றின் மீதோ இடவில்லை. மக்களின் துன்ப துயரங்கள் மீதே அவர் தலையாய முக்கிய கவனம்

That is why he said that religion must not only preach but must inculcate upon the mind of man the supreme necessity for being righteous in his conduct. (Dr. B. R. Ambedkar, The Buddha And His Dhamma, p.284)

ஒரு கம்யூனிஸ்டாக பின்வரும் அம்பேத்கரது வரிகளை ஆசிரியர் நினைவில் கொள்ளவேண்டும் என்பதை மீண்டும் வலியுறுத்துகிறேன்,

That language is different but the meaning is the same. If for misery one reads exploitation Buddha is not away from Marx. (BAWS, Vol. 3, p.446)

செலுத்தினார். எனவே மார்க்சியம் அல்லது கம்யூனிசத்தைப் பொறுத்தவரையில் பௌத்தம் அதனைப் போதிய அளவில் பெற்றுள்ளது. மார்க்ஸ் சொன்னதை புத்தர் மார்க்ஸ் பிறப்பதற்கு *2000* ஆண்டுகளுக்கு முன்பே சொன்னார்.[198]

"As I told you, Karl Marx begins with what is called exploitation of the poor. What does the Buddha say? How does he begin? What is the foundation on which he has raised the structure of His religion? The Buddha, too, 2000 or at any rate 2400 years ago, said exactly the same thing. He said, "There is Dukkha in the world." He did not use the word 'exploitation' but He did lay the foundation of His religion on what He called Dukkha. There is Dukkha in the world. The word Dukkha no doubt has been interpreted in various ways. It has been interpreted to mean re-birth, the round of life, that is Dukkha. I do not agree with that[199]. I think there are lots of places in the Buddhist literature where the Buddha has used the word Dukkha in the sense of poverty[200]. Therefore, so far as the foundation is concerned, there is really no difference at all.

---

[198] டாக்டர் பாபாசாகேப் அம்பேத்கர் நூல் தொகுப்பு: தொகுதி *37*, பக். *708-709*

[199] மறுபிறப்பு குறித்து நம்பிக்கை கொள்வது, பிறவி மறுபிறப்பு என்ற சங்கிலித் தொடரை 'துக்கம்' என பொருள் தருவது, அல்லது இந்த சங்கிலித் தொடருக்கான மீட்சியாக நிர்வாண நிலையை முடிவுக்கொள்வது *(*ராம்விலாஸ் சர்மா போன்றோரின் கருத்து*)* போன்ற நிலைப்பாடுகளை அம்பேத்கர் நிராகரிக்கிறார் என்பதற்கு அவரின் இக்கூற்று ஒரு வெளிப்படையான ஆதாரம்.

[200] *Dukkha is Poverty*

In what sense did the Buddha use the word sorrow and suffering?

There is a sermon on record from which it is clear that the Buddha was very much aware that poverty was a cause of sorrow.

In that sermon he says—" Monks, is poverty a woeful thing for a worldly wanton ? "

" Surely, Lord."

" And when a man is poor, needy, in straits, he gets into debt, and is that woeful too? "

" Surely, Lord."

" And when he gets into debt, he borrows, and is that woeful too ? "

"Surely, Lord."

"And when the bill falls due, he pays not and they press him; is that woeful too?"

"Surely, Lord."

" And when pressed, he pays not and they beset him ; is that woeful too "

" Surely, Lord. "

"And when beset, he pays not and they bind him; is that woeful too?"

" Surely, Lord. "

"Thus, monks, poverty, debt, borrowing, being pressed, beset and bound are all woes for the worldly wanton.

" Woeful in the world is poverty and debt."

It is unnecessary for the Buddhist people to go to Karl Marx to get the foundation. That foundation is already there, well laid. It is where the Buddha begins his first sermon- the Dharma Chakra Pravartana Sutta. Therefore, to those who are attracted by Karl Marx, I say, study the Dharmachakra Pravartana Sutta[201] *and find out what the Buddha says. And you will find sufficient satisfaction on this question. The Buddha did not lay the foundation of his religion either on God, or on Soul, or anything Supernatural like these. He laid his finger on the fact of life- people are living in suffering. Therefore, so far as Marxism or Communism is concerned, Buddhism has enough of it. And the Buddha has said it 2000 years before Marx was born.*[202]

Thus the Buddha's conception of Dukkha is material. (Dr. B. R. Ambedkar, The Buddha And His Dhamma, p.510-511)

> துக்கமும் சுரண்டலும் ஒன்றுதான் என்றால் அதனடிப்படையாக எழும் வறுமை என்ற கருத்தாக்கத்தையல்லவா புத்தர் உணர்ந்து அதற்கு தீர்வுகளைச் சொல்லியிருப்பார். *(பக். 797)*

என்ற ஆசிரியரின் எதிர்பார்ப்புக்கு, துக்கத்தை வறுமை என்ற கருத்தாக்கத்தோடு *Majjhima Nikaya, Alagaddupama Sutta I: II: 22 :167* என்ற இடத்தில் இடம்பெறும் புத்தரின் மேலுள்ள போதனையையே ஒரு சான்றாகும்.

[201] "துக்கத்தையும், சுரண்டலையும் ஒன்றெனஅம்பேத்கர் நினைத்தது அவரது பெரும்பிழைகளில் ஒன்று" *(பக். 126)* என்ற ஆசிரியரின் கூற்று குறைந்தபட்சம் தர்மசக்கர பரவர்த்தன சுத்தத்தையாவது ஆய்வு செய்ததன் வெளிப்பாடாக இருந்திருக்க வேண்டும். ஆனால் அவர் கூற்றோ வெறும் கூற்றாய் முடிகிறது. சுரண்டலின் நேரடி விளைவாய் வறுமை இருக்கையில் அத்துக்கத்தை (அதாவது வறுமையை) சுரண்டலோடு தொடர்புபடுத்துவது சரியானதும், அவசியமானதும் ஆகும்.

[202] *BAWS, Vol. 17, Part Three, p.552*

'அம்பத்தா சுத்தா'வில் இருந்து தான் வெட்டிய "துக்கம், துக்க உற்பத்தி, துக்க நிவாரணம், மார்க்கம் ஆகியவற்றை அறிவித்தார் (புத்தர்)" என்ற வரி ஆசிரியரை நிலைக்குலையச் செய்கிறது. கம்யூனிச கொள்கை மீது அதிகமாய் கொண்ட தன் பற்றினை புத்தரது 'துக்கம்' மாற்றுப்பார்வையாய் மறுபரிசீலனை செய்யவும் அழைப்பதால் ஆசிரியர் புத்தரின் வரிகளை வெறுத்தே கடக்கிறார். ஒருசார்பாக புத்தரின் வரிகளையும் வெட்டிவிடுகிறார்.

ஆய்வு நேர்மைக்கு ஒவ்வாத முறையில் மேற்கோள்களை பயன்படுத்தி திரிபுகளை புகுத்தும் ஆசிரியர் அதே வல்லமையை நன்கு கையாண்டிருந்தால் 'அம்பத்தா சுத்தா'வை பற்றி தன் நூலில் எழுதாமலே இருந்திருப்பார். ஆனால் அதையும் செய்யவிடாமல் தடுத்தது அவர் அடிக்கடி காணும் பகல் கனவுகளே. அம்பேத்கரின் பார்வை வைதீக பௌத்தம் சார்ந்துள்ளதென எப்படியேனும் நிரூபித்துவிடலாம் என்ற முதிர்ச்சியின்மையே ஆசிரியரை 'அம்பத்தா சுத்தா'வை சுற்றி கிரிவலம் வர செய்கிறது. சுத்தாவில் தகவலாக கூறப்படும் "மகானுடைய உடம்பில் காணக்கூடிய முப்பத்திரண்டு அடையாளங்கள்" என்பதை வைத்துக்கொண்டு அம்பேத்கருக்கு எதிராக அடித்தளமில்லாத ஒரு வைதீக கோட்டையை கட்டிவிடலாம் என்று நம்பி ஆய்வுப்பணியிலிருந்து கற்பனைவாதத்திற்கு முகம் பெயரும் ஆசிரியர் அதற்காக தன்னையும் நன்றாக தயார்படுத்திக்கொள்கிறார் என்பதையும் அவரது நூலில் காணமுடிகிறது.

முப்பத்திரண்டு இலட்சணங்களை மீண்டும் ஒருமுறை படித்துப்பாருங்கள் என்று வாசிப்பர்களை தன் நூலின் 291-ஆம் பக்கத்தில் அழைக்கும் ஆசிரியர், சம்பந்தப்பட்ட முப்பத்திரண்டு இலட்சணங்களையும் 56 பக்கங்களுக்கு முன்னரே, அதாவது 235-ஆம் பக்கத்திலேயே மேற்கோள் காண்பித்து பட்டியலிடுகிறகிறார். இந்த நீண்ட பக்க இடைவெளிகளுக்கு கள்ளத்தனமான ஒரு காரணமும் உண்டு. அம்பேத்கரது 'புத்தரும் அவர் தம்மமும்' நூலுக்கு வைதீக சாயத்தை பூச அந்நூலில் மேற்கோள்கள் ஏதும் இல்லை என்ற தவிப்பினில் சுற்றித்திரிந்து இறுதியில் தர்மானந்த கோசாம்பியின் நூலில் தஞ்சமடைகிறார் ஆசிரியர். முப்பத்திரண்டு இலட்சணங்களைப் பட்டியலிடும் தர்மானந்த கோசாம்பியின் நூலின் மேற்கோள்களை வைத்துக்கொண்டு அம்பேத்கரது 'புத்தரும் அவர் தம்மும்'

நூலை விமர்சித்தால் வாசிப்பவர்கள் ஒத்துகொள்ளமாட்டார்கள் என்பதால் தன்னால் இயன்றளவு இந்த கள்ளத்தனத்தை கவனம் பெறாமல் செய்வதற்கு 56 பக்கங்கள் முன்னரே மேற்கோள்களாய் கொடுத்துவிடுகிறார். பக்க இடைவெளியிலும் வாசிப்பு ஓட்டத்திலும் வாசிப்பவர்கள் தடம் மாறுவர் என்பது அவர் எதிர்ப்பார்ப்பு. ஆழ்ந்த வாசிப்பு இல்லாத, அனுபவ அறிவாலும் உணர்ச்சிகளின் தூண்டுதலாலும் மட்டும் கவரப்பட்டு, எந்தவொரு கருத்தியலின் வாசலிலும் நிற்கும் இளைஞர்களை தன்னிடத்திற்கு கொத்திச் செல்ல தன் நூலில் கட்டமைத்து இருக்கும் மூன்றாம்தர சட்டகமும் பயன்படும் என்பதை அசைக்க முடியாத நம்பிக்கையாக ஆசிரியர் கொண்டிருக்கிறார். அப்படி இல்லையெனில் 920 பக்கங்களுக்கு தன் நூலை அதே பாணியில் உண்டாக்கியிருக்க முடியாது. ஆசிரியரின் 'அம்பேத்கரும் அவரது தம்மும்' நூலில் எண்ணற்ற அடிக்குறிப்புகள் உள்ளது என்பதை தாண்டி ஒவ்வொரு அடிக்குறிப்புகளும் என்ன நோக்கதிற்காக பயன்படுத்தப்பட்டுள்ளது என்பதையும், பயன்பாட்டின் ஆய்வு நேர்மையையும் நாம் பொறுமை சேர்ந்த கவனத்துடன் பொறுத்திப்பார்க்க வேண்டியுள்ளது. முக்கியமாக ஒவ்வொரு அடிக்குறிப்புகளும் அம்பேத்கரது 'புத்தரும் அவர் தம்மமும்' நூலோடு தொடர்புபடுத்திக்கொள்ள முடியுமா என்பதனையும், தொடர்புபடுத்திக்கொள்ளலாம் என்றால் ஆசிரியரின் வைதீக விவாதத்திற்கு அவை ஏற்றவை தானா என்பதையும் நாம் அலசி ஆராய வேண்டியுள்ளது. இதையெல்லாம் வாசிப்பவர்கள் எல்லோரும் செய்வார்களா என்பது சந்தேகமே. ஒரு ஆய்வாளாருக்கே சலிப்பூட்டும் அளவிற்கு அடிக்குறிப்புகளை வைத்துக் கொண்டு ஆய்வு மோசடி செய்கிறார் ஆசிரியர்.

இந்த மோசடியின் உச்சமே தர்மானந்த கோசாம்பின் மேற்கோளை எடுத்துக்கொண்டு பெரியாரின் பாணியில் 32 இலட்சணங்களையும் பகுத்தறிவு கேள்விகளுக்கு உட்படுத்தியது. இதில் அம்பேத்கர் எப்படி உள்ளே வருகிறார் என்பதை கடைசி வரை ஆசிரியர் விளக்கிடவே இல்லை. சுத்தாக்களில் புத்தரின் 32 இலட்சணங்களாக கூறப்படும் செய்திகளில் அம்பேத்கருக்கு நாட்டமில்லை; அவற்றினை முன்னிறுத்தவும் அவர் எங்கும் முயலவில்லை. பௌத்த நூல்களில் கூறப்பட்டிருக்கும் புனைவுகளை செய்தியாகவே அம்பேத்கர் தனது நூலில் தருகிறாரே தவிர தனது நம்பிக்கைகளாய் அல்ல. அவரின் 'புத்தரும் அவர் தம்மமும்'

நூலில் 'அசித்தரின் வருகை' என்ற தலைப்பில் இடம்பெறும் விவரணைகளை[203] இதனடிப்படையிலேயே அவர் எழுதுகிறார். புத்தரின் கோட்பாடுகள் பற்றிய அம்பேத்கரது விளக்கங்களாக அதே நூலில் வருபவை[204] அசித்தர் குறிப்பிட்ட 32 இலட்சணங்களுக்கும் நேரெதிராக, மறுத்தும் நிராகரித்தும் இருக்கின்றன என்பதை இங்கே கவனத்தில் கொள்ள வேண்டும். புத்தரின் 32 இலட்சணங்களை அம்பேத்கர் நம்புகிறார் அல்லது நம்பும்படி கூறுகிறார் என்பதற்கு எந்த ஆதாரத்தையும் ஆசிரியரால் தரமுடியாது.

தனது ஆணுறுப்பையும், நாக்கையும் மற்றவர்களுக்குத் தெரியும்படி புத்தர் காட்டினார் என்று அம்பேத்கர் விளக்குவதாய் ஆசிரியர் எழுதுகிறார்[205]. 'அம்பத்தா சுத்தா'வை எழுதியது அம்பேத்கர் அல்ல என்பதை விளங்கிக்கொள்ள பேரறிவு ஒன்றும் தேவையில்லை. சுத்தா எழுதப்பட்டு பல நூற்றாண்டுகள் கழித்தே அம்பேத்கர் பிறக்கிறார் என்பதை சிந்தித்தாலே போதும். அம்பேத்கர் சொன்னார், அம்பேத்கர் சொன்னார் என்று திரும்ப திரும்ப கூறும் ஆசிரியருக்கு தெளிவாகவே தெரியும் அவை அம்பேத்கரின் கூற்று அல்ல என்று; மாறாக அவை சுத்தாக்களில் இடம்பெறுபவை. 'அம்பத்தா சுத்தா'வை பொறுத்தவரையில் பின்வரும் ஒரு பத்தி அறிமுகத்தை மட்டுமே அம்பேத்கர் எழுதியிருக்கிறார். மற்றப்படி 'அம்பத்தா சுத்தா'வை மேற்கோளாக அவர் தருகையில் தனது எந்தவொரு கருத்தினையும் அவர் எங்கேயும் குறிப்பிடவே இல்லை,

> *Buddha denounced the caste system. The Caste System in its present form was not then existing. The bar against inter-dining and inter-marriage had not then become operative. Things were flexible and not rigid as they are now. But the principle of inequality which is the basis of the caste system had become well established and it was against this principle that Buddha carried on a determined and a bitter fight. How strongly was he opposed to the pretensions of the Brahmins for superiority over the other classes and how convincing were the grounds of his opposition*

---

[203] *Dr. B. R. Ambedkar, The Buddha And His Dhamma, p.5-8*

[204] *Dr. B. R. Ambedkar, The Buddha And His Dhamma, p.211-310 and p.350-351.*

[205] பக். *293*

> *are to be found in many of his dialogues. The most important one of these is known as the Ambattha Sutta.*[206]

'அம்பத்தா சுத்தா'வானது ஆங்கிலத்தில் '*Dr.Babasaheb Ambedkar Writings and Speeches: Volume 3*'லும், தமிழில் 'டாக்டர் பாபாசாகேப் அம்பேத்கர் நூல் தொகுப்பு: 7'லும் இடம்பெறுகிறது. இந்நூல் அம்பேத்கரால் அவரது காலத்தில் வெளியிடப்படவில்லை என்பதைனையும் இங்கே கவனப்படுத்த வேண்டியுள்ளது. அவர் மறைவிற்கு பின்னர் '*UNPUBLISHED WRITINGS*' என்ற குறிப்புடனே இந்நூல் வெளியிடப்படுகிறது. சாதிக்கெதிரான புத்தரின் நிலைப்பாட்டினை குறிக்கவே 'அம்பத்தா சுத்தா'வை மேற்கோளிடுகிறார் அம்பேத்கர். இதைத்தாண்டி சுத்தாவை பற்றிய எந்தவொரு ஆய்வையும் அவர் மேற்கொள்ளவில்லை. மெய்யான தகவல்கள் இப்படியிருக்க 'அம்பத்தா சுத்தா'வையே அம்பேத்கர் விளக்குவது போன்றும், அதில் கூறப்பட்டவை எல்லாமே அம்பேத்கரின் கூற்றாகவும் ஆசிரியர் மாற்றுவது வெறுப்பரசியலை கக்கும் மதம்பிடித்த எழுத்தாளராய் அவர் மாறியிருப்பதை காட்டுகிறது.

ஒரு கட்டத்தில் ஆசிரியர் தனது படைப்பினை விமர்சன நூலாக வைக்க வேண்டும் என்பதனைக் கூட மறந்துவிட்டு கற்பனையின் அணிவகுப்பாய் எழுத தொடங்கி விடுகிறார். அம்பத்தாவின் கூற்றொன்றில் பின்வருமாறு வருகிறது,

> *Then Ambattha did so. And the Blessed One opened the door, and Ambattha entered in. And the other young Brahmans also went in; and they exchanged with the Blessed One the greetings and compliments of politeness and courtesy, and took their seats. But Ambattha, walking about, said something or other of a civil kind in an off-hand way, fidgeting about the while, or standing up, to the Blessed One sitting there.*
>
> *And the Blessed One said to him; 'Is that the way, Ambattha, that you would hold converse with aged teachers, and teachers of your teachers well stricken in years, as you now do, moving about the while or standing, with me thus seated?'*

---

[206] *BAWS, Vol. 3, p.204*

> *'Certainly not, Gotama. It is proper to speak, with a Brahman as one goes along only when the Brahman himself is walking and standing to a Brahman who stands, and seated to a Brahman who has taken his seat, or reclining to a Brahman who reclines. But with shavelings, sham friars, menial black fellows, the offscouring of our kinsman's heels—with them I would talk as I now do to you.'*[207]

இதுவே தமிழ் மொழிபெயர்ப்பில்,

> ஆனால் மழித்த தலையர்களிடம், போலி சன்னியாசிகளிடம், கீழ்நிலையில் உள்ள (கருநிற)[208] ஆட்களிடம், எங்களைச் சேர்ந்தவர்களின் காலடியில் பட்டவர்களிடம் பேசும்போது நான் இப்போது பேசுவது போலத்தான் பேசுவேன்.[209]

என்று காணலாம். இதனைப் பற்றி தனது நூலில் விவரிக்கும் ஆசிரியர், புத்தரை மழித்த தலையர், போலி சன்னியாசி, கீழ்நிலை ஆள் என்று அம்பத்தா மனம் போனபடி பேசுகிறான் என புரிந்துகொள்கிறார். இவ்வரிகளை படிக்கையில் அம்பத்தா புத்தருக்கு மரியாதை கொடுக்கவில்லை என்பது மறுக்க முடியாது. ஆனால், மழித்த தலையர்களிடம், போலி சன்னியாசிகளிடம், கீழ்நிலையில் உள்ள கருநிற ஆட்களிடம், அல்லது தனது பந்தங்களில் காலடியில் பட்டவர்களிடம் தான் எப்படி பேசுவது உண்டோ அப்படித்தான் புத்தரிடமும் பேசுவதாக அம்பத்தா கூறுகிறான். ஆசிரியர் பொருள் தருவதுப்போல், புத்தரை மழித்த தலையராகவும், போலி சன்னியாசியாகவும், கீழ்நிலையில் உள்ள கருநிறத்தவராகவும், தனது பந்தங்களில் காலடியில் பட்டவராகவும் அம்பத்தா கூறவில்லை. அம்பேத்கர் எழுதிய ஆங்கில நூல்களையும் தன் ஆய்வின் மூல நூலாக கொள்ளாமல், அதன் தமிழாக்கத்தில் உள்ள மிக சாதாரண வாக்கியங்களின் பொருளையும் தெளிவாகப்

---

[207] *BAWS, Vol. 3, p.206*

[208] மொழிபெயர்ப்பில் இவ்வார்த்தை விடப்பட்டுள்ளது.

[209] டாக்டர் பாபாசாகேப் அம்பேத்கர் நூல் தொகுப்பு: தொகுதி 7, பக். 77

புரிந்துகொள்ளாமல், ஆசிரியர் பின்வருமாறு தொடரும் முடிவுகளை கவனிப்போம்,

> அப்படியென்றால் அப்போது புத்தரும் மொட்டையடித்துத்தான் இருக்க வேண்டும். மாறாக அரசர்கள் மொட்டைத்தலையோடு இருக்கும் ஒரு புத்தர் சிலையைக்ககூட செய்ததில்லை. அனைத்து சிலைகளிலும் நீக்கமற கொண்டை இருக்கிறது. இந்தக் கொண்டை விவரம் மகாயானம் கோலோச்சிய காலத்தில் புத்தருக்கு முளைத்த கொண்டை என்பதை மறந்துவிடக்கூடாது. ஆக புத்தரது சமயமாக இந்தியா முழுக்க பேசப்பட்டது, பரப்பப்பட்டது மகாயான பௌத்தமே அன்றி தேரவாத பௌத்தம் அல்ல என்று நாம் இதன் மூலம் முடிவுக்கு வரலாம்.[210]

அம்பத்தாவின் கூற்றிலிருந்து புத்தர் மொட்டையடித்துத்தான் இருக்க வேண்டும் என்று ஆசிரியர் முடிவுகொள்வாராயின் அதே தர்க்கத்தின் வழியே புத்தர் கருநிறத்தவராய் இருந்தார் என்றும் அவர் முடிவுகொள்ளவேண்டிவரும். கருநிறத்தவரான புத்தரை ஆசிரியர் என்னவென்று விளக்குவார்? இங்கு கேள்விக்குட்படுத்த வேண்டியது புத்தரும் மொட்டையடித்துத்தான் இருக்க வேண்டும் என்ற ஆசிரியரின் முடிவை அல்ல. மாறாக, இந்தியா முழுக்க பேசப்பட்டது, பரப்பப்பட்டது மகாயான பௌத்தமே அன்றி தேரவாத பௌத்தம் அல்ல என்று புத்தரின் கொண்டை வழியாக அவர் முடிவுக்கு வரும் முறையைத்தான். அவர் நிரூபணம் செய்யும் முறையே விந்தையாகவும், ஆழமில்லாமலும் உள்ளது. ஆசிரியரின் கூற்றுப்படி பார்த்தால் தேரவாத பௌத்தத்தில் புத்தர் மழித்த தலையுடன் மட்டுமே காண்பிக்கப்பட வேண்டும். அல்லது அவரது தலையில் கொண்டை இருக்கக்கூடாது. ஆனால் வரலாறு அதற்கு மாறாய் உள்ளது.

மாமனிதர்கள் தனித்துவமிக்க குறியீடாக *(Symbol)* மாற்றப்படுகிறார்கள் என்பதன் முக்கியத்துவத்தை தவறவிடுவதினாலேயே புத்தரின் கொண்டையில் ஆசிரியரின் சிந்தனைகள் சிக்கித்தவிக்கின்றன. இடது கையானது இந்திய அரசியல் சட்டத்தையும், வலது கையின் ஆட்காட்டி விரல்

---

[210] பக். 295

மணக்கத்தகாதவர்களின் [211] விடியலுக்கான திசையினையும் காண்பித்துக்கொண்டு கோட்-சூட்டோடு கம்பீரமாக நிற்கும் அம்பேத்கரின் சிலைகள் ஒரு குறியீடே எனலாம். அதுபோன்று அம்பேத்கர் நின்றதாக தகவல்கள் இல்லை. இருப்பினும் அக்குறியீடானது அம்பேத்கரியத்தையும் மணக்கத்தகாதவர்களின் விடுதலையையும் உணர்த்துகிறது. கண்களை மூடி தியான நிலையில் உள்ள புத்தருக்கு கொண்டை உருவானதும் பௌத்தத்தின் குறியீடாக அவர் மாற்றப்பட்டதால் தான்.

வெறுப்பரசியலின் சிம்மாசனத்தில் அமர்ந்துகொண்டு தன் நூலினை எழுதி முடித்திருக்கும் ஆசிரியர்,

> புத்தர் திருமண விசயங்களில் சாதி பார்க்கலாம் எனச் சொன்னதை அம்பேத்கரும் எடுத்துக்காட்டியுள்ளார்.[212]

என்று உண்மைக்குப் புறம்பான தகவலை தருகிறார். இதற்கான மறுப்பு 'அம்பத்தா சுத்தா'விலேயே புத்தர் உரைப்பதில் உள்ளது,

> அம்பத்தா, யாரெல்லாம் பிறப்பு, வம்ச பரம்பரை என்ற கருத்துகளுக்கு அல்லது சமூக அந்தஸ்துப்பெருமைக்கு, திருமண தொடர்புப் பெருமைக்கு அடிமையாய் இருக்கிறார்களோ அவர்களெல்லாம் சிறந்த ஞானத்திலிருந்தும் அறநெறி ஒழுக்கத்திலிருந்தும் வெகு தூரத்தில் இருக்கிறார்கள். இத்தகைய அடிமைத்தனங்கள் எல்லாவற்றையும் ஒழிப்பதன் மூலம் தான் ஒருவன் உயர்ந்த நிறைவுள்ள ஞானத்தையும் நடத்தையும் அடைய முடியும்.[213]

ஆங்கில மூல நூலில், இதுவே,

> *For whosoever, Ambattha, are in bondage to the notions of birth or of lineage, or to the pride of social position, or of connection by marriage, they are far from the best wisdom and righteousness. It is only by having got rid of all such bondage*

---

[211] *Unmarriageables- the present day Scheduled Castes.*

[212] பக். *300*

[213] டாக்டர் பாபாசாகேப் அம்பேத்கர் நூல் தொகுப்பு: தொகுதி *7*, பக். *85*

> *that one can realise for himself that supreme perfection in wisdom and in conduct.*[214]

என்று இருக்கிறது. திருமண விசயங்களிலும் உள்ள பிற்போக்குத்தனத்தையும் குலசார்பினையும் எதிர்த்து புத்தர் தலையிட்டுள்ளார் என்பதையே இவ்வரிகள் விளக்குகின்றன. இவ்வளவு தெளிவாக அம்பத்தாவை நோக்கி புத்தர் கூறிய வார்த்தைகளாக 'அம்பத்தா சுத்தா'வில் வரிகள் இருக்க, ஆசிரியரோ,

> அக்கால திருமண விசயங்களில் புத்தர் எந்தத் தலையீட்டையும் செய்ததில்லை. செய்திருக்க வாய்ப்பும் இல்லை என்பதை இந்த சுத்தாவின் வாயிலாக நாம் உணர்ந்து கொள்ள முடியும்.[215]

> திருமண உறவுகளில் புத்தர் குலமரபை மறுக்கவில்லை என்றே ஆகிறது. உண்மையில் அக்கால சாதி மறுப்பு நிலை, இந்த அளவுக்கு மட்டுமே புத்தரிடமே இருந்தது. இது அவரது காலச்சூழலில் அவரால் நிராகரிக்க முடியாததாக இருந்தது.[216]

என்று தனது கற்பிதங்களை எழுதுகிறார்.

அம்பத்தா சுத்தா ஒரு சத்திரிய வெறிபிடித்த சுத்தா[217] என்று முழு முடிவாக சொல்லும் ஆசிரியர், ஒக்கக மன்னரின் மகளான மந்த ரூபியை அடிமை மகனான கன்ஹா கட்டியதால் சாக்கிய குலப்பெருமையை பாழாயிருக்குமே[218] என்ற முட்டாள்தனமான கேள்வியை தன் புத்திசாலித்தனத்தின் வெளிப்பாடாகவே நினைத்து கேட்கிறார். இந்தச் சுத்தாவில் புத்தர் விரிவாக கூறுவது சத்திரியக் குலப் பெருமையை அல்ல; குலத்தூய்மையை பெருமையாய் கருதும் அம்பத்தாவும் வருணக்கலப்பின் வழிவந்தவனாய் இருக்க குலத்தூய்மையை யாரொருவர் பெருமையாய் கருதுவதும் முட்டாள்தனமான நம்பிக்கையே என புத்தர் உரைக்கிறார். மேலே இருக்கும் ஆங்கில மேற்கோளிலும்

---

[214] *BAWS, Vol. 3, p.212*

[215] பக். 316

[216] பக். 306-307

[217] பக். 311

[218] பக். 310

அதன் தமிழ் மொழிபெயர்ப்பிலும் நாம் பொருள் கொள்வது பிறப்பு, வம்ச பரம்பரை (குலம்), சமூக அந்தஸ்து ஆகியவைகளின் அடிப்படையில் கொள்ளும் பெருமைகளை புத்தர் எதிர்த்தார் என்பதே. *Buddha was against the notions of birth or of lineage or to the pride of social position.* முழு பூசணியை சோற்றில் மறைக்கிறார் ஆசிரியர்!

'சகோதர புணர்ச்சி' புனைவிற்கான ஆசிரியரின் மற்றுமொரு முயற்சியினை அடுத்து கவனிப்போம். தேவதத்தனின் சகோதரியாக யசோதரையை நிறுவ முற்பட்டதுபோல் சுத்தோதனரின் சகோதரிகளாக மகாமாயாவையும் பிரஜாபதி கோதமியையும் நிறுவிட முற்படுகையில் ஆசிரியரின் தர்க்கம் முற்றிலும் முடங்கிவிடுகிறது. அம்பேத்கரின் 'புத்தரும் அவர் தம்மமும்' நூலில் இரண்டாம் பக்கத்தில் பசனேதி கோசல அரசராக கூறப்படுகிறார்,

> கோசல அரசரான பசனேதியும், மகத அரசரான பிம்பிசாரரும், சித்தார்த்த கௌதமரின் சமகாலத்தவராவர்.[219]

> *Pasanedi, King of Kosala and Bimbisara, King of Magadha, were the contemporaries of Siddharth Gautama.*[220]

ஆனால் இத்தகவல் தமக்கு உதவாது என்று எண்ணி டி.டி. கோசாம்பியின் மேற்கோளுக்கு நம்மை அழைத்துச் சென்று,

> அடிமையான ஒரு பெண்ணின் மகளை சாக்கிய மன்னரான பசனேதி திருமணம் செய்துகொள்ள விரும்பியபோது, அவரது கோரிக்கையை சாக்கியர்கள் தந்திரமாக நிராகரித்தனர்.[221]

என்ற திரிபை உள்நுழைக்கிறார். இதற்கு துணைபோகும் மற்றொரு முக்கியமான நபர் டி.டி. கோசாம்பியின் *'Myth and Reality'* நூலிருந்து மேலே உள்ளவற்றை மொழிபெயர்த்து ஆசிரியருக்கு உதவிய தோழர் பாலசந்திரன்.

---

[219] டாக்டர் பாபாசாகேப் அம்பேத்கர், புத்தரும் அவர் தம்மமும், தமிழில்: டாக்டர் வீ. சித்தார்த்தா (பெரியார்தாசன்), பக். 2

[220] *Dr. B. R. Ambedkar, The Buddha And His Dhamma, p.2*

[221] பக். 311

விமர்சனத்திற்குட்படுத்தும் அம்பேத்கரின் நூலின் *(Buddha and His Dhamma)* முதல் இரண்டு பக்கங்களை ஆசிரியரும் தோழர் பாலச்சந்திரன் அவர்களும் படித்திருந்தாலே இதுபோல கூட்டு மோசடியில் ஈடுபட்டிருக்க மாட்டார்கள். அல்லது இவர்களின் கூட்டு மோசடியே இதுபோன்ற அடிப்படைத் தகவல்களைக்கூட குழப்பிட வேண்டும் என்ற நோக்கத்திலா என்பதனையும் கவனிக்க வேண்டியுள்ளது. மேலே மேற்கோளிடப்பட்டிருக்கும் தமிழ் மொழிபெயர்ப்பின் மூலமான டி.டி. கோசாம்பியின் ஆங்கில வரிகளை இங்கு ஒப்பீடுவதே இவர்கள் இருவரின் மேம்போக்கான பணியினை அம்பலப்படுத்தி விடும்,

> *But Mukerji took the Buddha's mother Maya as a Koliyan, presumably after the late Mahavastu tradition. This is impossible, for the Sakyaa were too proud to marry outside the tribe. They even fobbed off king Pasenadi's demand for a Sakya bride with the daughter of a slave woman.*[222]

இங்கு மொழிபெயர்ப்பாளர் பாலச்சந்திரன் பொருள் கொள்வதுபோல 'சாக்கிய மன்னரான' பசனேதி என்று அர்த்தம் வரவில்லை. அவராகவே ஊகித்துக் கொண்டுவிடுகிறார். பசனேதி கோசல மன்னர் என்பதை எந்தவொரு வரலாற்று ஆசிரியரும் மறுக்கப்போவது கிடையாது. ஆசிரியர் பயன்படுத்தும் கோசாம்பியின் மற்றொரு மேற்கோளும் [223] இதனை உறுதிப்படுத்துகிறது. கோசல மன்னர் பசனேதி தான் பிரசேனஜித் என்பதையும் ஆசிரியர் கொடுக்கும் கோசாம்பியின் மேலுமொரு மேற்கோள் [224] தெளிவாக்குகிறது. பசனேதியை சாக்கிய மன்னராக்கியது மட்டுமல்ல அல்ல பிழை; மொழிபெயர்ப்பதில் வாக்கியத்தின் தகவலையே மாற்றி விடுகிறார் தோழர் பாலச்சந்திரன்,

> *They even fobbed off king Pasenadi's demand for a Sakya bride with the daughter of a slave woman.*

என்பதை

---

[222] *D.D. Kosambi, Myth and Reality, p.102*

[223] பக். *321* பார்க்க

[224] பக். *327* பார்க்க

> அடிமையான ஒரு பெண்ணின் மகளை சாக்கிய மன்னரான பசனேதி திருமணம் செய்துகொள்ள விரும்பிய போது, அவரது கோரிக்கையை சாக்கியர்கள் தந்திரமாக நிராகரித்தனர்.

என்று தவறாக மொழிபெயர்ப்பு செய்கிறார். ஆனால், நாம் ஆங்கில வரிகளை முழுவதும் படித்தோமானால்,

> சாக்கிய குலத்திலிருந்து தனக்கான மணப்பெண் அமைய வேண்டும் என்று மன்னர் பசனேதி கோரும்பொழுது, தந்திரமாக அடிமை பெண்ணின் மகளோடு திருமணம் முடித்தனர் சாக்கியர்கள்.

என்று பொருள் கொள்ளலாம். இந்த அர்த்தத்துடன் ஆசிரியர் பின்னர் கொடுக்கும் தர்மானந்த கோசாம்பியின் [225] மேற்கோள்களும் ஒத்துப்போகின்றன. மகாநாம சாக்கியன் தன் தாசி மகளான வாசக பத்தியா என்பவளை தன் சொந்த மகள் எனச் சொல்லி கோசல அரசனுக்கு மணமுடித்து கொடுத்ததாக இந்த மேற்கோள் சொல்கிறது.[226] கோசல மன்னன் பசனேதி குலச்சார்புக்கு உடன்படாமல் சாக்கிய பெண்ணை திருமணம் செய்து கொள்ள விரும்புவதே இதிலிருந்து நமக்கு கிடைக்கும் செய்தி. ஆனால் பசனேதிக்கு சாக்கியர்கள் பெண் தர மறுத்த நிகழ்வே வலிய புனையப்பட்ட கதையாக தோன்றுகிறது என்று ரைஸ் டேவிட்ஸ் கூறுகிறார். இது தொடர்பாக அவரது விளக்கங்களில் தென்படும் தர்க்கமும் வலுவாகவே உள்ளது,

> *It is stated that it was from the desire to associate himself by marriage with the Buddha's family that Pasenadi asked for one of the daughters of the Sakiya chiefs as his wife. The Sakiyas discussed the proposition in their Mote Hall, and held it beneath the dignity of their clan. But they sent him a girl named Vasabha Khattiya, the daughter, by a slave girl, of one of their leading chiefs. By her Pasenadi had the son, Vidudabha, mentioned above. And it was in consequence of the anger kindled in*

---

[225] டி.டி. கோசாம்பியின் தந்தையே தர்மானந்த கோசாம்பி. இருவரின் நூல்களையும் ஆசிரியர் தன் வாதத்திற்கு பயன்படுத்தியுள்ளார்.

[226] பக். 321 பார்க்க

Vidudabha's heart at the discovery of the fraud that, having determined to wreak his vengeance on the Sakiyas, he, on coming to the throne, invaded their country, took their city, and put to death a great number of the members of the clan, without distinction of age or sex. The details of the story have not been found as yet in our oldest records. But the main circumstances of the war against the clan is very early alluded to, and is no doubt a historical fact. It is said to have preceded only by a year or two the death of the Buddha himself.

The beginning of this story, on the other hand, seems very forced. Would a family of patricians in one of the Greek republics have considered a marriage of one of their daughters to a neighbouring tyrant beneath their dignity? And in the present case the tyrant in question was the acknowledged suzerain of the clan. The Sakiyas may have considered the royal family of Kosala of inferior birth to themselves. There is mention, in several passages, of the pride of the sakiyas. But, even so, we cannot see, in the present state of our knowledge, why they should object. We know that the daughter of one of the chiefs of a neighbouring clan, equally proud, the Licchavis of vesali, was married to Bimbisara, king of Magadha. It is, furthermore, almost certain that the royal family at Savatthi was simply one of the patrician families who had managed to secure hereditary consulship in the Kosala clan. For the chiefs among the Kosalas, apart from the royal family, and even the ordinary clansmen (the kulaputta), are designated by the very term (rajano, kings), which is applied to the chiefs and clansmen of those tribes which had still remained aristocratic republics[227]*. And it is precisely in a very natural tendency to exaggerate the importance of the families of their respective founders that the later records, both of the Jains and the Buddhists, differ from earlier ones. It is scarcely probable, therefore, that the actual originating cause of Vidudabha's invasion of the Sakiya territory was exactly as set out above. He may have used the*

[227] இதனடிப்படையில், சுத்தோதனரை 'ராஜா' என்று அம்பேத்கர் அழைத்திருப்பதும் சரியே.

> *arrogance of the Sakiyas, perhaps, as a pretext. But the real reasons which induced Vidudabha to attack and conquer his relatives, the Sakiyas, were, most likely, the some sort of political motives which later on induced his cousin, Ajatasattu of Magadha, to attack and conquer his relatives, the Licchavis of Vesali.*[228]

எது எப்படி இருந்தால் என்ன, தன் விருப்பவாதத்திற்கு ஒரு புள்ளியை புனைந்தாலும் போதும் என ஆசிரியரும் நேர்மை மறந்த விமர்சகருக்கான அத்தனை வெளிப்பாடுகளையும் கட்டவிழ்த்து விடுகிறார். மன்னர் பசனேதி பற்றிய விவாதங்கள் ஆசிரியர் எடுத்துக்கொள்ளும் வைதீக புத்தரை நிறுவ எப்படி உதவுகிறது என்று தெரியவில்லை. *(இரண்டவாதாக)* மேற்கோளில் வரும் தகவல்களும் பெரும் பிழையாக உள்ளது. *(மூன்றாவதாக)* தகவல் தான் தவறு என்பதை தாண்டி மொழிபெயர்ப்பே கோளாறாக உள்ளது. *(நான்காவதாக)* மொழிபெயர்ப்பு மட்டும் தான் கோளாறா என்று பார்த்தால் மொழிபெயர்ப்புக்கான ஆங்கில மூல நூலின் வரிகளும் வரலாற்று தகவல்களுக்கு முரணாக உள்ளது. இதற்குமான மற்றொரு உண்மை காரணம் ஆசிரியர் அடிக்கடி மேற்கோள் காட்டும் டி.டி. கோசாம்பி அவர்கள் புத்தரின் தாயார் கோலியர் என்று கொள்ளும் முகர்ஜியின் முடிவை *(அம்பேத்கரும் புத்தரின் தாயாரை கோலியராக கருதுகிறார்)* மறுக்க முற்படுவதால் தான் [229]. ஆசிரியரின் நூலில் ஆய்வுக்கான எந்த அம்சங்களும் இல்லை

---

[228] *Rhys Davids, 'Buddhist India', pp.7-9*

[229] இவ்விடத்தில் *Rhys Davids* அவர்களின் கருத்தினையும் பொருட்படுத்த வேண்டியுள்ளது,

> *It was at the last mentioned place (Devadaha) that the mother of Buddha was born. And the name of her father is expressly given as Anjana the Sakiyan. When, therefore, we find in much later records the statements that she was of Koliyan family; and that prince Devadaha, after whom the town was so named, was a Koliyan chief, the explanation may well be that the Koliyans were a sort of subordinate subdivision of the Sakiya clan. (Rhys Davids, 'Buddhist India', pp.12-13)*

என்பதை தாண்டி[230] தனக்கு சாதகம் என வெட்டி வெட்டி எடுத்துக்கொள்ளும் பிற எழுத்தாளர்களின் மேற்கோள்களிலாவது அவர் நேர்மையான ஆய்வுத் தன்மையை தேடி இருக்கலாம். மாயாவதி கோலியர் அல்ல, அவர் ஒரு சாக்கியர் என்று சற்றும் சம்பந்தம் இல்லாத பசனேதியின் திருமண நிகழ்வை உதராணம் காண்பித்து[231] நிறுவ முற்படும் டி.டி. கோசாம்பியின் ஆழமில்லாத மேற்கோள்களை வைத்துக் கொண்டு திட்டமிட்ட மோசடியின் உச்சமாக ஆசிரியர் வாசிப்பவர்களுக்கு உரைப்பது,

> இதை அடிப்படையாகக் கொண்டால் சுத்தோதனர் தனது சகோதரியையே திருமணம் செய்திருக்க முடியும். அந்த வகையில் புத்தரே சகோதரத் திருமணத்தின் வாயிலாகப் பிறந்தவர்தான் என நாம் பொருள் கொள்ளவும் முடியும்.[232]

என்பதனையே. பிரஜாபதி கோதமியை சாக்கியராக நிறுவிவிட்டாலே அவரும் மகாமாயாவும் சுத்தோதனரின் சகோதரிகளாகி விடுகின்றனர் என்ற ஆசிரியரின் அனுமானம் வேடிக்கையுடன் கூடிய ஒருசார்பாக உள்ளது[233]. ஒரு

---

[230] தனது புத்தகத்தில் முன்னோட்டமாக ஆசிரியர் குறிப்பிடுவது,

> அதோடு நான் ஆய்வு மாணவனும் அல்ல. வறுமையின் விளைச்சலால் எனது பள்ளிக்கூடக் கல்வியை என் உழைப்புக்குத் தாரைவார்க்க வேண்டிருந்தது. *(பக். 147)*

[231] சாக்கியர்கள் பிற இனக்குழுக்களோடு திருமண உறவை நாடாமல் இருந்தனர் என்பதனை பசனேதியின் திருமண நிகழ்வைக் கொண்டு பொதுமைப்படுத்த முயல்கிறார் டி.டி. கோசாம்பி. *'Converse Fallacy of Accident'*ன் அடிப்படையில் இம்முடிவை கேள்விக்குட்படுத்துவது ஆய்வாளர்களுக்கு எளிது. *'Converse Fallacy of Accident' is an argument applying a special case to general proposition.*

[232] பக். *312*

[233] ஆசிரியர் பயன்படுத்தும் டி.டி. கோசாம்பியின் மற்றுமொரு வாதமானது,

வாதத்திற்காக ஆசிரியர் கூறுவதுபோல் மாயாவதியை ஒரு சாக்கியராகவே நாம் கொண்டாலும் அது மேலும் அவரது பொறுப்பில்லாத முயற்சிகளையே வெளிக்கொணர உதவுகிறது. அம்பேத்கரது 'புத்தரும் அவர் தம்மமும்' நூலை விமர்சிக்க வேண்டுமானால், அம்பேத்கர் அந்நூலில் மாயாவதியின் குலத்தைப் பற்றி கூறும் தகவலின் அடிப்படையிலேயே ஆசிரியர் தன் பகுப்பாய்வை வைத்திருக்க வேண்டும். அதுவே அந்நூலுக்கான நியாயமான விமர்சனமாக அமையும். சம்பந்தப்பட்ட 'புத்தரும் அவர் தம்மமும்' நூலில் அம்பேத்கர் எழுதுவதை நாம் கவனிக்க வேண்டியுள்ளது. இத்தகவலை ஆசிரியர் தன் நூலில் பகிரவும் இல்லை,

---

> *Maya's sister Mahapajapati Gotami, the stepmother who reared the infant Buddha, has old gathas in her name where she declares herself to be the daughter of the Sakya Anjana and his wife Sulakkana. (D.D. Kosambi, Myth and Reality, p.102)*

மேலுள்ள வாதத்தில் டி.டி. கோசாம்பி அடிப்படையாய் கொள்ளும் தேரிகாதை-யினையும் *(old gathas)* இங்கே கவனிக்கலாம்,

> *Finally, she (Mahapajapati Gotami) was reborn, shortly before our Master (Buddha) came to us, at Devadaha, in the family of Maha-Suppabuddha (in the Apadana he is called Anjana the Sakyan). Her family name was Gotama, and she was the younger sister of the Great Maya. And the interpreters of birthmarks declared that the children of both the sisters would be Wheel-rolling Rulers. Now, King Suddhodana, when he came of age, held a festival and wedded both the sisters. (Psalms of the Early Buddhists , Mrs. Rhys Davids, p.88)*

சுத்தோதனர் தனது சகோதரியையே திருமணம் செய்திருக்க முடியும் என்ற ஆசிரியரின் முடிவை டி.டி. கோசாம்பி அடிப்படையாய் கொள்ளும் *'Psalms of the Early Buddhists'*-ல் இடம்பெறும் விவரணையும் மறுக்கிறது.

> சுத்தோதனர் மகாமாயாவிற்கு மணமுடிக்கப்பட்டார். அவருடையத் தந்தையின் பெயர் அஞ்சனர். தாயின் பெயர் சுலக்ஷனா. அஞ்சனர், தேவதகா என்னும் கிராமத்தில் வசித்து வந்த கோலியர் ஆவார்.[234]

> *Suddhodana was married to Mahamaya. Her father's name was Anjana and mother's Sulak-shana. Anjana was a Koliya and was residing in the village called Devadaha.*[235]

மேலே உள்ளவற்றைத் தான் ஆசிரியர் முதலில் மேற்கோளிட்டியிருக்க வேண்டும். ஆனால் அதை ஏன் அவர் கடைசிவரை செய்யவே இல்லை? மாயாவதி கோலியராக இருப்பது அவரது 'சகோதர புணர்ச்சி' புனைவிற்கு உதவாது என்பதாலா?

இதுபோன்ற வெற்று விவாதங்களையே பக்கம் பக்கமாய் நிரப்பியிருக்கும் ஆசிரியர் 'அம்பேத்கரும் அவரது தம்மமும்' என்ற தனது நூலின் தலைப்பிற்கு குறைந்தபட்ச நியாயங்களைக் கூட வாதத்தின் அடிப்படையில் தராமல் முடித்து விடுகிறார். தனது எண்ணற்ற மோசடிகளில் அவர் செய்த முதல் மோசடி 'அம்பேத்கரும் அவரது தம்மமும்' என்று தனது புத்தகத்திற்கு தலைப்பிட்டது தான்!

புத்தர் சங்கத்தில் புணர்தலை அனுமதிக்காதது ஆசிரியருக்கு வருத்தத்தை தருகிறதா என்பது தெரியவில்லை,

> வருணக்கலப்பை தவிர்க்கவும், தனிச்சொத்தை ஆதரிக்கவுமே இந்தப் பாலியல் ஒழுக்கங்களும் கட்டுப்பாடுகளும் எனக் கொள்ளலாம்.[236]

என்று ஆசிரியரின் மார்க்சிய மூளை புரிந்து கொள்கிறது.

> முன்னர் பார்த்தபடி பிக்கு, பிக்குணி இருவரும் புணர்ச்சியின் மூலம் வருணக்கலப்பிற்கோ,

---

[234] டாக்டர் பாபாசாகேப் அம்பேத்கர், புத்தரும் அவர் தம்மமும், தமிழில்: டாக்டர் வீ. சித்தார்த்தா (பெரியார்தாசன்), பக். 12

[235] *Dr. B. R. Ambedkar, The Buddha And His Dhamma, p.2*

[236] பக். 319

> தனிச்சொத்துக்கோ உரிமை கொண்டாட முடியாது. மாறாய் இவ்விரண்டையும் துறக்கச் சொல்வதன் மூலம் ஆசையை ஒழிக்கலாம் என பிரமையான செய்தியைத் தருகிறது. இதனால் இவ்விரண்டையும் அனுபவிக்கும் வர்க்கம் தங்களை எதன் பொருட்டும் எதிர்க்காத பௌத்தத்திற்கு ஆதரவை தருகிறது.[237]

என்று எழுதும் ஆசிரியர் இதனினூடே வெளிப்படுத்துவது தன்னுடைய பொருள்முதல்வாதம் மிகவும் மழுங்கிப்போய்விட்டது என்பதனையே. பிக்கு, பிக்குணிகளின் தனிச்சொத்துக்கள் எவை என்பதை நாம் இங்கு கவனிக்க வேண்டியுள்ளது[238]. வர்க்கம் பௌத்தத்தோடு கைக்கோர்த்து

---

[237] *பக். 319*

[238] *A Bhikkhu vows not to own anything except what the rules allow.*

No Bhikkhu is to possess more than the following eight articles:—

(1) Three pieces of cloth to cover his body:

(i) lower garment called Antarvaska.

(ii) upper garment called Uttarasang.

(iii) covering garment against cold called Sanghati.

(2) A girdle for the loins.

(3) An alms-bowl.

(4) A razor.

(5) A needle.

(6) A water-strainer.

A Bhikkhu takes the vow of poverty. He must beg for his food. He must live on alms. He must sustain himself only on one meal a day. Where there is no Vihar built for the Sangh, he must live under a tree. (Dr. B. R. Ambedkar, The Buddha And His Dhamma, p.418)

Further a Bhikku was completely forbidden to receive gold or silver for fear that with gold or silver he might buy some thing beside the eight things he is permitted to have. (BAWS, Vol. 3, p.446)

நடக்க வேண்டும் என்பது புத்தரின் எண்ணமாய் இருந்திருந்தால், ஒட்டுமொத்த உபாசகர்களுக்கே வருணக்கலப்பிற்கான புணர்தலை தடையாய் விதித்திருக்க வேண்டும். எதார்த்தத்தில் இத்தடையை நிறைவேற்ற இயலாது என்று புத்தர் நினைத்திருந்தாலும் வர்க்கத்தை நிலைநாட்ட வேண்டும் என்பதன் பொருட்டு வருணக்கலப்பிற்கு எதிரான நிலைப்பாட்டினை பார்ப்பனியத்தைப்போல நேரடியாகவே எடுத்திருப்பார். சங்கத்தை மட்டும் வருணக்கலப்பிலிருந்து பாதுகாத்து என்ன பயன்? பொது சமுதாயத்திலும் வருணக் கலப்பை தவிர்த்திட வேண்டும் என்பது அவரது நிலைப்பாடாக இருந்திருக்க வேண்டும். அவ்வளவு எளிதாக புத்தரை திரித்துரைக்க ஆசிரியர் முயல்வது கம்யூனிச சிந்தனையாளர்களுக்கு அவமானத்தை உருவாக்கித் தருவதாய் அமைகிறது. சற்றுமுன் தான் நாம் அம்பத்தா சுத்தா'வில் புத்தர் உரைப்பதாக மேற்கோளிட்டு கண்பித்தோம்,

> *For whosoever, Ambattha, are in bondage to the notions of birth or of lineage, or to the pride of social position, or of connection by marriage, they are far from the best wisdom and righteousness. It is only by having got rid of all such bondage that one can realise for himself that supreme perfection in wisdom and in conduct.*[239]

என்ற வரிகள் புத்தர் வருணக்கலப்பை ஆதரித்தார் என்பதனையே உறுதிப்படுத்துகின்றன.

இவ்விதிகள் பிக்குகளுக்கு மட்டுமே என்றும் பிக்குணிகளுக்கு பொருந்தாது என்பதுபோல் ஆசிரியர் எழுதுகிறார் *(பக். 794)*. இது தவறு,

> *The rules regulating entry into the Bhikkhuni Sangh are more or less the same as the rules regulating the entry into the Bhikkhu Sangh. (Dr. B. R. Ambedkar, The Buddha And His Dhamma, p.417)*

[239] *BAWS, Vol. 3, p.212*

> *பிரசேனஜித் (பசனேதி) என்னும் அரசன் புத்தரிடம் மிகுந்த மதிப்பு வைத்திருந்தான். அவரது (புத்தரது) சாக்கிய குலத்திலிருந்து அரசகுமாரி எவளையாவது மணந்து கொள்ள அவன் விரும்பினான்.*[240]

என்று ஒரு புறம் தர்மானந்த கோசாம்பியின் மேற்கோளை காட்டிவிட்டு அடுத்த நான்காவது பக்கத்திலேயே,

> சாக்கியர்களை இழிந்த குலம் என ஒதுக்கிப் பெண் தர மறுத்த பசனேதியை...[241]

என ஆசிரியர் மாறுபடுகிறார். எழுதுவது புனைவென்றாலும், புனைவையாவது பிழையின்றி எழுதியிருக்கலாம் என்றே கூறவேண்டியுள்ளது.

புத்தர் பார்ப்பனியத்தை ஒழிக்க வந்திருந்தால் பார்ப்பனர்கள் எப்படி பெரும் எண்ணிக்கையில் சேர முடியும்? என்று ஆசிரியர் கேட்கும் கேள்வி[242] 'பார்ப்பனியம்' என்னும் தத்துவத்திற்கும் 'பார்ப்பனர்கள்' என்ற அடையாளத்திற்கும் உள்ள வேறுபாட்டை புரிந்துகொள்ளாததைக் காட்டுகிறது. பிறப்பின் அடிப்படையில் உள்ள வேறுபாடுகளைப் புறக்கணித்ததே 'பார்ப்பனியம்' என்னும் தத்துவத்திற்கு எதிரான புத்தரின் செயல்பாடு ஆகும். அதன் விளைவாய் புத்தரின் சங்கத்தில் பார்ப்பனர்கள் அனுமதிக்கபடாமல் இருந்தால் தான் அவர் மீது விமர்சனம் எழுப்பிருக்க முடியும். *"To him, the man counted, and not his caste or social standing, there was no Brahmana or Harijan- a viewpoint which India badly needs today."*[243] இது மட்டுமின்றி, புத்தர் 'பிராமணரே!' என்று உரைக்கையில் 'மத போதகர்கள்' என்ற பொருளிலும் *(Brahmins i.e. preachers of religion*[244]*)* பல இடங்களில் பயன்படுத்துகிறார் என்பதனையும் அம்பேத்கர்

---

[240] பக். 321

[241] பக். 325

[242] பக். 338

[243] *Dr. Nalinaksha Dutt, 'Greatness of Buddha and Buddhism', Maha Bodhi Journal, Vol.59 June 1951 pp. 164-168*

[244] *Dr. B. R. Ambedkar, The Buddha And His Dhamma, p.121*

கவனப்படுத்துகிறார்[245]. புத்தர் காலத்து சமுதாயத்தில் பார்ப்பன புரோகிதர்களின் நிலை குறித்து *Rhys Davids* கூறுவதும் இங்கே முக்கியத்துவம் பெறுகிறது,

> *The fact is that the claim of priests to social superiority had nowhere in North India been then, as yet, accepted by the people. Even such books of the priests themselves as are pre-Buddhistic imply this earlier, and not the later, state of things with which we are so much familiar.*[246]

'அம்பத்தா சுத்தா'வில்[247]துக்கம் சம்பந்தமான வரியை மட்டும் வெட்டிய ஆசிரியர் *16* பக்கங்கள் கழித்து,

> இன்னமும் சொல்லப் போனால் துக்க தத்துவத்தைக் கண்டுபிடித்த புத்தர், சாதி ஒழிப்பைத் தனது தத்துவமாகக் கொண்டவரில்லை. அவரது நோக்கம்- துக்கம், துக்க நிவாரணம் அவ்வளவே.[248]

என எழுதுகிறார். பொய்யான கருத்துகள் மூலமும் குறைபாடுடைய ஒப்பீடுகள் மூலமும் துக்க தத்துவத்தின் மீது புத்தர் அளித்த முக்கியத்துவத்தை மழுங்கடிக்க முயலும் ஆசிரியரின் உத்தியே இது. வறுமை என்னும் பொருளில் துக்கம் என்னும் சொல் பௌத்த நூல்களில் பல இடங்களில் பயன்படுத்தப்பட்டிருக்கின்றது என்றே அம்பேத்கர் கருதினார்[249]. எனவே, அடித்தளம் பெறுவதற்குப் பௌத்தர்கள் காரல் மார்க்சிடம் செல்வது அவசியமற்றது என்பதாகி விடுகிறது. இதனை விவாதத்திற்குட்படுத்தாமல் அமைதி காப்பதே எளியது என கருதும் ஆசிரியர் துக்க தத்துவத்தை போகிற போக்கில்

---

[245] அம்பேத்கரது மனநிலை அனைத்துப் பார்ப்பனர்களும் யாகத்தில் ஈடுபட்டார்கள் புரோகிதம் செய்தார்கள் என்றே நினைக்க விரும்புகிறது *(பக். 801)* என்ற ஆசிரியரின் வாதம் இங்கே வீழ்கிறது.

[246] *Rhys Davids, Buddhist India, p.44*

[247] *பக். 290 பார்க்க*

[248] *பக். 307*

[249] *டாக்டர் பாபாசாகேப் அம்பேத்கர் நூல் தொகுப்பு: தொகுதி 37, பக். 708-709*

ஏளனம் செய்வது [250] உடன்படாதவற்றை தரம் தாழ்த்திடும் மனோபாவத்தையே வெளிப்படுத்துகிறது.

---

[250] Is Buddhism Pessimistic?

The Buddha's Dhamma has been accused of creating pessimism.

The accusation arises from the first Aryan Truth which says that there is Dukkha (sorrow-misery) in the world.

It is rather surprising that a reference to Dukkha should give cause to such an accusation.

Karl Marx also said that there is exploitation in the world and the rich are being made richer and the poor are being made poorer.

And yet nobody has said that Karl Marx's doctrine is pessimism.

Why then should a different attitude be shown to the Buddha's doctrine?

It may be because the Buddha is reported to have said in his first sermon, Birth is sorrowful, old age is sorrowful, death is sorrowful, that a deeper pessimistic colouring has been given to his Dhamma.

But those who know rhetoric know that this is an artifice of exaggeration and that it is practised by skilled literary hands to produce effect.

That birth is sorrowful is an exaggeration by the Buddha can be proved by reference to a sermon of his in which he has preached that birth as a human being is a very precious thing.

Again, if the Buddha had merely referred to Dukkha such an accusation could be sustainable.

இப்படிப்பட்ட ஆய்வு மௌனத்தை ஒருபுறம் காத்துக்கொண்டே மறுபுறம் ஆசிரியர் எழுதுவது,

> அம்பேத்கரது நூலை ஆய்வுப் பார்வையே இன்றி தப்பும் தவறுமாக சார்புப் பார்வையோடு, அவரவர்கள் தங்களுக்குப் பிடித்த அம்பேத்கரையும், அவரது புத்தரையும் வளைத்துத் தர்க்கத்துக்கு அப்பாற்பட்டும், குயுக்தியோடும் விவாதிக்கிறார்களே ஒழிய, பண்டைய பௌத்தத்தை அல்ல.[251]

ஆசிரியர் குறிப்பிடும் மற்றவர்களை விமர்சிக்க அவர்கள் நூல்களை நாம் படிக்க வேண்டியுள்ளது. ஆனால் ஆசிரியரின் நூலைப் பொறுத்தமட்டில் அவர் நிலைப்பாடு தெளிவு: தான் வெறுக்கும் அம்பேத்கரையும், அவரது புத்தரையும் வளைத்து திரித்து வைதீக சாயத்தை பூச வேண்டும் என்பதே!

<u>குடதந்தா சூத்தா</u>

But the Buddha's second Aryan Truth emphasizes that this Dukkha must be removed. In order to emphasize the duty of removal of Dukkha he spoke of the existence of Dukkha.

To the removal of Dukkha the Buddha attached great importance. It is because he found that Kapila merely stated that there was Dukkha and said nothing more about it that he felt dissatisfied and left the Ashram of Muni Alara Kalam.

How can this Dhamma be called pessimistic?

Surely a teacher who is anxious to remove Dukkha cannot be charged with pessimism. (Dr. B. R. Ambedkar, The Buddha And His Dhamma, pp.511-512)

[251] பக். 339

‘குடதந்தா சுத்தா’வை விவாதித்தால் தான் அம்பேத்கரின் வைதீக பௌத்த மதச்சார்பை விளக்க முடியும் என ஆரம்பிக்கும் ஆசிரியர் இம்முறை பசனேதியை மகத மன்னராக்குகிறார்,

> மகதமன்னர் பசனேதி ‘குடதந்தா’வுக்கு கிராமத்தை வழங்கி அரசனைப் போல் இரு என்றே சொல்லியிருக்கிறார்.[252]

என்ற ஆசிரியரின் விளக்கம் தவறாக உள்ளது. குடதந்தாவுக்கு கிராமத்தை கொடையாக வழங்கியது மகத மன்னரான சேனிய பிம்பிசாரர் [253] என்று அவர் மேற்கோளிடும் [254] ‘குடதந்தா சுத்தா’விலேயே இடம்பெற்றிருப்பது குறிப்பிடத்தக்கது. ‘அம்பத்தா சுத்தா’வை விவாதிக்கிறேன் என்ற பெயரில் தோழர் பாலச்சந்திரன் மொழிபெயர்ப்பில் பசனேதியை சாக்கிய மன்னராக்கியிருந்தார் ஆசிரியர் என்பதை சில பக்கங்களுக்கு முன் கவனப்படுத்தியிருந்தோம்.

புரிந்துகொள்வதில் ஏற்படும் குழப்பங்களும், அதன்பின் தொடரும் யூகங்களும் தேவையற்ற விவாதங்களுக்கு ஆசிரியரை அழைத்துச் செல்கிறது. உதாரணமாக,

> *Then Kutandanta thought: ‘I have heard that the Samana Gotama understands about the successful performance of a sacrifice with its threefold method and its sixteen accessory instruments. Now I don’t know all this, and yet I want to carry out a sacrifice...’* [255]

என்று ஆங்கில மூல நூலிலும்,

---

[252] *பக். 370*

[253] *Now at that time the Brahman Kutadanta was dwelling at Khanumata, a place teeming with life, with much grassland and woodland and water and corn, on a royal domain presented him by Seniya Bimbisara the king of Magadha, as a royal gift, with power over it as if he were the king. (BAWS, Vol. 3, p.195)*

[254] *பக். 354 பார்க்க*

[255] *BAWS, Vol. 3, p.196*

> அப்போது குடதந்தா இவ்வாறு எண்ணினார்: 'வேள்வியைச் சிறப்பாக நடத்துவது பற்றி சமணகோதமர் நன்றாக அறிந்திருக்கிறார் என்று கேள்விப்பட்டிருக்கிறேன். அதன் மூன்று வகைகள், பதினாறு துணைச் சாதனங்கள் பற்றி அவர் அறிந்திருக்கிறார். எனக்கு இவையெல்லாம் தெரியாது. ஆயினும் நான் வேள்வி நடத்த விரும்புகிறேன்...'[256]

என தமிழ் மொழிபெயர்ப்பிலும் காணலாம். இதன் மூலம், மூன்று வகைளும், பதினாறு துணைச் சாதனங்களும் உள்ளடங்கிய வேள்வியைப்பற்றி குடதந்தா தெரியாமல் இருக்கிறாரே தவிர வேள்வி நடத்தவே அவர் தெரியாமல் இருக்கிறார் என்று நாம் பொருள் கொள்ள இயலாது. ஆசிரியர் புரிந்துகொள்வது போல் வேள்வி நடத்த தெரியாத பார்ப்பனராக குடதந்தா இருக்கிறார் என்றால் மகத மன்னர் சேனிய பிம்பிசாரர் அவருக்கு ஏன் நீர்வளமும், பயிர்வளமும், புல்வெளிகளும், அடர்ந்த மரங்களும் கொண்ட நிலங்களை கொடையாக வழங்கினார் என்ற கேள்வி எழுகிறது. இதைப்பற்றியெல்லாம் கவலைப்படாமல்,

> வேள்வி நடத்தத் தெரியாத குடதந்தா ஒரு பார்ப்பனராக இருக்க முடியுமென்றால் அப்போது வேள்வி குறித்துத் தெரியாத பார்ப்பனர்களும் இருந்திருக்கிறார்கள் என்று அர்த்தம். ஆனால் அம்பேத்கரது ஆய்வில் வருணம், சாதி இரண்டும் ஒன்றா வேறா என்ற குழப்பம் எங்கும் நீக்கமற நிறைந்து கிடக்கிறது.[257]

என்று தனக்கே உரிய புரிதலுக்கு தனக்கே உரிதான முடிவுரையை தொடர்புபடுத்திக் கொள்கிறார். யூகத்தின் மூலம் தன் விருப்பவாதத்திற்கு அடித்தளமிடும் ஆசிரியரின் பாணிக்கு இது ஒரு சிறந்த உதராணம். வருணம் மற்றும் சாதி குறித்து அம்பேத்கரின் சிந்தனைகளை ஆசிரியர்

---

[256] டாக்டர் பாபாசாகேப் அம்பேத்கர் நூல் தொகுப்பு: தொகுதி 7, பக். 63

[257] பக். 370

புரிந்துகொள்ளவில்லை[258] என்பதைத்தான் இது காட்டுகிறதே தவிர அம்பேத்கரது ஆய்வில் எங்கும் நீக்கமற குழப்பங்கள் நிரம்பி இருக்கிறது என்பதை அல்ல. அப்படி இருப்பின் அக்குழப்பங்கள் என்னென்ன என்று ஆசிரியர் விரிவாக எழுதியிருக்க வேண்டும். அதனையும் அவர் செய்யவில்லை. அம்பேத்கரது எழுத்துகளை அவர் எழுதிய ஆங்கில நூல்களில் கற்காமல் இருந்ததினால் ஆசிரியருக்கு ஏற்பட்ட குழப்பங்களாகவும் இவை இருக்கலாம். அல்லது, ஒரு கம்யூனிஸ்டாக இந்திய சமுதாயத்தில் வர்க்கத்தை முன்னிறுத்தி சாதியை பின்னுக்குத் தள்ளும் அறிவு நாணயமற்றத்தன்மையின் வழக்கமான வெளிப்பாடாகவும் கொள்ளலாம். ஆசிரியரிடமே இதற்கான பதில் உள்ளது.

> சுத்தாவை ஆரம்பிக்கையில் *100* காளைகள், நூறு கிடாக்கள் என்று நூறு நூறாக நீண்டு கொண்டே போகும் கதை, கதை முடிவில் *700* காளைகளாக மாறுகிறது.[259]

என்று ஆசிரியர் சுட்டிக்காட்டுகிறார். ‘குடதந்தா சுத்தா’வை படிப்பவர்கள் இவ்வாரன்றி வேறு விதமாகவும் புரிந்துகொள்ள வாய்ப்பு உள்ளது. சம்பந்தப்பட்ட வரிகளை காண்போம். சுத்தா ஆரம்பிக்கையில்,

> *And just then a great sacrifice was being got ready on behalf of Kutadanta the Brahman. And a hundred bulls, and a hundred steers, and a hundred heifers, and a hundred goats, and a hundred rams <u>had been brought to the post for the sacrifice</u>.*[260]

சுத்தா முடிவில்,

> *May the Venerable One accept me as a disciple, as one who, from this day forth, as long as life endures has taken him as his guide. And I myself, O Gotama, <u>will have the seven hundred bulls, and the seven hundred steers, and the seven hundred heifers, and the seven hundred goats, and the seven hundred</u>*

---

[258] *According to Babasaheb Dr. Ambedkar, a Caste is an enclosed Class. (BAWS, Vol. 1, p.15)*

[259] பக். *371*

[260] *BAWS, Vol. 3, p.195*

> *rams set free. To them I grant their life. Let them eat green grass and drink fresh water, and may cool breezes waft around them.*[261]

புத்தரின் போதனைகளை கேட்டறிந்த குடதந்தா, சுத்தாவின் இறுதியில், தான் வைத்திருந்த மொத்த கால்நடைகளான எழுநூறு காளைகள், எழுநூறு கிடேறிகள், எழுநூறு வெள்ளாடுகள், எழுநூறு செம்மறிக்கிடாக்கள் அனைத்தையும் விடுவித்து விடுகிறார். இது ஒருபுறம் இருக்க, சுத்தா ஆரம்பிக்கையில், நூறு காளைகள், நூறுமாடுகள், நூறு கிடேறிகள், நூறு வெள்ளாடுகள், நூறு செம்மறிக்கிடாக்கள் மட்டுமே வேள்விக்காகத் தூண்களில் கட்டிட கொண்டுவரப்பட்டிருந்தன. ஏழு நூறுக்களாக இருந்த தனது கால்நடைகளில் நூறு எண்ணிக்கையிலான கால்நடைகளை மட்டுமே அச்சமயம் நடக்கவிருந்த வேள்விக்காக குடதந்தா சார்பில் கொண்டுவரப்பட்டிருந்தன என்றும் நாம் பொருள்கொள்ள இயலும். ஆங்கில மூல நூலினை தமிழில் மொழிபெயர்க்கும் பொழுது ஏற்பட்ட குறைபாட்டினைக் கொண்டு குறைகளை உருவாக்கும் தனது ஆராய்ச்சிக்கு சாதகமாய் பயன்படுத்திக்கொள்கிறார் ஆசிரியர்.

அம்பேத்கர் மேற்கோளிடும் குடதந்தா சுத்தாவினை அம்பேத்கரின் படைப்பாகவே விமர்சிக்கும் ஆசிரியர், சுத்தாவில் வரும் பதினாறு துணைச் சாதனங்களை எண்ணுவதிலும் தவறிழைக்கிறார்,

> மன்னருக்குரிய எட்டுச் சிறப்பு, வேள்வியை நடத்தும் 'பார்ப்பன புத்தருக்கு' நான்கு சிறப்பு, மூன்று சிறப்பான வேள்வி எனக் கூட்டிக் கழித்துப் பார்த்தாலும் 15 தான் வருகிறது. ஆனால் கதை பதினாறு என்கிறது.[262]

சத்திரியர்கள், அமைச்சர்கள், பிராமணர்கள், இல்லறத்தோர் ஆகிய நால்வர்களின் சம்மதமும்[263], மன்னருக்குரிய எட்டுச் சிறப்புகளும், வேள்வியை நடத்தும் பிராமணருக்கான நான்கு

---

[261] *BAWS, Vol. 3, p.202-203*

[262] பக். *398*

[263] *Thus did these four, as colleagues by consent, become wherewithal to furnish forth that sacrifice... (BAWS, Vol. 3, p.152)*

சிறப்புகளும் என சுத்தாவில் பதினாறு துணைச் சாதனங்கள் சரியாகவே கொடுக்கப்பட்டுள்ளன.

‘சோணதண்ட சுத்தா’வை அம்பேத்கர் ஏன் எடுத்தாளவில்லை என்பதற்கும் விந்தையான காரணமொன்றை தருகிறார் ஆசிரியர். புத்தரை யார் சந்தித்தாலும் புத்தருக்குக் கீழே தாழ்வான இருக்கையில் அமர்ந்து சரண் புகும்போது, சோணதண்டன் தன் இருப்பையும் நிலையையும் முன் வைத்து புத்தருக்கு மாற்று வேண்டுகோள் செய்வதால் இந்த இடத்தில் அம்பேத்கருக்கு சங்கடங்கள் எழுந்திருக்க வேண்டும் என்பது ஆசிரியரின் யூகம்[264]. அம்பேத்கரின் தொகுதி நூலில் மேற்கோளாய் இடம்பெற்றிருக்கும் ‘அம்பத்தா சூத்தா’வையும், ‘குடதந்தா சுத்தா’வையும், ‘சோனதண்ட சூத்தா’வையும், ‘ஜாதகமாலா’வில் வரும் கதையையும் கொண்டே இயல் இரண்டில் இடம்பெற்றிருக்கும் தனது அனேக விமர்சனகளையும் முடித்துவிடுகிறார் ஆசிரியர்.

இவற்றையெல்லாம் விட்டுவிட்டு அம்பேத்கரே எழுதிய ‘புத்தரும் அவர் தம்மமும்’ நூலில் புத்தர் எவ்வாறு காட்டப்பட்டிருக்கிறார் என்பதை ஆசிரியர் தேடுவதே சாலச்சிறந்ததாய் இருக்கும். முன்பு எழுதியதை மறுபடியும் நினைவூட்ட வேண்டியுள்ளது. அம்பேத்கர் எழுதிய நூல்கள் எவை (இங்கே, ‘புத்தரும் அவர் தம்மமும்’) என்பதையும், அம்பேத்கர் தன் நூலில் மேற்கோளாய் பயன்படுத்தும் நூல்கள் எவை (இங்கே, ‘குடதந்தா சூத்தா’, ‘சோனதண்ட சூத்தா’, ‘ஜாதகமாலா’ போன்றவை) என்பதையும் வேறுபடுத்தி விமர்சனம் செய்ய ஆசிரியர் மறுக்கிறார். சூத்தாக்களை எழுதியது அம்பேத்கர் அல்ல என்பதை நினைவுபடுத்தாமல், சூத்தாக்களில் வருவதை அம்பேத்கரின் புரிதலாகவே புனைவது அவரின் விமர்சன தந்திரமே ஆகும். இதற்கான சிறு உதராணம்,

> புத்த ஜாதகக் கதைகளில் உள்ள பார்ப்பனரைத்தான் அம்பேத்கர் சுத்த கதைகளை வைத்து ‘நானே அந்த பார்ப்பனனாக இருந்தேன்’ என்றும் கூறுகிறார்.[265]

---

[264] பக். 374-375

[265] பக். 379

என ஆசிரியர் எழுதுகிறார். இது அம்பேத்கரின் கூற்று இல்லையே. மேற்கோளிட்டவைகளை மேற்கோளிட்டவரின் சொந்த கூற்றாக ஆசிரியர் மாற்றுகிறார். சுத்தாக்களை எழுதியது புத்த பிக்குகளே தவிர அம்பேத்கர் அல்ல. சுத்தாக்களில் வருபவை அம்பேத்கரின் கருத்துகளும் அல்ல!

இயல் மூன்று

அயோத்திதாசரின் வார்த்தைகள் வழியாக[266] அயோத்திதாசரைத் தான் விமர்சனம் செய்ய முடியுமே தவிர, அம்பேத்கரையோ அல்லது அம்பேத்கரது புத்தரையோ அல்ல. ஆசிரியர் கையாண்டிருக்கும் முறையற்ற புரிதலை வைத்துப்பார்த்தோமானால் அம்பேத்கரது புத்தரை விட அயோத்திதாசரின் புத்தரையே வைதீக புத்தராக நிறுவ அவருக்கு எளிதாகவும் இருந்திருக்கும். இதற்கும் அவர் ஆர்வம் காட்டவில்லை. மாறாக, அயோத்திதாசரின் தேர்ந்தெடுத்த மேற்கோள்களை வைத்துக் கொண்டு அம்பேத்கரை ஒப்பீடு செய்கிறார். இதனை கட்டமைத்து முடித்தவுடன், தனக்குத் தோதுவாக படும் பிறரின் மேற்கோள்களை வெட்டி தன் வாதத்திற்கு துணை சேர்க்கிறார். அதில் இருக்கும் உண்மைத் தன்மையை ஆராய்வதில்லை என்றாலும் மொழிபெயர்ப்பின் தரத்தையாவது அவர் ஆராய்ந்திருக்கலாம். தவிர்க்க முடியாததால் இம்முறைகளைப் பற்றி மீண்டும் நினைவூட்ட வேண்டியுள்ளது. ஆசிரியரின் கற்பனைகளும் பொருத்தமில்லா புரிதல்களும் ஏற்படுத்தும் பாதிப்புகளையும் எதிர்கொள்ளவே இவற்றை கவனிப்பது அவசியமாகிறது. ஆசிரியர் எழுதுவதை பார்ப்போம்,

> உதாயினர் இளவரசரை மயக்குங்கள் என்றதும், அந்தப் பெண்கள் உள்ளக் கிளர்ச்சியுற்று, இளவரசரை வெற்றி கொள்வதற்குத் தம்முடைய நிலைக்கு மேம்பட்ட உணர்வு பெற்றனர் என அம்பேத்கர் குறிப்பிடுகிறார்.

---

266 பக். *421*லிருந்து பார்க்க

> இது உண்மையிலேயே மேம்பட்ட உணர்வா என்ன? அப்படியென்றால் சித்தார்த்தரை மயக்கி, தங்கள் படுக்கையில் கிடத்துவதே அப்பெண்களின் லட்சியமாக இருந்திருக்க வேண்டும். இதை மேம்பட்ட உணர்வு என்று கூற அம்பேத்கர் சிறிதும் தயக்கம் காட்டாதது நமக்கு வருத்தத்தை அளிப்பதுடன் ஒரு மனிதர் மதத்தை அனைத்திற்குமான அடிப்படைக் கருத்தியலாக ஏற்றுக்கொண்டால் எத்தகைய மனநிலை வாய்க்கும் என்பதை நாம் இங்கு புரிந்து கொள்ள முடிகிறது.[267]

'மேம்பட்ட உணர்வு' என்ற வார்த்தையால் ஆசிரியர் கவரப்பட்டுள்ளார். ஆனால் அம்பேத்கரது ஆங்கில வார்த்தைகள் இப்பொருள்படும்படி இல்லை. ஆசிரியர் தன் ஆய்வுக்கு எடுத்துக்கொள்ளும் பெரியார்தாசனின் மொழிபெயர்ப்பு நூலையும் இதற்காக கையாளவில்லை. மேற்கோள்களுக்கான அடிக்குறிப்புகளையும் இம்முறை தரவில்லை. அம்பேத்கரது ஆங்கில நூலிலும், பெரியார்தாசனின் மொழிபெயர்ப்பில் வரும் சம்பந்தப்பட்ட மேற்கோளையும் காண்போம்,

ஆங்கில நூலில்,

> *Having heard these words of Udayin, the women strung to the heart, rose even above themselves for the conquest of the prince.*[268]

பெரியார்தாசனின் மொழிபெயர்ப்பில்,

> உதயாயினரின் இந்த உரையைக் கேட்ட பெண்கள், எப்படியாவது இளவரசரை தன் வசப்படுத்த உறுதி மேற்கொண்டனர்.[269]

ஆங்கில வரிகளை விளங்கிக்கொள்ளும் பொழுது 'மேம்பட்ட உணர்வு' என்ற வார்த்தைக்கும் பொருளுக்கும் இடமில்லாமல் போய்விடுகிறது. பெரியார்தாசனும் அவ்வார்த்தையை

---

[267] பக். 434

[268] *Dr. B. R. Ambedkar, The Buddha And His Dhamma, p.16*

[269] டாக்டர் பாபாசாகேப் அம்பேத்கர், புத்தரும் அவர் தம்மமும், தமிழில்: டாக்டர் வீ. சித்தார்த்தா (பெரியார்தாசன்), பக். 16

பயன்படுத்தவில்லை. அப்படி பயன்படுத்தவும் ஆங்கில வரிகள் இடம் கொடுக்கவில்லை.

மொழிபெயர்ப்பு பிழைகளின் இடைவெளிகளில் தன் ஆய்வுக்கான தூண்களை கட்டமைக்கும் ஆசிரியர், இம்முறை பெரியார்தாசன் உதவமாட்டார் என்று கருதி பெருமாளின் மொழிபெயர்ப்பில் ஆதாயம் தேடுகிறார். அம்பேத்கர் போன்றொரு ஆளுமையை எதிர்கொள்ளும் போது வரும் சிக்கல்களை நன்கு அறிவேனென்றும், அதனால் தான் அவரை மறுதலிக்க அவர் வார்த்தைகளையே பயன்படுத்துகிறேன் [270] என்றும் கூறும் ஆசிரியர் தான் அதிகமாய் பயன்படுத்திருக்கும் 'தர்க்கம்' என்ற வார்த்தைக்கு முழு முக்கியத்துவம் கொடுத்திருப்பாராயின் அம்பேத்கரின் ஆங்கில எழுத்துகளையும் மேற்கோளிட்டிருப்பார்; அல்லது ஆங்கில நூல்களின் வரிகளை அடிக்குறிப்புகளாகவாவது கொடுத்திருப்பார். இதிலேயே அவரது ஆய்வு பெரும் தோல்வி அடைந்துவிடுகிறது. வாசகர்களிடமும் நம்பகத்தன்மையை இழந்துவிடுகிறார். அம்பேத்கரின் சிந்தனைக்குள் செல்வதற்கான கதவுகள் அவரது ஆங்கில நூல்களே ஆகும். அம்பேத்கரை வீழ்த்துவதற்கான கதவுகளும் அவையே எனலாம். ஆசிரியர் அக்கதவினை தட்டிக்கூட பார்க்கவில்லை. மாறாக தரம் குறைந்த மொழிபெயர்ப்புகள் யாரிடம் கிடைக்கும் என்று வலைவீசி தேடியிருக்கிறார் [271],

---

[270] பக். 146-147 பார்க்க

[271] பின்வரும் ஆசிரியரின் விமர்சனம் அவருக்கே பொருந்துவதாய் இங்கு உள்ளது,

> தமிழில் வெளிவந்த அம்பேத்கர் சம்பந்தப்பட்ட பெரும்பான்மையான நூல்களில் நாம் காண்பது, அவரது கருத்துகளை இடம்மாற்றி, வெட்டிப் போட்டு, முன்னுக்குப் பின் முரணாகக் கால வரம்பை மாற்றிப் போட்டு, அரசியல் தன்மையற்ற மேற்கோள்களாக, அல்லது உணர்ச்சிவசப்படுகிற சொற்களாக மாற்றி முன்வைக்கப்பட்ட விவாதங்களாகும். அவை அவரவர்க்கான சொந்தக் கருத்தியலையும், புரிதலையுமே தந்துதவினவே தவிர, அம்பேத்கரது ஒட்டு மொத்த

> உதயாயினரின் இந்த உரையைக் கேட்ட பெண்கள், எப்படியாவது இளவரசரை தன் வசப்படுத்த உறுதி மேற்கொண்டனர்.

என்ற பெரியார்தாசனின் மொழிபெயர்ப்பையும்,

> உதாயினரின் இந்த உரைகளை கேட்ட அந்தப் பெண்கள், உள்ளக் கிளர்ச்சியுற்று, இளவரசரை வெற்றி கொள்வதற்குத் தம்முடைய நிலைக்கு மேம்பட்ட உணர்வு பெற்றனர்.[272]

என்ற பெருமாளின் தவறான மொழிபெயர்ப்பினையும் ஒரு சேர படித்தால் பெருமாளின் மொழிபெயர்ப்பு அம்பேத்கரின் மேற்குறிப்பிட்ட ஆங்கில வரிகளின் சாரம்சத்தை இழக்கச் செய்வதை காணாலாம்.

பெருமாளின் பிழையை பயன்படுத்திக்கொள்ள வேண்டும் என்று நினைக்கும் ஆசிரியர், தன் வழக்கத்திற்கு மாறாக பெரியார்தாசனின் மேற்கோள்களை நாடாமல் விடுகிறார். தரம் தாழ்ந்த இந்த செயலால் ஆசிரியர் அறுவடை செய்த வரிகளை நாம் திரும்பவும் கவனிக்க வேண்டியுள்ளது,

> இதை மேம்பட்ட உணர்வு என்று கூற அம்பேத்கர் சிறிதும் தயக்கம் காட்டாதது நமக்கு வருத்தத்தை அளிப்பதுடன் ஒரு மனிதர் மதத்தை அனைத்திற்குமான அடிப்படைக் கருத்தியலாக ஏற்றுக்கொண்டால் எத்தகைய மனநிலை வாய்க்கும் என்பதை நாம் இங்கு புரிந்து கொள்ள முடிகிறது.[273]

வெறும் மொழிபெயர்ப்பு பிழை தானே என்று நாம் புறந்தள்ளும் செய்திகளை வைத்துக்கொண்டே எவ்வளவு பெரிய

> சித்திரத்தையோ, அவரது தத்துவப் பார்வையையோ, கோட்பாட்டுப் பார்வையையோ தொகுத்து முன்வைத்ததில்லை (பக். 49).

[272] டாக்டர் பாபாசாகேப் அம்பேத்கர் நூல் தொகுப்பு: தொகுதி 11, பக். 24

[273] பக். 434

வாதங்களையெல்லாம் வீழ்த்த முனைகிறார் ஆசிரியர்! அற்ப விஷயங்களுக்கெல்லாம் பல பக்கங்களுக்கு மேற்கோள் காண்பித்து அடிக்குறிப்புகள் தரும் ஆசிரியர், தான் பயன்படுத்தியிருக்கும் பெருமாளின் மேற்கோளுக்கு அடிக்குறிப்புகள் தராமல் விட்டதும் இந்த ஆய்வு மோசடியை மறைத்திடவே எனலாம்.

ஆசிரியரின் அடுத்த ஆதாயத்தை அடுத்த மொழிபெயர்ப்பு பிழையில் காண்போம்,

> "ஆனாலும் குலகுருவின் போதனைகளும், இளவரசரின் நயமான நடையும், அப்பெண்கள் அருந்தியிருந்த மதுவும், நேசமும் அவர்களுக்குள் உறுதிப்பாட்டை மீட்டன" [274] என்கிறார் அம்பேத்கர். இளவரசரைப் பெண்கள் உலாவச் செய்தனர் என்றும் கூறுகிறார். இதன் மூலம் சித்தார்த்தர் அவர்களுக்கு நம்பிக்கை வரும்படி நயமான நடை கொண்டவராக இருந்தாரா என்ற கேள்வி வருகிறது.[275]

என ஆசிரியர் தொடர்கிறார். இது தொடர்புடைய அம்பேத்கரது மூல வரிகள் பின்வருமாறு :

> *But they soon regained their confidence through the command of the family priest and the gentle temperament of the prince, and through the power of intoxication and of love.*[276]

'Gentle temperament' என்பதன் சரியான தமிழாக்கம் 'நயமான நடை' என்பதல்ல. இப்பிழையின் மீது ஆசிரியர் கட்டமைக்கும் விவாதமும் அநாகரிக பகுப்பாய்வுக்கான சான்றாகவே அமைகிறது. மற்றுமொரு மொழிபெயர்ப்பு பிழையில் ஆசிரியர் காணும் ஆதாயத்தை கவனிப்போம்,

> *But he remembered hearing from old and aged Brahmins, teachers of teachers, that those who became Arahats, all enlightened, reveal themselves when their praises are sung, and*

---

[274] டாக்டர் பாபாசாகேப் அம்பேத்கர், புத்தரும் அவர் தம்மமும், தமிழில்: டாக்டர் வீ. சித்தார்த்தா (பெரியார்தாசன்), பக். 16

[275] பக். 437

[276] *Dr. B. R. Ambedkar, The Buddha And His Dhamma, p.16*

so he made up his mind to extol the Lord to his face in the following lines of eulogy:[277]

> மூத்த முதிய பிராமணர்களும், குருக்களின் குருக்களும், அரஹத்களானோரும், உயர் பேரறிவெய்திய அனைவரும் தம்மைத்தாமே போற்றிப்புகழ்ந்து பாடி தம்மை வெளிப்படுத்துவர்...[278]

இங்கு 'தம்மைத்தாமே போற்றிப்புகழ்ந்து' என்பது தவறான தமிழாக்கம். அதுமட்டுமின்றி பிராமணர்களும், குருக்களும் தவறுதலாக அரஹத்களோடும் உயர் பேரறிவெய்தியவர்களுடனும் ஒன்றாக சேர்க்கப்பட்டுள்ளனர். பெரியார்தாசன் மற்றும் பெருமாள் இருவரின் நூலிலும் இத்தவறு உள்ளது[279]. ஒருவர் மற்றொருவரின் நூலை சார்ந்து மொழிபெயர்த்துள்ளாரா என்ற ஐயமும் இதனால் நமக்கு எழுகிறது. இவற்றைப்பற்றியெல்லாம் ஆராயாத ஆசிரியர்,

> மூத்த முதிய பார்ப்பனர்களும், குருக்களின் குருக்களும், அரஹத்களானோரும், உயர் பேரறிவெய்திய அனைவரும் தம்மைத் தாமே போற்றிப் புகழ்ந்து பாடித் தம்மை வெளிப்படுத்திக் கொள்வார்களாம். அது தான் அறிவின் இலட்சணம்.[280]

என ஏளன போக்குடன் எழுதுகிறார்.

---

[277] *Dr. B. R. Ambedkar, The Buddha And His Dhamma, p.568*

[278] டாக்டர் பாபாசாகேப் அம்பேத்கர், புத்தரும் அவர் தம்மமும், தமிழில்: டாக்டர் வீ. சித்தார்த்தா (பெரியார்தாசன்), பக். *501*

[279] *"Our people have been attacked by the Koliyas and they had to retreat." (Dr. B. R. Ambedkar, The Buddha And His Dhamma, p.24)*

இவ்வரியில் வரும் *'retreat'* என்ற வார்த்தையினை 'பின்வாங்குதல்' என மொழிபெயர்ப்பதற்கு மாறாக 'திருப்பித்தாக்குதல்' என பெரியார்தாசன் மற்றும் பெருமாள் இருவரும் தவறாக மாற்றியிருப்பது இச்சந்தேகத்தை உறுதிப்படுத்துகிறது.

[280] பக். *446*

அம்பேத்கரது 'புத்தரும் அவர் தம்மமும்' ஆங்கில நூலையும் அதன் தமிழாக்கத்தையும் வாசகர்கள் யாவரும் ஒப்பிட்டுப் பார்க்க மாட்டார்கள் என்ற அசட்டு தைரியம் ஆசிரியருக்கு இருந்திருக்க வேண்டும். தனது நேர்மையின்மையை வெளிக்காட்டிடவும் துணிந்திறங்குகிறார் என்றும் புரிந்துகொள்ளலாம். ஆனால் ஆரம்பிக்கையில் மக்கள் கூற்றாக ஆரம்பித்துவிட்டு, முடிக்கையில் கீசா கௌதமி என்னும் சாக்கிய மங்கை சொல்வதாக முடிக்கும் ஆசிரியரின் மற்றொரு வாதம் சராசரி வாசகரின் சராசரியான கவனத்திறனையும் கிண்டல் செய்வதாக அமைகிறது. இதுபோன்ற அற்பப் பிழைகளை செய்துகொண்டே கடினமான சாடல்களையும் அவர் சேர்த்தே வைக்கும்போது அவரின் வாதங்களையே எள்ளி நகையாடும் ஆபத்திற்கு கொண்டு சென்றுவிடுகிறார். சித்தார்த்தரின் துறவு குறித்து மக்கள் கூற்றாக மூன்று முழு பத்திகளை ஆசிரியர் மேற்கோளிடுகிறார்[281]. அம்பேத்கரின் 'புத்தரும் அவர் தம்மமும்' நூலில் இந்த மூன்று முழு பத்திகளும் மக்கள் கூற்றாகவே வருகிறது. இது வரை சரி. ஆனால் மேற்கோளைத் தொடர்ந்து ஆசிரியர் பின்வருமாறு முடிக்கிறார்,

> என கீசா கௌதமி என்னும் ஒரு சாக்கிய மங்கை சொல்வதாகச் சொல்லி அவள் சொன்ன வார்த்தைகள்தான் எத்தனை உண்மையானவை என்று அம்பேத்கர் தனக்குத்தானே சொல்லி தனக்குத்தானே வியந்தும் கொள்கிறார்... கீசா கௌதமி வாயால் புத்தரை எதையோ கண்டுபிடிக்கப் போகிறவர், சாக்கிய சின்ஹா என்றெல்லாம் பேச வைக்கிறார். எதையும் தவறாக பார்க்கின்றவரும், உலக ஞானமும் அற்றவர் தான் இந்த கீசா கௌதமி. இந்த கீசா கௌதமி எத்தனை பெரிய அப்பாவி என்று அம்பேத்கர் சொல்வதை வைத்து இங்கு விவரித்தால் விளங்கும். புத்தரின் கதைகளில் கடுகுக் கதை பிரசித்தமானது. கடுகு வாங்கி வரப் போன அந்தப் பெண் வேறு யாருமல்ல இந்த கீசா கௌதமி தான்.[282]

உண்மையில் ஆசிரியர் மேற்கோளிடும் மூன்று பத்திகளும் மக்களின் கூற்றே தவிர கீசா கௌதமியின் கூற்று அல்ல. பின்பு ஏன் அவர் கீசா கௌதமியின் கூற்றாய் மாற்றுகிறார்? அவரது

---

[281] பக். 468-469 பார்க்க

[282] பக். 469

விருப்பவாதத்தை முன்வைப்பதற்கான முன் ஆயத்தமே இது. கடுகுக் கதையை மேற்கோளிட்டுவிட்டு தனது விளக்கமில்லாத விமர்சனத்தை பின்வருமாறு வைக்கிறார்,

> வணிகனுக்கு மணமுடித்துத் தரப்பட்ட கீசா கௌதமி இதுவரை மரணத்தைப் பார்த்ததேயில்லை. ஆனால் மூன்று மாளிகை கட்டி உள்ளுக்குள் இருந்த புத்தருக்கு அது குறித்துத் தெரியாதென்றால் அது பகுத்தறிவான புரிதல் அல்ல. ஆக, அம்பேத்கர் கீசா கௌதமிக்கும், புத்தருக்கும் பகுத்தறிவு விளக்கம் தருவதில் பாரபட்சம் காட்டுகிறார்.[283]

புத்தரின் துறவுக்கு ரோகிணி நதிப்பிரச்சினையை காரணமாக கூறும் அம்பேத்கரை மறுதலிக்கவே ஆசிரியரின் இத்தகைய போராட்டம்! பிணி, மூப்பு, சாக்காடு ஆகிய காரணங்களோடு புத்தரின் துறவுக்கான விளக்கத்தை நிறுவ வேண்டும்[284] என்பது ஆசிரியரின் எண்ணம். எனவே புத்தருக்கும் மரணம் குறித்து

---

[283] பக். 471

[284] அம்பேத்கர் மற்றும் தர்மானந்த கோசாம்பி இருவரும் ரோகிணி நதிப்பிரச்சினையையே புத்தரின் துறவுக்கான காரணமாக கருதுகின்றனர்.

One of the contentious issues is Buddha's reason for leaving his home. Nidankatha mentions the following four reasons for Buddha's leaving home:

> *The sight of a sick man,*
> *The sight of an old man,*
> *The sight of a dead man, and*
> *The sight of an ascetic.*

Many have considered these events as historical reality and wrote biographies of Buddha accordingly. However, Kosambi believed Buddha's leaving home was due to the conflict arising between the Shakyas and the Koliyas. (BAB-102, B.R. Ambedkar Society and Culture, IGNOU, p.106-107)

எதுவும் தெரியாது என ஆழமற்ற ஒப்பீடுகள் மூலம் முடிவுகட்ட முனைகிறார் ஆசிரியர்.

கீசா கௌதமியின் கதையில்,

> *The little spot red from the bite of a snake, did not look as if it could be the cause of the child's death.*[285]

என்று வரும் வரிகளை திரிபுக்குள்ளாக்கி,

> சமத்காரமாக பாம்புக் கடியின் அடையாளம் கீசா கௌதமிக்குத் தெரியவில்லை என்றும் *(அம்பேத்கர்)* கூறுகிறார்.[286]

என ஆசிரியர் அர்த்தத்தை மாற்றியிருப்பதையும் நாம் கவனிக்க வேண்டும்.

பேராசிரியர் வி. சித்தார்த்தா *(பெரியார்தாசன்)* அவர்களின் மொழிபெயர்ப்பையே ஆசிரியர் *'Buddha and His Dhamma'*வின் ஆதாரப்புத்தகமாக தன் விவாதம் நெடுக்க கையாள்கிறார். இந்த புத்தகம் மொழிபெயர்ப்பு பிழைகள் நிறைந்ததாய் இருப்பதற்கு மேற்கூறிய சில எடுத்துக்காட்டுகளே போதுமானவை. இந்த குறைபாடு ஆசிரியரின் கற்பனைகளுக்கு தோதுவாகவே அமைந்திருக்கிறது.

*'Buddha and His Dhamma'*வின் தமிழாக்கத்தில் உள்ள பிழைகளைப் பற்றி ஆசிரியர் அறியாததொன்றும் கிடையாது,

> தலித்தியத்தின் பெயரால் ஏகப்பட்ட தொண்டு நிறுவனங்கள், மையங்கள் என்.ஜி.ஓக்கள் இயங்கி வருகின்றன. அவைகளில் புழங்கும் செல்வங்களைக் கணித்துப் பார்த்தால், அம்பேத்கரது தொகுதிகளை தரமான தாளில் இலவசமாகக் கூடத் தரலாம். அதற்கு முன் அந்நூலைப் பிழையின்றி சரிசெய்து வெளியிட ஒரு குழுவையும் அமைக்க வேண்டும். செய்ய வருவார்களா என்று தெரியவில்லை. *(பக். 123)*

---

[285] *Dr. B. R. Ambedkar, The Buddha And His Dhamma, p.575*

[286] *பக். 470*

என ஆசிரியர் பரிந்துரைக்கிறார். தலித்தியத்தின் பெயரால் புழங்கும் செல்வங்களை அதன் அமைப்புகளோடு அவர் பட்டியலிட்டால் அவற்றினை கேள்விக்குட்படுத்திட உதவியாய் இருக்கும். ஏனென்றால், ஆசிரியர் கூறுவதற்கு மாறாக, தலித் அமைப்புகள் சந்தித்துக்கொண்டிருக்கும் முக்கிய பிரச்சினைகளில் ஒன்று பணபலமின்மையே. மற்றபடி, பிழைதிருத்தம் பற்றிய அவரது பரிந்துரையை ஏற்பது அறிவார்ந்த செயலே ஆகும்.

பேராசிரியர் வி. சித்தார்த்தா (பெரியார்தாசன்) அவர்களின் தமிழ் மொழிபெயர்ப்பில் வெளியான 'புத்தரும் அவர் தம்மமும்' நூலானது பதிப்பிற்கு வரும் முன்பே எக்ஸ்ரே மாணிக்கம் மற்றும் எரிமலை இரத்தினம் ஆகிய இருவராலும் பரிசீலிக்கப்பட்டது ஆகும். இந்நூல்,

> தூய தமிழில் இருந்ததென்றும், நடைமுறைத் தமிழில் இல்லையென்பதாலும், புரிந்து கொள்வது கடினமாக இருக்கிறதென்றும் பல நண்பர்களிடமிருந்து கருத்து கூறப்பட்டது. எனவே அதனடிப்படையில், எளிய நடையில் அதை கொண்டுவரவேண்டும் என்ற நோக்கத்தில், அதன் கருத்துகள் மாறுபடாமல் எளிய நடையில் *14- 4- 2019* அன்று... [287]

வெளியிடப்பட்டது என எரிமலை இரத்தினம் அவர்கள் ஆதிபகவன் பதிப்பகம் இரண்டாம் பதிப்பாய் கொண்டுவந்திருக்கும் 'புத்தரும் அவர் தம்மமும்' நூலில் குறிப்பிடுகிறார். பொருளாதார நெருக்கடிகளையும் தாண்டி தமிழ்ச் சமூகத்திற்கு இந்நூல் எப்படி முதன் முதலில் கிடைத்தது என்பதனை எரிமலை இரத்தினம் விவரிப்பதையும் [288] காணமுடிகிறது.

பெரியார்தாசன் மற்றும் பெருமாள் ஆகியோரின் 'புத்தரும் அவர் தம்மும்' மொழிபெயர்ப்பினை பூதக்கண்ணாடி வைத்து ஆராயும் அதே சமயத்தில் அம்பேத்கரின் ஆங்கில எழுத்துகளை அவர்

---

[287] டாக்டர் பாபாசாகேப் அம்பேத்கர், 'புத்தரும் அவர் தம்மமும்', ஆதிபகவன் பதிப்பகம் (வெளியீடு), பக். *xxvii.*

[288] டாக்டர் பாபாசாகேப் அம்பேத்கர், 'புத்தரும் அவர் தம்மமும்', ஆதிபகவன் பதிப்பகம் (வெளியீடு), பக். *vii-xiv.*

எழுதிய ஆங்கில மொழிலேயே அணுகும்போது புரிதல்களில் உள்ள இடைவெளிகள் தவிர்க்கப்படுகின்றன என்பதை ஆசிரியர் கவனத்தில் கொள்ள வேண்டும். இங்கு குற்றம் மொழிபெயர்ப்பாளர்களிடம் மட்டும் இல்லை. மொழிபெயர்ப்புகளை மூலமாய் வைத்து ஆராய்வதிலேயே தவறுகள் தொடங்குகின்றன. பெரியாரை தமிழில் படி; அம்பேத்கரை ஆங்கிலத்தில் படி. இவ்விருவரையும் அவர்கள் சிந்தித்த, எழுதிய மொழிகளிலேயே அணுகும்போது தேவையற்ற யூகங்களும் குறைகளும் தவிர்க்கப்படுகின்றன. இதனை தவறவிடும் ஆசிரியர் ஆய்வின் உண்மைத் தன்மையை சிதைத்துக்கொண்டே அக்குறையினை தனது வைதீக பௌத்த புனைவிற்கு ஏதுவாய் பயன்படுத்திக்கொள்கிறார்.

சாக்கியர்களின் ஆட்சிமுறை பற்றி தவறுதலான புரிதல்களை கொண்டுள்ள ஆசிரியர்,

> இவர் *(சித்தார்த்தர்)* துறவு கொள்வதை கோசல மன்னனிடம் ஏன் சொல்ல கூடாது என்று கூறுகிறார்? அப்படியெனில் சங்கத்தின் முடிவுகள் அனைத்தும் கோசல மன்னரின் முடிவுக்குக் கட்டுப்பட்டதா என்ன?[289]

என ஒரு கட்டத்தில் கேள்வி எழுப்புகிறார். இதற்கான பதில் அம்பேத்கரது நூலின் முதல் பக்கத்திலேயே காணலாம். பதிலுக்கு செல்லும் முன் ஆசிரியரின் மற்ற குழப்பங்களையும் ஒரு சேர பட்டியலிடலாம்,

> மேலும் சாக்கிய அரசு என்றும் கோலிய அரசு என்றும் அம்பேத்கர் கருத்துரைக்கிறார். இதற்கும் மேலாக கோலியர்களோடு சண்டை இட்ட காரணத்தாலேயே சாக்கிய <u>மன்னர்கள்</u> கோசல மன்னரைச் சார்ந்திருக்க வேண்டி நேர்ந்தது, என்பதைச் சங்கத்தினர்க்கு நினைவூட்டி எச்சரிக்கத் தொடர்ந்தார் சித்தார்த்தர்: "இந்தப்போர் மேலும் சாக்கியர்களின் சுதந்திரத்தை குறைக்கக் கோசல மன்னருக்கு வசதியேற்படுத்தும் என்பதை எண்ணிப்பார்ப்பதொன்றும் கடினமில்லை" என சித்தார்த்தர் எச்சரிக்கை விடுத்ததாகவும் சொல்கிறார். இதன்படி பார்த்தால், சாக்கியர்கள் சுதந்திரக் குடியரசாகவோ, பழங்குடித்தன்மையில் சுதந்திர

[289] பக். *457*

அமைப்பாகவோ இருக்கவில்லை என்பதும் தெரியவருகிறது.[290]

இதிலிருந்து முன்னமே சொன்னபடி, சாக்கிய சங்கத்தில் மக்கள் உறுப்பினர்களாக இருந்திருக்க வாய்ப்பில்லை. அது தேர்ந்தெடுக்கப்பட்ட பணக்கார வர்க்கத்தினுடைய அமைப்பு என்றே முடிவுக்கு வரவேண்டியுள்ளது.[291]

என்கின்றவாறு ஆசிரியர் எழுதுகிறார். அந்தோவா, போன்காரத்-லேவின்[292] மற்றும் ரொமிலா தாப்பர்[293] வரை சென்று விவாதத்தை நீட்டாமல் தான் விமர்சிக்கும் அம்பேத்கரின் மேற்கோள்களிலேயே தன் குழப்பத்திற்கான அனைத்து பதில்களையும் அவர் பெற்றிருக்கலாம். அம்பேத்கர் தனது நூலின் முதல் பக்கத்தில் தந்த விவரங்ககளை இனி காண்போம்,

Going back to the sixth century B.C., Northern India did not form a single Sovereign State.

The country was divided into many States, some large, some small. Of these some were monarchical and some non-monarchical.

The monarchical States were altogether sixteen in number. They were known by the name of Anga, Magadha, Kasi, Kosala, Vriji, Malla, Chedi, Vatsa, Kuru, Panchala, Matsya, Saursena, Asmaka, Avanti, Gandhara and Kambhoja.

The non-monarchical States were those of the Sakyas of Kapilvatsu, the Mallas of Pava and Kushinara, the Lichhavis of Vaisali, the Videhas of Mithila, the Koliyas of Ramagam, the Bulis of Allakapa, the Kalingas of Resaputta, the Mauriyas of

---

[290] பக். 465-466

[291] பக். 471

[292] பக். 458-460 பார்க்க

[293] பக். 460-461 பார்க்க

Pipphalvana and the Bhaggas with their capital on Sumsumara Hill.

The monarchical States were known as Janapada and the non-monarchical as Sangh or Gana.

Not much is known about the nature of the polity of the Sakyas of Kapilvatsu, whether it was republican or oligarchic.

This much, however, is definitely known, that there were many ruling families in the Republic of the Sakyas and that they ruled in turns.

The head of the ruling family was known as Raja.

At the time of the birth of Siddharth Gautama it was the turn of Suddhodana to be the Raja.

The Sakya State was situated in the northeast corner of India. It was an independent State. But at a later stage the King of Kosala had succeeded in establishing his paramountcy over it.

The result of this paramountcy was that the Sakya State could not exercise certain sovereign powers without the sanction of the King of Kosala.[294]

மேலுள்ளவற்றில் நாம் கவனிக்க வேண்டியது, *"the King of Kosala had succeeded in establishing his paramountcy over it"*, என்ற வரிகளை. இதனாலேயே,

I promise I shall not appeal to the king of the Kosalas. [295]

---

[294] *Dr. B. R. Ambedkar, The Buddha And His Dhamma, p.575*
[295] *Dr. B. R. Ambedkar, The Buddha And His Dhamma, p.28*

என சித்தார்த்தர் சங்கத்திடம் கூறுகிறார். இவ்வரிகளைப் புறந்தள்ளி விட்டு,

> இவர் *(சித்தார்த்தர்)* துறவு கொள்வதை கோசல மன்னனிடம் ஏன் சொல்ல கூடாது என்று கூறுகிறார்.

என ஆசிரியர் தேவையற்ற சந்தேகங்களை எழுப்பி குழப்பங்களை உண்டாக்குகிறார்.

> கோலியர்களோடு சண்டை இட்ட காரணத்தாலேயே சாக்கிய மன்னர்கள் கோசல மன்னரைச் சார்ந்திருக்க வேண்டி நேர்ந்தது.

என மேலே பட்டியலிடப்பட்டிருக்கும் ஆசிரியரின் எழுத்துகளில் இடம்பெறும் வரியை நாம் கவனிக்க வேண்டும். ஆங்கிலத்தில்,

> *Siddharth proceeded to caution the Sangh by reminding it of how the Sakyas have become the vassals of the King of Kosala by reason of their quarrels with the Koliyas.*[296]

Sakyas என்பதை சாக்கிய 'மன்னர்கள்' என மாற்றுகிறார் ஆசிரியர். பெரியார்தாசன் [297] மற்றும் பெருமாளின் [298] தமிழாக்கத்திலும் 'சாக்கியர்கள்' என்றே உள்ளது. ஆனால் ஆசிரியரோ,

> சுத்தோதனர் சங்க உறுப்பினராக இருந்தால் என் மகன் சங்க விதியை ஒப்புக்கொள்ளாவிடில் மன்னனையே

---

[296] *Dr. B. R. Ambedkar, The Buddha And His Dhamma, p.27*

[297] டாக்டர் பாபாசாகேப் அம்பேத்கர், புத்தரும் அவர் தம்மமும், தமிழில்: டாக்டர் வீ. சித்தார்த்தா (பெரியார்தாசன்), பக். 27

[298] டாக்டர் பாபாசாகேப் அம்பேத்கர் நூல் தொகுப்பு: தொகுதி 11, பக். 41

> தண்டிப்பீர்களா எனக் கேட்டிருக்கவும் முடியும். இதையெல்லாம் அம்பேத்கர் கண்டுகொள்ளவில்லை.[299]

என அப்பகுதியை எழுதி முடித்திருக்கிறார். இதுபோன்ற அற்ப விமர்சனங்களை வைக்கவே சுத்தோதனரை 'மன்னர்' என நூல் முழுவதும் அழுத்தம் கொடுக்கிறார் ஆசிரியர். *'King Bimbisara'*, *'King Pasenjit'* என்பதுபோல் அழுத்தம் கொடுக்காமல் சுத்தோதனர் பற்றி குறிப்பிடுகையில் *'Suddhodana'* என்றே அம்பேத்கரது ஆங்கில நூலில் பெருவாரியாக இடம்பெறுவதை நாம் நினைவில் கொள்ள வேண்டும். சுத்தோதனரை ஏகபோக உரிமையை வைத்திருக்கும் மன்னராக[300] விளக்கிட ஆர்வம் காட்டும் ஆசிரியர், கீழ்க்கண்ட வரிகளை சரியான விவாதத்திற்குட்படுத்தவில்லை.

> *But remember the Sangh has other ways of punishing you. The Sangh can declare a social boycott against your family and the Sangh can confiscate your family lands. For this the Sangh does not have to obtain the permission of the king of the Kosalas.*[301]

> உங்களைத் தண்டிக்கச் சங்கத்திற்கு வேறுவழிகளும் உண்டு என்பதை மறந்துவிடாதீர்கள். உங்கள் குடும்பத்தின் மீது சங்கம் சமூக பகிஷ்காரத்தை அறிவிக்கலாம்- உங்கள் குடும்ப உடைமையான நிலங்களைப் பறிமுதல் செய்யலாம். இந்த நடவடிக்கைகளுக்குச் சங்கம் கோசல மன்னரிடம் அனுமதி பெற வேண்டியதில்லை.[302]

என சேனாதிபதி சித்தார்த்தரிடம் கூறுவது மூலம் ஏகபோக உரிமைகள் கொண்டில்லாத சுத்தோதனரையே அம்பேத்கர் விவரிக்கிறார் என்பதை நாம் அறியலாம். மன்னர் சேனைய பிம்பிசாரர் மற்றும் மன்னர் பசனேதிக்கு இணையாக சுத்தோதனரின் ஆட்சி உரிமைகளையும் நீட்டித்து ஏகபோக உரிமைகளை அவர் கொண்டிருந்ததுபோல் அனுமானித்துக்

---

[299] பக். 466

[300] பக். 186

[301] *Dr. B. R. Ambedkar, The Buddha And His Dhamma, p.27-28*

[302] டாக்டர் பாபாசாகேப் அம்பேத்கர், புத்தரும் அவர் தம்மமும், தமிழில்: டாக்டர் வீ. சித்தார்த்தா (பெரியார்தாசன்), பக். 28

கொண்டு ஆசிரியர் ஏற்படுத்தும் அனைத்து குழப்பங்களுக்கும்[303] இப்புரிதல் மூலம் தெளிவு பெறலாம். *The king of Kosala (Pasanedi) had succeeded in establishing his peramountcy over the Sakya State. The result of this paramountcy was that the Sakya State could not exercise certain sovereign powers without the sanction of the King of Kosala* என்பதை நாம் மறக்கக் கூடாது. நம் மறதியில் ஆசிரியரின் உத்தி வெற்றிபெறுகிறது.

> அதே சமயம் சொத்தைப் பறிப்பதற்கு பயந்துதான் புத்தர் துறவை ஏற்றார் என்பது புத்தரது தகைமையை கீழிறக்குவதாகவும் உள்ளது. [304]

என்று ஆசிரியர் எழுதும்போது மூலக்காரணமான ரோகிணி நதிநீர் பிரச்சனையை வாசகர்கள் யாவரும் மறந்து விட வேண்டும் என அவர் ஆசைகொள்கிறார் என நினைக்க வேண்டியுள்ளது. சொத்துகளை பறிமுதல் செய்வதாகச் சங்கம் சொன்னதும் புத்தர் துறவுக்குள் நுழைந்திருக்கிறார் என்பது ஆசிரியரின் புரிதலே தவிர அம்பேத்கரின் கருத்து அல்ல.

உதாயினர் யார், அவர் பணி என்ன என்பதைப்பற்றி ஆசிரியர் அதீதமாகவே குழப்புகிறார்,

> உதாயியைப் பற்றி தர்மானந்தர் கூறுவது சித்தார்த்தரின் நண்பர் என்றே. உண்மையில் தர்மானந்தரின் கருத்துக்கு ஏற்பவே, பெண்கள் விசயத்தில் ஒரு நண்பனாக அவன் சித்தார்த்தரிடம் பேசுகிறான். ஆனால் அம்பேத்கர் உதாயியை குலகுரு என்கிறார். இன்னொரு இடத்தில் பிரதம அமைச்சர் என்கிறார்.[305]

---

[303] உதாரணத்திற்கு,

> அம்பேத்கரோ சுத்தோதனரை மாமன்னராகவும் புத்தரை இளவரசராகவும் மையமாகக் கொண்டு விளக்கியதால் தான் தன் கதைக்கு தோதான விளக்கங்களை கொடுக்கிறார். *(பக். 461)*

என செல்லும் ஆசிரியரின் வாதத்தை கவனிக்க.

[304] *பக். 457*

[305] *பக். 434*

> குலகுருவே பிரதம அமைச்சராகவும் இருந்தாரா, இருந்தார் என்றால் அதை ஏன் குறிப்பிடவில்லை எனத் தெரியவில்லை.[306]
>
> கபிலவஸ்துவில் சித்தார்த்தரை இணைத்துக்கொள்ள சாக்கியர்களின் தலைமைக் குருவை சுத்தோதனர் கேட்டுக்கொண்டார் என்று அம்பேத்கர் சொல்கிறார். அப்படியானால் சுத்தோதனருக்கு அமைச்சராகவும் குலகுருவாகவும் இருந்த உதாயினர் யார்?[307]

என்றவாறு ஆசிரியர் எழுப்பும் கேள்விகளுக்கு அவ்வரிசையிலே அம்பேத்கரின் ஆங்கில எழுத்துகளை காண்போம்:

> *In consultation with his family priest Udayin, he thought of providing a harem for the prince with very beautiful inmates.*[308]
>
> *'The Prime Minister's Admonition to the Prince'*[309] மற்றும் *'The Prince's Reply to the Prime Minister'*[310]

என்ற தலைப்புகளுக்குள் செல்லும்போது உதாயினரை பிரதம அமைச்சராக விளங்கிக் கொள்ள வேண்டியுள்ளது,

> *The Sakyas had a meeting-house which they called Sansthagar. It was situated in Kapilavatsu. The session of the Sangh was also held in the Sansthagar.*
>
> *With the object of getting Siddharth initiated into the Sangh, Suddhodana asked the Purohit of the Sakyas to convene a meeting of the Sangh.*[311]

---

[306] பக். 441

[307] பக். 449

[308] *Dr. B. R. Ambedkar, The Buddha And His Dhamma, p.15*

[309] *Dr. B. R. Ambedkar, The Buddha And His Dhamma, p.19*

[310] *Dr. B. R. Ambedkar, The Buddha And His Dhamma, p.20*

[311] *Dr. B. R. Ambedkar, The Buddha And His Dhamma, p.22*

அம்பேத்கர் *'Family Priest' (of Suddodana), 'Prime Minister'* மற்றும் *'Purohit' (of Sakyas Sangh)* என்ற மூன்று வெவ்வேறு பதவிகளை குறிப்பிடுகையில், முதல் இரண்டு பதவிகளுக்கு உதாயினரையும், சங்கத்தின் *'Purohit'* பதவிக்கு வேறொருவரை விளங்கிக்கொள்ளும்படியாகவும் எழுதுகிறார். *'Family Priest'*ஐ 'குலகுரு' என்றும், *'Purohit'*ஐ 'தலைமை குரு' என்றும் மொழிபெயர்த்து இருப்பது சரியானவை தானா என்பதனையும் நாம் ஆராய வேண்டியுள்ளது. ஒரே அர்த்தம் போல் காணப்படும் வார்த்தைகளின் அருகில் நம்மை நிறுத்தி குழப்பங்களுக்கு அடித்தளமிடுகிறார் ஆசிரியர்.

தர்மானந்தரின் கூற்றுப்போல் சித்தார்த்தரின் நண்பரே உதாயினர் என்றால் அவரிடம் ஏன் சுத்தோதனர் ஆலோசனை கேட்டிருக்கிறார் என்பதற்கு ஆசிரியர் பதில் சொல்ல வேண்டும்[312]. சுத்தோதனரின் *'Family Priest'* ஆக இருக்கும் உதாயினர் *'Prime Minister'* ஆகவும் இருப்பது வரலாற்றுப் பார்வையில் சாத்தியமே. இவ்விரு பதவிகளும் ஆட்சிமுறையில் ஒருவரிடமே இருப்பது வரலாற்றில் புதிதானதொன்றும் கிடையாது. ஆசிரியர் எதிர்பார்ப்பது போல் அம்பேத்கர் இதனை தனியாக குறிப்பிட்டு எழுதியிருக்க வேண்டும் என்பது அவசியமும் அல்ல.

> இதுவரை புத்தர் உழைத்துச் சாப்பிட்டது இல்லை. தந்தையின் சொத்தில் சாப்பிட்டவர். இனி பிச்சையெடுத்துச் சாப்பிடப் போகிறவர். ஆக வாழ்நாள்

---

[312] சித்தார்த்தரின் நண்பரே உதாயினர் என்று கூறுவதை விட சுத்தோதனரால் சித்தார்த்தரின் உற்ற நண்பராக இருக்க அமர்த்தப்பட்டவர் உதாயினர் என்று புரிந்துகொள்வதே சரி,

> *Meeting the prince all alone, Udayin said: "Since I was appointed by the king as a fitting friend for thee, therefore, I wish to speak to thee in the friendliness of my heart." So began Udayin. (Dr. B. R. Ambedkar, The Buddha And His Dhamma, p.22)*

> முழுக்க உழைக்காமல் சாப்பிடுகிறவர் அம்பேத்கரின் புத்தர்.[313]

என சாடும் ஆசிரியருக்கு முன்னே உலகை மாற்றியமைத்த தத்துவ ஞானிகளும் அவர்களது அறிவுசார் உழைப்புகளும் *(Intellectual Labour)* எத்தகைய கீழான மதிப்பை பெற்றிருக்கும் என்பதை ஊகிக்க முடிகிறது. அப்படியில்லையெனில் புத்தருக்கெதிரான வெறுப்புணர்வு மட்டும்தானா இச்சாடல்கள்?

தன் நூலின் தலைப்பையும் தான் எடுத்துக்கொண்ட பிரதான நோக்கத்தையும் கையாளத் தெரியாமல்,

> அம்பேத்கரின் இந்த வருணனையின் படி எட்டு நாட்கள் குதிரை எதையும் உண்ணவில்லை. சன்னா என்ன உண்டான் எனக் கூறவும் இல்லை.[314]

என்பதான ஆசிரியரின் அற்பக் கேள்விகளுக்கு தகுந்த விளக்கங்களை அம்பேத்கரது வரிகளைக் கொண்டே தீர்க்க வேண்டியுள்ளது.

> *And turning round towards the direction in which his master went, he neighed repeatedly with a mournful sound; and though pressed with hunger, he welcomed not, nor tasted any grass or water on the road, <u>as before</u>.*[315]

> தன் எஜமானர் சென்ற திசையை நோக்கி மீண்டும், மீண்டும் வெகுவாய்த் துயருற்றக் குரலில் கனைத்தவண்ணமிருந்தது; பசியினால் அழுத்தப்படினும், <u>முன்புபோல்</u> அது புல்லோ நீரோ வேண்டவுமில்லை- புசிக்கவோ, பருகவோ செய்யவுமில்லை.[316]

'As before' அல்லது 'முன்புபோல்' என்ற வார்த்தையை வைத்துக்கொண்டு நாம் படித்தோமானால் கபிலவஸ்துவிற்கு

---

[313] பக். *466*

[314] பக். *473-474*

[315] பக். *39*

[316] டாக்டர் பாபாசாகேப் அம்பேத்கர், புத்தரும் அவர் தம்மமும், தமிழில்: டாக்டர் வீ. சித்தார்த்தா (பெரியார்தாசன்), பக். *40*

திரும்பிட எடுத்துக்கொண்ட எட்டு நாட்களும் குதிரை எதையும் உண்ணவில்லை என நாம் பொருள்கொள்ளத் தேவையில்லை. இயல்பாக அவ்வரிகளை படிக்கும்போது அர்த்தம் அப்படி வரவில்லை.

அம்பேத்கரது ஆங்கில நூல்களில் காணப்படும் வரிகளை மேற்கோள் காண்பிக்காமல் மொழிபெயர்ப்பு இடர்ப்பாடுகள் அடங்கிய தமிழ் மேற்கோள்களினால் ஆசிரியர் ஏற்படுத்தும் குழப்பங்களுக்கு கடந்த சில பக்கங்களே போதுமான சான்றுகளாக இருக்கும் என்பதைக் கூறி, அம்பேத்கரது புத்தரின் பகுத்தறிவான உண்மை நிலையை அறிந்துக்கொள்ள ஆங்கில வரிகளை முதன்மையாகக் கொண்டே இனிவரும் ஆசிரியரின் ஆய்வை நாம் அணுக வேண்டியுள்ளது. அம்பேத்கரின் எழுத்துகளை மற்ற மொழிகளில் படிப்பதை விட அவர் எழுதிய ஆங்கில மொழியிலேயே படிப்பதுதான் சரியானதும் அவசியமானதும் என்பதனையும் மீண்டும் இங்கு நினைவூட்டுகிறேன். அம்பேத்கரின் ஆங்கில எழுத்துகளை நேரடியாக அணுகாமல் மொழிபெயர்ப்புகள் மூலம் அவரை படிக்க முற்படுபவர்கள், புரிதல்களில் ஏற்படும் தவிர்க்க முடியாத பிரச்சினைகளை அறிந்தே அத்தகைய சமரசத்தில் இறங்கிக்கொள்ளலாம் என்றும் நான் எச்சரிக்கிறேன். இந்த சமரசத்தினால் ஏற்பட்ட முட்டாள்தனமான புரிதலின் உச்சமே வசுமித்ரவின் 'அம்பேத்கரும் அவரது தம்மும்' என்பதை உணர்வதும் இத்தருணத்தில் அவசியமாகிறது.

அம்பேத்கரின் நூலில்,

> *Him (Gautama), distinguished by his beauty of form and perfect tranquillity, filled with astonishment and affectionate regard, the king of men (Bimbisara) approached.*[317]

என்ற வரிகளுக்கான ஆசிரியரின் விமர்சனத்தை காண்போம்.

> பிம்பிசாரனைப் பார்த்ததும் புத்தர் நினைத்ததாக அம்பேத்கர் தனது கற்பனையை அவிழ்க்கிறார். "தன் உருவப் பேரழகாலும், நிறைவுறு அமைதியாலும் தனிப்பட்டிருந்த அவர் (புத்தர்), மானுட மன்னரின் வருகை கண்டு ஆச்சரியமும், அன்பார்வமும்

---

[317] *Dr. B. R. Ambedkar, The Buddha And His Dhamma, p.47*

> கொண்டார்" என்கிறார். இந்த இடத்தில் தெய்வத் துதியே செய்திருக்கிறார். புத்தர் மானுடப் பிறப்பை உதறி தெய்வப்பிறப்பை எடுத்துவிட்டார் என்று சூசகமாகச் சொல்கிறார். அதாவது பிம்பிசாரனை மானுட மன்னர் என்று சித்தார்த்தர் சொல்வாராகில் அவர் யாருடைய மன்னர்? இத்தனைக்கும் சித்தார்த்தருக்கு இன்னும் ஞானம் கிடைக்கவில்லை. அதை தேடியலையும் போதே, மன்னனை மானிட மகனே என அழைப்பதாக அம்பேத்கர் சொல்லும் போது, அம்பேத்கரின் கண்களுக்கு சித்தார்த்தர் கடவுள்களுக்கெல்லாம் மன்னராகத் தோற்றமளிக்கிறார் என்பதை நாம் விளங்கிக்கொள்ள முடியும்.[318]

ஆசிரியர் தனது புரிதலையே அம்பேத்கரது சிந்தனையாக கருதுகிறார் போலும். பிம்பிசாரரைப் பற்றிய விவரணையைக் *(King of Men)* கொண்டு புத்தருக்கான ஒரு விவரணையை (தெய்வப்பிறப்பாக) ஆசிரியர் ஏன் உருவாக்குகிறார்? அதுவும் அம்பேத்கரின் பெயரில். இவ்வாதத் தவறு *Fallacy of non sequiter*-ன் அடிப்படையில் அமைவதை நாம் கவனிக்க வேண்டியுள்ளது. தன் விருப்பவாதத்திற்காக தொடர்பில்லாத விவரணையை தொடர்புப்படுத்தி தவறான முடிவுரைக்கு அழைத்து செல்கிறார் ஆசிரியர். அதுமட்டுமின்றி, இங்கு புத்தர் பிம்பிசாரரை மானிட மகனே என எங்கே அழைகிறார்? ஆங்கில வரிகள் அப்படி பொருள்படவில்லையே. இறுதியாக சொல்ல வேண்டுமெனில், ஆசிரியரின் கூற்றுப்போல் இது அம்பேத்கரின் கற்பனையும் அல்ல. *Buddhacharita, Sarga 10, Shloka 10-40, Pabbaja Sutta, Sutta Nipat* ஆகிய பௌத்த நூல்களில் இருந்தே இவ்வரிகள் எடுக்கப்பட்டுள்ளன. இப்படி சுத்தாக்கள், நிகாயாக்கள் மற்றும் பிற பௌத்த நூல்களில் உள்ளவற்றை அம்பேத்கரின் கூற்றாக, கற்பனையாக மாற்றுவது ஆசிரியரின் வழக்கமாகவே நூல் நெடுக்க உள்ளது. 'அம்பத்தா சுத்தா', 'குடதந்தா சுத்தா', 'சோன தண்ட சுத்தா' ஆகியவற்றை அவர் கையாண்டிருக்கும் பகுதிகளில் இவ்வழக்கத்தை மிகுதியாய் காணலாம்.

அசித்தர் கூறியது போல் சித்தார்த்தர் ஞானம் அடைந்தே தீர வேண்டும் என்று இருக்கையில் பரிவ்ராஜகராக ஏன் அலைகிறார்

---

[318] பக். *479-480*

என ஆசிரியர் விமர்சனம் செய்யும் தொனிகளே அவரது நிதானமற்ற புரிதல்களை காட்டுகிறது,

> *Buddha's early life was spent in the direct personal examination of the various religious practices*[319]*, and it was after being convinced of their futility that he started his onslaught against the prevailing customs and beliefs and propounded his new thoughts and ideals.*[320]

என *Dr. Nalinaksha Dutt* நினைவுபடுத்துகிறார். மார்க்சியத்தை பயின்றுவிட்டே அக்கோட்பாட்டினை விமர்சிக்க வேண்டுமென்பது ஆசிரியரின் நிலைப்பாடு. இதைப் போன்றே கடும் விரதங்களையும் வருத்தும் தவச்சடங்குகளையும் தன்னளவில் சோதனைக்குட்படுத்தி அதன் பின்னரே புத்தர் அவற்றை நிராகரிக்கிறார். நிராகரிப்பதோடு மட்டுமல்லாமல் பலமான விமர்சனமும் வைக்கிறார்,

> *"What I ask is, 'Can the mortification of the body be called religion?'*

> *"Since it is only by the mind's authority that the body either acts or ceases to act, therefore, to control the thought is alone befitting—without thought the body is like a dog.*

---

[319] அம்பேத்கரின் விளக்கமும் இவ்வாறாகவே செல்கிறது,

> *Gautama had given a trial to the Sankhya and Samadhi Marga. But he had left the Ashram of the Brighus without giving a trial to Asceticism.*

> *He felt he should give it a trial and gain experience for himself so that he could speak authoritatively about it. (Dr. B. R. Ambedkar, The Buddha And His Dhamma, p.65)*

[320] *Dr. Nalinaksha Dutt, 'Greatness of Buddha and Buddhism', Maha Bodhi Journal, Vol. 59 June 1951 pp. 164-168*

"If there was only the body to be considered, merit may be gained by purity of food, but then there is merit also in the doer. But of what good is it?

"New light cannot be attained by him who has lost his strength and is wearied with hunger, thirst and fatigue with his mind no longer self-possessed through fatigue.

"How could he who is not absolutely calm, reach the end which is to be attained by his mind?

"True calm and the self-possession of the mind is properly obtained by the constant satisfaction of the body's wants."[321]

வருத்தும் தவச்சடங்குகள் உலகினை சிறப்புற மாற்ற பயனற்றது என்றும் பல வகைகளில் அவை தவறானவை எனவும் புத்தர் உறுதியாய் உரைத்தார்,

Asceticism he found to be useless. It was vain to attempt to escape from the world. There is no escape from the world even for an ascetic. He realized that what is necessary is not escape from the world. What is necessary is to change the world and to make it better.

He realized that he left the world because there was so much conflict resulting in misery and unhappiness and for which he knew no remedy. If he can banish misery and unhappiness from the world by the propagation of his doctrine, it was his duty to return to the world and serve it and not sit silent as the personification of inactive impassivity.[322]

---

[321] *Dr. B. R. Ambedkar, The Buddha And His Dhamma, p.68*

[322] *Dr. B. R. Ambedkar, The Buddha And His Dhamma, p.112*

"Now I, Nigrodha, affirm that austerity by self-mortification thus carried out, involves blemish in several ways."[323]

[323] *Dr. B. R. Ambedkar, The Buddha And His Dhamma, p.430*

இயல் நான்கு

Of all the philosophers the Buddha was greatly impressed[324] *by the doctrines of Kapila.*[325] இவ்வரிகளை, புத்தர் தன் காலத்திய தத்துவவாதிகளில் கபிலரை மட்டுமே பெரிதும் சார்ந்திருந்தார் என அர்த்தத்தை மாற்றிக்கொள்ளும் ஆசிரியர்[326], தத்துவம் மற்றும் சமயம் சம்பந்தமாக புத்தர் ஏற்ற கருத்துகளை அம்பேத்கர் விவரிக்கையில் அவற்றினை கபிலரிடம் இருந்தே

---

[324] பக். 524

[325] *Dr. B. R. Ambedkar, The Buddha And His Dhamma, p.6*

[326] இவ்விடத்தில் மற்றுமொரு புரிதல் நமக்கு தேவைப்படுகிறது,

> *To say that Buddha borrowed his religion from the Vedas and the pantheistic Upanishads and Kapila sutras would be like saying that Darwin borrowed his philosophy from the Christian Bible and the Aristotlean ethics, and that Herbert Spencer got his philosophy from the treaties of mediaeval theologians. If what Buddha had declared was only a rehash of Brahmanical dishes, it would have never become the religion of the vigorous and puritanic, and as such, an effeminate people cannot maintain it, and a people addicted to sensuality cannot adhere to its virile, purifying ethics. (Ven. Anagarika Dharmapala, 'The Essentials of Buddhism', Maha Bodhi Journal, Vol. 69 Sept. 1961 pp.258-259)*

புத்தர் ஏற்ற கருத்துகளாக தவறாகப் புரிந்துக்கொண்டு மேலும் தவறிழைக்கிறார்.

What HE (Buddha) Accepted

1. The first distinguishing feature of his teachings lay in the recognition of the mind as the centre of everything.

2. Mind precedes things, dominates them, creates them. If mind is comprehended all things are comprehended.

3. Mind is the leader of all its faculties. Mind is the chief of all its faculties. The very mind is made up of those faculties.

4. The first thing to attend to is the culture of the mind.

5. The second distinguishing feature of his teachings is that mind is the fount of all the good and evil that arises within and befalls us from without.

6. Whatsoever there is of evil, connected with evil, belonging to evil—that issues from the mind. Whatsoever there is of good, connected with good, belonging to good—all issues from mind.

7. If one speaks or acts with a pounded mind then affliction follows him as the wheels of the cart follow the feet of the bullocks who pull the cart. The cleaning of the mind is, therefore, the essence of religion.

8. The third distinguishing feature of his teachings is the avoidance of all sinful acts.

> *9. The fourth distinguishing feature of his teaching is that real religion lies not in the books of religion but in the observance of the tenets of the religion.*
>
> *10. Can anyone say that the Buddha's religion was not his own creation?*[327]

மேலே பட்டியலிடப்பட்டவற்றை கபிலரிடம் புத்தர் ஏற்றுக்கொண்டதாக எண்ணிக்கொள்ளும் ஆசிரியர்,

> உண்மையில் சாங்கியரான கபிலர் மனதை அடிப்படையாகக் கொண்டு பேசியிருப்பாரா என்று ஆராய்ந்து பார்த்தால் அப்படி இருக்கவில்லை என்பதே உண்மை.[328]

என தானே ஏற்படுத்திக்கொண்ட குழப்பத்திற்கு தானே தெளிவுரையும் தருவது வேடிக்கையாகவும் உள்ளது. சாங்கியரான கபிலர் மனதை அடிப்படையாகக் கொண்டு பேசியிருப்பதாக அம்பேத்கர் தன் நூலில் குறிப்பிடவே இல்லை.

> கபிலர் சாங்கியத்தின் பிரதிநிதி, அவர் துக்கம் இருக்கிறது என்பதை எங்கு எவரிடம் சொன்னார்?[329]

என்ற கேள்வியையும் ஆசிரியர் எழுப்புகிறார். கபிலர் துக்கத்தைப் பற்றி விளக்கம் அளிக்காததினாலேயே ஆலார காலாம் [330] ஆசிரமத்தை விட்டு புத்தர் வெளியேருவதாக அம்பேத்கர் கூறுகிறார்.

> *To the removal of Dukkha the Buddha attached great importance. It is because he found that Kapila merely stated that*

---

[327] *Dr. B. R. Ambedkar, The Buddha And His Dhamma, p.104-105*

[328] பக். *525*

[329] பக். *824*

[330] சாங்கிய தத்துவத்தில் தேர்ந்த குருவென ஆலார காலாமரை (அல்லது 'ஆராத காலாம்') புத்தர் கருதினார். *(Dr. B. R. Ambedkar, The Buddha And His Dhamma, p.62)*

there was Dukkha and said nothing more about it that he felt dissatisfied and left the Ashram of Muni Alara Kalam. [331]

அதுமட்டுமின்றி, கபிலர் பயன்படுத்திய 'துக்கம்' என்ற வார்த்தை *'suffering'* அல்லது *'sorrow'* என்ற பொருள் கொள்ளவில்லை என்றாலும் அதன் அர்த்தத்தை பின்னர் அடைந்தது என்பதையும் அம்பேத்கர் சுட்டிக்காட்டுகிறார்,

> *Dukkha in its original sense given to it by Kapila means unrest, commotion.*
>
> *Initially it had a metaphysical meaning.*
>
> *Later on it acquired the meaning of suffering and sorrow.*
>
> *The two senses were not far detached. They were very close.*
>
> *Unrest brings sorrow and suffering.*
>
> *Soon it acquired the meaning of sorrow and suffering from social and economic causes.* [332]

கபிலரின் தத்துவம் எவ்வாறெல்லாம் திரிபுக்கு உள்ளாக்கப்பட்டுள்ளது என்பதனையும் அம்பேத்கர் சாதிமுறை குறித்தான விளக்கத்தில் தொடர்புபடுத்துகையில் கபிலரின் தத்துவத்தை அவர் மேம்போக்காக கடக்கவில்லை என்பதையே காட்டுகிறது,

> *Negatively, I reject the Hindu Social Philosophy propounded in the Bhagvat Geeta based as it is, on the Triguna of the Sankhya philosophy which is in my judgment a cruel perversion of the philosophy of Kapila, and which had made the Caste System and the System of Graded Inequality the law of Hindu Social Life.* [333]

---

[331] *Dr. B. R. Ambedkar, The Buddha And His Dhamma, p.512*

[332] *Dr. B. R. Ambedkar, The Buddha And His Dhamma, p.510*

[333] *BAWS Vol.17, Part Three, p.503*

அடுத்ததாக,

> துக்கத்தை, மனதை அடிப்படையானதென்று புரிந்து கொண்டதாலும், தனிமனிதப் பிரச்சினையாக முன்வைத்ததாலும் அவரது தத்துவம் பொருள்முதல்வாத சாராம்சத்தை இழந்தது.[334]

என்று ஆசிரியர் கூறுகையில் பொருள்முதல்வாத அணுகுமுறை உளவியல் துறை சார்ந்த பங்களிப்புகளை முற்றிலுமாக நிராகரிக்கின்றதா என்ற சந்தேகம் எழுகிறது,

> *As for the Buddha's attitude toward psychology, there is no doubt that he placed a great deal of emphasis on the role of the mind. We are familiar with the famous verses in the Dhammapada where the Buddha speaks of the mind as the forerunner of all mental states. The text says that happiness and suffering result from acting with a pure mind and an impure mind, respectively. We need only look at the canonical texts to recognize the importance of mind in Buddhist teachings. There we find the five aggregates, four out of five of which are mental, and the thirty- seven factors of enlightenment, the majority of which are mental. No matter where we look, we will be struck by the importance of mind in the teachings of the Buddha.*
>
> *Various religions and philosophies have their particular starting points. The theistic religions begin with God. Ethical teachings like Confucianism begin with man as a social entity. Buddhism begins with the mind. It is therefore not surprising that we often choose to describe the Buddha's teaching as a psychological one, and that we also describe it as psychotherapy, since the symbolism of disease and cure is prominent in the teaching of Buddha. The Four Noble Truths are a reflection of the ancient scheme of disease, diagnosis, cure, and treatment used in early medical science, and we might also recall that the Buddha was called the king of physicians.*[335]

---

[334] பக். *377*

[335] *Peter Della Santina, The Tree of Enlightenment, p.281*

அம்பேத்கரின் வரிகளான,

> *The instances are chosen only to show that he (Buddha) did not observe any distinction as to caste or sex in admitting persons to his Sangh or preaching his Dhamma.*[336]

என்பதற்கு ஆசிரியரின் புரிதல் யாதெனில்,

> மனிதர்களைச் சேர்க்கவும் என்றால் புத்தர் யார்? கடவுளா? உயர்பேறறிவு எய்திவிட்டால் மனித நிலையைத் தாண்டி வேறு ஏதோ நிலையை அடைந்து விடுவார்கள் போலும்![337]

அம்பேத்கரின் வரிகள் என்னவாக இருந்ததாலும் அதனை எப்படியும் விமர்சனம் செய்துவிடுவேன் என்பதாகவே ஆசிரியரின் எண்ணப்போக்கு உள்ளது. இங்கு *'persons'* என்ற சொல்லுக்கு பதிலாக என்ன வார்த்தையை பயன்படுத்தி இருக்க வேண்டும் என்பதை ஆசிரியர் தான் பரிந்துரைக்க வேண்டும்.

'புத்தரும் அவர் தம்மமும்' எட்டு நூல்களாகப் பிரிக்கப்பட்டுள்ளது. இவற்றில் நூல் இரண்டு *'Campaign of Conversion'* என்ற தலைப்பில் உள்ளது. மொழிபெயர்ப்பில் இந்நூல் 'சமயமாற்றச் செயற்பாடுகள்' என தலைப்பிடப்பட்டுள்ளதை கவனிக்க வேண்டும். ஆங்கில நூலில் *'Campaign of Religious Conversion'* என்றிருந்தால் இதனை சம அர்த்தமுள்ள மொழிப்பெயர்ப்பாகக் கருதலாம். ஆனால் அம்பேத்கர் அப்படி தலைப்பிடவில்லை. எனவே, புத்தரின் போதனைகளை கேட்டு அவரது தம்மத்தை ஏற்றவர்களின் தொகுப்பே இந்நூல் என்றே நாம் புரிந்துகொள்ள முடிகிறது. 'தம்ம தீக்ஷா' என பெரியார்தாசன் பயன்படுத்தி இருப்பதையும் ஏற்றுக்கொள்ளலாம். பல பிழைகளை உள்ளடக்கிய தமிழ் மொழிபெயர்ப்பினை அடிப்படையாக வைத்து தன் நூலை எழுதியுள்ள ஆசிரியர்,

> சமய மாற்றம் செய்தாரென அம்பேத்கர் கூறுகிறார். அம்பேத்கரது புத்தர் சமயவாதியா, பகுத்தறிவுவாதியா?

---

[336] *Dr. B. R. Ambedkar, The Buddha And His Dhamma, p.115*

[337] பக். *534*

> புத்தர் சமயத்தைக் கண்டுபிடித்தாரா, அல்லது கோட்பாட்டைக் கண்டுபிடித்தாரா? குழப்பங்கள் மட்டுமே மிஞ்சுகின்றன.[338]

என குழம்புகையில் ஆங்கில மூல நூலினைக் கையாளாததன் குறைப்பாடே மிஞ்சி நிற்கிறது.

தம்மம் எனப்படுவது கோட்பாடாகவே இருக்கையில் புத்தர் தனது போதனைகள் மூலம் சமய மாற்றமே செய்திருந்தாலும் அதில் என்ன தவறு என்று தெரியவில்லை. மார்க்ஸின் உழைப்பாளிகளுக்கான கோட்பாட்டின் மூலம் உழைக்கும் வர்க்கம் கம்யூனிசம் தழுவுதல் போன்றதல்லவா இச்செயலும். கோட்பாடுகளை உரைத்து ஒருவரது நிலைப்பாட்டில் மாற்றம் வரவழைப்பதை தவறு போல் ஏன் ஆசிரியர் சித்தரிக்கிறார்? மனிதனின் சிந்தனைகள் இச்செயல்களினால் அல்லவா கூர்மைப் படுகின்றன.

அடுத்து யச்சனை பற்றிய ஆசிரியரின் திரிபுகளுக்கு செல்வோம்,

> யச்சனின் சமயமாற்றத்தில் நாம் கவனிக்க வேண்டியது யச்சனுக்குப் போதித்த உயர்வெய்தியவர் அவனை ஒரு பிக்குவாகும்படி ஆணையிட்டார். அதற்கு யச்சன் ஒப்புக்கொண்டான் என முடிக்கிறார். எவரையாவது பிக்குவாக ஆணையிடமுடியுமா என்ன? முடியுமென்றால் அது அம்பேத்கரின் புத்தரால்தான் முடியும்.[339]

ஆனால் ஆங்கில மூலத்தில் ஆணையிடுதல் போன்று அர்த்தம் வரவேயில்லை.

> *And the Blessed One having heard his cry of distress, said: "There is no distress, there is no danger. Come, I will show you the way," and the Blessed Lord preached his gospel to Yashas.*
>
> *And Yashas, when he heard it, became glad and joyful; and he put off his gilt slippers, and went and sat down near the Blessed One and respectedly saluted him.*

---

[338] பக். 534

[339] பக். 540

Yashas hearing the Buddha's words, requested the Blessed One to take him as his disciple.

Then he bade him come and asked him to be a Bhikku to which Yashas agreed.[340]

ஆசிரியரை பொறுத்தவரையில் தலையை மொட்டை அடித்து பிக்கு உடையிலிருந்த யச்சனை அவரது தந்தை ஆரம்பத்தில் அடையாளம் காணாதது மாயாஜாலக் கதை என்றே ஆகிறது.[341]

> யச்சன் அவனது மனைவிகளைச் சந்திக்கையில் அவர்கள் முன்னாள் மனைவிகள் எனக் குறிப்பிட்ட அம்பேத்கர், புத்தர் யசோதரையைக் காணும் போது மட்டும் முன்னாள் மனைவி என்கிற பட்டத்தைத் தரவில்லை. போலிக் காவிய இயல்புகளுடன் நீளும் அவரது சித்தரிப்புகளை பின்னர் பார்க்கலாம்.[342]

இவ்விமர்சனத்திற்கான ஆங்கில வரிகளில் முன்னாள் மனைவியை (மனைவிகள் அல்ல) யச்சன் சந்தித்ததாகவே உள்ளது.

The Blessed One, having donned his robes, took his alms bowl and went with Yashas to the house of his father.

When they arrived there, they met the mother and also the former wife of Yashas.[343]

அம்பேத்கரது நூலில் யச்சனின் மனைவி, யசோதரையைப் போல், பெயர் குறிப்பிடப்பட்ட ஒரு கதாப்பாத்திரம் அல்ல.

---

340 *Dr. B. R. Ambedkar, The Buddha And His Dhamma, p.135*

341 பக். *540-541*

342 பக். *541*

343 *Dr. B. R. Ambedkar, The Buddha And His Dhamma, p.136*

எனவே யச்சன் துறவறம் பூண்டதை கருதி *'former wife'* என்றழைக்கிறார் அம்பேத்கர். யசோதரையின் பொருட்டு அத்தேவை எழவில்லை. காரணம் சித்தார்த்தரின் மனைவியின் பெயர் யசோதரை என்பது வாசகர்கள் அறிந்த ஒன்றே. ஆசிரியரின் இந்த குறைகாணுதல் அர்த்தமற்றதாகவே தெரிகிறது.

காச்யபர் பற்றிய தலைப்பில்,

> *The Blessed One met him and wanting to have an opportunity to instruct him and convert him, said: "If it is not disagreeable to you, Kassyapa, let me dwell one night in your Ashram."*
>
> *"I am not agreeable to this," said Kassyapa. "There is a savage Naga king called Muchalinda who rules over this place. He is possessed of dreadful powers. He is the deadly enemy of all ascetics performing fire worship. He pays nocturnal visits to their Ashrams and does them great harm. I fear he may do you the same harm as he does to me.*[344]

நாக மன்னரான முசலிந்தாவை,

> வந்தது பாம்பு என புராணக்கதை சொல்ல, அம்பேத்கர் அதை நாக மன்னனாக மாற்றியதுதான் யதார்த்தப் பிழை.[345]

என விளக்கம் சொல்லும் ஆசிரியர் அம்பேத்கர் எடுத்துக்கொள்ளும் *'Hardy's Manual of Buddhism'* நூலினையும் கையாளாமல் தன் முடிவுக்கான மூல நூலினையும் குறிப்பிடாமல் நகர்கிறார்.

> *Muchalinda, a Naga King of the Mandakini lake near Gaya had shielded Buddha after enlightenment and protected him from the*

---

[344] *Dr. B. R. Ambedkar, The Buddha And His Dhamma, p.138*

[345] *பக். 543*

storm. – Buddhist Records of the Western World, vol. I p.LXIII, Vol. 2, p. 19 (Hardy's Manual of Buddhism p.136)[346]

என்ற குறிப்பு இவ்விடத்தில் நமக்கு தெளிவை தருகிறது. பகுத்தறிவுள்ள புத்தரை அம்பேத்கர் கட்டமைக்கவில்லை என விமர்சிக்கும் ஆசிரியர் இவ்விடத்தில் நாக மன்னரான முசலிந்தாவை பாம்பாக கருதுவது ஏன்?[347]

பிம்பிசாரர் மற்றும் பசனேதி இருவரும் மன்னர்களாய் இருப்பதால் உபாசகருக்கான வழியை அவர்கள் தேர்ந்தெடுப்பது தர்க்கரீதியாகவே ஏற்றுக்கொள்வதாய் உள்ளது. முன்பு யச்சனை பிக்குவாக புத்தர் ஆணையிட்டார் என்று பொய்யுரைத்த ஆசிரியர் இம்முறை பிம்பிசாரருக்கான விளக்கத்தை வெறுப்புணர்வுடன் சாடுவதாவது,

---

[346] *Pali And Other Sources Of The Buddha And His Dhamma With An Index, Note No. (16)*

[347] நாகர்களை பற்றி அம்பேத்கர் குறிப்பிடுகையில்,

> *There is a plenty of references to the Nagas. But who is a Naga? A Naga is represented as a serpent or a snake. Can this be true? Whether true or not, it is so and Hindus believe it. Ancient Indian history must be exhumed. Without its exhumation Ancient India will go without history. Fortunately with the help of the Buddhist literature, Ancient Indian History can be dug out of the debris which the Brahmin writers have heaped upon in a fit of madness.*
>
> ...
>
> ...
>
> *Again the Buddhist canonical literature throws a flood of light on the puzzling question of the Nagas. It makes a distinction between wombborn Nagas and egg-born Nagas and thereby making it clear that the word Naga has two-fold meaning. In its original sense it stood for the name of a human community. (BAWS, Vol. 3, p.152)*

> அவரைச் (புத்தர்) சந்திக்க வேண்டியது தன் (பிம்பிசாரர்) விழைவாக இருந்தது என்று தனது ஆசையைச் சொல்லிவிட்டு மிகத் தெளிவாக பிக்குவாகாமல் உபாசகராய் மாறியிருக்கிறார். அப்பொழுதுதானே சங்கத்துக்கு வாரி வாரி வழங்க முடியும்! அம்பேத்கரின் புத்தர் அதை ஏற்கமுடியும்![348]

பிம்பிசாரர் மகத நாட்டை ஆட்சி செய்வதைவிட புத்தரின் சங்கத்திற்கு வாரி வழங்குவது பற்றியே அதிக அக்கறை கொண்டவர் போல் ஆசிரியர் முடிவுகட்டுவது எதை சார்ந்து என்ற கேள்வியும் எழுகிறது.

> அநாதபிண்டிகன் அவரது (புத்தரது) அருளுரைகளைக் கேட்டு உபாசகராகிறார். அதோடு அவர் தானும் பிக்குவாகிவிடவா என்று கேட்டதற்கு ஒரு புதிய தத்துவார்த்த விளக்கத்தை புத்தர் முன்வைக்கிறார்.[349]

என ஆசிரியர் எழுதுவதில் நுணுக்கமான திரிபு உள்ளடங்கி உள்ளது. ஆசிரியர் விளக்குவது போல் அநாதபிண்டிகர் உபாசகராகிவிட்டு அதன்பின் தானும் பிக்குவாகிவிடவா என்று கேட்கவில்லை.

> *And Anathapindika said: "I see the truth of what the Blessed One has said and I wish to open my whole mind. Having listened to my words let the Lord advise me what I should do.*
>
> *"My life is full of work, and having acquired great wealth, I am surrounded with cares. Yet do I enjoy my work, and I apply myself to it with all diligence. Many people are in my employ and depend upon the success of my enterprises.*
>
> *"Now, I have heard your disciples praise the bliss of the hermit and denounce the unrest of the world. 'The Blessed One', they say, 'has given up his kingdom and his inheritance, and has found the path of righteousness, thus setting an example to all the world how to attain Nirvana.'*

---

[348] பக். 550

[349] பக். 550

> *"My heart yearns to do what is right and to be a blessing unto my fellow-beings. Let me then ask you, must I give up my wealth, my home, and my business enterprises, and, like you, go into homelessness in order to attain the bliss of a religious life?"*[350]

அநாதபிண்டிகர் முதலில் தான் செய்ய வேண்டுவது யாதென அறிவுறுத்துங்கள் என்றே புத்தரைப் பார்த்து கேட்கிறார். பலர் தன்னிடம் பணியாளராய் உள்ளனர் என்றும் அவர்கள் அனைவரும் தனது தொழிலின் வெற்றியை சார்ந்துள்ளனர் என்றும் அநாதபிண்டிகர் கூறுவதை நாம் கவனிக்க வேண்டும். மேலுள்ள விவரங்களைப் பற்றி ஆசிரியர் எழுத மறுக்கிறார். அநாதபிண்டிகரை சார்ந்து பலர் உள்ளதை உணர்ந்து புத்தர் கூறுவதாவது,

> *And the Blessed Lord replied: "The bliss of a religious life is attainable by every one who walks in the noble eight-fold path. He that cleaves to wealth, had better cast it away than allow his heart to be poisoned by it ; but he who does not cleave to wealth, and possessing riches, uses them rightly, will be a blessing unto his fellow-beings.*

> *"I say unto thee, remain in thy station of life and apply thyself with diligence to thy enterprises. It is not life and wealth and power that enslave men, but the cleaving to life and wealth and power.*

ஆசிரியர்,

> இங்கு அநாத பின்டிகன் கேட்டும் அவனை பிக்குவாக்காமல் உபாசகராக இருக்கலாம் என ஆலோசனை கூறுவது எதனால்?[351]

என எழுப்பும் கேள்வியே நேர்மையற்றது. அப்படியாக உரையாடலின் அர்த்தம் இல்லை. சமய வாழ்க்கையின் பேரின்பத்தை அடைய தன் செல்வத்தை, இல்லத்தை, வணிகத்

---

[350] *Dr. B. R. Ambedkar, The Buddha And His Dhamma, p.148*

[351] பக். *552*

தொழிலை விட்டுவிட்டு இல்லறந்துறந்து விட வேண்டுமா என்பதே கேள்வி. சமய வாழ்க்கையின் பேரின்பத்தை அடைவதற்கான வழி என்ன என்பதே அநாதபிண்டிகரின் முதன்மையான கேள்வி. இதற்கான புத்தரது பதிலை மேலேயும் கீழேயும் உள்ள ஆங்கில மேற்கோள்களில் அறியலாம்.

> *"The Bhikku who retires from the world in order to lead a life of leisure will have no gain. For a life of indolence is an abomination, and lack of energy is to be despised.*

> *"The Dhamma of the Tathagata does not require a man to go into homelessness or to resign the world unless he feels called upon to do so; what the Dhamma of the Tathagata requires is for every man to free himself from the illusion of self, to cleanse his heart, to give up his thirst for pleasure, and lead a life of righteousness."*[352]

அநாதபிண்டிகர் கேட்டும் புத்தர் அவரை பிக்குவாக்கவில்லை என ஆசிரியர் திரிப்பதற்கான காரணம்,

> பல குழப்பங்களுடன் வந்த பெரும் பணக்காரர்களைத் தேர்ந்தெடுத்து உபாசகராக்கிய மர்மம் என்ன? அதற்கெல்லாம் காரணம் இருக்கிறது. மேலும் எப்படி செல்வத்தோடு ஒட்டாமல் செல்வந்தர்கள் அமைதியாக அற்புதமாக வாழவேண்டும் தெரியுமா என்பதான பாடத்திட்டங்களையும் புத்தர் கூறுகிறார்.

> நன்றாக உழைத்துச் சம்பாதித்து எண்வகைப் பாதையைப் பின்பற்றித் தமது சங்கத்துக்கு வாரி வழங்கி வள்ளலாக இருங்கள் என்பதுதான் அது. ஆகா என்ன அற்புதமான காரணம்![353]

ஆசிரியர் தான் அதீதமாய் பயன்படுத்தும் *Fallacy of non sequiter*-ன் அடிப்படையில் இவ்வாதப் பிழையை நிறுவியுள்ளார். பணக்காரர்களிடம் புத்தர் ஆதாயம் தேடுகிறார் என்பதனை

---

[352] *Dr. B. R. Ambedkar, The Buddha And His Dhamma, p.148-149*

[353] பக். *552*

ஆதாரங்களுக்கு பதிலாக ஆவேச சாடல்கள் கொண்டு நிறுவுவதை உண்மை செய்தியாக எப்படி ஏற்றுக்கொள்வது? இவற்றினை ஆய்வாளர்கள் என்னவென்று கருதுவர்?

தான் எடுத்துக்கொண்ட விஷயத்தை கடந்து அதிலிருக்கும் நபர்களை (இவ்விடத்தில் புத்தரை) தாக்குவது *Fallacy of Irrelevant Conclusion*-ல் ஒன்றான *'ad hominem'*[354] வகையின் கீழ் அமைகிறது. இதனை கையாள்வதிலும் ஆசிரியர் சலிக்கவில்லை.[355]

> யசனோ (யச்சன்) மற்றவர்களோ பிட்சுவாகிறேன் எனச் சொல்லாமலேயே பிக்குவாக்கிய புத்தர் இங்கு மாறுபாடானவராகக் காட்சியளிக்கிறார்.[356]

என்று எழுதும் ஆசிரியர் தவறிழைக்கிறார் என்பதற்கு அம்பேத்கரது நூலில் உள்ள சம்மந்தப்பட்ட அனைவர்களின் கூற்றே போதுமானது. புத்தரை சந்திப்பதற்கு முன்னரே காச்யப்பர் சந்நியாசம் ஏற்றிருந்தார் என்பதனையும் சாரிபுத்ரரும் மொக்கல்லானாவும் பரிவ்ராஜகர்களாக இருந்தனர் என்பதனையும் இத்தருணத்தில் நாம் மறந்துவிடக் கூடாது. இந்த பின்னணியிலேயே இவர்கள் சங்கத்தில் பிக்குவாக இணைகின்றனர். அம்பேத்கரது வரிகள் பின்வருமாறு,

> *Yashas:*
>
> *Yashas hearing the Buddha's words, requested the Blessed One to take him as his disciple.*[357]
>
> *Kassyapa:*

---

[354] *ad hominem - Speaking 'against the man' rather than the 'issue'.*

[355] புத்தரையும் அம்பேத்கரையும் பற்றிய அநாகரிகமான ஒரு பதிவை முகநூலில் பதிவிட்டு பலரது விமர்சனத்திற்குள்ளான ஆசிரியரின் இயல்பினையும் இவ்விடத்தில் கவனிக்க வேண்டியுள்ளது.

[356] பக். 550

[357] *Dr. B. R. Ambedkar, The Buddha And His Dhamma, p.135*

And so, convinced at last, humbly submitting, Uruvella Kassyapa accepted the doctrine of the Lord and became his follower.[358]

Sariputta and Moggallana:

When they had arrived at the bamboo grove, they went to the place where the Blessed One was; having approached him, they prostrated themselves, with their heads at the feet of the Blessed One, and said to the Blessed One: "Lord, let us receive ordination from the Blessed One."[359]

King Bimbisara:

I take refuge, Lord, in that Blessed One, and in the Dhamma, and in the fraternity of Bhikkus (monks). May the Blessed One receive me from this day forth, while my life lasts, as a lay disciple who has taken refuge in him.[360]

Anathapindika:

Thus firmly settled in the true doctrine he slowly bent in worship at the feet of the Blessed One and with closed hands made his request.[361]

King Pasenjit:

The king listened with reverence and remembered all the words of the Blessed One in his heart and promised to become his lay disciple.[362]

Jeevaka:

Jeevaka was appointed physician to the king and the king's women.

---

[358] *Dr. B. R. Ambedkar, The Buddha And His Dhamma, p.139*
[359] *Dr. B. R. Ambedkar, The Buddha And His Dhamma, p.143*
[360] *Dr. B. R. Ambedkar, The Buddha And His Dhamma, p.146*
[361] *Dr. B. R. Ambedkar, The Buddha And His Dhamma, p.149*
[362] *Dr. B. R. Ambedkar, The Buddha And His Dhamma, p.152*

But Jeevaka was greatly attached to the Blessed Lord. Consequently he also acted as a physician to him and the Sangh.

He became a disciple of the Lord. The Blessed Lord did not make him a Bhikku as he wanted him to remain free to tend to the sick and the wounded.

When Bimbisara died Jeevaka continued to serve his son Ajatsatru and was mainly instrumental in bringing him to the Lord after his crime of parricide.[363]

Ratthapala:

Ratthapala came up and, after salutations, told the Lord the thought which had come to him, and asked to be admitted to, and confirmed in, the confraternity under him.[364]

ஆசிரியரின் அடுத்த குற்றச்சாட்டு,

> எந்தப் பெண்ணும் தன் கணவனை பிக்குவாக்க சம்மதிக்கவோ, அல்லது ஏற்கவோ, அனுமதி தேவையில்லை. ஏனெனில் அவள் பெண். இதுவே அம்பேத்கரின் புத்தப் புரிதல்.[365]

என்பது. இதேபோன்ற வாதத்தோடு அம்பேத்கரின் புத்தரை புகழ்ந்திடவும் முடியும் என்பதை ஆசிரியர் மறந்துவிடுகிறார். ஏனெனில், எந்தப் பெண்ணுக்கும் சங்கத்தில் பிக்குணியாக சேர்ந்திட தன் கணவனின் சம்மதமோ அல்லது அனுமதியோ தேவையில்லை என்பதும் நிதர்சனமாகிவிடுகிறது. இதுமட்டுமின்றி, அம்பேத்கரின் புத்தப் புரிதலின்படி, பரிவ்ராஜகம் மேற்கொள்ளும் முடிவில் பெற்றோரும் மனைவியும் சம்பந்தப்பட்டுள்ளனர் என்பதனையும் கீழுள்ள வரிகள் தெளிவுபடுத்துகின்றன,

---

[363] *Dr. B. R. Ambedkar, The Buddha And His Dhamma, p.153*

[364] *Dr. B. R. Ambedkar, The Buddha And His Dhamma, p.153*

[365] பக். *558*

So the Senapati asked Siddharth: "How can you become a Parivrajaka unless you obtain the consent of your parents and your wife ?"

Siddharth assured him that he would do his best to obtain their permission. "I promise," he said, "to leave this country immediately whether I obtain their consent or not."[366]

தான் பரிவ்ராஜகராக முடிவெடுத்த போது அதைப் பற்றிய யசோதரையின் கருத்தையும் சித்தார்த்தர் கேட்டார் என்பதனையும் இங்கு அடிக்கோடிட வேண்டும். யசோதரையும் தனது ஒப்புதலையும் ஆதரவையும் அவருக்கு அளித்துள்ளார்,

Then Siddharth went to the apartment of Yeshodhara. Seeing her, he stood silent, not knowing what to say and how to say it. She broke the silence by saying: "I have heard all that has happened at the meeting of the Sangh at Kapilavatsu."

He asked her:—"Yeshodhara, tell me what you think of my decision to take Parivraja?"

He expected she would collapse. Nothing of the kind happened.

With full control over her emotions, she replied: "What else could I have done if I were in your position? I certainly would not have been a party to a war on the Koliyas.

"Your decision is the right decision. You have my consent and my support. I too would have taken Parivraja with you. If I do not, it is only because I have Rahula to look after.

---

[366] *Dr. B. R. Ambedkar, The Buddha And His Dhamma, p.28-29*

"I wish it had not come to this. But we must be bold and brave and face the situation. Do not be anxious about your parents and your son. I will look after them till there is life in me.

"All I wish is that now that you are becoming a Parivrajaka leaving behind all who are near and dear to you, you will find a new way of life which would result in the happiness of mankind."

Siddharth Gautama was greatly impressed. He realised as never before what a brave, courageous and noble-minded woman Yeshodhara was, and how fortunate he was in having her as his wife and how fate had put them asunder. He asked her to bring Rahula. He cast his fatherly look on him and left.[367]

தான் ஞானமடைந்து பின்னொரு நாளில் யசோதரையின் துணிவைப் பற்றியும் புத்தர் நினைவுகூர்கிறார்.

And the Blessed One spoke to Yeshodhara telling of her great merits and the great courage she showed when he took Parivraja. Her purity, her gentleness, her devotion had been invaluable to him as a Bodhisattva when he aspired to the highest aim of mankind to attain enlightenment. This, then, was her karma, and it was the result of great merits.[368]

இரத்தபாலாவின் நடத்தையும் புத்தரின் நடத்தையும் வேறுபட்டுள்ளதைக்கூட அம்பேத்கரின் மீதான விமர்சனமாக மாற்றுவது ஆசிரியரின் முறையான வாதமாக இல்லை. மஜ்ஜிம நிகாயத்தின் அடிப்படையில் எழுதப்பட்டிருக்கும் இரத்தபாலாவை பற்றிய பகுதியை அம்பேத்கரின் படைப்பெனவே கருதுவது அடிப்படைப் பிழையாகும்.

Clinging to his feet, the reverend Ratthapala's whilom wives asked like what were the nymphs divine for whose sake he was leading the higher life.

---

[367] *Dr. B. R. Ambedkar, The Buddha And His Dhamma, p.32*

[368] *Dr. B. R. Ambedkar, The Buddha And His Dhamma, p.166*

> *"For the sake of no nymphs at all, sisters," said he.*

> *At hearing themselves called sisters, the ladies all fainted and fell to the ground.*[369]

என்று வரும் வரிகளை ஆசிரியர் விமர்சிக்கையில்,

> எத்தகைய கொடுமை இது. ஒருவர் துறவியானதும் முன்னாளைய மனைவிகள் சகோதரிகளாகி விடுகின்றனர். ஆனால் புத்தர் தன் மனைவி யசோதரையை சகோதரி என அழைக்கவில்லை. மிகத் தெளிவாகப் பேசுகிறார். இத்தகைய வறட்டுத்தனமான மொழிகளை இரத்தபாலா பேசுவதாக அம்பேத்கர் சொல்லுகிறார்.[370]

இரத்தபாலாவைப் போல் புத்தரும் தனது மனைவி யசோதரையை சகோதரி என அழைக்கவேண்டும் என்பதற்கு எந்த நிகாயத்தை ஆசிரியரால் பரிந்துரைக்க முடியும்? எதனை மூலமாகக் கொண்டு அம்பேத்கரால் அப்படி எழுதியிருக்க முடியும்?

இனி, தன் விருப்பவாதத்திற்காக வரிகளை வெட்டிவிடும் ஆசிரியரின் பண்பினை அறிந்துகொள்ள முதலில் சம்பந்தப்பட்ட ஆங்கில வரிகளை முழுமையாக காண்போம்.

> *Soon the tidings spread in the Sakya country. "Prince Siddharth, who wandered forth from home into homelessness to obtain enlightenment, having attained his purpose, is coming home to Kapilavatsu." This was on the lips of every one.*

> *Suddhodana and Mahaprajapati <u>went out</u> with <u>their relatives and ministers</u> to meet their son. When they saw their son from*

---

[369] *Dr. B. R. Ambedkar, The Buddha And His Dhamma, p.157*

[370] பக். *562*

> *afar, they were struck with his beauty and dignity and his lustre and they rejoiced in their heart, but they could find no words to utter.*[371]

மேலே அடிக்கோடிட்டிருக்கும் வார்த்தைகளை ஆசிரியர் வெட்டிவிடுகிறார்.

> சுத்தோதனரும், மகாபிரஜாபதியும் அவர்கள்தம் உற்றார் உறவினருடனும், அமைச்சர்களுடனும், தம் மகனைச் சந்திக்க வெளியே வந்துற்றார்கள்.[372]

என்பதற்கு பதிலாக,

> சுத்தோதனரும், மகாபிரஜாபதியும் தன் மகனைச் சந்திக்க வெளியே வந்துற்றார்கள்.[373]

என கத்தரித்துக்கொண்டு அரண்மனை வாசலில் இந்நிகழ்வுகள் நடப்பது போல் ஆசிரியர் சித்தரிக்கிறார். உற்றார் உறவினருடனும், அமைச்சர்களுடனும் வெளியே வந்துற்றார்கள் *(went out)* என்றால் அரண்மனையில் இந்நிகழ்வு நடக்கவில்லை என வெளிப்படையாகவே அர்த்தம் கொள்ள வேண்டியுள்ளதால் அவ்விரண்டு வார்த்தைகளையும் நீக்கிவிட்டு பின்வருமாறு ஆசிரியர் தொடர்கிறார்,

> சுத்தோதனரின் அரசவை என்று அம்பேத்கர் குறிப்பிடுகிறார். எனவே சித்தார்த்தர் துறவு மேற்கொண்டு ஞானம் அடைந்த பின்னும் அவரே மன்னராக இருந்திருக்கிறார். அதனால்தான் அவருக்கு அமைச்சரவை இருந்திருக்கிறது. சுழற்சி முறையில் ஆளுவது என்று முன்னர் குறிப்பிட்ட அம்பேத்கர் இப்பொழுது எதையும் சொல்லவில்லை[374]. அத்தோடு

---

[371] *Dr. B. R. Ambedkar, The Buddha And His Dhamma, p.163*

[372] பக். *140, (*பெரியார்தாசன்*)*

[373] பக். *563*

[374] சுத்தோதனரை நிரந்தர மன்னராகவே அம்பேத்கர் குறிப்பிடுகிறார் என்பதுபோல் ஆசிரியர் ஏற்படுத்தும்

> சித்தார்த்தர் அரண்மனையை நோக்கி தூரத்தில் வருகையிலேயே சுத்தோதனரும் பிரஜாபதியும் பேசவியலா நிலையுற்றதாகச் சொல்லியிருக்கிறார்.[375]

ஆனால் சித்தார்த்தர் சுத்தோதனரின் இல்லத்தை நோக்கி பயணம் மேற்கொண்டார் என்ற தகவலை அம்பேத்கர் தொடக்கத்திலேயே தந்து விடுகிறார்,

> *The Blessed One consented to the request of his father and set out on the journey to his father's house accompanied by a large number of his disciples.*[376]

இதனையும் கவனப்படுத்தாமல் ஆசிரியர் எள்ளல் செய்வதாவது,

> சுத்தோதனர் தன் அரண்மனை வாசலுக்கு வருவதற்குக் கூட தேரைப் பயன்படுத்துகிறவர் என்று தெரிகிறது. அதோடு அவருக்கும் சித்தார்த்தருக்குமான பேச்சு வார்த்தை முடிந்ததும், "புத்தர் அச்சோலையில் தம் பரிவாரத்தோடு தங்கியிருக்கையிலேயே சுத்தோதனர் தம் இல்லத்திற்குத் திரும்பினார் என்கிறார். அப்படியெனில் சித்தார்த்தரும் சுத்தோதனரும் எங்கு தான் சந்தித்துக்கொண்டார்கள்? அரண்மனை வாசலுக்குக் கூட தேரில் வருகிறார். பின் இருக்கையில் இருவரும்

குழப்பங்களுக்கான சரியான விளக்கத்தை இந்நூலின் பக்.204-207 பார்க்க.

இங்கே நாம் தெரிந்துக்கொள்ள வேண்டியவை, ஆசிரியர் மேற்கோளிட்டு காண்பிக்கும் அதே பகுதியில் *"Now at that time Bhaddiya, the Sakyan Raja, held rule over the Sakyans"* என்ற குறிப்பினையையும் *(Dr. B. R. Ambedkar, The Buddha And His Dhamma, p.169)* அம்பேத்கர் தருகிறார். எனவே, சுழற்சி முறையில் ஆளுவது என்று முன்னர் குறிப்பிட்ட அம்பேத்கர் இப்பொழுது எதையும் சொல்லவில்லை என ஆசிரியர் கூறுவது உண்மை அல்ல.

[375] பக். 563

[376] *Dr. B. R. Ambedkar, The Buddha And His Dhamma, p.163*

> அமர்கிறார்கள். பேச்சு வார்த்தை முடிந்ததும் அதே இடம் சோலையாக மாறிவிடுகிறது. அற்புதம் மகா அற்புதம்.[377]

சித்தார்த்தர் சுத்தோதனரின் இல்லத்தை நோக்கி பயணம் மேற்கொண்டிட, சுத்தோதனரும், மகாபிரஜாபதியும் அவர்கள்தம் உற்றார் உறவினர்களுடனும், அமைச்சர்களுடனும், தம் மகனைச் சந்திக்க வெளியே சென்றிட சந்திப்பானது ஒரு சோலையில் நடந்துள்ளது என்பதனையே அம்பேத்கரது நூலில் நம்மால் புரிந்துகொள்ள முடிகிறது.

அறிந்தே குழப்பங்களை உட்புகுத்தி தர்க்கப் பிழைகள் உள்ளது போல் 'புத்தரும் அவர் தம்மமும்' நூலை விமர்சிக்கும் முயற்சியிலும் தோல்வியுற்று, வைதீக – பார்ப்பன – சத்திரிய - தெய்வீக புத்தர்களை நிறுவும் தன் நோக்கத்தையும் உறுதியாக கையாளாமல் எண்ணற்ற திரிபுகளின் தொகுப்பாய் தன் நூலைப் படைத்துள்ளார் ஆசிரியர்.

> *Then Yeshodhara dressed Rahula, now seven years old, <u>in all the splendour of a prince</u>.*[378]

'ஓர் இளவரசனுக்குரிய ஆடம்பர உடைகளை அணிவித்து' என்ற விவரிப்பில் ராகுலனை இளவரசன் என்றே அம்பேத்கர் சொல்லுகிறார்[379] என ஆசிரியர் முடிவுக்கட்டுவது ஏற்புடையதாக இல்லை.

ராகுலன் பௌத்தத்தை ஏற்ற போது ஏழு வயது என்பதனை எந்த அறிவாராய்ச்சியுமின்றி அம்பேத்கர் குறிப்பிடுகிறார் என்பதற்கான ஆசிரியரின் விளக்கம் யாதெனில்,

> பரிவ்ராஜகத்தை ஏற்ற போது சித்தார்த்தருக்கு வயது 29 எனச் சொல்லுகிறார். அடுத்தப்படியாக ஆறு ஆண்டு கால தவம் செய்தார். அதன் பின் பலரை மதம் மாற்றுகிறார்; அதற்கடுத்தபடியாகத்தான் புத்தர் கபில வஸ்துவிற்கு வருவதாகச் சொல்லுகிறார். அங்குதான் தன் மகனை ஏழு வயதில் மதமாற்றம் செய்ததாக அம்பேத்கர் குறிப்பிடுகிறார். அப்படியெனில் ராகுலன் வயது என்ன?

---

[377] பக். 564

[378] *Dr. B. R. Ambedkar, The Buddha And His Dhamma, p.167*

[379] பக். 564

> அம்பேத்கருக்கும் தெரியவில்லை நமக்கும் தெரியவில்லை.[380]

மேலுள்ள ஆசிரியரின் விளக்கத்திலேயே ஏழு வயதில் ராகுலன் பௌத்தம் தழுவுவது சாத்தியப்படுகிறது. இருப்பினும் கூடுதல் விளக்கத்தை நோக்கிச் செல்வோம். ராகுலன் பிறந்த சமயத்தில் தான் சித்தார்த்தர் பரிவ்ராஜகத்தை ஏற்கிறார் என்பதற்கான சான்று,

> *How can I take you all with me? Nanda is only a child. Rahul my son is just born. Can you come leaving them here?" He (Siddharth) asked Gautami.*[381]

புத்தர் கபில வஸ்துவிற்கு ஏழு வருடங்கள் கழித்தே வருகிறார் என்பதற்கும் சான்று,

> *Suddhodana, considering the religious dignity of their son, descended from the chariot and having saluted him first, said: "It is now seven years since we saw you. How we have longed for this moment."*[382]
>
> *Suddhodana apologized for Yeshodhara, saying: "This arises from her deep affection, and is more than a temporary emotion. During the seven years that she has lost her husband, when she heard that Siddharth had shaved his head, she did likewise; when she heard that he had left off the use of perfumes and ornaments she also refused their use. Like her husband she has eaten at appointed times from an earthen bowl only.*[383]

அப்படியெனில் ராகுலன் வயது ஏழு என்பது ஆசிரியருக்கு ஏன் தெரியவில்லை என்பது தான் இங்கு கேள்வியாக எழ வேண்டும்.

---

[380] பக். *566*

[381] *Dr. B. R. Ambedkar, The Buddha And His Dhamma, p.31*

[382] *Dr. B. R. Ambedkar, The Buddha And His Dhamma, p.163-164*

[383] *Dr. B. R. Ambedkar, The Buddha And His Dhamma, p.166*

இது மட்டுமின்றி, *Ambalatthika Rahulovada Sutta*-விலும் [384] ராகுலனின் வயது ஏழு என்று கூறப்படுகிறது.

> *Her (Yeshodhara) grief had been unspeakable, and the glory that surrounded her spiritual inheritance increased by her noble attitude during her life and had made her a unique person.*[385]

'Spiritual inheritance' என்பதை 'உன்னதப் பாரம்பரியம்' என முடிவுக்கொண்டு,

> அம்பேத்கர் சொல்லுவதைப் பார்த்தால் உன்னதப் பாரம்பரியமெல்லாம் அந்தக் காலத்தில் இருந்திருக்கிறது என்று புரியவருகிறது.[386]

என ஆசிரியர் எழுதுகையில் அவரது ஆராய்ச்சியறிவு முடங்கியேவிடுகிறது. இதற்கான மற்றுமொரு உதாரணம்,

> *Those against him refused even now to do obeisance to him and to recognize his greatness. Those for him had already decided to dedicate a son per household to form a retinue for him. These now decided to enter the Order and set out with the Lord on his return to Rajagraha.*[387]

என எழுதும் அம்பேத்கர் முன்னர் தான் கூறியதையே மறந்துவிட்டார் என்பதாக ஆசிரியர் விவாதிக்கிறார். இதற்காக ஆசிரியர் பயன்படுத்தும் வரிகள்,

> *There were demonstrations and processions by men and women, boys and girls, carrying flags with such slogans as, "Koliyas are our brothers," "It is wrong for a brother to fight against brother. "Think of the exile of Siddharth Gautama," etc.*[388]

அதுமட்டுமின்றி,

---

[384] *A Translation of Majjhimapannasa Pali, Translated by U Htin Fatt, Ambalatthika Rahulovada Sutta, p.111*

[385] *Dr. B. R. Ambedkar, The Buddha And His Dhamma, p.166-167*

[386] பக். *568*

[387] *Dr. B. R. Ambedkar, The Buddha And His Dhamma, p.168*

[388] *Dr. B. R. Ambedkar, The Buddha And His Dhamma, p.56*

> ஊரை விட்டுப் போகும் போது ஊரே அழுது புலம்பியது என்றார். மேலும் அவர் வருகை குறித்த சந்தோஷச் செய்திகள் ஒவ்வொரு இதழிலும் மிளிர்ந்தன என்றார். இங்கு ஊரே அவரை வைத்து இரு கூறாகப் பிரிந்திருக்கிறது என்கிறார்.[389]

என்பதாக ஆசிரியரின் கருத்து வளர்கிறது. ஒரு எழுத்தாளராய் ஆகுபெயரின் பயன்பாட்டையும் பொருளையும் இங்கு கவனிக்கத் தவறுகிறார் ஆசிரியர். ஊரை விட்டுப் போகும் போது ஊரே அழுது புலம்பியது என்பதற்கு ஊரில் இருந்த அத்தனை மனிதர்களும் ஒருவர் விடாது கண்ணீர் வடித்தனர் என்று அர்த்தம் கொண்டு பிறகெப்படி புத்தருக்கு எதிரானவர்கள் என்றும் ஒரு கூறு இருந்திருக்க முடியும் என ஆசிரியர் வினவுவது வேடிக்கையாகவும் அற்பமாகக் குறை காண்பதாகவும் உள்ளது. அசோகர் ஆட்சியில் நாடெல்லாம் பௌத்தம் பரவியது என்றால் மற்ற கோட்பாடுகளெல்லாம் இல்லாமல் போயிற்று என முடுவுகட்டுவது போலுள்ளது ஆசிரியரின் புரிதல்.

தன் நூல் நெடுக்க ஆசிரியர் குழப்பி இருக்கும் மற்றொரு முக்கியமான விஷயம் சாக்கியர்களின் அரசாட்சி முறை பற்றியது. வாசகர்களை குழப்ப வேண்டும் என்று முடிவெடுத்தே குழப்பி இருக்கிறார் போல தெரிகிறது. அல்லது, தானும் குழம்பி நம்மையும் குழப்புகிறார்.

> அம்பேத்கரோ சுத்தோதனரை மாமன்னராகவும் புத்தரை இளவரசராகவும் மையமாகக் கொண்டு விளக்கியதால்தான் தன் கதைக்குத் தோதான விளக்கங்களைக் கொடுக்கிறார்.[390]

என்ற ஆசிரியரின் யூகத்திற்கு 'புத்தரும் அவர் தம்மமும்' நூலில் முதல் பக்கத்திலேயே தெளிவான விளக்கங்களை தந்துவிடுகிறார் அம்பேத்கர்,

> *Not much is known about the nature of the polity of the Sakyas of Kapilvatsu, whether it was republican or oligarchic.*

---

[389] பக். *569*

[390] பக். *461*

> *This much, however, is definitely known, that there were many ruling families[391] in the Republic of the Sakyas and that they ruled in turns.*
>
> *The head of the ruling family[392] was known as Raja.[393]*

என்ற மிக அடிப்படையான குறிப்பை நாம் மறந்துவிடக் கூடாது.

சாக்கியக் குடியரசில் பல ஆளும் குடும்பங்கள் இருந்தன என்பதும், அவை முறை போட்டு ஆண்டன என்பதன் அடிப்படையிலேயே பின்வரும் வரிகளை நாம் புரிந்துகொள்ள வேண்டும்.

> *Thus the father sat face to face with his son, rejoicing in his sadness and sad in his rejoicing. Well may he be proud of his son, but his pride broke down at the idea that his great son would never be his heir.*
>
> *"I would offer thee my kingdom," said the king, "but if I did, thou wouldst account it but as ashes."[394]*

சுத்தோதனர் தனது அரசாட்சியை புத்தருக்கு அளிப்பதாய் கூறியது சாக்கியக் குடியரசில் முறை போட்டு ஆளும் குடும்பங்களில் ஒன்றாக தனது குடும்பமும் இருந்த அடிப்படையிலேயே ஆகும். எனவே, ஆள்வதில் தன் குடும்பத்தின் முறை வருகையில் தனக்கடுத்து தன் வாரிசாய் சுத்தோதனருக்கு இருப்பது சித்தார்த்தரே/புத்தரே. இதன் அடிப்படையிலேயே சுத்தோதனரை மன்னராகவும்,

---

[391] இவ்வரியை பொறுத்தமட்டில், பெரியார்தாசன் மற்றும் பெருமாள் ஆகிய இருவரும் *'ruling families'* என்பதனை முழுமையாக மொழிபெயர்க்கவில்லை. 'அரச குடும்பங்கள்' என பெரியார்தாசனும், வெறும் 'குடும்பங்கள்' என பெருமாளும் மொழிபெயர்த்துள்ளனர்.

[392] பெரியார்தாசன் மற்றும் பெருமாள் ஆகிய இருவரும் இவ்வார்த்தையை 'ஆளும் குடும்பம்' என மிக சரியாகவே மொழிபெயர்த்துள்ளனர்.

[393] *Dr. B. R. Ambedkar, The Buddha And His Dhamma, p.1*

[394] *Dr. B. R. Ambedkar, The Buddha And His Dhamma, p.164*

சித்தார்த்தரை இளவரசராகவும் அம்பேத்கர் அழைக்கிறார். இந்த சொல்லாடல்களை தன் நூல் நெடுக்க அவர் பயன்படுத்தாதையும் நாம் நினைவில் வைத்துக்கொள்ள வேண்டும். சாக்கியர்களை ஆட்சி செய்வதில் பத்தியாவின் முறை வந்திருந்த போது இப்புரிதலுக்கு பொருந்திப்போவதாகவே பத்தியாவின் இந்தக் கூற்றும் அமைகிறது,

> *Then the raja (Bhaddiya) says: "Wait, my friend, for seven days, whilst I hand over the kingdom to my sons and my brothers."*[395]

Rhys Davids-ன் தகவலும் இதனையொட்டியே உள்ளது,

> *A single chief-how, and for what period chosen, we do not know-was elected as office- holder, presiding over the state. He bore the title of raja, which must have meant something like the roman consul, or the Greek archon... we hear at one time that Bhaddiya, a young cousin of the Buddha's was the raja; and in another passage, Suddhodana, the Buddha's father (who is elsewhere spoken of as a simple citizen, Suddhodana Sakiyan), is called the raja.*[396]

ஆசிரியர் பயன்படுத்தும் ரொமிலா தப்பாரின் கருத்தும் சாக்கியக் குடியரசில் பல ஆளும் குடும்பங்கள் இருந்தன என்ற அம்பேத்கரின் முடிவுக்கு ஆதரவாகவே செல்கிறது,

> கணசங்கம் அல்லது கணராச்சியம் என்ற கூட்டுச் சொல்லில் கண என்பது சம அந்தஸ்து உடையவர்களைக் குறிக்கிறது. சங்கம் என்பது ஆள்வதோடு தொடர்புடைய அவையைக் குறிக்கின்றது. இவ்வமைப்புகளில் ஒருகுலத்தைத் சேர்ந்த குடும்பத் தலைவர்கள் அல்லது பல குலங்கள் இணைந்த கூட்டாட்சியில் குலங்களின் தலைவர்கள், அவர்கள் உறுப்பினர்களாக இருந்த அவையின் மூலம் மண்ணை ஆட்சி செய்தார்கள். இச்சொல் பல்வேறு வழிகளில் மொழிபெயர்க்கப்பட்டிருக்கிறது. இவை மக்களாட்சியைக் குறிப்பதாக முதலில் எண்ணப்பட்டது. அதிகாரம், ஆளுகின்ற சிறிய குடும்பங்களிடம்

---

[395] *Dr. B. R. Ambedkar, The Buddha And His Dhamma, p.170*

[396] *Rhys Davids, Buddhist India, pp.13-14*

> கொடுக்கப்பட்டிருந்ததால் மக்களாட்சி என்று அழைப்பது பொருந்தாது. அக்குடும்பங்கள் மட்டுமே ஆட்சியில் பங்கெடுத்தன. அப்பிரதேசங்களில் வாழ்ந்த பெரும்பான்மை மக்கள் எந்த உரிமையும் அற்றவர்கள். அவர்கள் பொருளாதார மூலங்களை அணுக முடியாது. "குடியரசு" என்ற சொல்லை எடுத்துக்கொள்ளலாம்.[397]

அடுத்ததாக, மஹாநாமன் குறித்தான ஆசிரியரின் முடிவுகளும் மேம்போக்காகவே உள்ளது,

> மஹாநாமன் என்ற பெயரில் மூவர் இருந்திருக்க வேண்டும் இல்லையேல் ஒருவராக இருக்க வேண்டும். அம்பேத்கர் கூற்றுப்படி, அவன் பிக்குவாகவில்லை. விவசாயத்தின் கொடுமையை விரிவாகக் கூறி விவசாயியாகவே இருக்கிறான். ஆனால் ப. ராமஸ்வாமி மஹாநாமனை சுத்தோதனரின் மதிமந்திரி என்று கூறுகிறார். இதற்கிடையில் இன்னொரு மஹாநாம சாக்கியன் தனது வேசி மகளை பசனேதிக்குக் கட்டித்தருகிறார். அப்படியாயின் இதில் மஹாநாமனுக்கு புத்தருடைய வயதே ஆகியிருக்க வேண்டும். பசனேதியும் புத்தர் வயதுடையவரே. ஆக இருந்தது ஒரே ஒரு மஹாநாம சாக்கியன்தான். அவன் சுத்தோதனருக்கு மந்திரியாய் இருந்தால் அதில் ஆச்சரியமில்லை. அம்பேத்கர் கூற்றுப்படி, <u>அரசரான சுத்தோதனருக்கு சித்தப்பா மகனாகவும்</u> இவனே இருந்திருக்க வேண்டும்.[398]

மஹாநாமன், புத்தர், பசனேதி மூவரும் ஒரே வயதுடையவர்களாக இருப்பவர்களானால் மஹாநாமன் தன் மகளை பசனேதிக்குக் கட்டித்தருகிறார் என்பதனையும் சந்தேகத்திற்குட்படுத்த முடியும். மாமனாரும் மருமகனும் ஒரே வயதுடையவர்களாக எப்படி இருக்க முடியும்? ஆசிரியர் கருதுவதுபோல் இருந்தது ஒரே ஒரு மஹாநாமன் எனில் அவரே விவசாயியாகவும், மதிமந்திரியாகவும் இருந்துள்ளார் என்றாகிவிடுகிறது. இது சாத்தியமா? மஹாநாமன் என்ற பெயரில் இருவர் இருந்திருக்கக்கூடிய சாத்தியக்கூறுகளையும்

---

[397] பக். 460

[398] பக். 574-575

அவர் ஏன் கையாளவில்லை என்ற கேள்வியும் எழுகிறது. ஆசிரியர் தர்க்கமற்ற அனுமானங்களை அவசரப்பட்டு கட்டமைப்பதாய் எண்ண வேண்டியுள்ளது. அதுமட்டுமின்றி, அம்பேத்கரின் கூற்றுப்படி மஹாநாமன் சுத்தோதனரின் சகோதரன் (சுக்லோதனர்) மகன் ஆவார்[399]. ஆசிரியரோ, சுத்தோதனருக்கு சித்தப்பா மகனாக மஹாநாமனை புரிந்துகொள்கிறார். அம்பேத்கர் அப்படி விவரிக்கவில்லை.

'Conversion of Rustic Brahmins' என்ற தலைப்பில் *'Rustic'* என்ற வார்த்தைக்கு *'Rural'* அல்லது 'நாட்டுப்புறத்திற்குரிய' அல்லது 'கிராமத்து' என்பதாக பொருள் கொள்ளலாம்,

> *At the back of the Gridhrakutta mountains, near Rajagriha, there was a village, of some seventy or so families, all of them Brahmins.*[400]

என்ற அறிமுக வரிகள் நாம் சரியாகவே பொருள் கொள்கிறோம் என்பதை உறுதிப் படுத்துகிறது. இந்த *'Rustic Brahmins'* என்ற வார்த்தையை 'பாமரப் பார்ப்பனர்கள்' என்று ஆசிரியர் கொள்வது சரியானதா என்பதை தாண்டி அதனடிப்படையில் அவர் எழுப்பும் கேள்விகளும் முடிவுகளும் அவசியமானதா என்பதிலேயே நம் கவனம் செல்ல வேண்டும்,

> இதிலிருந்து நாம் தெரிந்துகொள்ள வேண்டியது பார்ப்பனர்களில் பாமரப் பார்ப்பனர்கள் படித்த பார்ப்பனர்கள் எல்லாம் இருந்திருக்கிறார்கள். அதே போல் பாமர ஷத்திரியர் பாமர வைசியர் பாமர சூத்திரர் இருந்தனரா என அம்பேத்கர் விளக்கவில்லை...
>
> ... இதனால்தான் அவர்களை அம்பேத்கர் பாமரப் பார்ப்பனர்கள் என்று கூறுகிறாரா? அப்படியெனில் கெட்டிக்காரப் பார்ப்பனர்கள் யார்?[401]

---

[399] *He (Siddharth) had also several cousins, Mahanama and Anuruddha, sons of his uncle Suklodan. (Dr. B. R. Ambedkar, The Buddha And His Dhamma, p.9)*

[400] *Dr. B. R. Ambedkar, The Buddha And His Dhamma, p.179*

[401] பக். *577-578*

தவறான விளக்கங்களையும் கேள்விகளையும் தன் விருப்பவாதத்திற்காக ஆசிரியர் எழுப்புவதை இங்கு காணமுடியும். இதுபோன்ற வாதங்களை *'Formal Fallacy'* யின் *(An Argument whose Conclusion does not follow from its Premises)* அடிப்படையில் நாம் புறக்கணிக்க வேண்டியுள்ளது. ஆசிரியரின் இவ்வாதத் தவறுக்கான மற்றுமொரு எடுத்துக்காட்டு,

> *The Bhikku who retires from the world in order to lead a life of leisure will have no gain. For a life of indolence is an abomination, and lack of energy is to be despised.*[402]

என்ற புத்தரின் நியாயமான கூற்றுக்கு,

> ஓய்வான வாழ்வு வாழுவதற்காக உலகிலிருந்து விடுபடும் பிக்குவுக்கு ஒரு பயனுமில்லை என்று வியாக்கியானம் செய்கிறார் (புத்தர்). அப்படியெனில் ஓய்வான வாழ்க்கை வாழ பலர் பிக்குவாக மாறினார்களா? அதனால்தான் ரங்கநாயகம்மா அவர்களை சோம்பேறிகள் என்று குறிப்பிட்டார் போலும்.[403]

என முடிவுரை *(Conclusion)* தருகையில் தொடர்பற்ற அனுமானத்தை *(Premise)* கையாண்டிருப்பதை கவனிக்க முடியும். வாதப்பிழைகளில் நன்கு அறியப்படும் *'Formal Fallacy'*யின் பல பரிமாணங்களை அரவணைத்துக்கொண்டுள்ளது ஆசிரியரின் 'அம்பேத்கரும் அவரது தம்மமும்'.

துப்புரவுப் பணி செய்யும் சுனிதா என்பவரைப் பற்றிய பத்திகளை விமர்சிக்கையில்,

> துப்புரவுப் பணியை இழிவான பணி என புத்தர் சொல்லுகையில் நமக்கு வருத்தம் ஏற்படுகிறது.[404]

என காந்திய மனோபாவத்தில் ஆசிரியர் எழுதுகிறார். ஆங்கிலத்தில் வரும் இது தொடர்பான புத்தரின் கூற்றாவது,

---

[402] *Dr. B. R. Ambedkar, The Buddha And His Dhamma, p.149*

[403] பக். *551*

[404] பக். *583*

> *Then the Lord when he had come near, spoke to him in voice divinely sweet, saying: "Sunita ! What to you is this wretched mode of living? Can you endure to leave home and come into the Order?"*

'இழிவான பணி' என்பதை விட 'மோசமான வாழ்க்கை முறை' என்பது ஆங்கிலத்தில் வரும் பொருளுக்கு அருகில் உள்ளது என்பது ஒருபுறமிருக்க துப்புரவுப் பணியை மேன்மைப் படுத்தி பேசும் பாங்கின் மூலம் தான் மணக்கத்தகாதவர்களை [405] துப்புரவாளர்களாய் சாதிய சமூகம் தக்கவைத்துக் கொள்கிறது என்பதை உள்வாங்கிட இங்கே தவறக் கூடாது. இப்போக்கிலேயே ஆசிரியர் கேட்கும் மிக முட்டாள்தனமான மற்றும் பொருத்தமில்லாத கேள்வி,

> புத்தரும் அவரது பெரும் பரிவாரமும், மலஜலம் கழிக்க, அவர்கள் போடும் குப்பைகளை யார் ஒதுக்குவார்கள்? மன்னர்களா, உபாசகர்களா, பிக்குகளா, இல்லை புத்தரா, இல்லை துப்புரவுப் பணியாளர்களா?[406]

இக்கேள்வியின் மூலம் மலஜலத்தை அகற்ற துப்புரவுப் பணியாளர்கள் அவசியமாகின்றனர் என ஆசிரியர் உணர்த்திட, புத்தரோ மலஜலத்தை அகற்றும் துப்புரவுப் பணியாளர்கள் மோசமான வாழ்க்கை முறையில் சிக்குண்டுள்ளதை குறிப்பிடுகிறார். இரு பார்வைகளும் எதிரெதிர் திசையில் பயணிக்கின்றன. தற்கால சூழலில் சாதிய சமுதாயம் கழித்துக்கொண்டிருக்கும் மலஜலத்தை மணக்கத்தகாதவர்கள் அகற்றிக்கொண்டிருப்பதையும் ஆசிரியர் நியாயப்படுத்துவார் என்பது போன்றே அவரது வாதம் செல்கிறது.

உபாலியை பற்றி இனி பார்ப்போம்,

> *"We Sakyans, Lord, are haughty. And this Upali, the barber, has long been an attendant, Lord, upon us. May the Blessed One admit him to the Order before us, so that we may render him respect and reverence, and bow down with outstretched hands*

---

[405] *Unmarriageables- the present day Scheduled Castes.*

[406] பக். *583*

> *before him as our senior and thus shall the Sakyan pride be humbled in us !"* [407]

'Bow Down' என்பதனை 'வீழ்ந்து பணிந்து' என்பதாய் பெரியார்தாசன் அர்த்தம் தந்திருக்கத் தேவையில்லை.

> மேலும் விரிந்த கரங்களுடன் அவர்முன் (உபாலி), எங்களுக்கு முந்தியவர் என்ற வகையில் வீழ்ந்து பணிந்து வணங்க முடியும்.[408]

என பெரியார்தாசன் மொழிபெயர்க்கிறார்.

இதனை காலில் விழுந்ததாகவே ஆசிரியர் மேலும் திரித்துக்கொண்டு,

> அதுவும் உபாலி ஒரு நாவிதர். அவரை முதலிடத்தில் வைத்தார் புத்தர் என்று சொல்லி, சாதியை ஒழித்தவர் புத்தர் என நிருபிக்கவே. மேலும் உபாலியின் காலில் விழுந்ததன் மூலம் சாக்கியர்கள் பிக்கு பதவியை அடைகிறார்கள். இங்கு யார் காலிலும் யாரும் விழுவது முறையல்ல என புத்தர் சொல்லவில்லை.[409]

என்பதாக எழுதி முடிக்கிறார். இவ்வியாக்கியானமே அவசியமற்றது. அம்பேத்கரின் எழுத்துகள் இதற்கு இடம் கொடுக்கவே இல்லை.

நாவிதரான உபாலி சங்கத்திற்குள் முதன்மையாக ஏற்றுக்கொள்ளப்படுவது ஆசிரியருக்கு சிக்கலாகப் படுகிறது. இதனால், வல்பொலரின் நூலில் உபாலி என்ற பெயரிலேயே இருக்கும் ஒருவரைப் பற்றிய தகவலை நமக்கு தருகிறார். நாலந்தையின் நிகண்ட நாதபுத்த என்னும் ஜைனமகாவீரரிடம் உபாசகராக இருந்த இந்த உபாலி செல்வமும் சிறப்பும் மிக்கவருமான இல்லறத்தார் ஆவார். புத்தருடன் இவர் வாதம் நடத்தி தன்னுடைய குருவான மகாவீரர் கூறியவை தவறானவை என்பதை உணர்ந்து புத்தரிடம் தம்மை உபாசகராக ஏற்றுக்கொள்ளுமாறு இரந்து கேட்டார். இதனால்,

---

[407] *Dr. B. R. Ambedkar, The Buddha And His Dhamma, p.185*

[408] பெரியார்தாசன், பக். *160*

[409] பக். *576-577*

> உண்மையில் புத்தரிடம் வாதிக்கும் அளவுக்கு இருந்த இவரே கூட அந்த உபாலியாய் இருந்திருக்கலாம். நாவிதரான காரணத்தினாலேயே புத்தர் அவரை முதன்மையானவராகக் கருதினார் என்பது ஏற்புடையதல்ல.[410]

என்பது ஆசிரியரின் முடிவு.

இவரே கூட அந்த உபாலியாய் இருந்திருக்கலாம் என்று எழுதுகையில் ஆசிரியர் கூற வருவது ஒரேயொரு உபாலியா அல்லது இரண்டு வெவ்வேறு உபாலியா என்பது தெரியவில்லை. ஒரேயொரு உபாலியை தான் குறிக்கிறார் என்றால் அவரே நாவிதராகவும் செல்வமும் சிறப்பும் மிக்க இல்லறத்தாராகவும் உள்ளார். அத்தோடு நிகண்ட நாத புத்த என்னும் ஜைனமகாவீரரிடம் உபாசகராகவும் இருந்துள்ளார். இவையனைத்தும் தர்க்கப்படி ஏற்றுக்கொள்வதாய் இல்லை. இரண்டு வெவ்வேறு உபாலி எனில் மேலே உள்ள ஆசிரியரின் முடிவு சாத்தியப்பட வாய்ப்புள்ளது. ஆனால் இதற்காக வல்பொலரின் நூலைத் தவிர வேறெந்த ஆதாரத்தையும் ஆசிரியர் தரவில்லை. தன் விருப்பவாதத்திற்காக பலமுறை துணைக்கு பயன்படுத்திய டி.டி. கோசாம்பி[411] அவர்களின் கருத்தும் இவ்விடத்தில் அம்பேத்கர் முன்னிறுத்திய உபாலியுடனே ஒத்துப்போகிறது. ரைஸ் டேவிட்ஸ்[412] கூற்றும் அப்படியே உள்ளது. மிக முக்கியமாக, மகாவீரரின் உபாசகரான உபாலியை புத்தர் தன் உபாசகராய் ஏற்காமல்,

> உங்கள் தீர்மானத்தை புனராலோசனை செய்து பாருங்கள். அவசரப்பட வேண்டாம் என்று கூறி உங்களைப் போல பிரசித்தமானவர்கள் இதனை நன்றாக ஆராய்ந்து பார்ப்பது நல்லது எனச் சொன்னார் (புத்தர்). உபாலி

---

[410] பக். *587-588*

[411] *"பௌத்த சங்கத் தலைவர்களின் மரபு வரிசையில் முதல் இடத்தைப் பெற்றவர் உபாலி. அவர் சங்கத்திற்குள் சேர்வதற்கு முன்பு நாவிதராக இருந்தவர் (ஆனால், அவர் சாக்கியர் என்பதும் கிட்டத்தட்ட உறுதி)" என டி.டி. கோசாம்பி கூறுகிறார் (பக். 587)*

[412] இந்நூலின் பக்.*256* பார்க்க.

> மறுபடியும் தன் விருப்பத்தைத் தெரிவித்தபோது அவருடைய பழைய மதாசாரியர்களைக் கௌரவித்து வழக்கம் போல் அவர்களுக்கு ஆதரவளிக்குமாறு பணித்தார் (புத்தர்).[413]

என்றே ஆசிரியர் மேற்கோளிடும் வல்பொலர் எழுதுகிறார். ஆனாலும், வல்பொலர் கூறும் உபாலி இறுதியாக புத்தரின் உபாசகராக மட்டுமே மாறுகிறார் என்பதை *'Gahapati Vagga'*வில் வரும் *'Upali Sutta'*வின்[414] மூலம் நம்மால் அறியமுடிகிறது. இங்கே நாம் கவனிக்க வேண்டியது, உபாலி பிக்குவாக மாறவில்லை; மாறாக உபாசகராகவே இருகிறார். டி.டி. கோசாம்பி கூறும் உபாலியோ பௌத்த சங்கத் தலைவர்களின் மரபு வரிசையில் முதல் இடத்தைப் பெற்றவர் ஆவார். இதனடிப்படையில் மகாவீரரிடம் உபாசகராக இருந்த செல்வமும் சிறப்பும் மிக்கவருமான, இல்லறத்தாரருமான உபாலியை புத்தர் முதன்மையானவராகக் கருதியிருக்க வாய்ப்பில்லாமல் போகிறது. எனவே, "உண்மையில் புத்தரிடம் வாதிக்கும் அளவுக்கு இருந்த இவரே கூட அந்த உபாலியாய் இருந்திருக்கலாம்" என சந்தேக தொனியிலேயே முடிவுரை தரும் ஆசிரியரின் வாதத்துக்கு நாம் முக்கியத்துவம் தரத்தேவையில்லை. சாமர்த்தியமாக குழப்பிடும் ஆசிரியரின் வழக்கமே இது.

---

[413] பக். 587

[414] *A Translation of Majjhimapannasa Pali, Translated by U Htin Fatt, Upali Sutta, pp.53-71*

இயல் அய்ந்து

பெண்டிரின் சமயமாற்றம் என்ற தலைப்பில் வரும் இயல் அய்ந்தில் புத்தரை பெண்களுக்கு எதிராகவே நிறுவ முயன்றுள்ளார் ஆசிரியர். இதற்கென பிரத்யேகமாய் புனையப்பட்ட தனது வாதங்களுடன் அவர் தொடங்குவதாவது,

> புத்தரானபிறகு கபிலவஸ்துவிற்கு வந்து யசோதராவிடமும் சுத்தோதனரிடமும் பேசிய புத்தர், கோதமியிடம் ஒரு வார்த்தை கூட பேசவில்லை என்பதை அம்பேத்கர் வர்ணனையிலேயே காணலாம்.[415]

ஆசிரியரின் மற்றுமொரு தவறான முடிவு இது. ஞானமெய்திய பின்னர் கபிலவஸ்துவிற்கு புத்தர் வருகையில் அவரைக் காண சுத்தோதனரும் மகாபிரஜாபதி கோதமியும் செல்கின்றனர். இந்நிகழ்வை அரண்மனை வாசலில் நடப்பது போன்றும், சுத்தோதனர் தன் அரண்மனை வாசலுக்கு வருவதற்குக் கூட தேரைப் பயன்படுத்துகிறவர் போலவும் ஆசிரியர் குழப்பியிருந்ததை நாம் ஏற்கனவே விளக்கினோம். *'Suddhodana and the Last Look'*[416] என்ற தலைப்பின் கீழ் இச்சந்திப்பின் போது நடந்த உரையாடலை அம்பேத்கர் விவரிக்கிறார். சுத்தோதனருக்கு முக்கியத்துவம் அளித்து தலைப்பிடப்பட்டுள்ளதால் அவருக்கும் புத்தருக்கும் நடந்த உரையாடலே இங்கே கவனப்படுத்தப்படுகின்றன. இதற்கான

---

[415] பக். 591

[416] *Dr. B. R. Ambedkar, The Buddha And His Dhamma, p.163-164*

அர்த்தம் தன்னை சந்திக்க சுத்தோதனருடன் வந்த கோதமியிடம் ஒரு வார்த்தை கூட புத்தர் பேசவில்லை என்பதல்ல. இதேபோன்று *'Meeting Yeshodhara and Rahula'* என்ற தலைப்பில் யசோதராவிடமும் ராகுலனிடம் புத்தர் பேசிய உரையாடல்கள் இடம்பெறுகின்றன. *'Conversion of Mahaprajapati Gotami, Yeshodhara and her Companions'* என்ற தலைப்பில் மகாபிரஜாபதி கோதமி, ஆனந்தர் மற்றும் புத்தருக்கும் நடந்த உரையாடல்களை மட்டுமே அம்பேத்கர் கவனப்படுத்துகிறார். யசோதரையுடனான உரையாடல்கள் இடம்பெறவில்லை. அய்ந்து பக்கங்களுக்கு இப்பகுதியை முழுமையாகவும் மேற்கோளிடுகிறார் ஆசிரியர். இதனைக்கொண்டு யசோதராவிடம் புத்தர் பேசவில்லை என்று ஆசிரியர் பொருள் கொள்வாரா என்ன?

புத்தர் தனது சங்கத்தில் பெண்களை சேர்த்துக் கொண்டதை எப்படியும் விமர்சித்திட வேண்டும் என்பதாலேயே கோதமியிடம் ஒரு வார்த்தை கூட புத்தர் பேசவில்லை என்பதான கற்பிதங்களை ஆசிரியர் முன்னதாக உருவாக்குகிறார். கோதமியிடம் பேசாமல் இருப்பதற்கு என்ன காரணம் புத்தரிடம் இருக்கப் போகிறது. அதனை ஏன் ஆசிரியர் விளக்கவே இல்லை? தலைப்பின் நோக்கத்தைக் கொண்டே அம்பேத்கரின் விவரணைகள் செல்கிறது. இதனை இங்கு அழுத்தமாகவே சொல்ல வேண்டியுள்ளது.

பௌத்தத்தில் காணப்படும் ஆணாதிக்க விளக்கங்கள் – ஓர் ஆய்வு

புத்தரை பெண்களுக்கு எதிராக நிறுவுவதற்கான ஆசிரியரின் முதன்மை வாதங்களில் ஒன்று பால் காரஸ்-ன்[417] மேற்கோளின் அடிப்படையில் அமைகிறது. மஹாபரிநிப்பான சுத்தாவில் அய்ந்தாம் அத்தியாயத்தில் வரும் இம்மேற்கோள் சம்மந்தமான பகுதியை அம்பேத்கரும் ஆய்வுக்குட்படுத்தத் தவறவில்லை. *Maha Bodhi Journal*லில் *'The Rise And Fall Of The Hindu Woman: Who Was Responsible For It?'* என்ற கட்டுரையில் ஆறு பக்கங்களுக்கு[418]

[417] பக். *602*

[418] *BAWS, Vol. 17, Part Two, p.109-114*

இவற்றிற்கான விளக்கங்களாய் அம்பேத்கர் தருகிறார். அவை பின்வருமாறு,

> *Such a charge[419] against the Buddha can be supported on two grounds only-*
>
> *The first possible ground may be the reply which the Buddha is reported (in Chapter V - Mahaparinibbana Sutta) to have given to a question put to him by Ananda. It reads as follows:*
>
> *"9. How are we to conduct ourselves, (asked Ananda)*
> *with regard to womankind ?*
> *As not seeing them, Ananda.*
> *But if we should see them,*
> *what are we to do ?*
> *Not talking, Ananda.*
> *But if they should speak to us,*
> *Lord, what are we to do ?*
> *Keep wide awake, Ananda."[420]*

---

[419] *In the journal of the Maha Bodhi for March 1950 there appeared an article on "The Position of Women in Hinduism and Buddhism" *by Lama Govinda. His article was a rejoinder to an article which had appeared in Eve's Weekly of January 21, 1950, and in which the Buddha was charged as being the man whose teachings were mainly responsible for the downfall of women in India. Lama Govinda did his duty as every Buddhist must in coming forward to refute the charge. But the matter cannot be allowed to rest there. This is not the first time such a charge is made against the Buddha. It is often made by interested parties who cannot bear his greatness, and comes from quarters weightier in authority than the writer in Eve's Weekly can claim. It is, therefore, necessary to go to the root of the matter and examine the very foundation of this oft repeated charge. The charge is so grave and so vile that the readers of the Maha Bodhi will, I am sure, welcome further examination of it. (BAWS, Vol. 17, Part Two, p.109)*

[420] இதன் தமிழாக்கம் பின்வருமாறு,

> *"9. பெண்கள் சமூகம் சம்பந்தமாக நாங்கள் எவ்வாறு நடந்து கொள்வது? (என்று ஆனந்தா கேட்டார்).*
> *ஆனந்தா, அவர்களைப் பார்க்கதகாதவர்களாக இருந்துவிட வேண்டும்.*
> *ஆனால், நாங்கள் அவர்களைப் பார்க்க வேண்டியேற்பட்டால் நாங்கள் என்ன செய்வது?*
> *ஆனந்தா, அவர்களுடன் பேசாதவர்களாக இருந்துவிட வேண்டும்.*
> *ஆனால், அவர்கள் எங்களிடம் பேச நேரிட்டால், பிரபுவே, நாங்கள் என்ன செய்வது?*
> *ஆனந்தா, விழிப்புடன் இருக்கவும்."*

மேலுள்ள புத்தரின் வரிகள்,

> *எந்த நிகாயத்திலும் இல்லை என்கிறார் (அம்பேத்கர்). இதை ஒரு ஆதாரப்பூர்வமான விசயமாக எடுத்துக்கொண்டால், அம்பேத்கர் முன்வைக்கும் புத்தரது பகுத்தறிவு வாசகங்கள் மட்டும் ஆதாரப்பூர்வமானவையா என்ற கேள்வியை நாம் இங்கு வைக்க நேரிடும். (பக். 610)*

என்று எழுதும் ஆசிரியர் அம்பேத்கர் தரும் விளக்கங்களை மட்டும் அவசரப்பட்டு கடந்துவிடுகிறார். பிரச்சினையிலுள்ள இந்த வாசகம் ஆக்ஸ்போர்டு பல்கலைக் கழகம் அச்சகத்தால் வெளியிடப்பட்ட மஹாபரிநிப்பான சுத்தாவில் காணப்படுகிறது என்ற அம்பேத்கரின் கூற்றையும் ஆசிரியர் மேற்கோளிட்டு உள்ளார். பிறகு, எந்த நிகாயத்திலும் இல்லை என்பதாக அம்பேத்கர் எதனடிப்படையில் கூறுகிறார் என்பதை அவர் விளக்கியிருக்க வேண்டும். ஆசிரியர் விளக்கத் தவறியதை இனி பார்ப்போம்,

> *முதலாவதாக, இந்த சுத்தாவில் காணப்படும் மிகப்பல வாசகங்கள் பிற சுத்தாக்களிலும் வந்துள்ளன என்பதைக் காணமுடியும். பிற சுத்தாக்களில் இந்த சுத்தாவிலிருந்தான பல இதர வாசகங்கள் காணப்பட்டாலும்கூட, இந்த வாசகம் மட்டும் வேறு எந்த சுத்தாவிலும் காணப்படவில்லை.*

There is no denying that the passage in question is to be found in the text of the Mahaparinibbana Sutta as published by the Oxford University Press. The point, however, is not whether the passage exists or not. The point is that if any argument is to be built upon this passage, is it not necessary to prove that the text is original and genuine and not a latter interpolation by the Bhikkhus?

Any one who knows the central teachings of the Buddha is quite bewildered after reading the Sutta Pitaka as we find it now wrapped about by the mythical drapery, disfigured by additions of purely Brahmanic ideas entirely foreign to the original Buddhist thought and distorted by the twists and turns given to it by monastic ideas intended to enforce monastic ideals.[421] *So*

இரண்டாவதாக, இந்த சுத்தாவின் சீன மொழிபெயர்ப்பும் உள்ளது. அதில் ஆனந்தாவின் இந்த கேள்விகளும் அதற்கான புத்தரின் விளக்கங்களும் என எந்த வாசகமும் இடம்பெறவில்லை (டாக்டர் பாபாசாகேப் அம்பேத்கர் நூல் தொகுப்பு, தொகுதி *36*, பக். *152).*

சுத்த பிடாகா, புத்தர் இறந்து *400* ஆண்டுகள் கழியும் வரையிலும் எழுதப்படவில்லை என்றே அம்பேத்கர் கவனப்படுத்துகிறார். வரலாற்று ஆசிரியர்கள் ஒத்துக்கொள்ளும் இச்செய்தியை நினைவில் கொள்வதும் இங்கே அவசியமாகிறது. இவற்றையெல்லாம் ஆசிரியர் எதிர்கொண்டு தனது விளக்கத்தை தராமல் புத்தரது பகுத்தறிவு வாசகங்கள் மட்டும் ஆதாரப்பூர்வமானவையா என்ற பொருத்தமற்ற ஒரு கேள்வியை எழுப்புகிறார்.

[421] *Ascetical misogyny of Brahmanism was even more negative and aggressively hostile in its expression toward women and the feminine. It voiced its own distinctive set of concerns and perceived women as agents of destruction, distraction, and ruin. Asceticization and Brahmanization of Buddhism was not only a black chapter in the history of Indian women as the bhikkhuni-samgha got snuffed out of existence as a result thereof but also a tragedy for Buddhism itself as it lost its identity.*

much so that one is inclined to join in wonder with Mrs. Rhys Davids[422]*, and ask :-*

> *"Where in these pages of (the Sutta Pitaka) is Gotama? How much of them, how little, is a blend of (it may be) original saying clearly or confusedly reproduced, of fillings by ages of successive narrators, of memory-schemes drawn up by teachers,*

---

*As a result of the repeated editing of the canon one can find in it a multiplicity of opinions expressed regarding women. These opinions range from the unusually positive to downright condemnation and insult. In order to understand this kind of multiplicity of opinions, it is imperative to recognize the specific institutional or intellectual context out of which each of such opinions arose. In the opinion of Kate Blackstone Buddhist misogynistic attitude grew out of the fact that women's ordination was perceived as a serious and inescapable threat to the dhamma and vinaya (*ஆசிரியர் கையாளும் நாரததேவர் *(பக்.601)* மற்றும் உமா சக்கரவர்த்தியின் *(பக்.620)* மேற்கோள்களை இதனடிப்படையிலேயே நாம் புறந்தள்ள வேண்டியுள்ளது*). The Pali Vinaya contains a meticulous transference of the authority of the Buddha onto the samgha as a corporate body, and if that authority is displayed as inherently masculine, then following that logic, women cannot be considered full members of the samgha. Women's presence in the samgha is depicted as a grave tragedy and Blackstone perceives an important clue in it as to why women's ordination was seen as posing such a threat and how institutional subordination was used in the hope of averting it. However, scholars who have tried to explain this can be divided into two diametrically opposite groups. One group explains this through an egalitarian attitude later modified by misogynistic editors, and the other sees a bit-by-bit betterment from an inherently sexist, even misogynist attitude in Theravada to the growth of sexual egalitarianism in Mahayana and Vajrayana. (K.T.S. Sarao, Origin And Nature Of Ancient Indian Buddhism, Chapter- Ancient Indian Buddhist Attitude Towards Women, p.67-68)*

[422] *Preface (xiii) to Kindred Sayings, Vol. II.*

> *not teachers of the multitude but of orally learning pupils, of efforts, often clumsy, by editors to set down in writing much that had long been more fluently told? And all of them, narrators, teachers, editors, were men whose choice of ideals of life differed from that of the rest of the world, differed the more in proportion as they were sincerely not of the world as well as not in it. Through this distorting medium he has to read, and ask himself which sayings, put into the mouth of a certain accredited teacher and 'way-shower' of truth, are likely to have come from such a man as he is recorded to have been?"*

There is therefore nothing very extravagant in the suggestion that this passage is a later interpolation by the Bhikkhus. In the first place the Sutta Pitaka was not reduced to writing till 400 years had passed after the death of the Buddha.[423] *Secondly, the Editors who compiled and edited them were Monks and the Monk Editors compiled and wrote for the Monk.*[424] *The statement*

---

[423] இன்றைய காலத்தில் இருந்துக்கொண்டு முகலாய அரசின் காலக்கட்டத்திலிருந்த, வாய்வழியாகவே பாதுகாக்கப்பட்ட போதனைகளை, முதன்முறையாக எழுத்தில் ஆவணப்படுத்துவதற்கான ஒரு முயற்சிக்கு இதனை நாம் ஒப்பிடலாம்.

[424] இதற்கான பொருள்,

> சுத்த பிடாகாவை திரட்டித் தொகுத்து பதிப்பித்தது பிக்குகளே. அதுமட்டுமின்றி இவை பிக்குகளுக்காக திரட்டி எழுதப்பட்டவை ஆகும்.

என்பதே. இல்லறவாழ்க்கையில் ஈடுபடாத துறவிகள் மட்டுமே இப்பணியில் ஈடுபட்டனர் என்று அம்பேத்கர் எங்கும் பொருள்படுத்தவில்லை. ஆசிரியரே அவ்வாறான தேவையற்ற பிழைவாதத்தை உள்நுழைக்கிறார்,

attributed to the Buddha is valuable for a Monk to preserve his rule of celibacy and it is not unlikely for the Monk Editor to interpolate such a rule.

There are two other considerations which go to support the suggestion that this passage is a later interpolation.

(1) Firstly, from the Table given in the introduction to this Sutta (to be found on page 72 of the Digha Nikaya, part II, in the S.B.B. Series, by Davids) it will be noticed that great many of the passages which occur in this Sutta also occur in other Suttas. It is important to note that this passage does not occur in any other Sutta notwithstanding the fact that they contain so many other passages from this Sutta.

(2) Secondly, from page XXXVIII of the introduction to this Sutta (published in Vol. XI of the S.B.E. by Davids) it appears that there exists a Chinese version of this Sutta. But this Chinese text also does not contain this particular passage.

Let us go further and apply the test of probability. Was there any reason why Ananda should have asked such a question? Was it in keeping with the known relations of Buddha with women? There is evidence to show that such a question could not have

---

துறவிகள் அதுவும் இல்லறவாழ்க்கையில் ஈடுபடாத துறவிகள் மட்டுமே புத்தரது சங்கத்தில் இருந்தார்கள் என்று உறுதியாகச் சொல்லமுடியாது. புத்தரே இல்லற வாழ்க்கையை ஏற்று நடத்தி பின் துறவறம் பூண்டவர். மற்றபடி இல்லறத்தாருக்குரிய விநயத்தை எழுதியதும் துறவிகள் தான். அம்பேத்கரது வாதத்தின்படி பார்த்தால் அந்த விதிகளை மட்டும் இல்லறத்தில் வாழ்ந்து பின் துறவறம் மேற்கொண்டவர்களால் எழுதப்பட்ட விதியாக நாம் காண வேண்டிவரும். *(பக். 610)*

been asked by Ananda and that if such a question had been asked, the Buddha could not have given such a reply. The conduct of Ananda and of the Buddha toward women as reported in the Pitakas is so contrary to the possibility of such a question being raised and such an answer being given.

On the point as to whether there was any necessity for Ananda to ask such a question it is relevant to note that in the same Chapter of the Mahaparinibbana Sutta, only a few gathas removed from those quoted above, the Buddha describes how sweet was Ananda and how he was loved by all[425]*. Out of them I quote below the two following gathas—*

> *"16. Brethren, there are these four wonderful and marvellous qualities in Ananda.*
>
> *If, brethren, a number of the brethren of the Order should come to visit Ananda, they are filled with joy on beholding him; and if Ananda should then preach the truth to them, they are filled with joy at the discourse; while the company of brethren is ill at ease, brethren, when Ananda is silent.*
>
> *If brethren, a number of the sisters of the Order............... or of devout men, ... or of devout women, should behold him; and if Ananda should then preach the truth to them, they are filled with joy at the discourse; while the company of sisters is ill at ease, brethren, when Ananda is silent."*

---

[425] பெண்களின் நிலை சம்மந்தமான விவாதத்தில் ஆனந்தரை பெண்ணியவாதி என்றும் புத்தர் அவருக்கு எதிரானவர் போலும் உமா சக்கரவர்த்தியின் ஆய்வு மூலம் நிறுவ முயற்சிப்பது ஆசிரியரின் சாமர்த்தியமே (பக்.621-623). ஆசிரியரான புத்தரின் நிலைப்பாடும் சீடரான ஆனந்தரின் நிலைப்பாடும் ஒன்றே ஆகும். இருவரும் முதன்மையான பெண்ணியவாதிகள் ஆவர்.

From this it is clear that it was usual for Ananda to meet women, not only sisters but devout women who were not members of the Order[426]. He used to see them, meet them and talk to them. Why then should Ananda have asked such a question? The Buddha knew that the women used to meet Ananda. He raised no objection before. Why should he have thought of interdicting and forbidding all contact with women? The whole passage is so unnatural that it must be regarded as a later monastic interpolation.

There is another instance in the life of Ananda which stands in stark contrast with the passage in the Mahaparinibbana Sutra. As is well known, in the first Sangiti (Council) five complaints were made against Ananda. They were:—

> *(1) that he failed to ask which parts of the Vinaya were in the opinion of the Buddha the lesser parts for which he gave authority to the Sangha to alter and amend;*
>
> *(2) that he stepped on the Robe of the Lord during retreat when sewing it;*

---

[426] இதற்கான ஆசிரியரின் எதிர்வினை பின்வருமாறு,

> அம்பேத்கர் வைக்கும் வாதங்கள் இன்னும் முரணானவை. ஆனந்தர் பெண்களுக்குப் போதிக்கையில் பெண் துறவிகள் மகிழ்ச்சியடைந்ததாகவும், ஆனந்தர் மௌனமாக இருக்கும்போது அவர்கள் சோர்வடைந்ததாகவும் கூறுகிறார் அம்பேத்கர். மேலும் இதன் மூலம் பெண்கள் ஆண் துறவிகளைச் சந்தித்தே வந்தனர் என்று விளக்கம் கொடுக்கிறார். *(பக். 610-611)*

ஊன்று கவனித்தால் மேலுள்ளவற்றில் ஆசிரியரின் மறுப்பு இடம்பெறவே இல்லை. பெண்கள் ஆண் துறவிகளைச் சந்தித்து வந்தனர் என்பதனை தான் ஆங்கிலத்தில் உள்ள சான்றுகளும் உறுதிப்படுத்துகிறது.

(3) that he caused the body of the departed Lord to be saluted first by women so that it was soiled by their tears;

(4) that he did not ask the Lord to live for a cycle, and

(5) that he was principally instrumental in getting women admitted to the Sangha. [427]

To all these charges Ananda pleaded guilty. Whether he should have pleaded guilty or not is another matter. What is of interest is the third charge. For it has great relevance to the issue in question. Why did Ananda allow women to touch the body of the Master if the advice given by him as mentioned in the Mahaparinibbana Sutta is true as a fact? Would he so flagrantly and knowingly disobey the advice given by the Buddha a few minutes before?" The answer must be in the negative. What follows from this negative answer? What follows is that the

---

[427] *The death of the Buddha created a void at least as far as women were concerned. In the absence of a towering personality like the Buddha, the few remaining supporters of women like Ananda were simply overwhelmed by those elements within the samgha, who considered their entry as an affront. This became quite apparent in the First Buddhist Council at Rajagaha where Ananda was vilified for being instrumental in the entry of women into the samgha. In the post-Mahaparinibbana period, the Buddhist samgha became an institution dominated by an overwhelmingly androcentric-patriarchal power structure. The canon was edited and revised to go with this kind of mentality. With the passage of time, ascetical misogyny of brahmanism was adopted by the Buddhist samgha which associated women almost invariably with adjectives like imperfect, wicked, base, deceitful, destructive, treacherous, ungrateful, untrustworthy, vile, degraded, lustful, envious, greedy, unbridled, foolish and profligate. Such an attitude asserted that women must be suppressed, controlled and conquered by men. This type of logic obviously rooted out the existence of the bhikkhunī-samgha and reduced women in general to a state of marginal existence. (K.T.S. Sarao, Origin And Nature Of Ancient Indian Buddhism, Chapter- Ancient Indian Buddhist Attitude Towards Women, p.67)*

Buddha had not given such an advice as is alleged against him. For if he had given such an advice, Ananda could not have acted contrary to it. It therefore stands to reason that no such advice had been given by the Buddha.

Let us now consider the question from the side of the Buddha. Would it have been natural for the Buddha to give such a reply? The answer to this question must depend upon Buddha's course of conduct towards women. Did the Buddha avoid meeting women as is suggested by the advice he is reported to have given to Ananda? What are the facts?

Two examples at once come to mind. One is that of Visakha. She was one of the eighty chief disciples of the Buddha with the title of "Chief of Alms-givers'. Did not Visakha at one time go to hear Buddha preach? Did she not enter his monastery? Did the Buddha act towards Visakha in the manner he directed Ananda to act towards women? What did the Bhikkhus present at the meeting do? Did they leave the meeting?

The second instance that comes to one's mind is that of Amrapali of Vaisali. She went to see the Buddha and gave him and his monks an invitation for a meal at her house. She was a courtesan. She was the most beautiful woman in Vaisali. Did the Buddha and the Bhikkhus avoid her? On the other hand they accepted her invitation-rejecting the invitation of the Licchavis who felt quite insulted on that account- and went to her home and partook of her food.

Other examples are not wanting[428]. The Nandakovada Sutta tells of Mahaprajapati Gotami having brought five hundred alms-

---

[428] *There are some references in the Pali Tipitaka that accept and even appreciate the presence of women. For instance, Khema was instructed by the Buddha in person. According to the legend, when he had finished, she attained arahantship together with a thorough grasp of the dhamma*

women with her to the Buddha when he was staying at Sravasti with a request that he should instruct them in the Doctrine and Discipline. Did the Buddha run away from them?

The Samyutta Nikaya reports that Kokanada, daughter of Pajjuna, when the night was far spent shedding radiance with her effulgent beauty over the whole Mahavana, came into the presence of the Buddha when he was staying at Vaisali.

The reports of frequent visits of Queen Mallika, wife of King Pasenajit, to the Buddha for religious instructions are scattered in the Pitakas.

From these instances it is clear that the Buddha did not shun women and women were not afraid of going to the Buddha[429].

---

and its meaning. Thereafter, she became known for her great insight and was ranked high by the Buddha himself. Similarly, Sujatha, while returning from a festival, listened to the Buddha's discourse and she attained arahantship, together with complete grasp of the dhamma in form and meaning. Kisa-Gotami attained arahantship after understanding the dhamma preached by the Buddha. Bhikkhuni Sama is said to have listened to the preachings of Ananda and thereby attained arahantship. Citta was ordained by Mahapajapati Gotami and later won arahantship. Similarly, bhikkhuni Mutta claimed freedom not only from three crooked things, i.e. quern, mortar, and husband but also from rebirth and death. All the above stated examples show that the Buddha respected women as equals and personally bestowed his teachings on many of them. (K.T.S. Sarao, Origin And Nature Of Ancient Indian Buddhism, Chapter- Ancient Indian Buddhist Attitude Towards Women, p.71-72)

[429] இதன் தமிழாக்கத்திற்கான ஆசிரியரின் விளக்கம் வேடிக்கையாகவே உள்ளது,

> > பசெனாஜித் மன்னரின் மனைவி ராணி மல்லிகா, மத போதனைகளுக்காக அடிக்கடி புத்தரைப் போய்ப் பார்த்ததாக செய்திகள் பிடகாக்களில் நிறைய வந்துள்ளன.
> >
> > இந்த உதாரணங்களிலிருந்து புத்தர் பெண்களை வெறுத்து ஒதுக்கவில்லை என்பதும் புத்தரைச் சென்று காண்பதற்கு பெண்கள் அச்சங்கொள்ளவில்லை என்பதும் தெளிவாகிறது.
>
> என்று *(அம்பேத்கர்)* கூறுகையில் மல்லிகாவோ மற்ற பெண்களோ பிக்குணிகளாக இல்லை என்பதை நாம் புரிந்துகொள்ளலாம் *(பக். 611).*

என்பதாக ஆசிரியர் எழுதுகிறார். பிக்குணிகளுடனான சந்திப்பு (முந்தைய அடிக்குறிப்புகளில் காண்க) அல்லது பிக்குணி அல்லாத பெண்களுடனான சந்திப்பு என இரண்டிற்குமான சான்றுகள் அம்பேத்கரின் எழுத்துகளில் பல உள்ளன. ஆசிரியர் தான் எதனை, ஏன் குறை காணவேண்டியுள்ளது என்பதை விளக்கவே இல்லை. புரிந்துகொள்ளலாம் என்று அவர் சொல்கையில் அவர் என்ன முடிவுக்கு இப்புரிதல்களை இட்டுச்செல்கிறார் என்றும் தெரியவில்லை.

ஒரு கட்டத்தில், "பெண்களையும் பிக்குணிகளையும் போட்டு அம்பேத்கர் குழப்பிக்கொள்கிறார் என்றே நமக்குப்படுகிறது *(பக். 612)*" என எழுதும் ஆசிரியரிடம், பெண்கள் என்பவர்கள் *'Genus'*, அதில் பிக்குணிகள் என்பவர்கள் *'Species'* என நினைவூட்ட வேண்டியுள்ளது. பிக்குணிகளும் பெண்கள் தான் என்பதில் ஆசிரியர் அக்கறை கொள்ளாதவராய் அறிய முடிகிறது.

<u>எட்டு தலையாய விதிகள் - *Eight Chief Rules*</u>

புத்தர் தனது சங்கத்தில் பெண்களை பிக்குணிகளாக சேர்த்துக்கொள்வதற்கு எட்டு தலையாய விதிகளை [430] விதிக்கிறார்,

> *I grant if Mahaprajapati[431] insists that women must be allowed to take Parivraja under the doctrine and*

---

[430] *It cannot be denied that the Buddha unfolded new horizons for women by laying the foundations of the bhikkhuni-samgha. This social and spiritual advancement for women was ahead of the times and, therefore, must have drawn many objections from men, including bhikkhus. But the powerful and magnificent personality of the Buddha was able to keep such objections at an arm's length. <u>Various restrictions and disadvantages, including the eight rules associated with Gotami Mahapajapati, referred to in early Buddhist literature, were imposed after the death of the Buddha and thus, were interpolations of post-Mahaparinibbana period.</u> (K.T.S. Sarao, Origin And Nature Of Ancient Indian Buddhism, Chapter- Ancient Indian Buddhist Attitude Towards Women, p.66)*

[431] *Various contradictions that appeared in the post-Mahaparinibbana samgha were sought to be reconciled through <u>the invention of the story of Gotami Mahapajapati as the first bhikkhuni and her acceptance of the eight restrictive rules</u>. Interestingly, Mahapajapati became bhikkhuni after her husband's death by which time the Buddha had converted many women. Due to her prestige, her name appears to have been included in the mythologized version. (K.T.S. Sarao, Origin And Nature Of Ancient Indian Buddhism, Chapter- Ancient Indian Buddhist Attitude Towards Women, p.73)*

Mahapajapati appears to have been chosen because she commanded great respect as a woman to whom the Buddha owed the greatest debt. To make the story look credible, the editors initially show Mahapajapati as having accepted all eight of the restrictive rules readily, but later, approaching Ananda to go back to the Buddha to see if he would relent on the first rule regarding seniority. Such a concession would have allowed bhikkhunis far greater status and prerogatives within the

> *discipline proclaimed by me. But it shall be subject to eight conditions. Let Mahaprajapati Gotami take upon herself the responsibility of enforcing the Eight Chief Rules. That will be her initiation.*[432]

ஆனால் பெண்கள் குறித்த எட்டுக் கோட்பாடுகளைக் கூறாமல் அம்பேத்கர் மழுப்ப வேண்டியதாகிவிட்டது [433] என்பது ஆசிரியரின் புரிதல். முதலாவதாக, எட்டு விதிகளை கோட்பாடுகளாய் உயர்த்துவது பெரும் பிழையாகும். இரண்டாவதாய், *Maha Bodhi Journal*லில் *'The Rise And Fall Of The Hindu Woman: Who Was Responsible For It?'* என்ற அதே கட்டுரையில் இந்த எட்டு விதிகளைப் பற்றி ஆய்வுப்பூர்வமான விளக்கங்களையும் ஏற்கனவே அம்பேத்கர் அளித்துள்ளார். *1951* இல் இக்கட்டுரை வெளிவருகிறது[434]. பௌத்தம் தழுவுவதற்கு அய்ந்து ஆண்டுகளுக்கு முன்னரே பௌத்தத்தை விமர்சனப்படுத்தும் கேள்விகளையும் கவனத்துடன் அவர் ஆய்வுக்குட்படுத்தியிருப்பது குறிப்பிடத்தக்கதாகும்.

The eight special rules are:

(1) *A bhikkhuni, even if she enjoys a seniority of a hundred years in the order, must pay respect to a bhikkhu though he may have been a bhikkhu only for a day.*

(2) *A bhikkhuni must not keep her rains–residence in a place where there are no bhikkhus.*[435]

---

monastic community and one that would, thus, no doubt have significantly altered the subsequent history of the bhikkhuni-samgha. The reply, obviously, is shown as negative and justified on the ground that such a sexual parity was totally unprecedented. (ibid, p.74)

[432] *Dr. B. R. Ambedkar, The Buddha And His Dhamma, p.195*

[433] பக். *618*

[434] *Magazine— 'Maha Bodhi' May-June 1951, Vol. 59, Pp. 137-151.*

[435] *The bhikkhuni-samgha was founded five years later than the bhikkhu-sangha. In the early stages of the bhikkhuni-samgha, bhikkhunis may have learnt not only various forms of disciplinary acts but also different aspects of knowledge from bhikkhus. Here, it must be remembered that*

(3) Every fortnight a bhikkhuni must do two things: To ask the bhikkhu sangha the day of uposatha, and to approach the bhikkhu sangha for instruction and admonition.

---

the social and spiritual opportunities offered by the Buddha to women being quite radical, must have drawn many objections from men, including bhikkhus. As a result, he must have been well aware of the fact that his female disciples would be constantly harassed and humiliated. Moreover, apprehensions that bhikkhunis would be susceptible to male violence were realistic and are proved by the various incidents of male violence against bhikkhunis, as do regulations designed to prevent such a violence. Thus, as pointed out by Rita Gross these regulations usually restrict women from lonesome travel and practices, just as today we often counter male violence against women by advising them not to be at unsafe places at unusual hours. As a result of the establishment of the monasteries on the outskirts of human settlements, bhikkhunis were exposed to the strong possibilities of lay-people finding faults with them, taking advantage of them or even sexually harassing them as single women. For instance, once several bhikkhunis were going along a highroad to Savatthi through the country of Kosala. A certain bhikkhuni there, wanting to relieve herself, having stayed behind alone, went on afterwards. People, having seen that bhikkhuni, seduced her. According to the Vinaya, lay people and non-Buddhists were always free to criticize bad conduct of bhikkhunis and bhikkhus. Incriminations and scandalmongering of people toward bhikkhunis and bhikkhus abound in the Vinaya. It is worthy of notice that harsher opprobrium was directed toward bhikkhunis than toward bhikkhus. When a bhikkhuni did something wrong, people frequently reproved bhikkhunis as "shaven-headed whores". In contrast, when a bhikkhu did something wrong, people never spoke in derogatory terms of him to the extent they did in the case of bhikkhunis. Comparison of the criticisms of bhikkhunis and bhikkhus suggests that people in ancient Indian society were more wrathful toward the wrongdoings of bhikkhunis than those of bhikkhus. It also indicates that this provided a reason for the formulation of more rules for bhikkhunis than bhikkhus in this category. (K.T.S. Sarao, Origin And Nature Of Ancient Indian Buddhism, Chapter- Ancient Indian Buddhist Attitude Towards Women, p.72)

(4) *When the rains-residence period is over, a bhikkhuni must attend the pavarana ceremony conducted at both the assemblies of bhikkhus and bhikkhunis, in each of which she must invite criticism on what has been seen, what has been heard or what has been suspected of her.*

(5) *A bhikkhuni who has committed a Samghadisesa*[436] *offence must undergo penance for a half month, pakkha manatta, in each assembly of bhikkhus and bhikkhunis.*

(6) *Admission to the Order must be sought, from both assemblies, by a women novice only after two year's probationary training as a candidate*[437].

(7) *A bhikkhuni should not revile a bhikkhu in any way, not even obliquely.*

(8) *A bhikkhuni must abide by instructions given by her bhikkhus, but must not give instructions or advice to bhikkhus.*[438]

மகா போதி இதழில் வெளிவந்த இந்த எட்டு விதிகளைப் பற்றிய அம்பேத்கரது விளக்கத்தை காண்போம்,

The second possible ground which an opponent of the Buddha can rely upon in support of the accusation is the opposition of the Buddha to women joining the Sangha and in making the Bhikkhuni Sangha (when he ultimately allowed it) subordinate to the Bhikkhu Sangha. Here again a further analysis of the situation is necessary. Why did the Buddha oppose the demand of Mahaprajapati to take

---

[436] *Parajika is classified as a grave offence which is irremediable and it entails the falling off of the offender from bhikkhuhood.*

Samghadisesa is classified as a grave offence of second category but it is remediable. The offender is put on a probationary period of penance, during which he has to undertake certain difficult practices and after which he is rehabilitated by the Sangha assembly.

[437] *This rule evinces the Teacher-Pupil relationship between Bhikkhus and Bhikkhunis.*

[438] *U Ko Lay, Guide to Tipitaka, p.4*

parivraja (ordination)? Did he oppose it because he was of opinion that women were a low class whose admission would lower the status of the Sangha in public esteem? Or did he oppose it because he was of opinion that women intellectually and morally were incapable of realizing the ideal of His Doctrine and His Discipline? The second of these two questions was definitely put to the Buddha by Ananda in the course of the argument when he found the Buddha somewhat adamant. The Buddha gave an unequivocal answer leaving no room for doubt or dispute. He said that women were fully capable of realizing His Doctrine and His Discipline[439] *and that was not the reason why he refused their demand for taking parivraja. It is clear from this that the Buddha did not regard woman as inferior to man either in point of intellect or character. That he opposed the admission of women because he held them in low esteem and feared that they might lower the prestige of the Sangha is an argument which is hardly worth mentioning. For if that was his feeling he would never have admitted them at all.*

To the argument that he made the Bhikkhuni Sangha subordinate to the Bhikku Sangha, the answer in question behind this arrangement there was no consideration as to superiority or inferiority[440]*, what*

---

[439] *In Buddhism, not only is the path open to women, but it also is indeed the same path for both women and men. It is not that sex and gender differences do not exist, but they are rather "soteriologically insignificant" that they amount at most to a diversion from the true goal of liberation. When 500 of king Udena's wives including Samavati perished in a fire, remarking on the tragic incidence, the Buddha said: "Monks, among these, some women disciples are stream-winners, some once-returners, some non-returners. This clearly implies that women were considered quite capable of accomplishing the standard stages of the path of liberation by which one becomes an arahant. (K.T.S. Sarao, Origin And Nature Of Ancient Indian Buddhism, Chapter- Ancient Indian Buddhist Attitude Towards Women, p.70)*

[440] ஒரு பிக்குணி தனது அறிவாற்றலாலும் தனி சிறப்புகளாலும் சங்கத்தில் மிக உயர்ந்தவராய் இருப்பவருக்கு இணையாக உரிமை கோரவும் முடியும். இதற்கான எடுத்துக்காட்டாக பத்தா என்ற பிக்குணியை திருமதி ரைஸ் டேவிட்ஸ் குறிப்பிடுகிறார்,

lay behind this arrangement were consideration of purely practical character. In admitting women to be Parivrajikas (nuns) the Buddha had to face two questions. Should there be only one Sangha for men and women? He decided to have two separate Sanghas. He was afraid that in a confraternity of men and women Parivrajakas the rule of celibacy would be completely lost. While therefore admitting women, he thought, it was necessary to use his own words, a dyke between them by creating two separate organisations. Having decided to create two separate organisations he was faced with another question. If there are to be two separate Sanghas- one for men and one for women- were they to be quite independent and

---

It is true that the Bhikkunis were technically appointed juniors in perpetuity to the Bhikkhus. It is equally clear that, by intellectual and more eminence, a Theri might claim equality with the highest of the fraternity. In the Psalms an instance occurs, in xxx, vii, where Bhadda associates herself in spiritual attainment with the great Kassapa, successor, as head of the Order, to the Founder himself. (BAWS, Vol 17, Part Two, p.121)

எனவே, தேரி காதை-யை பொறுத்தவரையில்,

> கண்டேன் கண்ணனை, அடைந்தேன் விடுதலையை என்ற அளவில் மட்டுமே இருக்கிறது. பெண்ணுக்கானால் வீடு, ஆணுக்கானால் உழைப்பு, இவையே அவர்களை நச்சரிக்கும் தொல்லையாய் இருந்திருக்கிறது. *(பக். 629)*

என ஆசிரியரைப் போல வறட்டுத்தனமாகக் கடந்துவிட முடியாது.

Buddhist women were the first in India who made a substantial and independent contribution to the religious literature and who were recognized as equals to the best authors of their time. This is shown by the fact that the songs of the Buddhist Sisters (under the title "Therigatha") were given the honoured position of Canonical Scriptures and thus placed beside the words of the Buddha and His most prominent disciples. (BAWS, Vol. 17, Part Two, p.495 / 'The Position of Women in Hinduism and Buddhism' by Lama Govind)

separate organisations or was there to be some sort of inter-relation between the two?

On the first issue no other decision was possible except that the women's Sangha should be separate from the men's Sangha. This was an inevitable consequence which followed from the Rule of celibacy which was binding on both. The Buddha knew what a great force the sex instinct is with life of both man as well as woman.[441] *To*

---

[441] அறியாமையில் வெளிப்படும் ஆசிரியரின் ஒரு கேள்வியானது,

> ஒரு பிக்குவோ பிக்குணியோ பிரம்மச்சரிய விதியை உடைத்து உடலுறவு கொண்டால் அவர்கள் தண்டிக்கப்படுவார்களா? *(பக். 614)*

இதற்கான பதில்,

> *For twenty years after the establishment of the Order there was neither injunction nor rule concerning Parajika and Samghadisesa offences. The members of the Order of the early days were all Ariyas, the least advanced of whom was a Stream–winner, one who had attained the first Magga and Fruition, and there was no need for prescribing rules relating to grave offences.*
>
> *But as the years went by, the Samgha grew in strength. Undesirable elements not having the purest of motives but attracted only by the fame and gain of the bhikkhus began to get into the Buddha's Order. Some twenty years after the founding of the Order, it became necessary to begin establishing rules relating to grave offences.*
>
> *It was through Bhikkhu Sudinna, a native of Kalanda Village near Vesali, who committed the offence of having sexual intercourse with his ex-wife, that the first Parajika rule came to be promulgated. It was laid to deter bhikkhus from indulging in sexual intercourse.*

use the Buddha's own words it is this instinct which drives a man in woman's bondage and a woman in man's bondage. This force, if given an opportunity to have its full force, the rule of celibacy could not last for a minute. To save the rule of celibacy he had to organise two separate Sanghas.

To take up the second issue: was any decision possible other than the one the Buddha took? The women who joined his faith were raw

---

> *When such a grave cause had arisen for which the laying down of a prohibitory rule became necessary, the Buddha convened an assembly of the bhikkhus. It was only after the questioning the bhikkhu concerned and after the undesirability of committing such an offence had been made clear that a certain rule was laid down in order to prevent future lapses of similar nature. (U Ko Lay, Guide to Tipitaka, p.2)*

இதுப்போன்ற நிகழ்வுகளையெல்லாம் கருத்தில்கொள்ளாது ஆசிரியர் அலட்சியப்படுத்துவது,

> கன்னித்தன்மையில் உஷார், புணர்ச்சி செய்வதிலிருந்து உஷார், புணர்ச்சி ஆணையும் பெண்ணையும் கெடுத்துவிடுவதிலிருந்து உஷார் என ஏகப்பட்ட உஷார்களைச் செய்த புத்தரைத்தானே அம்பேத்கர் எடுத்துச் சொல்லிவந்தார். *(பக். 615)*

இந்த எச்சரிக்கை அனைத்தும் சங்கத்தை மையமாக வைத்து பிக்குகளுக்கும், பிக்குணிகளுக்கும் கூறப்பட்டவை என்பதை ஆசிரியர் புரிந்து கொண்டிருந்தார் எனில்,

> *So far as the Sutta Pitaka is concerned there is absolutely no ground for the charge that the Buddha had the prejudice against women and was for ever exhorting men to beware of them. (BAWS, Vol 17, Part Two, p.116)*

என்ற அம்பேத்கரின் கருத்துக்கெதிராய் அம்பேத்கரே ஆதாரங்களைத் தருகிறார் என தன்னைத்தானே குழப்பியிருக்க மாட்டார்.

women. They had to be instructed in His Doctorine and they had to be trained in His rules of Discipline. Who could undertake this task? To whom else could He have entrusted this work? To none except the male Bhikkhus of his Order. For they were already instructed in His Doctrine and trained in His Discipline. And this is what He did. Now what was the relationship that was forged between the Bhikkhus and Bhikkhunis by entrusting the work of instruction of the latter to the former? This is a necessary question to raise. Without it the explanation of the insubordination of the Bhikkhuni Sangha to the Bhikkhu Sangha does not become quite clear. The obvious answer to this question is that by entrusting the work of training the Bhikkhunis to the Bhikkhus, their relationship became one of teacher and pupil. Now does not the relationship of teacher and pupil involve some authority for teacher over the pupil and some submission or subordination on the part of the pupil to the teacher? What more did the Buddha do?[442]

---

[442] அடிக்கோடிட்ட இவ்வரிகளுக்கு முன்னும் பின்னும் வருபவற்றை விவாதத்திற்காக மேற்கோளிடும் ஆசிரியர் அடிகோடிட்ட வரிகளை மட்டும் வாசகர்கள் சிந்தனைக்கு தர மறுக்கிறார். எழுப்பப்பட வேண்டிய ஓர் அவசியமான கேள்வியாகவே தன் வாதத்தில் அம்பேத்கர் அழுத்தம் தருவது இங்கே கவனிக்கப்பட வேண்டியதும் கூட. ஆசிரியரின் நூலில் விடுபட்டிருக்கும் இவ்வரிகளின் தமிழாக்கத்தையும் காண்போம்:

> "இந்தப் பணியை வேறு யாரிடத்தில் அவரால் ஒப்படைத்திருக்க முடியும்? அவருடைய சமயத்தைச் சேர்ந்த ஆண் பிக்குகளைத் தவிர வேறு யாரிடமும் ஒப்படைத்திருக்க முடியாது. ஏனெனில் அவர்கள் ஏற்கனவே அவருடைய தத்துவத்தில் பயிற்சி பெற்றிருந்தனர், அவருடைய ஒழுங்குக் கட்டுப்பாட்டிலும் பயிற்சி பெற்றிருந்தனர். எனவே இதைத் தான் அவர் செய்தார். முன்னவர்களுக்கு பயிற்சியளிக்கும் பணியைப் பின்னவர்களிடம் ஒப்படைத்ததன் மூலம் பிக்குகளுக்கும் பிக்குணிகளுக்கும் இடையில் எத்தகைய உறவு ஏற்படுத்தப்பட்டது? இது எழுப்பப்பட வேண்டிய ஓர் அவசியமான கேள்வியே. இது இல்லாமல், பிக்குகள்

In this connection it is useful to compare the relationship between monasteries and nunneries in the Christian Church.[443] *Are not the*

> சங்கத்தினிடம் பிக்குணி சங்கம் பணிந்து போகாதது பற்றிய விளக்கம் தெளிவாகவில்லை. இந்தக் கேள்விக்கான வெளிப்படையான பதில், பிக்குணிகளைப் பயிற்றுவிக்கும் பணியை பிக்குகளிடம் ஒப்படைத்ததன் மூலம் அவர்களிடையிலான உறவு ஆசிரியருக்கும் மாணவர்களுக்கும் இடையிலான உறவாயிற்று. இப்பொழுது, ஆசிரியருக்கும் மாணவர்களுக்கும் இடையிலான உறவு, மாணவரின் மீது ஆசிரியருக்கு ஒரு வகை அதிகாரம் கொண்டதாகவும், மாணவர்கள் ஆசிரியருக்குப் பணிந்து போக வேண்டும் அல்லது அடங்கிப்போக வேண்டும் என்பதைக் கொண்டதாக இல்லையா? புத்தர் வேறு என்ன செய்தார்?" (டாக்டர் பாபாசாகேப் அம்பேத்கர் நூல் தொகுப்பு: தொகுதி 36, பக். 159-160)

அம்பேத்கரின் இவ்வாதத்திற்கான தனது பதில் வாதத்தை ஆசிரியர் மேற்கொள்ளாமல், ஒரு உபரி தகவலை தருவதுபோல் "பிக்குகளே அத்தகைய பணிகளை ஒரு ஆசிரியராக இருந்து பிக்குணிகளை மாணவிகளாக ஏற்றுச் செய்தனர் என்று (அம்பேத்கர்) விளக்கம் கொடுக்கிறார்" (பக். 613) என ஒரே வரியில் கடந்துவிடுகிறார். மிக முக்கியமான இக்காரணத்திற்கான ஆசிரியரின் மறுப்பு எங்கேயும் காணக்கிடைக்கவில்லை.

[443] இங்கேயும் கிறிஸ்தவ சமயத்தில் உள்ள துறவியர் மடங்களுக்கும் பெண்துறவிகள் மடத்திற்கும் இடையேயான உறவு முறையைப் பற்றி விவாதம் செய்வதில் ஆசிரியர் அக்கறை கொள்ளாமல்,

> கிறிஸ்தவ மதம் கன்னிகாஸ்திரிகளைக் கொண்டதுதான். கன்னித்தன்மை அங்கு ஒரு தகுதி. பிக்குணி விசயத்தில் கன்னித்தன்மை ஒரு விதியல்ல. அங்கு கன்னிகாஸ்திரிகளோ, கிறிஸ்தவத் தந்தையர்களோ கன்னித்தன்மையை இறைத்தன்மையாய்க் காத்து வரவேண்டும். சாகும் வரையிலும். ஆனால் புத்தர்

> இல்லறத்தில் இருந்து, குழந்தை பெற்று துறவறத்தை ஏற்றவர்.

என விளக்கம் கொடுக்கிறார். பௌத்த சங்கத்தில் பிக்குணியாக நுழைய கன்னித்தன்மை ஒரு விதியல்ல என்பது உண்மை தான். ஆனால் பிக்குணியாக நுழைந்தப் பின்னர் பிரம்மச்சரியத்தை கடைப்பிடிக்க வேண்டும் என்பதை இங்கு நினைவில் கொள்ளவேண்டும். இது முற்போக்கான நிலைப்பாடே எனலாம். *"The Buddha did not place any premium on virginity as such. He kept his way open to all classes of women— married, unmarried, widows and even to prostitutes. All could acquire merit, freedom, dignity, and equality along with man."* என அம்பேத்கர் நினைவூட்டுகிறார் *(BAWS, Vol 17, Part Two, p.121)*. இதில் குறைகாணுதல் பிற்போக்குத்தனமானது என்றும் கூற வேண்டும். ஆனால் ஆசிரியருக்கு வரும் கேள்வியானது விந்தையாகவே உள்ளது,

> அனைத்து தரப்பினருக்கும் கதவைத் திறந்து வைத்தார் என்றால் புணர்ச்சி விசயத்தில் பிக்குணிகளிடம் ஏன் புத்தர் கறாராக நடந்து கொள்ள வேண்டும்? *(பக். 614)*

இக்கேள்வியின் மூலம் பிக்குணி விசயத்தில் கன்னித்தன்மையை ஒரு விதியாக வைக்காத புத்தர் தனது சங்கத்தில் புணர்ச்சியை அனுமதித்திருக்க வேண்டும் என ஆசிரியர் எதிர்பார்க்கிறாரா என தெரியவில்லை.

> கன்னிப்பெண்கள் விசயத்தில் அம்பேத்கரின் புத்தரது மனதில் உள்ளது என்ன? *(பக். 614)*

என்ற ஆசிரியரின் அய்யத்திற்கு ஒன்றுமில்லை என்றுதான் பதில் கூறமுடியும். ஏனெனில், கன்னிப்பெண்கள் உட்பட அனைத்து தரப்பினருக்கும் புத்தர் கதவைத் திறந்து வைத்துள்ளார் என்பது ஆசிரியருக்கே தெரிந்துள்ளது.

> ஓரிடத்தில் அவர் எதையும் தடை செய்யவில்லை என்பதும் மற்றோரிடத்தில் பிரம்மச்சரிய விதி, ஒழுக்கம் என்று பேசுவதும் முரண்பாடான கருத்துக்களாக அம்பேத்கருக்குத் தோன்றவில்லையா?

என்று கேள்வி கேட்கையில் ஆசிரியருக்கு *'Virginity'*க்கும் *(கன்னித்தன்மை)* *'Celibacy'*க்கும் *(பிரம்மச்சரியம்)* உள்ள வித்தியாசம் புரியவில்லை என்பதே நிருபணமாகிவிடுகிறது. அல்லது புரிந்துள்ளது என்றாலும் அப்புரிதலின் வழியே அவர் வாதம் செல்லவில்லை என்றாகிறது. இதனாலேயே கன்னித்தன்மையை பற்றிய தேவையில்லாத விவாதத்தை உள்ளே கொண்டு வருகிறார். கன்னித்தன்மையை ஓர் தகுதியாய் புத்தர் வைத்திருந்தால் திருமணமானவர்கள், விதவைகள், விபசாரிகள் போன்றோர் சங்கத்தில் இணைந்திருக்க வாய்ப்பில்லாமல் போயிருக்கும்.

கன்னி கழியாத ஒருவரை *'Virgin'* என்பர். உடலுறவில் ஈடுபடாமல் விலகியிருப்பது *'Celibacy'* ஆகும். *Celibacy is nothing but abstinence from sex.* ஒருவர் *'Celibacy'*யை கடைப்பிடிக்க *'Virgin'*ஆக இருக்க வேண்டும் என்பது அவசியமல்ல. கன்னித்தன்மையை இழந்த ஒருவரும் பிக்குணியாகவோ அல்லது பிக்குவாகவோ ஆகும் பொழுது பிரம்மச்சரியத்தை கடைப்பிடிக்க வேண்டும் என்பதே சங்கத்தின் விதி. இதனையே புத்தர் கடைப்பிடித்தார். சங்கத்தில் உள்ளவர்கள் இவ்விதியை மீறக்கூடாது என்பதிலும் அக்கறை கொண்டார். இதனை தவறு போல் ஆசிரியர் சித்தரிப்பது பயனற்றதே. புத்தர் இல்லறத்தில் இருந்து, குழந்தை பெற்று துறவறத்தை ஏற்றவர் தான். இதில் மறுப்பேதும் இல்லை. ஆனால் துறவறம் ஏற்றப்பின்னால் அவர் பிரம்மச்சரியத்தை மீறவில்லை.

> *Some quarters have criticized the Buddha for having abandoned his wife and child. But this kind of criticism is misplaced. Regarding Siddhattha abandoning his wife and child, it must be remembered that their abandonment by him took place before and not after his enhancement to the status of a great person. The circumstances and mind-set under which he abandoned them were dictated by the prevailing circumstances under which those who wanted to seek spiritual insight were expected to "kick away gold, women and fame, the three universal fetters of man." Siddhattha did this while following the traditions of Brahmanism in renouncing the world to seek knowledge and his actions at this stage cannot be extrapolated to force a meaning upon his views and actions after Enlightenment. (K.T.S. Sarao, Origin*

> *nunneries subordinate to the monasteries? Of course they are[444]. Can anybody therefore say that Christianity treats women as inferior to men? Why then should a different interpretation be put upon the arrangement made by the Buddha for regulating the relations between the Bhikkhus and Bhikkhunis?[445]*

எனவே, புத்தர் தனது சங்கத்தில் பெண்களை பிக்குணிகளாக சேர்த்துக்கொள்வதற்கு எட்டு தலையாய விதிகளை விதிப்பதை ஆசிரியர்கள் பொறுப்பில் பிக்குகளும் மாணவர்கள் என்ற நிலையில் பிக்குணிகளும் இருப்பதாய் உணர்த்துகிறது என்பதாக அம்பேத்கர் எழுதுகிறார். ஆனால் இதனை விட ஒரு படி மேலே சென்று, இந்த எட்டு விதிகளும் இடைச் செருகல்களே என்று ஆசிரியர் மிகவும் சார்ந்திருக்கும் ஆய்வாளரான தர்மானந்தர் முடிவுகொள்கிறார். அம்பேத்கரை குறைகாணும் நோக்கத்தில் ஆசிரியர் மூழ்கிடவே, புத்தர் மீது தான் சுமத்திய எட்டு விதிகள் சம்மந்தமான விமர்சனத்தை தவறென, தன்னை அறியாது, தானே

> *And Nature Of Ancient Indian Buddhism, Chapter- Ancient Indian Buddhist Attitude Towards Women, p.71)*

அதுமட்டுமின்றி,

> அம்பேத்கர் பிக்குவாகவோ, பிக்குணியாகவோ ஆவதற்கு பிரம்மச்சரியம் முக்கியமான விதி என்பதைப் போல ஒரு புதிய விதியைப் பேசுகிறார். (பக். 612)

என்ற ஆசிரியரின் கருத்து தவறானது. அம்பேத்கரின் புரிதலில் பிக்குவாகவோ, பிக்குணியாகவோ ஆவதற்கு முன்பு பிரம்மச்சரியமோ அல்லது கன்னித்தன்மையோ முக்கியமான தகுதி/விதி கிடையாது. அப்படியில்லை எனில் பல இல்லறத்தார்கள் சங்கத்தில் இணைந்திருக்க முடியாது. ஆனால் சங்கத்தில் இணைந்த பிறகு பிரம்மச்சரியம் கட்டாயம் என்பதை முன் பத்தியிலேயே பார்த்தோம்.

[444] *See Article "Nuns" in the Catholic Encyclopaedia, Vol. XI. P. 164.*
[445] *BAWS, Vol 17, Part Two, p.114-116*

புலப்படுத்திவிடுகிறார். ஆசிரியரே மேற்கோளிட்டு[446] காண்பிக்கும் தர்மானந்தரின் முடிவுக்கு செல்வோம்,

> இந்த எட்டு நியமங்களையும் மகாப்பிராஜபதி கோதமிக்குத் தெரிவித்தான். அவற்றை அவள் விருப்பத்தோடு ஏற்றுக்கொண்டாள். இதுவரைக்கும் உள்ள இந்தக்கதை அங்குத்தர நிகாயத்தில் அட்டகநிபாதத்திலும் கிடைக்கிறது. அதற்குப் பிறகு பெருமான் ஆனந்தனிடம் கூறுகிறார். 'ஆனந்தா பெண்ணுக்கு இந்த தருமவிநயத்தில் துறவு கிடைக்காமல் இருந்திருக்குமானால் இந்த தருமம் *(பிரம்மசரியம்)* ஓராயிரம் ஆண்டுகள் நிலைத்து இருந்திருக்கும். ஆனால் இப்போது பெண்ணுக்கு துறவற உரிமை கொடுத்துவிட்டதனால், இந்த நல்லறம்,

---

[446] ஒருவாறாக புத்தர் பழைய சம்பிரதாய மரபுகளிலிருந்து தனது பிட்சுணி சங்கத்தை அமைத்தார் என்ற வாதத்திற்காக இந்த மேற்கோளினை ஆசிரியர் பயன்படுத்துகிறார் *(பக்.627).*

பிக்குணிகளை அனுமதித்ததில் புத்தர் முதலானவர் என்று எடுத்துக்கொள்ள தயக்கங்கள் இருந்தாலும், பெண்களை *(பிக்குணிகள் உட்பட)* சமத்துவப்பார்வையில் அணுகியவர்களில் அவர் முதன்மையானவர் என்பதை மறுக்க இயலாது.

> *The Buddha and some of his like-minded colleagues like Ananda had a very positive and revolutionary attitude toward women. The Buddha opened the doors of his dhamma for the equal benefit of both men and women- a position that was exceptional for the time and was perceived as radical and dangerous by his critics. Adoption of such a position reflects an attempt on the part of the Buddha and Ananda to locate virtue and spiritual potential beyond conventional gender distortions. A large number of women took advantage of such an opportunity. The Buddha regarded the feminine as wise, maternal, creative, gentle, and compassionate. (K.T.S. Sarao, Origin And Nature Of Ancient Indian Buddhism, Chapter- Ancient Indian Buddhist Attitude Towards Women, p.66)*

(ஸத்தர்மம்) ஐந்நூறு ஆண்டுகளே நிலைத்திருக்கும்'[447] இப்படி விநயமும் அங்குத்தரநிகாயமும் ஒற்றுமையாகப் பேசுகின்றன. ஆயினும் இந்த எட்டு குருதருமங்கள் பின்னால் ஏற்பட்டவை என்றே சொல்ல வேண்டியிருக்கிறது. ஏனெனில் விநய நியமங்களை ஏற்படுத்துவதில் பெருமான் ஒரு முறையைப் பின்பற்றினார். இந்த நியமங்கள் அந்த முறைக்கு மாறாக இருக்கின்றன. அந்த முறை யாது என்பதைப் பாருங்கள்.

புத்தர் பெருமான் வேரஞ்சா என்ற ஊருக்கு அருகில் இருந்தார். அப்பொழுது அவ்வூர் மருங்கில் கொடும் பஞ்சமாக இருந்ததனால் பிட்சுக்கள் மிகவும் துன்பப்பட்டார்கள். அப்பொழுது ஸாரிபுத்தன் பகவானை அணுகி "பிட்சுக்களின் ஒழுங்குமுறை சிந்தனை ஆகியவை பற்றி நியமங்கள் ஏற்படுத்த வேண்டும்" என்று கேட்டுக்கொண்டான். அதற்குப் பெருமான் கூறினார் "சாரி புத்தா பொறுமையோடு இரு, நியமங்கள் விதிக்க வேண்டிய சந்தர்ப்பம் எது என்பது ததாகனுக்குத்தான் தெரியும். சங்கத்திற்குள் பாவச்செயல்கள் நுழையாத வரைக்கும் அவற்றைத் தடுக்கும் நியமங்களைத் ததாகன் விதிப்பதில்லை".

இந்த வாக்கின்படியே புத்தர் எல்லா நியமங்களையும் ஏற்படுத்தினார். முதலில் ஒரு பிட்சு ஏதாவது குற்றமோ தவறோ செய்வான். அந்தச் செய்தி பெருமானின் காதில் விழுந்ததும் அவர் பிட்சு சங்கத்தைக் கூட்டி ஏதாவது நியமம் விதிப்பார். அந்த நியமத்தின் கருத்தைப்

---

[447] *I.B. Horner* அவர்களும் இவ்வாறே கூறுகிறார்,

> *I.B. Horner feels that the whole prophecy of the decline of the dhamma after 500 years may have been an addition by monks. It is also worthy of notice that these contradictions were resolved only over a period of time and the version in the Cullavagga is probably a still later attempt to rationalize and legitimize post facto what had already become the status quo. (K.T.S. Sarao, Origin And Nature Of Ancient Indian Buddhism, Chapter-Ancient Indian Buddhist Attitude Towards Women, p.73-74)*

பிட்சுக்கள் சரியாக உணரவில்லை என்று தெரியவருமானால் அப்பொழுது அவர் அதில் முன்னும் பின்னும் மாறுதல்கள் செய்வார்.[448]

ஆனால் மகாபிரஜாபதி கோதமியின் விசயத்தில் இந்த முறை பின்பற்றப்படவில்லை. பிட்சுணி சங்கத்தில் எவ்வகையான குற்றமும் நேராதிருக்கையில் ஆரம்பத்திலேயே இந்த எட்டு நியமங்களை பிட்சுணிகளின் மேல் சுமத்தியது விந்தையாகத்தான் தோன்றுகிறது. ஆதலால், பிட்சு சங்கம் எல்லா ஆதிக்கத்தையும் தன் கையில் வைத்துக் கொள்ள வேண்டும் என்ற கருத்துடன் இந்த நியமங்களைப் பிற்காலத்தில் உண்டாக்கி விநயத்திலும் அங்குத்தர நிகாயத்திலும் சேர்ந்து விட்டது என்று கொள்வதே பொருத்தமாகும். விநயபிடகத்தை விட ஸுத்த பிடகம் பழைமையானது. ஆயினும் அதில் சில ஸுத்தங்கள் பிற்சேர்க்கைகளாக உள்ளன. இந்த ஸுத்தமும் அவற்றுள் ஒன்றாக இருக்கலாம். கி.மு. முதல் அல்லது இரண்டாவது நூற்றாண்டில் மகாயான சம்பிரதாயம் வேகமாக பரவியபோது இந்த ஸுத்தம் உருப்பெற்றிருக்கலாம். இதில் வரும் நல்லறம் *(ஸத் தர்மம்)* என்ற சொல்லுக்கு, ஸ்விரவாதிகளின் சம்பிரதாயம் என்று பொருள் கொள்க. பிட்சுணிகளின் சங்கத்தை நிறுவியதனால் அந்த அறம் ஐந்நூறு ஆண்டுகளே நிலைத்திருக்கும்; அதற்குப் பின்பு எங்கும் மகாயான சம்பிரதாயம் பரவும் என்பதே, இந்த ஸுத்தம் இயற்றியவரின் ஜோசியமாகும். இந்த ஸுத்தம் புத்தர் பிரானுடைய பரிநிர்வாணத்துக்குப் பிறகு ஐந்நூறு ஆண்டுகள் கழித்துப் பிறந்தது என்பது இந்த ஜோசியத்திலிருந்தே தெரிகிறது.

பரதநாட்டில் முதன் முதலில் பிட்சுணி சங்கத்தைப் புத்தரே நிறுவியிருந்தாரானால், இந்த எட்டு குரு தர்மங்களை ஓரளவாவது சரித்திரத்தில் சேர்க்க வேண்டியதாயிருக்கும். ஆனால் உண்மை நிலை அவ்வாறு இல்லை. ஜைனமும் வேறு சில சம்பிரதாயங்களும் பௌத்த சமயத்துக்கு இரண்டொரு

[448] இந்நூலின் பக்.*234-235* (அடிக்குறிப்பு *441*) பார்க்க.

> நூற்றாண்டுகள் முன்னரே நிலவி இருந்தன. அந்த சம்பிரதாயங்களில் பிட்சுணிகளில் சிலர், சாதுரியமும் புலமையும் வாய்ந்தவர்களாக இருந்தனர். பாலி இலக்கியத்தில் பல இடங்களில் இந்தச் செய்திகளைக் காணலாம். இந்தப் பழைய அடிப்படையில்தான் புத்தருடைய பிட்சுணி சங்கம் அமைந்தது. குழு ஆட்சியுள்ள ராஜ்யங்களில் – அவ்வளவேன், ஏகாதிபத்திய ஆட்சி தலையெடுத்துக் கொண்டிருந்த ராஜ்ஜியங்களில் கூட, பெண்களை நன்கு மதித்து வந்தார்கள். ஆதலால் பிட்சுணி சங்கத்தைக் காப்பதற்கு விந்தையான நியமங்களை ஏற்படுத்த வேண்டிய தேவையே இல்லை. அசோகனுடைய காலத்துக்குப் பிறகு இந்த நிலை மாறியது. யவனர்களும் சகர்களும் இந்த நாட்டைப் படையெடுக்கலானார்கள். அதனால் பெண்களின் நிலை வரவரத் தாழ்ந்து சமூகத்தில் அவர்களுக்கு மதிப்பே இல்லாது போயிற்று. அத்தகைய காலத்தில் பிட்சுணிகளுக்காக இந்த நியமங்கள் நடைமுறைக்கு வந்திருந்தால் அதில் ஏதும் வியப்பு இல்லை.[449]

ஒரு கட்டத்தில்,

> மனு குலத்தை முன்வைத்து பேசுகையில், அட்ட (எட்டு) விதிகளை வைத்ததன் மூலம் புத்தர் பாலினத்தை முன்வைத்துப் பேசியிருக்கிறார். பார்ப்பனர்களின் [450]

---

[449] பக். 625-627

[450] மநுவோடும் பார்ப்பனர்களோடும் புத்தரை ஒப்பீடுகையில் ஆசிரியரின் ஆய்வு மந்தமாக மாறியதோடு அதன் உச்சத்தையும் தொடுகிறது. அவருக்கான மறுப்பினை இம்முறை *K.T.S. Sarao* அவர்களின் கருத்து மூலம் நினைவூட்ட வேண்டியுள்ளது.,

> *Personally the Buddha treated women at par with men within the samgha. <u>It appears that the anti-women statements that one finds in the ancient Indian Buddhist literature are an interpolation into the original word of the Buddha (Buddhavacana) by the monastic èlite whose attitude toward women was shaped, at least partly, by the various historical</u>*

இடத்தில் அவர் பிக்குவை வைக்கவில்லை. பெண்களைக் கீழாக, ஆணை மேலாக நிலை நிறுத்துகிறார். அவரது ஆணாதிக்கமும் நடைமுறை சார்ந்தது. குலக்கலப்பில்லாத பெண்களை மனு அழைப்பதற்கு எந்த வார்த்தையைத் தேர்வு செய்தாலும் அது அவருக்கு எதிராகவே போய் முடியும். ஆனால் ஒரு

---

developments. It may be pointed out that major portion of the Pali Tipitaka appears to have been compiled at the Third Buddhist Council. In this and the earlier two councils, called to decide the Buddhavacana, the dominant androcentric-patriarchal monks were able to carry through their own points of view. The age of the Buddha was a witness to the origin and development of the Ganga Urbanization as well as the emergence of an individualism and its effects upon those who socially and spiritually lived on the margins of the prevailing Brahmanical culture. The new emerging social order had very little interest in defending the prevailing social values, and in such a climate both women and people of lower social strata in general were freer to explore and profess religious pursuits of their choice. Just as the goal set by the Buddha was not limited to those born in any particular social denomination, so it was not limited to those born as males. Both of these positions reflect an attempt to locate virtue and spiritual potential beyond conventional social and gender distortions. Both can be seen as evidence of a newly emerging sense of the individuality that began to take precedence over narrower biological and social compulsions in the post-Vedic period. Many women were quick to take advantage of the opportunity provided by the Buddha. Some of the Buddha's most acclaimed benefactresses were women, indicating not only that there were a large number of women of independent means during this period but also that their support was instrumental in nursing the nascent samgha. Among the female followers of the Buddha, some remained lay-followers and others gave up worldly pursuits to become nuns. (K.T.S. Sarao, Origin And Nature Of Ancient Indian Buddhism, Chapter- Ancient Indian Buddhist Attitude Towards Women, p.69)

> ஆணுக்கு கீழாக பெண்ணை நிலை நிறுத்துவதில் புத்தர் தன் இயலாமையை சொல்கிறார்.[451]
>
> புத்தர் மூன்று முறை பெண்களை சங்கத்தில் சேர்ப்பதை ஏன் மறுத்திருக்க வேண்டும்? புத்தர் மறுத்திருப்பார். காரணம் காமம் குறித்த அவரது கண்ணோட்டம். அது அவருடைய கண்ணோட்டமும் அல்ல. அன்றைய காலத்தில் காமத்தின் பேரில் துறவிகள் கொண்ட கண்ணோட்டம். அவரும் இதில் விதிவிலக்கல்ல.[452]

என்றெல்லாம் உறுதியான நடையில் எழுதிய ஆசிரியர், இந்த எட்டு விதிகளுமே மகாயான சம்பிரதாயம் வேகமாகப் பரவியபோது பிற்சேர்க்கைகளாக ஏற்பட்டவை என்ற தர்மானந்தரின் முடிவை கையாண்டபப்பிறகு, சந்தேக தொனியிலாவது புத்தரை பழித்திட வேண்டுமென,

> இந்திய சமூகத்தில் பெண்ணுக்கு இருக்கும் வழிமுறைகள் புத்தர் அறிந்ததே. அந்த வகையில் நடைமுறை கருதி புத்தர் இதைப் பேசியிருக்கலாம். எல்லாவற்றிற்கும் மேலாக புத்தர் பெண்களை எந்த நியமங்கள் இன்றியும் சேர்த்திருந்தால் கூட புத்தரது காலத்தில் மட்டுமின்றி, அவர் இறப்புக்குப் பின் இறுதிவரை வந்த பௌத்த மரபில் கூட ஒரு பெண் பிக்குணியும் தத்துவவாதியாக பெயர் பெற்றிருக்கவில்லை.[453]

என எழுதுவது விமர்சன ரீதியில் வசுமித்ரவின் பலவீனத்தையே காட்டுகிறது. சங்கத்தில் பெண்களை பிக்குணிகளாக சேர்த்துக்கொள்வதற்கு எட்டு தலையாய விதிகளை புத்தர் விதிக்கவில்லை; அவை இடைச் செருகல்கள் என்று தர்மானந்தர் கூறுகிறார்[454]. அப்படி இல்லை என ஆசிரியரின் பொருட்டு நாம்

---

[451] பக். *607-608*

[452] பக்.*617*

[453] பக்.*627-628*

[454] தனக்கு தோதாக இல்லாத சுத்தங்களை நிகாயங்களை இடைச் செருகல் என்கிறார் அம்பேத்கர் (பக்.*627*) என்பதாய் ஆசிரியர் குற்றம் காணுகிறார். இந்த எட்டு விதிகள் பொறுத்தமட்டில் அப்படியொரு நிலைப்பாட்டினை தர்மானந்தர் எடுத்துள்ளார். கே.டி.எஸ். சராவ்-வும் எட்டு விதிகளை இடைச் செருகல்கள்

கருதிக்கொண்டாலும், இந்த எட்டு விதிகளும், பிக்குகளுக்கும் பிக்குணிகளுக்கும் இடையிலான ஆசிரியருக்கும் மாணவருக்குமான உறவு என்பதனையே விளக்குகின்றன என்று அம்பேத்கர் எழுதுகிறார். இதில் எந்த நிலைப்பாட்டை நாம் தேர்ந்தெடுத்தாலும் புத்தர் பெண்களுக்கு ஆதரவானவர் அல்ல என்பதான விமர்சன கற்களை எறிவது சாத்தியமில்லாமலே போகிறது.

பௌத்த மரபில் ஒரு பெண் பிக்குணியும் தத்துவவாதியாக பெயர் பெற்றிருக்கவில்லை என்ற ஆசிரியரின் அறியாமையையும் இங்கே அகற்ற வேண்டியுள்ளது,

> *The Buddha viewed the masculine and the feminine as complementary aspects of a unified spirit, in the manner of compassion and wisdom. Undoubtedly there were many women among Gotama's followers who were recognized as fully and equally enlightened and the earliest strata of the Indian Buddhist literature agrees that women could and did become arahants, fully liberated individuals living free from the psycho-physiological suffering that actualizes human existence. Sources within the Tipitaka offer many examples of arahants among the women who had renounced worldly life and even a few cases of women like Khema, who, as chief consort to the king of Magadha, became fully enlightened even before giving up householder's life. Many amongst these well-known women followers like Patacara and Sona, were known for their ability to teach the dhamma; others like Khema were particularly held in high esteem by the Buddha himself for the depth of their knowledge. Some of the bhikkhunis had their own following, and were capable not just of introducing the dhamma, but of bringing new aspirants to full liberation without the mediation of the Buddha or some other senior bhikkhu. In the Tipitaka,*

என்றே முடிவு கொள்கிறார். இப்படியொரு பலமான வாதத்தைக் கூட எட்டு விதிகள் சம்பந்தமாக அம்பேத்கர் எடுத்தாளவில்லை. ஆசிரியர்-சீடர் கண்ணோட்டத்திலேயே அவர் விளக்கம் தருகிறார். ஆசிரியர் இதற்கெப்படி விளக்கம் தரப் போகிறார்? தர்மானந்தருக்கும் கே.டி.எஸ். சராவ்-வுக்கும் ஆய்வு நேர்மை இல்லையென்று பொருள் கொள்வாரா?

women most often are presented as teachers to other women, yet even the conservative editors of these texts preserved a few stories of women like Dhammadinna, who, after becoming a bhikkhuni, had the opportunity to instruct her former husband, Visakha. In the Culavedallasutta, Dhammadinna answers a long series of questions regarding aspects of the doctrine and practice put to her by Visakha, a prominent merchant and lay Buddhist teacher, who the commentaries say, had a substantial following of his own. Visakha later reports Dhammadinna's answers to the Buddha, who is greatly pleased, proclaiming that he would have answered in precisely the same way. There is enough evidence to suggest that women not only were conspicuously present in the earliest community, but also seem to have held prominent and honoured places both as practioners and teachers.[455]

The case of Sanghamitta proves this point of view. She was the daughter of the powerful Indian king Asoka, who had sent her to establish bhikkhuni-samgha in Sri Lanka. This is an indication of the high position that a woman might attain in the Buddhist hierarchy and suggests that, at least in Asoka's time, nothing in Buddhist doctrine prevented women from being considered equal to men.[456]

It must be remembered that the worst enemies of a woman were and still are the family, marriage and maternity- where she is exploited by man as a child-bearing and child-rearing machine. The fact that Buddhism provided her with the opportunity of not only breaking free of such institutions but also of getting unionized- it is no mere achievement. It was only under such an environment that a unique text such as the Therigatha, was produced, which should be mentioned whenever the issue of Buddhism and women is considered.[457]

---

[455] *K.T.S. Sarao, Origin And Nature Of Ancient Indian Buddhism, Chapter- Ancient Indian Buddhist Attitude Towards Women, p.69*

[456] *Ibid, p.71*

[457] *Ibid, p.78*

பெண்கள் விசயத்தில் எந்தப் புரட்சிகர உணர்வையும் புத்தரால் காட்டமுடியவில்லை என்பதனை நிறுவுவதற்கு ஆசிரியரால் எழுதப்பட்டதே இயல் அய்ந்து. இதற்கென இயல் துவங்குவதற்கு முன் நார்மன் மெய்லர்-ன் மேற்கோள் மூலம் அவர் கவனப்படுத்துவதாவது,

> ஒரு பெண்ணுக்கு ஓர் ஆணின் வலிமையைத் தரக்கூடிய ஒவ்வொரு பண்பையும் அவளிடமிருந்து அழிப்பதற்கு மனிதர்கள் கவனம் செலுத்துகிறார்கள். ஏனெனில், அவர்களைப் பிறப்பித்து ஆளாக்கிய சக்தி ஏற்கனவே அவளிடம் இருப்பதை அவர்கள் காண்கிறார்கள்.

பெண்ணிடம் உள்ள பிறப்பித்து ஆளாக்கும் சக்தியைப் பற்றி அம்பேத்கரது புத்தரும் கவனப்படுத்துகிறார். *'Commodity Supreme'* என்று பயன்படுத்தி இருப்பதையும் இதன் பொருளில் விளங்கிக்கொள்வது அவசியம். "பெண் மிக உயர்ந்த பொருளாகும் என்றவரிடம் வேறு எதை எதிர்பார்க்க முடியும். பொருட்களோடு பொருட்களாக பெண்கள் தோன்றி வருகின்றனர்! ஆண்கள் அப்படியில்லை!" [458] என ஆசிரியர் எழுதுவது கீழுள்ள ஆங்கில வரிகளின் சரியான அர்த்தத்தை சிதைப்பதாய் உள்ளது. வார்த்தைகளின் மொழிபெயர்ப்பில் மட்டும் கவனம் கொண்டு அவற்றின் அர்த்தங்களை சமரசம் செய்துக்கொள்ளும் பாங்கிற்கு மற்றுமொரு உதாரணம் இது,

> *The birth of a daughter has been from ancient past regarded as a calamity by the people of India generally. Did the Buddha share this sentiment? His attitude towards this question was quite the contrary to the traditional view as is illustrated by this advice to King Prasenajit. Once King Prasenajit was visiting the Buddha at Sravasti in Jeta's garden. A messenger from the Royal Palace came and informed him that his wife Queen Mallika had given birth to a daughter. On hearing this news the King went off his colour and looked sad and dejected. The Buddha noticed this change on his face and asked him for the cause of it. On being informed of it the Buddha said, "Why be*

[458] பக். *616*

> *sorry?*[459] *A woman child, O Lord of men, may prove even a better offspring than a male. For she may grow up wise and virtuous... The boy that she may bear may do great deeds and rule great realms..."*[460]

> *On another occasion the Buddha, speaking of the value of a woman to the world, said,*

---

[459] பசனேதியின் (பிரசெனஜித்) கவலை குறித்து தனக்கே தோதுவாகப்படும் ஒரு காரணத்தையும் விளக்குகிறார் ஆசிரியர்,

> பசனேதி பெண்குழந்தை பிறந்ததற்கு வருத்தப்பட்டது தர்க்கப்பூர்வமாக அரசாட்சி குறித்தல்ல. அவரது குலம் தாழ்ந்த குலம் எனச் சாக்கியர்களால் நிராகரிக்கப்பட்டதும், சுய ஒடுங்குதலின் வேதனையும்தான். அரசனான தனக்கே புத்தரது சாக்கிய குலம் அடிமைப் பெண்ணை ஏமாற்றிக் கட்டி வைக்கும்போது, அரசனுக்கும் அடிமைக்கும் பிறந்த பெண் குழந்தையை சமூகம் எப்படிப் பார்க்கும்.என்ற அச்சம்தான். *(பக். 750)*

இக்கூற்றானது, ஆசிரியரின் விருப்பவாதத்திற்கான மற்றொரு சிறந்த எடுத்துக்காட்டு எனலாம். ஏனென்றால், பெண் குழந்தையை *(இளவரசி வஜிரா (Vajira))* ஈன்றெடுத்த ராணி மல்லிகா அடிமையாய் இருந்ததில்லை. மாறாக, *She was the daughter of the chief of garland-makers.* இளவரசி வஜிரா-வும் பின்னாளில் மன்னர் அஜாதசத்ரு-விற்கு மணமுடிக்கப்படுகிறாள் என்ற வரலாற்றுத் தகவலும் ஆசிரியரின் வாதத்திற்கு துணை சேர்க்கவில்லை.

பசனேதியின் மற்றொரு ராணியான வாசக பத்தியா என்பவள் மகாநாம சாக்கியனுக்கும் அடிமை பெண்ணுக்கும் மகளாக பிறந்தவள் என்பதை இங்கே கவனிக்க வேண்டும். வாசக பத்தியா ஈன்றெடுத்த மகனே விதுதாபா *(Vidudabha)* ஆவான் *(இந்நூலின் பக்.138-140 பார்க்க).*

[460] *BAWS, Vol 17, Part Two, p.117*

> *"Woman is the <u>commodity Supreme</u> because (as the commentator adds) she is of indispensable utility, or because through her Bodhisattvas and world rulers take birth."*

> *How can a person in whose view the birth of a daughter was not an occasion for sorrow and might well be an occasion of joy, who held the view that those families are saved from a downfall which place a woman in authority over their affairs, who had no hesitation in describing woman as one of the seven Treasures and a thing of supreme value, be described as a hater or despiser of woman? These statements are typical of the general sentiments entertained by the Buddha towards womankind. Can anybody say that they are calculated to bring the woman into ridicule and contempt?*[461]

நார்மன் மெய்லர்-ன் கருத்தை தங்குத்தடையின்றி ஏற்றுக்கொள்ளும் ஆசிரியர் அதே கருத்தினை புத்தர் கவனப்படுத்தியிருப்பதை மட்டும் குறையாக திரித்து விமர்சிப்பது ஒரு பக்க சார்பாக உள்ளது.

> பெண்களின் இருப்பை அங்கீகரிப்பது என்பது, அம்பேத்கரின் புத்தரைப் பொறுத்தவரை அவள் ஒழுக்கமுடையவளாய் இருந்து ஒரு வாரிசைப் பெற்றுப் போட வேண்டும் அதுவும் ஆண் வாரிசாய்த்தான் இருக்க வேண்டும் என்பதுதான்.

என்ற ஆசிரியரின் விமர்சனம் ஐயமின்றி தவறானதே. ஒரு பெண் குழந்தை, ஓர் ஆண் குழந்தையைக் காட்டிலும் சிறந்ததாக இருக்கக்கூடும் *(A woman child, O Lord of men, may prove even a better offspring than a male)* என அப்பத்தியிலேயே பிரசெனஜித்திடம் புத்தர் கூறுகிறார். இதுதவிர, அரசனின் மகள் பெற்ற மகனும் மகத்தான செயல்கள் புரிந்து அரசாளலாம் என்ற புத்தரின் பதிலில் மகள் வழி வம்சத்திற்கும் சமமான முக்கியத்துவத்தை அவர் உணர்த்துவதை நாம் புரிந்துகொள்ள முடியும். ஆசிரியரின் வாதத்திற்கான நேரடி மறுப்பாக, பிள்ளையை பெற்றுத்தருவதற்கு மட்டுமே பிராமணி இருக்கிறாள் என்று கருதும் பிராமணர்களை புத்தர் விமர்சனமும்

---

[461] *Ibid, p.118*

செய்கிறார். தோனர் என்ற பிராமணருடன் அவர் நடத்தும் வாதத்தின் போது இதனை கவனிக்கலாம்,

> *"And wherefore goes he (Brahmin) not to one not in her season? If, Dona, a Brahmin go to one not in her season, never for him does the Brahmani become a means for lust, for sport, for pleasure; the Brahmani is for the Brahmin just as a means to beget offspring.*[462]

அடுத்ததாக,

> வேதத்திற்கு எதிராய் புரட்சி செய்தார் என்று அம்பேத்கர் கூறுகையில் புத்தரது தத்துவத்தில் உள்ள இந்த பெண் இணைப்பு குறித்து அம்பேத்கர் குறிப்பிடும் எந்த பிராமணரும் வாதிடவே இல்லை. அவர்கள் வாதிட்டது தர்க்க ரீதியான மதம் மற்றும் சடங்குகள் குறித்துத் தானே தவிர பெண்கள் குறித்து இல்லை.[463]

என்பதனை பின்வரும் நிகழ்வுகள் மூலமாகவும், பிக்குணிகளின் உறுதியான கூற்றுகள் மூலமாகவும் நாம் மறுக்க முடியும்,

> *In the Vinaya there are several examples of brahmanas who spoke of bhikkhunis as harlots. These stories provide a glimpse of bhikkhunis in the midst of the Brahmanical social milieu during the time of Gotama, the Buddha. For example:*
>
> > *Now at that time several nuns, going to Savatthi through the Kosalan districts, having arrived at a certain village in the evening, having approached a certain brahmana family, asked for accommodation. Then that brahmana woman spoke thus to these nuns:*
> > *"Wait, ladies, until the brahmana comes."*
> > *Then that brahmana having come during the night, spoke thus to that brahmana women:*
> > *"Who are these?"*
> > *"They are nuns, master."*

[462] *Dr. B. R. Ambedkar, The Buddha And His Dhamma, p.498*

[463] பக். *623*

Saying: "Throw out these shaven-headed strumpets," he threw them out from the house.[464]

...

In allowing women to become Bhikkhunis the Buddha not only opened for them the way to liberty, he also allowed them to acquire dignity, independent of sex. To her freedom she could, in the words of Mrs. Rhys Davids :

"Wed the other austere joy of being recognized, at least by her brother Arahants, 'as a rational being, without reference to sex. As such she breathed the spiritual atmosphere, she shared the intellectual communion of that religious aristocracy called in the Pitakas, Ariyas, with whom she claimed that power of seeing all things as they really are' which the Buddhist called being awake.

'How should the woman's nature hinder Us-us Ariyas says Soma, a Bhikkhuni:

"What can that signify to one in whom

Insight doth truly comprehend the Norm?

To one for whom the question doth arise:

Am I a woman in such matters, or

Am I a man? or what not am I, then?

To such an one is Mara fit to talk!"

This is not all. The Buddha in allowing women to become Bhikkhunis he opened them the way to equality with man.[465]

...

"And be it a woman, or be it man for whom
Such chariot doth wait, by that same car
Into nibbana's presence shall they come."

---

[464] *K.T.S. Sarao, Origin And Nature Of Ancient Indian Buddhism, Chapter- Ancient Indian Buddhist Attitude Towards Women, p.66*

[465] *BAWS, Vol 17, Part Two, p.121*

Passages such as this suggest that whatever limitations women might conventionally be held to have had, they were not to be kept out of any form of Buddhist practice nor from the ultimate goal, i.e., nibbana. Radical as this position was socially, it was quite consistent with the basic philosophical principles of the Buddha's teaching. It was a revolutionary breakthrough in the sense that women were explicitly included in the Buddhist quest for liberation. In other words, the Buddha and some of his associates like Ananda clearly held the view that one's sex, like one's caste, presented no barrier to attaining the Buddhist goal of liberation from suffering. (K.T.S. Sarao, Origin And Nature Of Ancient Indian Buddhism, Chapter- Ancient Indian Buddhist Attitude Towards Women, p.70)

பௌத்த நூல்களில் ஆங்காங்கே காணப்படும் ஆணாதிக்க கருத்துகளையும், பிக்குணிகள் சம்பந்தமான எட்டு விதிகளையும் சார்ந்து மட்டுமே தனது விவாதத்தை சுருக்கிக்கொள்ளும் ஆசிரியர் ஏன் புத்தரின் கோட்பாடுகளை கொண்டு அவரை விமர்சிக்க துணியவில்லை என்ற கேள்வியை இங்கே வைக்க வேண்டியுள்ளது. பெண்களுக்கு எதிராகவும், சமத்துவத்திற்கு எதிராகவும் புத்தரின் கோட்பாடுகளை வளைக்க முடியாது என்ற நிதர்சனமான உண்மை ஆசிரியருக்கு எட்டாக்கனியாகவே கசக்கின்றது.

இறுதியாக, ஆசிரியர் ஆங்காங்கே எழுப்பியிருக்கும் பின்வரும் வினாக்களும், சந்தேகங்களும் கவனிக்கப்பட வேண்டியவை. அவர் கட்டமைத்த வாதத்தை அவர் எழுத்துகளே வீழ்த்துவதாய் இவை உள்ளன,

> புத்தரோ வர்ணக் கலப்பையும் சாதிக் கலப்பையும் ஏற்றவர், ஆனால் எட்டு விதிகள் ஆணாதிக்கத்தை மட்டுமே மையமாகக் கொள்கின்றன. <u>இது எப்படி சாத்தியமாகக் கூடும்</u>. குழப்பங்களே மிஞ்சுகின்றன.[466]

> தான் விரும்புவது கருணை அல்ல, மைத்ரி. அது விலங்குகளிடம் கூடக் காட்டப்பட வேண்டும் என்று கருத்துக் கூறிய புத்தர், <u>சம்பந்தமே இல்லாமல்</u> மூன்று

[466] பக். *608*

> முறை சங்கத்தில் சேர பெண்களுக்கு இடமில்லை என்பதோடு அதற்கான எட்டு விதிகளையும் இட்டது ஏன்?[467]
>
> புத்தர் துறவை ஏற்று ஆறு ஆண்டுகாலத்திற்கு பின் ஞானமடைகிறார். அதோடு தனது அறச்சக்கரத்தையும் உருட்டுகிறார். அப்பொழுது பெண்கள் குறித்த கேள்வி எங்கும் அவருக்கு எழவில்லையா? தான் விதித்திருக்கும் கோட்பாடு ஆண்களுக்கு மட்டும்தான் என நினைத்திருந்தாரா? அப்படி நினைத்திருந்து, அவரே எதிர்பாராத விதமாகக் கேட்டிருந்தால்தான் பெண்கள் இணைவதா என்ற கேள்வி வந்து, அதற்கு நிபந்தனைகளையும் புத்தர் இட்டிருக்க முடியும்.[468]

ஆசிரியர் எழுப்பும் சந்தேகங்கள் அனைத்துமே புத்தருக்கு எதிராக அவர் எழுப்பும் குற்றச்சாட்டினை கேள்விக்குட்படுத்தவும் பயன்படுத்தப்பட்டிருக்க வேண்டும். ஆனால் அதற்கு அவரது சார்பு நிலை அனுமதிக்கவில்லை. வர்ணக் கலப்பையும் சாதிக் கலப்பையும் ஏற்ற புத்தர், கருணையை மட்டுமின்றி மைத்ரியை வலியுறுத்தும் புத்தர், அனைவருக்குமான கோட்பாட்டினை பேதமின்றி அளித்த புத்தர் பெண்களை சங்கத்தில் இணைப்பதற்கு எந்தவொரு பிரத்யேக விதியையும் இட்டிருக்க முடியாது என்று முடிவுகொள்வதற்கு ஆசிரியரின் சந்தேகங்களே அவரை அழைத்துச்செல்கின்றன. ஆனால் அவரது நோக்கமானது அவரை முடக்குகின்றன. இந்த எட்டு விதிகளுமே மகாயான சம்பிரதாயம் வேகமாகப் பரவியபோது பிற்சேர்க்கைகளாக ஏற்பட்டவை என்ற தர்மானந்தரின் முடிவும் கே.டி.எஸ். சராவ்-வின் முடிவும் ஐயமின்றி சரியானதே. *I.B. Horner* அவர்களும் பிற்சேர்க்கைக்கான சுவடுகளை சுட்டிக்காட்டியிருப்பதை அடிக்குறிப்புகளில் ஏற்கனவே கவனப்படுத்தியுள்ளோம்.

சங்கத்தில்,

> புணர்ச்சி தடை செய்யப்பட்ட ஒன்றாக இருக்கையில், வருணக் கலப்பு சாத்தியமே இல்லை.

---

[467] பக். *618*

[468] பக். *624*

> வருணக்கலப்பில்லாத சங்கத்தை ஆளும்வர்க்கம் தனதாக நினைத்ததில் எந்த ஆச்சரியமும் இல்லை.[469]

என்ற வாதம் பிழையானதாகும். வெவ்வேறு வருணப் பின்னணியியை சேர்ந்திருக்கும் பிக்கு பிக்குணிகளை உள்ளடக்கிய சங்கம் ஆளும்வர்க்கத்தை எப்படி கவர்ந்திருக்கும்? ஆசிரியர் பயன்படுத்தி இருக்கும் ரைஸ் டேவிட்ஸ் அவர்களின் கருத்தையே இங்கு நினைவூட்டலாம்,

> சங்கத்தின் மேலான மிக முக்கியமான உறுப்பினர்களுள் ஒருவர் (கோதமருக்கு அடுத்தபடியாக தலைவராகக் கருதப்பட்டவர்) உபாலி. இதற்கு முன் கேவலமான தொழிலைச் செய்து வந்த நாவிதன் ஆவார். இவர் போன்றவர்தான் சுனிதா என்பவரும். இவரது பாடல்கள் தேர கதாவில் சேர்க்கப்பட்டுள்ளன. இவர் தாழ்ந்த குலமான புக்குசம் என்பதைச் சேர்ந்தவர். ஒரு பயங்கரமான மதவிரோதக் கருத்தினைப் பரப்பிய சதி மீனவர் இனத்தைச் சேர்ந்தவர். இவர் இனம் பின்னால் கீழ்ச்சாதியாக மாறியது. கொடூரச் செயலிலீடுபட்டு வந்ததால் அது எல்லோராலும் வெறுக்கப்பட்டது. நந்தன் இடையன், பந்தகர் என்னும் இருவர் ஓரடிமைக்கும், மேல்ஜாதிப் பெண்ணிற்கும் பிறந்தவர்கள். கபா மான் வளர்ப்பவனின் பெண், புன்னா, புன்னிகா ஆகியோர் அடிமைப்பெண்கள், சுமங்கல மாதா காடுகளில் வேலை செய்பவர் மகள் ஆவாள். சுபா என்பவள் கொல்லன் மகள். இதுப்போன்று ஏராளமான உதாரணங்களைத் தரலாம்.[470]

எளிய மக்களையெல்லாம் பிக்கு பிக்குனியாக அனுமதித்த சங்கத்தை ஆளும்வர்க்கம் தனதாக நினைத்திருக்கிறது என்பது பல தர்க்கத் தவறுகளுக்கு இட்டுச்செல்லும். கம்யூனிச தளத்திலிருந்து வரும் ஒரு முதிர்ச்சியற்ற விவாதமாகவே இதனை எடுத்துக்கொள்ள வேண்டும்.`

---

[469] பக். 599

[470] பக். 584-585

> *சாதிரீதியாகப் பார்ப்பது என்பதுதான் இங்குள்ள பெரும்பான்மையான தலித் அடையாள அரசியல்வாதிகளின் செயல்பாடாக இருக்கிறது.*[471]

என்று எழுதும் அதே ஆசிரியர் தான் பின்வரும் மனோபாவத்தையும் கொண்டுள்ளார்,

> *பிராக்ரதியும் அவளது தாயும் சேர்ந்து கூட்டுச்சதி செய்வதைப் போல் அம்பேத்கர் விவரிக்கிறார். சண்டாளிகை என்றால் தாயும் பெண்ணும் கூட்டுச்சதி செய்வார்களா? ஆனால் அம்பேத்கரின் பார்ப்பனப் பெண்கள் அப்படியல்ல. புத்தரின் தன்மை தெரிந்து அவருக்கு மடம் கட்டிக் கொடுப்பதும், வயிறு நிறைய வகை வகையான உண்டக்கட்டி கொடுத்தும் அறிவுரை ஞானம் எல்லாம் பெற்றுச் செல்வார்கள். ஆனால் சண்டாளிகைகள் அப்படிச் செய்யமாட்டார்கள் என்று அர்த்தம் கொள்ளலாமா?*

பிராக்ரதி சம்பந்தமான நிகழ்வினை அம்பேத்கர் சாதிய மனநிலையுடன் விவரிக்கவில்லை என்பதை அத்தலைப்பினை[472] முழுதும் படிப்பவர்களுக்கு விளங்கும். ஒடுக்கப்பட்ட வகுப்பில் பிறந்த அம்பேத்கரே ஒடுக்கப்பட்டவர்கள் குறித்தான சாதிவெறி எண்ணங்களை கொண்டுள்ளார் என்பதான முட்டாள்தனமான வாதத்தை ஆசிரியர் வைக்கிறார். இதுபோன்ற கண்மூடித்தனமான பிதற்றலுக்கு அவருடன் துணை நிற்பதற்காக யாரேனும் வருவார்களா என்பதுகூட சந்தேகமே.

---

[471] பக். *676*

[472] *Dr. B. R. Ambedkar, The Buddha And His Dhamma, p.196-200*

இயல் ஆறு

இதுவரை வாசித்த இயல்களில், ஆசிரியரின் நூலும் அவரது விமர்சனங்களும் என்ற அடிப்படையிலேயே விளக்கங்கள் கொடுக்கப்பட்டுள்ளன. இனி ஆசிரியர் வைத்துள்ள தலைப்பின் அடிப்படையில் அம்பேத்கருடைய தம்மம் என்பது யாது என்பதை கண்டுகொள்ளும் போது தான் நமது வாசிப்பும் முழுமைபெறும். இவ்வியலில் இவற்றினைக் கவனிப்போம்.

ஆசிரியர் தான் நோக்கமாகக் கொண்டிருக்கும் அம்பேத்கரது புத்தர் பற்றிய வைதீக கற்பிதத்தை, வாசகர்களுக்கு விளக்குவதற்கு முன்னரே, அவரது புத்தகத்தின் முன்னோட்டத்தில் அலாதியாய் அத்திரிபினை பதிய வைத்துவிடுகிறார். பொய்யை திரும்பத் திரும்ப உரைப்பதன் மூலம் மாயையான உண்மையை உருவாக்கிடும் உத்தியாக இது உள்ளது,

> <u>அம்பேத்கரது பௌத்தம் வைதீக அடிப்படையைக் கொண்ட மகாயானத்தை அடிப்படையாகக் கொண்டுள்ளது</u>. அதையே அவர் பௌத்தமென முன்மொழிகிறார்.[473]
>
> மறுபிறப்புக் கொள்கை, போதி சத்வக் கொள்கையை எடுத்தாண்டதுடன், மீமனிதராக புத்தரைச் சித்தரித்த <u>அம்பேத்கரது புத்தர் வைதீக புத்தரே</u>.[474]

---

[473] பக். 43

[474] பக். 45

பௌத்த மதத்தைப் பற்றிய ஒரு நூல் அவசியம், பௌத்தத்திற்கு ஒரு பைபிள் தேவை என்று கூறிய அம்பேத்கர், 'புத்தரும் அவர் தம்மமும்' நூலை ஒரு பௌத்த பைபிளாகவே படைத்தளிக்கவும் செய்திருக்கிறார். விமர்சன அடிப்படையில் வைத்துப் பார்த்தாலும் கூட, இந்நூல் பண்டைய பௌத்தம் பற்றிய, பகுத்தறிவுக்கு உகந்த ஆய்வு நூல் அல்ல. அதை அவர் உருவாக்கி, விதந்தோதியதன் அடிப்படையிலும் அது மகாயான பௌத்தமே. தலித் ஆய்வாளர்கள் தங்களது வியாக்யானங்களால் அதை நவயான பௌத்தமாகத் திரித்து அளிக்கிறார்கள்.[475]

அம்பேத்கரது பௌத்த ஆய்வுகள் வரலாற்றுப் பூர்வமான தரவுகளைக் கொண்டு நிர்மாணிக்கப்பட்டவை அல்ல. அவை அவரது ஊகங்களையும், அவரது நம்பிக்கைகளையும் முன்னுதாரணமாகக் கொண்டவை. பௌத்த மதத்தின் வைதீகச் சுத்தக் கதைளை ஆதரமாகக் கொண்டவை.[476]

ஆனால் அதேசமயம், வரலாற்றுக்குப் புறம்பான புத்தரைத்தான் அவரும் படைத்தளித்திருக்கிறார். அவரது வைதீக பௌத்தத்தையே இங்குள்ளோர் நவயானம் என்று கூறுகிறார்கள்.[477]

அம்பேத்கரது புத்தர், பண்டைய புத்தராகத்தான் இருப்பார் என்கிற அவநம்பிக்கையும் அதில் சேர்ந்து கொண்டது. இன்னமும் சொல்லப் போனால் 'புத்தரா கார்ல்மார்க்ஸா' என்ற கட்டுரையின் மூலம் பண்டைய புத்தரை நிலைநாட்ட அம்பேத்கர் விரும்புகிறார் என்கிற தப்பர்த்தமே கொள்ளப்பட்டது. அந்தக் கட்டுரையை மட்டும் வைத்து, அம்பேத்கரது பௌத்தத்தை நாம் எடை போட்டு விட முடியாது. அவரது இறுதி நூலான 'புத்தரும் அவர் தம்மமும்' நூலை நாம் கற்றிருந்தால், அவரது பௌத்தம் மகாயான பௌத்தமான வைதீக

475 பக். 47

476 பக். 63

477 பக். 65

> <u>பௌத்தம்</u> என்பதை நேரடியாக உணர்ந்திருக்க முடியும்.[478]

மகாயான பௌத்தமாகவும் வைதீக பௌத்தமாகவும் அம்பேத்கரின் புத்தருக்கு முடிவுரை வழங்கும் ஆசிரியர் இதற்காக அம்பேத்கரின் 'புத்தரும் அவரது தம்மமும்' நூலை எவ்வாறு பயன்படுத்தி உள்ளார் என்பதனையும் இங்கே விளங்கிக்கொள்ள வேண்டியுள்ளது. அம்பேத்கர் எட்டு நூல்களாக 'புத்தரும் அவர் தம்மமும்' புத்தகத்தை பிரிக்கிறார். அவை பின்வருமாறு,

> *BOOK I: Siddharth Gautama—How a Bodhisatta became the Buddha*
>
> *BOOK II: Campaign of Conversion*
>
> *BOOK III: <u>What the Buddha Taught</u>*
>
> *BOOK IV: <u>Religion and Dhamma</u>*
>
> *BOOK V: The Sangh*
>
> *BOOK VI: He and His Contemporaries*
>
> *BOOK VII: The Wanderer's Last Journey*
>
> *BOOK VIII: The Man who was Siddharth Gautama*

புத்தரின் கோட்பாடுகளை பகுப்பாய்வு செய்து முடிவுகொள்வதற்கு நூல் *3* (புத்தர் எவற்றைப் போதித்தார்) மற்றும் நூல் *4* (மதமும் தம்மமும்) ஆகியவற்றில் மிக நேரிடையாகவும் எளிமையாகவுமே அம்பேத்கர் விளக்கியுள்ளார். ஆசிரியரின் ஆய்வு கவனம் அல்லது விமர்சனப் பார்வையானது இவ்விரண்டு நூல்களை நோக்கி பெரிதாக இல்லை. வைதீக சாயங்களை பூசுவதற்கு முன் பரலோகம் குறித்தோ, ஆன்மா குறித்தோ, கர்மவினை குறித்தோ அல்லது பார்ப்பனியம் கூறும் மறுபிறவி குறித்தோ புத்தரது நிலைப்பாடாக அம்பேத்கர் என்ன கூறியிருக்கிறார் என்பதனை முடிவுகொள்ள இவ்விரண்டு நூல்களும் மிக வெளிப்படையான அளவுகோல்களாக உள்ளன. மூல பௌத்தத்தில் இருந்த முற்போக்குக் கருத்துகளையும் வெளியே தூக்கி எறிகிறது

---

[478] பக். *132*

அம்பேத்கரது பௌத்தம் [479] என்ற ஆசிரியரின் முடிவை இனிவரும் விளக்கங்கள் மூலமே நாம் நிராகரிக்க வேண்டியுள்ளது. இது மட்டுமின்றி பௌத்தம் குறித்தும் புத்தர் குறித்தும் அம்பேத்கர் பேசிய உரைகளும் அவரது புத்தரை வரையறை செய்வதற்கான நேரடி அத்தாட்சிகள் ஆகும். இவற்றினையெல்லாம் புறந்தள்ளிவிட்டு, அம்பேத்கரது நேரடி விளக்கங்களுக்கும் பற்றாக்குறை உள்ளதுபோல், புத்தரின் வாழ்க்கை விவரணைகள் சார்ந்த பகுதிகளில் இருந்து (நூல் *1* மற்றும் நூல் *2)* வைதீக கண்டுபிடிப்புகளை ஆசிரியர் உருவாக்குவது அவரது வாதங்களுக்கும் வலு சேர்க்காமல் அவரது நூலினையும் நாவலாக மாற்றியுள்ளது.

சுருங்கச்சொன்னால், அம்பேத்கரது பௌத்தம் மகாயான பௌத்தமான வைதீக பௌத்தம் என ஆசிரியர் நிறுவிட அம்பேத்கர் விளக்கும் புத்தரின் கோட்பாடுகள் இடம்கொடுக்கவில்லை. எனவே ஆசிரியர் அவற்றினை கையாளவும் இல்லை. பௌத்த சுத்தாக்களில் துணைகொண்டு கட்டமைக்கப்படும் புத்தரின் வாழ்க்கை வரலாற்றில் தனக்குத் தேவையான ஆதாயங்களை அவர் தேடுகிறார். இதனாலேயே நூல் *1* (சித்தார்த்த கவுதமர்- ஒரு போதிசத்வர் எவ்வாறு புத்தர் ஆனார்) மற்றும் நூல் *2* (தம்ம தீக்‌ஷா செயற்பாடுகள்) ஆகியவைகளை மிகுதியாய் ஆசிரியர் கையாண்டுள்ளார். நேரிடையான ஆதாரங்களின் அடிப்படையில் நேர்மறையான அவரது முடிவுரைகளை அமைக்க முடியாது என்பதை நினைவில் கொள்ள வேண்டியுள்ளது.

புத்தரின் கோட்பாடுகளை அல்லது அவரது தம்மத்தை ஆசிரியர் எவ்வாறு கேள்விக்குட்படுத்துகிறார் என்ற ஆர்வமே அவரது 'அம்பேத்கரும் அவரது தம்மமும்' நூலினை நான் வாசிப்பதற்கு காரணமாய் இருந்தது. நீண்ட காத்திருப்பிற்குப் பின் அவரது *661* ஆவது பக்கத்தில் தம்மம் சம்பந்தமான விமர்சனம் ஆரம்பமாகிறது. புத்தகம் முடிவு பெறும் நேரத்தில் தலைப்பின் கருவை பற்றி எழுதத் தொடங்கியிருப்பது ஒரு பக்கமிருக்க இந்த விமர்சனங்களும் அடுத்த *74* பக்கங்களுக்குள் முடிந்து விடுகிறது. இவற்றுள் கம்யூனிசம் தொடர்பான வாதங்களும், நீண்ட மேற்கோள்களும் உள்ளடங்குகிறது. இயலின் தலைப்பிற்கு பொருந்தாதவாறு முதல் *14* பக்கத்திற்கு வர்க்கம் சம்பந்தமாக

---

[479] பக். *858*

சில பதிவுகளை தருகிறார். பிறகு ஏசு, நபி, கிருஷ்ணன் என சுற்றுகிறார். தம்மத்தை விட்டுவிட்டு மீண்டும் விவரணைகளை விமர்சிக்கிறார். தன் நூலின் தலைப்பிற்கான நியாயமான உள்ளடக்கத்தையும் ஆசிரியர் எழுதவில்லை என்றே குறிப்பிடவேண்டும்.

ஆசிரியர் தரும் சிறுகுறிப்பையும் இங்கே மேற்கோளிட வேண்டியுள்ளது,

> இங்கு அம்பேத்கரது புத்தரை நோக்கியே நான் எனது வினாக்களை வைத்திருக்கிறேன். அதோடு பண்டைய பௌத்தத்தை அதன் ஆய்வாளர்களின் பார்வையோடு முன்வைத்திருக்கிறேன். எனவே அம்பேத்கரது புத்தரை, பண்டைய புத்தராய் புரிந்து கொண்டு, ஒட்டுமொத்த பௌத்தத்தை நான் விமர்சிக்கிறேன் என மனம் கொதித்துப் படிக்க வேண்டிய அவசியமில்லை.[480]

அம்பேத்கரது நூல் *3* (புத்தர் எவற்றைப் போதித்தார்) மற்றும் நூல் *4* (மதமும் தம்மமும்) ஆகியவற்றோடு பண்டைய பௌத்தத்தை ஆய்வாளர்களின் பார்வையோடு முன்வைத்திருப்பதாய் கூறும் ஆசிரியரின் வாதங்களையும் ஒப்பிட்டால் பண்டைய பௌத்தத்தின் மையத்தில் அம்பேத்கரது விளக்கங்கள் பொருந்திப்போவதை நம்மால் கவனிக்க இயலும். இனிவரும் பக்கங்களில் இவற்றினை கவனப்படுத்தியிருப்பது ஒருபுறமிருக்க ஆசிரியர் கூறும் ஆய்வாளர்களையும் இவ்விடத்தில் விமர்சிக்க வேண்டியுள்ளது.

ராகுல் சாங்கிருத்யாயன் பரலோகத்தை ஏற்றுக்கொள்ளும் புத்தரை கூறுகிறார்[481]. நீ முற்பிறப்பில் செய்த வினையே இப்பிறப்பின் நிலைமைக்கும் ஏழை பணக்காரன் என்ற வேற்றுமைக்கும் காரணமாகும் என்று புத்தர் கூறுவதாகவும் அவர் தொடர்கிறார்[482]. பண்டைய இந்தியா என்று தலைப்பிட்டுவிட்டு டி.டி. கோசாம்பி விளக்கும் பௌத்தமோ "இத்துறவிகளோ அவன் விளைவித்த உபரியைத்தான் தின்றனர். ஆனால் அவனுடைய (பாமரனுடைய) துன்பங்களை இரக்கமற்ற

---

[480] பக். *148*

[481] பக். *719*

[482] பக். *720 /* ராகுல் சாங்கிருத்யாயன், பௌத்த தத்துவ இயல், பக். *46*

ஒரு கொள்கையைக் கூறிக் கழித்துக் கட்டினர். அதாவது, ஏதோ ஒரு முற்பிறப்பில் அவன் செய்த தீச்செயல்களினால், அத்துன்பங்கள் அவனுக்கு ஏற்றதுதானாம்"[483] என்றே செல்கிறது. ஒரு மனிதன் இறந்த பிறகும் அவன் கடைப்பிடித்து வந்த கர்மப்பயன் தொடருமென்று புத்தர் உறுதியாகக் கருதினார் என்பது ராம்விலாஸ் சர்மா-வின் கூற்று.[484] புத்தரும் சாக்கிய குலப் பெருமையைப் பேசுபவர்தான் என கோசாம்பி கூறுவதாக ஆசிரியர் எழுதுகிறார்.[485] அதே சமயம் புத்தரோ வர்ணக் கலப்பையும் சாதிக் கலப்பையும் ஏற்றவர் என்பதும் ஆசிரியருக்கு தெரிந்திருக்கிறது.[486] இக்கூற்றுகளைக்கொண்டு பார்த்தால் ராகுல் சாங்கிருத்யாயன், ராம்விலாஸ் சர்மா மற்றும் கோசாம்பி போன்றோர் பண்டைய பௌத்தத்தைத்தான் விவரிப்பதாய் எப்படி எடுத்துக்கொள்ள முடியும்? இவை பண்டைய பௌத்தம் கிடையாதே. மாறாக, பண்டைய பௌத்தத்திலிருந்து வெகுத்தொலைவில் இருக்கும் அவர்களது ஆய்வுப்பார்வைகளை மட்டும் தேர்ந்தெடுத்து கையாண்டுள்ளார் ஆசிரியர். பண்டைய பௌத்தத்தை விட பார்ப்பனிய ஆதிக்கத்தால் திரிபுகளுக்கு உள்ளாக்கப்பட்ட பௌத்தத்தின் மீதே அவரின் ஆர்வம் செல்கிறது. இந்த பின்னணியிலேயே அவரது நூலும் கட்டமைக்கப்பட்டுள்ளது. *It is fundamentally wrong to read back the mediaeval understanding and provide it as the interpretation of ancient history of Buddhism.* ஆசிரியரோடு சேர்ந்து மேற்கூறிய ஆய்வாளர்களும் இத்தவறினை மிகுதியாகவே செய்துள்ளனர்.

> "புத்தர் தனக்கோ தன் தம்மத்திற்கோ தெய்வீகம் இருப்பதாகக் கோரவில்லை. அது மனிதனுக்காக மனிதனால் கண்டெடுக்கப்பட்டது. அது இறை வெளிப்பாடல்ல" எனச் சொல்லும் அம்பேத்கர் 32 குறிகள் குறித்துக் கூறியது இறை வெளிப்பாடில்லையா, போதிசத்வராக வாழ்ந்து இரட்டிப்பாய் தகுதி பெற்று,

---

[483] பக். 838

[484] பக். 724 / தேவிபிரசாத் சட்டோபாத்யாயா, ராம்விலாஸ் சர்மா, பொன்கார்ட்-லெவின், பௌத்தம் ஒரு மார்க்சிய அறிமுகம், மார்க்சிய ஒளி கட்டுரைகள், பக்.52

[485] பக். 326

[486] பக். 608

> பத்து வாழ்வுகள் வாழ்ந்தது இறை வெளிப்பாடில்லையா? பாத்திரத்தை விட்டெறிந்து, ஆற்று நீர் சோதிடம் பார்ப்பது என்ன முறை? அடுத்து தேவர்களும் அவரிடம் பாடம் கற்றது, முன்னொரு காலத்தில் மன்னராய் இருந்தது, குறித்தெல்லாம் அம்பேத்கர் எழுதியது என்ன? தெய்வீக நிந்தனைகளா தெய்வீகத் துதிகளா? நூல் முழுக்க அவர் ஒப்பாரும் மிக்காரும் இல்லாத தவறுகள் ஏதும் செய்யாத, இறை அம்சங்கள் கொண்ட மனிதராகத்தானே அம்பேத்கர் அவர் தம் புத்தரைச் சித்தரித்திருக்கிறார்.[487]

இதற்கான விரிவான விளக்கத்தை முன்பக்கங்களில்[488] காணலாம். இருப்பினும் ஆசிரியருக்கான கேள்விகளுக்கு அன்றாட பௌத்த நடப்புகள் சார்ந்த பதில்களே அம்பேத்கரின் புத்தர் தொடர்பான சரியான முடிவுரையை வரையறுப்பதற்கான ஆய்வு களமாகும். அம்பேத்கரின் முழு விடுதலைக்கான தீர்வாக பௌத்தத்தை ஏற்று பௌத்தர்களாக வாழும் ஒடுக்கப்பட்டோர் சமுதாயம் புத்தரை எப்படி அணுகுகிறார்கள்? மனிதராகவா? கடவுளாகவா? அல்லது போதிசத்வராகவா? அவர்கள் தெய்வீகத் துதிகளை பாடுகிறார்களா? அல்லது புத்தரின் கோட்பாடுகளில் கவனம் கொள்கிறார்களா?

சிலுவையில் அறையப்பட்டு இருக்கும் ஏசுவைப் போல கண்களை மூடி தியான நிலையில் உள்ள புத்தரும் மனித சமுதாயத்தை ஆட்கொண்ட குறியீடுகளுள் சிறந்த எடுத்துக்காட்டாக நாம் கொள்ளலாம். இருப்பினும் அம்பேத்கரின் வழியில் பௌத்தத்தை ஏற்ற ஒடுக்கப்பட்ட மக்கள் புத்தரை கடவுளாகவோ போதிசத்வராகவோ அணுகுவது கிடையாது. மாறாக நடைநடையாய் சென்று சமூக ஏற்றத்தாழ்வுகளை கேள்விக்குட்படுத்திய கண்கள் திறந்த புத்தரைத் தான் தங்களது தலையாய ஆசானாகக் கருதுகின்றனர். புத்தரின் தெய்வீக நிந்தனைகளை விட அவரின் சமத்துவக் கோட்பாடுகளையே அவர்கள் முன்னிலைப்படுத்துகின்றனர். வாழ்ந்து மறைந்த மூத்த அம்பேத்கர்வாதிகளில் ஒருவரான டாக்டர் மு.கன்னியப்பன் அவர்கள் மணக்கத்தகாதவர்களுக்கான

---

[487] பக். 666

[488] இந்நூலின் பக்.76-82 மற்றும் 85-88 பார்க்க.

அறிவொளி பிரச்சாரங்களில் அடிக்கடி கூறும் கூற்றினை இங்கே நாம் மேற்கோளிடலாம்,

> பௌத்தம் என்பது அறிவை போதிக்கும் அறிவுக் கல்விக்கூடம். புத்தரை நாம் வணங்கக்கூடாது. ஆசிரியருக்கு எவ்வாறு மரியாதை செலுத்துகிறோமோ அதன்படி மரியாதை செலுத்த வேண்டும். அவர் போதனைகள் துன்பங்களை நீக்கி மகிழ்ச்சி அடைவது எப்படி என்பதே.[489]

அம்பேத்கர் பற்றிய கூட்டங்களில் மணக்கத்தகாதவர்களுக்கு மத்தியில் விநியோகிக்கப்படும் துண்டு பிரசுரங்களில்கூட இதுபோன்ற தகவல்களைத்தான் காணமுடியுமே தவிர புத்தரைப் பற்றிய இறை வெளிப்பாடுகளை அல்ல. அம்பேத்கரின் புத்தரால் ஏதோ ஒரு வகையில் ஆட்கொள்ளப்படும் மிக எளிய மக்கள் கூட *32* குறிகள் குறித்தோ, போதிசத்வராக வாழ்ந்து இரட்டிப்பாய் தகுதி பெற்று, பத்து வாழ்வுகள் வாழ்ந்தது குறித்தோ, பாத்திரத்தை விட்டெறிந்து, ஆற்று நீர் சோதிடம் பார்ப்பது குறித்தோ, தேவர்களே புத்தரிடம் பாடம் கற்றது குறித்தோ[490],

---

[489] டாக்டர் மு.கன்னியப்பன், இறுதி எச்சரிக்கை, இரண்டாம் பதிப்பு, *p. 176*

[490] தேவர்களைப் பற்றிய அம்பேத்கரது விளக்கமானது,

> *The Buddhist literature shows that the <u>Devas were a community of human beings</u>. There are so many Devas who come to the Buddha to have their doubts and difficulties removed. How could this be unless the Devas were human beings. (BAWS, Vol. 3, p.152)*

> *One does not know what to say of the scholar who first translated the Sanskrit word Deva by the English word God. It was the greatest blunder which has resulted in confusion and has prevented a proper understanding of the social life of the Aryans as revealed in the Vedic literature. That <u>Deva was the name of a community</u> is beyond question. That Rakshas, Daityas, Danavas are also names of different*

புத்தர் முன்னொரு காலத்தில் மன்னராய் இருந்தது குறித்தோ அக்கறை கொள்வதில்லை. புத்தரின் வாழ்க்கை விவரணைகளை பகுத்தறிவுக்கு அப்பாற்பட்டு அவர்கள் புரிந்துகொள்வதில்லை. மாறாக, இவற்றினுள் தேங்கிக்கிடப்பது ஆசிரியரின் எண்ணங்களே.

Reading Books of Dhamma is Not— Dhamma என்ற தலைப்பில்

> *The Brahmins put all their emphasis upon knowledge. They taught that knowledge was the be-all and end-all of every thing. Nothing further was to be considered.*
>
> *The Buddha was on the other hand an upholder of education for all. Besides, he was more concerned with the use of knowledge a man is likely to make than with knowledge itself.*
>
> *Consequently he was very particular to emphasize that he who has knowledge must have Sila (Virtue) and that knowledge without Sila (Virtue) was most dangerous.*[491]

இதற்கான ஆசிரியரின் புரிதல் வினோதமாகவே உள்ளது,

> அதாவது அம்பேத்கரின் புத்தர் இங்கு என்ன சொல்ல வருகிறார் என்றால், தம்ம நூல்களைக் கற்றல் தம்மம் அல்ல என்பதோடு ஒழுக்கமாக இருந்தாலே போதும் என்கிறார்.[492]

அறிவைப் பெறுவதைவிட மனிதன் எவ்வாறு அறிவைப் பயன்படுத்திக் கொள்கிறான் என்பதில் புத்தர் அக்கறை கொள்வதைப் பற்றி ஆசிரியருக்கு அக்கறை இல்லாமல் போகிறது.

> ஒரு இடத்தில் படித்தால் பிரயோஜனமில்லை. அதன் படி நடக்க வேண்டும்.

---

communities in the same manner as the words Arya and Dasyu are must also be accepted without question. (BAWS, Vol. 4, p.301)

[491] *Dr. B. R. Ambedkar, The Buddha And His Dhamma, p.272*

[492] பக். *678*

> இன்னொரு இடத்தில் படித்து விளக்கமுடியாதலின் என்ன பயன், அதற்கு பதில் எதையும் படிக்க தேவையில்லை,
>
> ஒழுக்கமாக கண் காதை மூடி யாருக்கும் தொந்தரவு செய்யாமல் இருந்தால் போதும். எதை நாம் ஏற்பது?[493]

என அம்பேத்கரின் புத்தர் என்னதான் சொல்ல வருகிறார் என்பதாய் ஆசிரியர் குழப்புகிறார். மேலே உள்ள இரண்டாம் வாக்கியத்தின் தொடர்ச்சியாய் முதல் வாக்கியம் அமைகிறது. மேம்போக்காக படிக்காதே, தெளிவுற படி; தெளிவுற படித்ததன் பயனாய் உன் நடத்தையையும் கொள். இக்கருத்தினை ஏளனம் செய்வதற்கு என்ன உள்ளது?

Dhamma is Saddhamma when it Makes Learning Open to All என்ற தலைப்பில்

> *The Brahminic doctrine was that acquisition of knowledge cannot be thrown open to all. It must necessarily be limited to a few.*
>
> *They permitted acquisition of knowledge only to the Brahmins, Kshatriyas and Vaishyas. But it was <u>only to the male sex of these three classes</u>.*
>
> *<u>All women</u>, no matter whether they belonged to the Brahmin, Kshatriya and Vaishyas, and all Shudras, both males and females, were prohibited from acquiring knowledge, even from acquiring literacy.*
>
> *The Buddha raised a revolt against this atrocious doctrine of the Brahmins.*[494]

என்ற வரிகளை புரிந்துகொள்வதில் தவறிழைக்கிறார் ஆசிரியர்,

---

[493] பக். *684*

[494] *Dr. B. R. Ambedkar, The Buddha And His Dhamma, p.287*

> முதலில் எடுத்துரைக்கையில் அனைவருக்கும் அறிவைப் பெறும் உரிமை இல்லை. அது ஒரு சிலருக்கே என்றார். அடுத்த பத்தியில் ஆண்களுக்கு மட்டுந்தான் என்கிறார். அதற்கடுத்து மூன்றாவது பத்தியில் மூவருணத்தாரில் ஆண்களோ பெண்களோ எப்பாலாராயினும், சூத்திரர்களும் அறிவைப் பெறுவதிலிருந்து தடுக்கப்பட்டிருந்தனர் என்கிறார். அதுவும் போதாதென்று வெறும் படிப்பறிவுகூட என்று குறிப்பிட்டுச் சொல்கிறார். அம்பேத்கர் தன் புத்தரை தானே மறுக்கிறாரா?[495]

பிராமணர், சத்திரியர் மற்றும் வைசியர் ஆகிய மூன்று வகுப்புகளின் ஆண் பாலருக்கு மட்டுமே அறிவைப்பெரும் உரிமை அனுமதிக்கப்பட்டிருந்தது. ஆனால் ஆசிரியர் ஆண்களுக்கு மட்டுந்தான் என பொதுவாக அர்த்தம் தருகிறார்.

பிராமண, சத்திரிய, வைசிய வகுப்புகளைச் சேர்ந்த பெண்களும் மற்றும் சூத்திர வகுப்பை சேர்ந்த ஆண்களும், பெண்களும் அறிவைப் பெறுவதிலிருந்து தடுக்கப்பட்டிருந்தனர். ஆனால் ஆசிரியர், "மூவருணத்தாரில் ஆண்களோ பெண்களோ எப்பாலாராயினும்" என எழுதுகையில் மூவருணத்தாரின் ஆண்களுக்கும் அவராகவே அறிவைப்பெரும் உரிமையை மறுக்கிறார். இன்னும் சொல்லப்போனால், இங்கு சூத்திரர்களில் இருபாலருக்கும் கல்வி மறுக்கப்பட்டுள்ளதால், ஆசிரியரின் வரிகளின் படி அறிவைப் பெரும் உரிமை யாருக்கும் இல்லை என்றாகிவிடுகிறது!

Dhamma to be Saddhamma must break down barriers between Man and Man என்ற தலைப்பில்,

> *What is an ideal society? According to the Brahmins, the Vedas have defined what is an ideal society and the Vedas being infallible, that is the only ideal society which man can accept.*
>
> *The ideal society prescribed by the Vedas is known by the name Chaturvarna.*
>
> *Such a society, according to the Vedas, must satisfy three conditions.*

---

[495] பக். 693

It must be composed of four classes, Brahmins, Kshatriyas, Vaishyas and Shudras.[496]

இங்கு ஆசிரியருக்கு வரும் சந்தேகம்,

ஆனால் வருண சமூகத்தில் அவ்வாறு இல்லை, அது நான்கு வருடங்களுக்கு ஒரு முறை மாறும் என்று சொல்லி ரிஷிகளின் திருமண உறவுகளை வைத்து வருணக் கலப்பையும் அவரே (அம்பேத்கரே) ஏற்கனவே விளக்கியிருக்கிறார். இதை மாற்றியது மனுவும், சப்தரிஷிகளும் தான். எனவே மனு, புத்தருக்கு காலத்தால் முந்தியவர் என்று இங்கு அம்பேத்கர் சொல்ல வருகிறாரா?[497]

என்பது. புத்தரின் காலத்தில் வருணம் என்பது எவ்வாறு நிலைக்கொண்டிருந்தது என்பதை ஆசிரியர் விளங்கிக்கொள்ள வேண்டும். சாதிய வரலாற்றில் புத்தர் காலத்து சமுதாயம் நெளிவு சுளிவானதாக *(flexible)* இருந்தாலும் சாதிமுறைக்கு அடிப்படையாகவுள்ள சமத்துவமின்மைக் கோட்பாடு அப்போதே நன்கு நிலைப்பெற்று இருந்தது.

Buddha denounced the caste system. The Caste System in its present form was not then existing. The bar against inter-dining and inter-marriage had not then become operative. Things were flexible and not rigid as they are now. But the principle of inequality which is the basis of the caste system had become well established and it was against this principle that Buddha carried on a determined and a bitter fight. How strongly was he opposed to the pretensions of the Brahmins for superiority over the other classes and how convincing were the grounds of his opposition are to be found in many of his dialogues. The most important one of these is known as the Ambattha Sutta.[498]

---

[496] *Dr. B. R. Ambedkar, The Buddha And His Dhamma, p.301*

[497] பக். *700*

[498] *BAWS, Vol.3, p.204*

புத்தர் காலத்து திருமண உறவில் வருணக்கலப்பு சாத்தியப்பட்டிருந்தாலும் அவை தங்குத்தடையின்றி நிகழவில்லை என்பதை *Rhys Davids*-ம் சுட்டிக்காட்டுகிறார்,

> *There were numerous instances of irregular unions. And in some cases the offspring of such unions took rank even as nobles (Kshatriyas) or as brahmins.*
>
> ...
>
> *There are also numerous instances, even in the priestly manuals of custom, of unions between men and women of all degrees of social importance. These are not only between men of rank and girls of a lower social grade, but also between men of a lower, and women of a higher, position; and we ought not to be in the least surprised to find such cases mentioned in the books.*
>
> ...
>
> *On the other hand, though the fact of frequent intermarriage is undoubted; though the great chasm between the proudest Kshatriya on the one hand and the lowest Chandala on the other was bridged over by a number of almost inperceptible stages, and the boundaries between these stages were constantly being overstepped, still there were also real obstacles to unequal unions. Though the lines of demarcation were not yet drawn hard and fast, we still have to suppose, not a state of society where there were no lines of demarcation at all, but a constant struggle between attracting and repelling forces.*[499]

சமத்துவமின்மைக் கோட்பாட்டினை புத்தர் கண்டனம் செய்தார். பார்ப்பன ஆதிக்கத்தையும், வர்ண பிரிவுகளையும் எதிர்த்த புத்தரின் கோட்பாடுகள், பிற்காலத்தில் பலமடைந்த சாதி முறையினையும் நிராகரிப்பதாகவே உள்ளது. இதனடிப்படையிலேயே பின்வரும் அம்பேத்கரின் வரிகளையும் புரிந்துகொள்ள வேண்டும்,

---

[499] *Rhys Davids, Buddhist India, pp.42-44*

> *He was the strongest opponent of caste and the earliest and staunchest upholder of equality.*
>
> *There is no argument in favour of caste and inequality which he did not refute.*
>
> *There were many Brahmins who challenged Buddha on this issue. But he silenced them completely.*[500]

<u>The Purpose of Religion</u>:

புத்தர் மதத்தின் நோக்கம் என்னவென்பதையும், மதத்தையும் தம்மத்தையும் அவர் எவ்வாறு வரையறை செய்கிறார் என்பதையும் இங்கே அதீத கவனப்படுத்தி[501] அதன் பின்னரே பௌத்தத்தை விமர்சிப்பதற்கான முயற்சிகளை யாரொருவரும் எடுக்க வேண்டும். இதற்கான பொறுமை மார்க்சிய சிந்தனையாளர்களுக்கு வழக்கமாகவே இருந்ததில்லை. அவர்கள் மறந்த பொறுமையை கீழுள்ள பத்திகளை உள்வாங்குவதில் கடைப்பிடிப்போம்,

> *To the question "What is the purpose of religion?" the Buddha's answer is very different.*

---

[500] *Dr. B. R. Ambedkar, The Buddha And His Dhamma, p.302*

[501] *Some critics of Buddhism allege that Buddhism is not a religion.*

No attention should be paid to such criticism. But if any reply is to be given, it is that Buddhism is the only real religion and those who do not accept this <u>must revise their definition of Religion</u>. (Dr. B. R. Ambedkar, The Buddha And His Dhamma, p. 452)

> *He did not tell people that their aim in life should be to reach some imaginary heaven[502]. The kingdom of righteousness lies on earth and is to be reached by man by righteous conduct.*
>
> *What he did was to tell people that to remove their misery each one must learn to be righteous in his conduct in relation to others and thereby make the earth the kingdom of righteousness.*
>
> *It is this which distinguishes his religion from all other religions.*
>
> *His religion emphasizes Panch Sila, the Ashtanga Marga and the Paramitas.*

---

[502] ராகுல் சாங்கிருத்யாயன் தான் எழுதிய 'பௌத்த தத்துவ இயல்' நூலில் குறிப்பிடுவதாவது,

> புத்தர் மறுபிறப்பைக் குறித்துக் கூறினாலும் அழிவற்ற ஆன்மா ஓர் உடலிலிருந்து மற்றோர் உடலுக்குள் செல்கிறதென்பதை ஒத்துக்கொள்ளவில்லை. ஆனால் வேறொரு வடிவில் பரலோகத்தையும் மறுபிறப்பையும் ஒத்துக்கொண்டார். *(பக். 719)*

பௌத்தத்தையும் பரலோகத்தையும் இணைப்பது எதிரெதிர் துருவங்களை இணைப்பதற்கு ஒப்பாகும். ஆய்வென்ற போர்வையில் இதற்கான முயற்சிகள் நடந்துக்கொண்டே இருப்பது இன்றைய காலக்கட்டத்திலும் பௌத்தத்தை இந்துவயமாக்க முனையும் உத்தியாகவே கருதவேண்டும்.

> *This is all I (Gautama) would say at the moment. This devotion of yours (Brahmin Brighu) is for the sake of heaven—while my desire is that the ills of life on earth be probed and a solution found. (Dr. B. R. Ambedkar, The Buddha And His Dhamma, p.62)*

என்ற தனது வரிகளின் மூலம் புத்தர் நேரிடையாகவே பரலோகத்தை நிராகரிக்கிறார்.

Why did the Buddha make them the basis of his religion? Because they constitute a way of life which alone can make man righteous.[503]

எனவே, ஒரு மனிதன் சக மனிதர்களுடன் கொள்ளும் நன்னடத்தையே துன்பத்தை நீக்கும் என உரைக்கும் புத்தர் மனிதனுக்கும் மனிதனுக்கும் இடையிலான உறவை மய்யப்படுத்தியே மதத்தின் நோக்கமும் இருக்க வேண்டும் என்கிறார்.

According to him (Buddha) the centre of religion lay not in the relation of man to God. It lay in the relation between man and man[504]*. The purpose of religion is to teach man how he should behave towards other men so that all may be happy.*[505]

Dhamma and Morality

What is the place of morality in Dhamma?

The simple answer is Morality is Dhamma and Dhamma is Morality.

...

[503] *Dr. B. R. Ambedkar, The Buddha And His Dhamma, p.283-284*

[504] அரவிந்த் மார்க்சியக் கல்வியுக ஆய்வுக் குழுவானது,

மதம் என்பது எதோ, மனிதர்களுக்கும் மேலானதாக, வழிகாட்டும் நெறியாகக் *(அம்பேத்கர்)* கருதினார். *(பக். 855)*

என பரப்புரை செய்துக்கொண்டிருப்பது எவ்வளவு பிழையாக உள்ளது என்பதை இங்கே உற்று நோக்க வேண்டும்.

[505] *Dr. B. R. Ambedkar, The Buddha And His Dhamma, p.254*

...

Morality is the essence of Dhamma. Without it there is no Dhamma.

Morality in Dhamma arises from the direct necessity for man to love man.

It does not require the sanction of God. It is not to please God that man has to be moral. It is for his own good that man has to love man.[506]

நன்னெறி வார்த்தைகளை அளந்து கொட்டுகிறார் (புத்தர்)[507] என தம்மத்தையும் ஒழுக்கத்தையும் ஆசிரியர் கிண்டல் செய்கிறார் என்றால் சக மனிதனுக்காக குரல் கொடுத்த மார்க்சின் அத்தனை படைப்புகளையும்கூட[508] அவர் ஏளனம் செய்ய வேண்டி வரும். மனிதனுக்கும் மனிதனுக்கும் இடையேயான உறவுமுறையை மேம்படுத்த ஆவல் கொண்ட மார்க்சின் சிந்தனைகள் மனிதனை மனிதன் நேசிப்பதற்காக அர்த்தம் கொள்ளப்படும் தம்மம் என்ற ஒழுக்கத்தை கேள்விக்குட்படுத்துமானால் அது தன் கோட்பாட்டிற்கு தானே வெட்டிக்கொள்ளும் சவக்குழி[509] என்றும்

---

[506] *Dr. B. R. Ambedkar, The Buddha And His Dhamma, p.322*

[507] பக். *553*

[508] எந்த நன்னெறிகளை வைத்து ஆசிரியர் பௌத்தத்தை விமர்சிக்கின்றாரோ அதே நன்னெறிகளை மேற்கோளிட்டுதான் மார்க்சியத்தையும் உயர்த்திப்பிடிக்கிறார்,

> ஒட்டுண்ணி வர்க்கங்களோ உழைப்பெனும் இயற்கையான மனிதப் பண்பற்றவர்களாக, ஆன்மீக செல்வத்தின் பேரால் காமம் மற்றும் போகத்தில் திளைக்கும் சீரழிந்த கலாச்சாரத்தை கடைப்பிடித்து வாழும் ஒரு நிலையை அனுமதிக்கும் சமூக அமைப்பை ஒழிக்க வேண்டும் என்பதே அதன் (மார்க்சியத்தின்) கொள்கை. (பக். *856*)

[509] *Prof. Dwight Goddard* கருதுவதாவது,

ஆகிறது. புத்தரின் தம்மம் சுய ஒழுக்கத்தை மட்டுமே அடிப்படையாக கொண்டது என்ற ஆசிரியரின் புரிதலும் திருத்தப்பட வேண்டும். மனிதனுக்கும் மனிதனுக்கும் இடையேயான உறவுமுறையை மய்யப்படுத்தியும் புத்தரின் ஒழுக்கவாதம் எழுகிறது என்பதை நாம் கவனிக்காமல் இருக்க முடியாது. தம்மம் என்பது சமுதாயம் சம்மந்தப்பட்டது என்ற அம்பேத்கரது வெளிப்படையான விளக்கத்திற்கும் அழுத்தம் தரவேண்டியுள்ளது,

> *What the Buddha calls Dhamma differs fundamentally from what is called Religion.*
>
> ...
>
> *Religion, it is said, is personal and one must keep it to oneself. One must not let it play its part in public life.*
>
> *Contrary to this, Dhamma is social. It is fundamentally and essentially so.*
>
> *Dhamma is righteousness, which means right relations between man and man in all spheres of life.*
>
> *From this it is evident that one man if he is alone does not need Dhamma.*
>
> *But when there are two men living in relation to each other they must find a place for Dhamma whether they like it or not. Neither can escape it.*
>
> *In other words, Society cannot do without Dhamma.*[510]

மதம் என்பது மனிதனை ஆட்கொண்டுள்ள அபின் என்ற வழக்கமான இடதுசாரி சிந்தனையின் விமர்சனத்தில்

> *If the worth of a truly great man consists in his raising the worth of all mankind, who is better entitled to be called truly great than the Blessed One(Buddha).*

[510] *Dr. B. R. Ambedkar, The Buddha And His Dhamma, p.316*

பௌத்தத்தையும் சிக்க வைப்பது மார்க்ஸ்-ஐ பற்றிய அறிவையும் புத்தரைப் பற்றிய அறியாமையையும் கொண்டுள்ளவர்களின் முதிர்ச்சியற்ற வழக்கமே எனலாம்.

> *Religion is concerned with revealing the beginning of things and Dhamma is not.*[511]

> *The purpose of Religion is to explain the origin of the world. The purpose of Dhamma is to reconstruct the world.*[512]

எனவே, பௌத்தத்தை மதமாக கொள்வோமாயின் புத்தரின் தம்மத்தினையே அவருடைய மதத்திற்கான வரையறையாக கொள்வதும் மிக அவசியம். இப்புரிதல் இல்லாமல் பௌத்தத்தை மதத்தின் அடிப்படையில் விமர்சிப்பது பெரும் பிழைகளுக்கும் குழப்பங்களுக்கும் இட்டுச்செல்லும். இத்தவறினை ஆசிரியர் செய்வதாலேயே மீமெய்யியல்/அனுபூதித்தளம் *(Metaphysics)* தொடர்பான கேள்விகளுக்கு புத்தர் அக்கறை செலுத்தாததை ஒப்புக்கொள்ளக்கூடிய விமர்சனம் போன்று நினைவூட்டிக்கொண்டே இருக்கிறார்[513].

---

[511] *Dr. B. R. Ambedkar, The Buddha And His Dhamma, p.320*

[512] *Dr. B. R. Ambedkar, The Buddha And His Dhamma, p.322*

[513] இக்கேள்விகளை பொறுத்தமட்டில் பௌத்தத்தின் நிலைப்பாட்டினையே மார்க்சியமும் எடுத்துள்ளது. மார்க்சின் கருத்தானது,

> *The function of philosophy is to reconstruct the world and not to waste its time in explaining the origin of the world.*

என்பதே. பௌத்தத்துடன் இருக்கும் இந்த ஒற்றுமையை அம்பேத்கரும் சுட்டிக்காட்டுகிறார்,

> *(Ambedkar) finds that Buddha and Marx are not very different on this point; rather they are quite in agreement. He cites a dialogue between Buddha and a brahmin, Pottapada. The brahmin asks about the origin of universe and living beings and their finiteness. To this Buddha has one simple reply that <u>the</u>*

"இந்தப் பத்துக் கேள்விகளுக்கும் பதில் சொல்லாமல் மூடநம்பிக்கையை எப்படித் தகர்த்தெறிய முடியும்?" [514] என கேள்வி கேட்கும் ஆசிரியர் இதற்கான பதிலை அறிவியல் கூறாவிடில் அதனையும் நிராகரிப்பாரா என்பது தெரியவில்லை. கடவுள் இல்லை என்பதை நிருபிக்காத மார்க்ஸ்-ன் தத்துவம் மதத்தை அபின் என பறைசாற்றியது தவறு என்கின்ற வாதம் எவ்வளவு முட்டாள்தனமாக உள்ளதோ அதேபோன்று ஆசிரியரின் கேள்வியும் உள்ளது. ஆசிரியர் அக்கறை கொள்ளும் இந்தப் பத்துக் கேள்விகளுக்கும் [515], இதற்கான புத்தரின் பதில்களுக்கும் இனி செல்லலாம்,

---

origin of universe and its destruction are not the concerns of the Dhamma, rather Dhamma is concerned with right conduct, detachment, purification from lust, quietude, tranquillisation of heart, and most of all, Nirvana. In this dialogue Ambedkar finds similarity between Buddha and Marx. (BAB-103, Economic Thought of B.R. Ambedkar, IGNOU, p.39 / BAWS, Vol.3, pp.444-445)

[514] பக். *730*

[515] *Traditionally, there are fourteen unanswerable questions. We find them, for instance in the Chulamalunkya Sutta. These fourteen questions are grouped into three categories: the first category contains eight questions that concern the absolute or final nature of the world: Is the world eternal or not eternal, or both or neither; finite or not finite, or both or neither? You can see that this category includes two sets questions, and that both sets refer to the world. The first set refers to the existence of the world in time, and the second to the existence of the world in space.*

The second category contains four questions: Does the Tathagata exist after death or not, or both or neither? These questions refer to the nature of nirvana, or ultimate reality.

A dialogue took place between the Blessed Lord and Potthapada. Potthapada asked:

"Then, sir, if that be so, tell me at least: 'Is the world eternal? Is this alone the truth, and any other view mere folly?' "

"That, Potthapada, is a matter on which I have expressed no opinion," replied the Blessed Lord.

Then, in the same terms, Potthapada asked each of the following questions:

(i) 'Is the world not eternal?'

(ii) 'Is the world finite?'

(iii) 'Is the world infinite?'

(iv) 'Is the soul the same as the body?'

(v) 'Is the soul one thing, and the body another?'

(vi) 'Does one who has gained the truth live again after death?'

(vii) 'Does he not live again after death?'

The third category contains two questions: Is the self identical with or different from the body? While the first category of questions refers to the world and the second to what is beyond the world, this last refers to the personal experience. Do we die with our bodies, or are our personalities altogether different from and independent of our bodies?

The Buddha remained silent when asked these fourteen questions. He described them as a net and refused to be drawn into such a net of theories, speculations, and dogmas. He said that it was because he was free of the bondage of all theories and dogmas that he had attained liberation. Such speculations, he said, are attended by fever, unease, bewilderment, and suffering, and it is by freeing oneself of them that one achieves liberation. (Peter Della Santina, The Tree of Enlightenment, pp.278-279)

(viii) *'Does he both live again and not live again, after death?'*

(ix) *'Does he neither live again, nor not live again, after death?'*

And to each questions the Exalted One made the same reply:—

"That too, Potthapada, is a matter on which I have expressed no opinion."

"But why has the Exalted One expressed no opinion on that?"

"Because this question is not calculated to profit, it is not concerned with the Dhamma, it does not redound even to the elements of right conduct, nor to detachment, nor to purification from lusts, nor to quietude, nor to tranquillisation of heart, nor to real knowledge, nor to the insight (of the higher stages of the Path), nor to Nirvana. Therefore is it that I express no opinion upon it."[516]

எந்தவொரு கருத்தினையும் புத்தர் கூறாதது குறித்து *Peter Della Santina* கூறும் விளக்கம் சிந்திக்க தூண்டுவதோடு, கவனிக்கதக்கதும் கூட,

> *Let us look at the fourteen questions in general to see whether we can understand why the Buddha took this stand. Generally, the fourteen questions imply two basic attitudes toward the world. The Buddha spoke of these two attitudes in his dialogue with Maha Kachchayana, when he said that there are two basic views, the view of existence and the view of non existence. He said that people are accustomed to think in these terms, and that as long as they remain entangled in these two views they will not attain liberation. The propositions that the world is eternal, that the world is infinite, that the Tathagatha exists after death, and that the self is independent of the body reflect the view of*

[516] *Dr. B. R. Ambedkar, The Buddha And His Dhamma, p.320-321*

existence. The propositions that the world is not eternal, that the world is finite, that the Tathagata does not exist after death, and the self is identical with the body reflect the view of nonexistence.

These two views were professed by teachers of other schools during the time of the Buddha. The view of existence is generally the view of the Brahmins; that of nonexistence is generally the view of the materialists and hedonists. When the Buddha refused to be drawn into the net of those dogmatic views of existence and nonexistence, I think he had two things in mind: (1) the ethical consequences of these two views, and, more importantly, (2) the fact that the views of absolute existence and nonexistence do not correspond to the way things really are.

For example, the eternalists view this self as permanent and unchanging. When the body dies, this self will not die because the self is by nature unchanging. If that is the case, it does not matter what this body does: actions of the body will not affect the destiny of the self. This view is incompatible with moral responsibility because if the self is eternal and unchanging, it will not be affected by wholesome and unwholesome actions. Similarly, if the self were identical with the body and the self dies along with the body, then it does not matter what the body does. If you believe that existence ends at death, there will be no constraint upon action. But in a situation where things exist through interdependent origination, absolute existence and nonexistence are impossible.

Another example drawn from the fourteen unanswerable questions also shows that the propositions do not correspond to the way things really are. Take the example of world. The world does not exist absolutely or not exist absolutely in time. The world exists dependent on causes and conditions- ignorance, craving, and clinging. When ignorance, craving and clinging are present, the world exists; when they are not present, the world ceases to exist. Hence the question of the absolute existence or nonexistence of the world is unanswerable. [517]

பதிலளிக்க முடியாத இந்த கேள்விகளை புத்தர் புறக்கணித்தது குறித்து அம்பேத்கர் விளக்குவதாவது,

The doctrines with which the contemporaries of the Buddha had made the basis of their religion were concerned with (1) Self ; and (2) the origin of the Universe.

They raised certain questions about the self. They asked : "(1) Was I in ages past? (2) Was I not in ages past ? (3) What was I then ? (4) From what did I pass to what? (5) Shall I be in ages to come ? (6) Shall I not be in ages to come ? (7) What shall I then be ? (8) How shall I then be ? (9) From what shall I pass to what ? Or, again, it is Self today about which he is in doubt, asking himself—(1) Am I ? (2) Am I not ? (3) What am I, (4) How am I, (5) Whence came my being ? (6) Whither will it pass ?"

Others raised the question regarding the origin of the Universe.

Some said it was created by Brahma.

Others said it was created by Prajapati sacrificing himself.

Other teachers had other questions to raise: "The world is everlasting,—the world is not everlasting— the world is finite,— the world is infinite, the body is the life (jiva),—the body is the one thing and the life another,—truth-finder exists after death,— a truth-finder does not exist after death,—he both exists and does not exist after death,—he neither exists nor does not exist after death."

---

[517] *Peter Della Santina, The Tree of Enlightenment, pp.278-280*

These were questions which the Buddha said could be asked by wrong-headed persons.

There were three reasons why the Buddha condemned these religious theories.

In the first place, there was no reason to make them, part of religion.

In the second place, to answer these questions required omniscience which nobody had. He emphasised this in his addresses.

He said that at one and the same time, no one can know and see everything. Knowledge is never final. There is always something more to be known.

The third argument against these theories was that they were merely speculative. They are not verified nor are they verifiable.

They were the result of imagination let loose. There was no reality behind them.

Besides of what good were these speculative theories to man in his relation to men? None whatever.

The Buddha did not believe that the world was created. He believed that the world had evolved.[518]

இதற்கான ஆசிரியரது விமர்சனம்,

[518] *Dr. B. R. Ambedkar, The Buddha And His Dhamma, p.270-271*

இங்கு அம்பேத்கரது 'ததாகதர்' உண்மையை அறிந்தவர் என்றால் மேற்குறித்த அந்தக் கேள்விகளுக்கான உண்மையை மட்டும் ஏன் அறியவில்லை? அதுவும் போதிசத்வர் ஆக மாறுவதற்கு பத்து வாழ்வுகள் வாழ்ந்தவர் அம்பேத்கரது புத்தர். பத்துவாழ்வுகளில் இருக்கும் ஒரு வாழ்வில் சகலமும் அறிந்தவர் என்று இருக்க, போதி சத்வ நிலையை இரட்டிப்பாய் பெற்று புத்தரானவர் ஏன் இந்தக் கேள்விகளுக்கு விடை பகிரவில்லை? ஆனால் சமத்காரமாக அது துக்கம் பற்றிய கோட்பாட்டுக்கு எந்தப்பயனும் செய்யவில்லை என்று கூறுகிறார்.[519]

எப்பொழுது பார்த்தாலும் அம்பேத்கரது புத்தர் உயர்பேரறிவெய்திவராகவே எல்லாப் பக்கங்களிலும் இருக்கிறார், நடக்கிறார், கடக்கிறார். ஆனால் இந்தக் கேள்விகளுக்கு மட்டும் பதில் கூற அவரது அறிவு மறுக்கிறது. [520] கேட்டால் அது துக்கத்துக்கு எந்த

---

[519] பக். 715

[520] மீமெய்யியல் குறித்தான கேள்விகளுக்கு பௌத்தம் ஏன் அக்கறை கொள்வதில்லை என்பது பற்றி பீட்டர் டெல்லா சன்டினா பின்வருமாறு விளக்குகிறார்,

> *The second point to which I would like to draw your attention is the pragmatism of Buddhism, that is to say, its practical orientation. Buddhism addresses a practical problem. It is not interested in academic questions and metaphysical theories. The Buddhist approach is to identify a real problem and deal with it in a practical way. Again, this attitude is very much in keeping with western conceptions of utilitarianism and scientific problem-solving. Very briefly, we might say the Buddhist approach is encapsulated in the maxim, "If it works, use it". This attitude is an integral part of modern western political, economic, and scienctific practice.*
>
> *The pragmatic approach of Buddhism is expressed very clearly in the Chulamalunkya Sutta, a discourse in which the Buddha himself made use of the parable of a wounded man. In the story,*

அளிப்பையும் செய்யவில்லை என்று சமாதானமும் கூறுகிறார்.[521]

போன்ற எள்ளல் தொனிகளில் செல்கிறது. ஆனால் மீமெய்யியல் தொடர்பாக அடிக்கடி எழுப்பப்பட்ட சில சலிப்பூட்டும் கேள்விகளுக்கு[522] புத்தர் விடை பகிரவும் செய்கிறார்.

---

a man wounded by an arrow wishes to know who shot the arrow, the direction from which it came, whether the arrowhead is bone or iron, and whether the shaft is one kind of wood or another before he will let the arrow be removed. His attitude is likened to that of people who want to know about the origin of universe-whether it is eternal or not, finite in space or not, and so on-before they will undertake to practice a religion. Such people will die before they ever have the answers to all their irrelevant questions, just as the man in the parable will die before he has all the answers he seeks about the origin and nature of the arrow. (Peter Della Santina, The Tree Of Enlightenment, p. 5)

[521] பக். 717

[522] *All literatures may be taken as reflections of some specific thoughts, some attempts to answer certain questions. What questions does the Buddha-thought as reflected in the Tripitaka raise and answer? Followers of other religions naturally expect Buddhism to deal with those very questions with which their own religions deal. Buddha–thought does deal with some of those questions and does not deal with others. What are the questions which the Buddha-thought answers and what are not?*

Before we take up those questions to which the Buddha thought, in our opinion, gives very satisfactory answers, it must be stated that the Buddha is absolutely silent over questions such as the following:- 1. Whether the world is eternal or temporary. 2. Whether the world is finite or infinite. 3. Whether the personality (Jiva) is identical with the body 4. Whether the personality is one thing and the body another. 5. Whether the Perfect One continues to exist after death or not?

The general arguments he advanced in support of his denial of the soul were the same as those which he advanced in support of his denial of the existence of God.

He argued that the discussion of the existence of the soul is as unprofitable as the discussion of the existence of God.[523]

கடவுள் இருக்கிறார் அல்லது ஆன்மா இருக்கிறது என்பதான கலந்துரையாடல்களே பயனற்றவை என புத்தர் முடிவுகொள்கையில் ஆரம்பக்கட்டத்திலேயே பலமான எதிர்ப்பு வாதத்தை வைத்திடும் அவரின் நிலைப்பாட்டினை அம்பேத்கர் கவனப்படுத்துகிறார். உபயோகமற்ற வாதங்களை மொட்டிலேயே கிள்ளி எறிகிறார் புத்தர். பயனற்றதாய் முடிவுகொள்வதே அவரின் உறுதியான எதிர்ப்பின் வெளிப்பாடாய் உள்ளது என்பதை ஆசிரியர் தவறவிடுவதினாலே,

---

What should be our attitude towards problems mentioned above? Buddha calls them "futile". In case this attitude does not satisfy us and we are foolish enough to neglect the task immediately before us and our idle curiosity leads us to those problems, then we have to go to those teachers who claim to answer them, and find out for ourselves what their answers are worth for. As far as the Buddha is concerned we have also to be on our guard lest we may not increase the list of Buddha's "Unanswered Questions" by adding such questions as whether "there is god or not", whether "there is an atman or not", simply because we may have a lurking desire to make Buddha call them also "futile".

As far those questions which were left "unanswered", it cannot be said with certainty whether the Buddha did care to have any views of his own. But questions about god and atman are definitely not among the "unanswered" ones. (Ven. Ananda Kausalyana Mahathere, A.B.C. of Buddhism, Maha Bodhi Journal, Vol. 46 Feb. – March 1938 pp. 76-87)

[523] *Dr. B. R. Ambedkar, The Buddha And His Dhamma, p.261*

> புத்தர் பதிலளிக்காமல் விட்ட கேள்விகளை புத்தரது உலகப் புகழ்பெற்ற மௌனமாகக் கொள்ளாமல் விஞ்ஞானத்தின் உதவியோடு ஆராய வேண்டும்.[524]

என ஆசிரியர் எழுதுகிறார். விஞ்ஞானத்தின் உதவியை நாடுவதற்கு முன் அம்பேத்கரது நூலிலிருந்தே அவரால் பதில் காணமுடியும். ஆசிரியரின் அற்பக் கூற்றினைப் போன்று மற்றவர்களும் வெளிப்படுத்தியிருப்பதை அம்பேத்கர் உணராமல் இல்லை,

> *Because of these general arguments it is said that the Buddha did not express any definite opinion on the existence of the soul. Others have said that he did not repudiate the theory of the existence of the soul. Others have said that he was always dodging the issue.*
>
> *These statements are quite incorrect. For to Mahali he did tell in most positive terms that there is no such thing as a soul. That is why his theory of the soul is called Anatta, i.e., non-soul.*

'அநத்தா' என்று அழைக்கப்படும் புத்தரின் கோட்பாடே ஆன்மாவை நிராகரிக்கும் அவரது நிலைப்பாட்டினை விவரிக்கிறது. அதுமட்டுமின்றி,

> *Apart from the general arguments against the existence of the soul, the Buddha had a special argument against the existence of the soul which he regarded as fatal to the theory of the soul.*[525]

என அம்பேத்கர் தொடர்கிறார். ஆன்மாவை நிராகரித்து விளக்கும் நாம-ரூபம் என்ற புத்தரின் இக்கோட்பாட்டினை சில பக்கங்கள் கடந்து விரிவாகக் காண்போம். இடைப்பட்ட தருணத்தில், ஆசிரியரின் ஆய்வுமோசடிகளின் குவியல்கள் நம்மீது ஆதிக்கம் செலுத்துவதற்கு இடையூறாய் இருக்கும் அம்பேத்கரது புத்தரையும் அறிந்துகொள்வது அவசியமாகிறது.

---

[524] பக். *728*

[525] *Ibid, p.261*

What HE (Buddha) Rejected

> *He condemned indulging in speculation as to the whence, whither and what am I?*
>
> *He discarded heresies about the soul and refrained from identifying it with either the body, sensations, volitions and consciousness.*
>
> ...
>
> *He repudiated the theory that a God created man or that he came out of the body of some Bramha.*
>
> *The existence of the soul he either ignored or denied.*[526]

What HE (Buddha) Modified

> *He discarded the theory that all deeds committed in some former birth have the potency to produce suffering, making present activity impotent. He denied the fatalistic view of Karma. He replaced the view of Karma by a much more scientific view of Karma. He put new wine in old bottle.*
>
> *Transmigration (sansara) was replaced by the doctrine of re-birth.*
>
> *He replaced the doctrine of moksha or salvation of the soul by the doctrine of Nibbana*[527].

The Buddha Sasana is thus an original piece. The little in it which is old is either modified or restated.[528]

---

[526] *Dr. B. R. Ambedkar, The Buddha And His Dhamma, p.103*

[527] *With Buddha salvation means Nibbana and Nibbana means control of passions. (Dr. B. R. Ambedkar, The Buddha And His Dhamma, p.221)*

<u>ஆன்மா:</u>

ஆன்மா குறித்து அம்பேத்கரது புத்தர் என்ன சொல்கிறார் என்பதனையும் ஒருசேர பார்ப்போம்,

> *The Brahmanic sacrifices were mostly sacrifices of animals to please their gods. He condemned them as false sacrifices. He would not allow them even though they be performed with the object of getting salvation for the soul.*
>
> *The opponents of sacrifices used to ridicule the Brahmins by saying: "If one can go to heaven by sacrificing an animal why should not one sacrifice one's own father. That would be a quicker way of going to heaven."*
>
> *The Buddha wholeheartedly agreed with this view.*[529]

தம்முடைய கொள்கையை போதிக்க செல்வதுபற்றி பேரறிவெய்திய புத்தருக்கு ஐயமெழுகையில்,

> *"It is hard for mankind to liberate itself from the entanglement of God and Soul. It is hard for mankind to give up its belief in rites and ceremonies. It is hard for mankind to give up its belief in Karma.*
>
> *"It is hard for mankind to give up its belief in the immortality of the Soul and accept my doctrine that the Soul as an independent entity does not exist and does not survive after death.*[530]

---

[528] *Ibid, p.104*

[529] *Dr. B. R. Ambedkar, The Buddha And His Dhamma, p.90*

[530] *Dr. B. R. Ambedkar, The Buddha And His Dhamma, p.111*

என தமக்குத் தாமே கூறிக் கொண்டார். இவ்விவரணை மூலம் பிராமணங்களின் கோட்பாடுகளான கடவுள், ஆன்மா, (முற்பிறவியையோ அல்லது அடுத்த பிறவியையோ தொடர்புபடுத்தும்) கர்ம வினைகளை அம்பேத்கரது புத்தர் முற்றிலும் நிராகரிக்கவே செய்கிறார்.

பின்வரும் உரையாடலிலும் 'ஆன்மா' நிராகரிக்கப்படுகிறது,

> *The king (Milinda) said: "Is there such a thing, Nagasena, as the soul?"*
>
> *"In the highest sense, O king, there is no such thing (replied Nagasena)."* [531]

'Belief in Soul is Not Dhamma' என்ற தலைப்பில்,

> *The Buddha said that religion based on soul is based on speculation.*
>
> *Nobody has seen the soul or has conversed with the soul.*
>
> *The soul is unknown and unseen.*
>
> *The thing that exists is not the soul but the mind. Mind is different from the soul.*
>
> *Belief in soul He said is unprofitable.*
>
> *A religion based on soul is therefore not worth having.*
>
> *It only ends in creating superstition.* [532]

---

[531] *Dr. B. R. Ambedkar, The Buddha And His Dhamma, p.349*
[532] *Dr. B. R. Ambedkar, The Buddha And His Dhamma, p.259*

என்று அம்பேத்கர் புத்தரின் கோட்பாட்டினை விவரிக்கிறார். ஆன்மா இருப்புக்கு எதிரான தனிச் சிறப்புமிக்க வாதத்தையும் நாம-ரூபம் என்றழைக்கப்படும் புத்தரின் கோட்பாடு நிறுவுகிறது. இவ்விளக்கத்தினை கீழே காணலாம்,

His theory against the existence of the soul as a separate entity is called Nama-Rupa.

The theory is the result of the application of the Vibhaja test, of sharp, rigorous analysis, of the constituent elements of Sentient Being otherwise called Human Personality.

Nama-Rupa is a collective name for a Sentient Being.

According to the Buddha's analysis, a Sentient Being is a compound thing consisting of certain physical elements and certain mental elements. They are called Khandas.

The Rupa Khanda primarily consists of the physical elements such as earth, water, fire and air. They constitute the Body or Rupa.

Besides Rupa Khanda, there is such a thing as Nama Khanda which goes to make up a Sentient Being.

This Nama Khanda is called Vinana, or consciousness. This Nama Khanda includes the three mental elements: Vedana (sensation springing from contact of the six senses with the world), Sanna (perception); Sankhara (states of mind). Chetana (consciousness) is sometimes spoken of along with the three other mental states as being one of them. A modern psychologist would say that consciousness is the mainspring from which other psychological phenomena arise. Vinana is the centre of a sentient being.

Consciousness is result of the combination of the four elements, Prithi, Apa, Tej and Vayu.

An objection is raised to this theory of consciousness propounded by the Buddha.

Those who object to this theory ask, "How is consciousness produced?"

It is true that consciousness arises with birth and dies with death. All the same, can it be said that consciousness is the result of the combination of the four elements?

The Buddha's answer was not that the co-existence or aggregation of the physical elements produces consciousness. What the Buddha said was that wherever there was rupa or kaya there was consciousness accompanying it.

To give an analogy from science, there is an electric field and wherever there is an electric field it is always accompanied by a magnetic field. No one knows how the magnetic field is created or how it arises. But it always exists along with the electric field.

Why should not the same relationship be said to exist between body and consciousness?

The magnetic field in relation to the electric field is called an induced field. Why cannot consciousness be called an induced field in relation to Rupa-Kaya.

The Buddha's argument against the soul is not yet complete. He had further to say something of importance.

Once consciousness arises man becomes a sentient being. Consciousness is, therefore, the chief thing in man's life.

Consciousness is cognitive, emotional and volitional.

Consciousness is cognitive when it gives knowledge, information, as appreciating or apprehending, whether it be appreciation of internal facts or of external things and events.

Consciousness is emotional when it exists in certain subjective states, characterized by either pleasurable or painful tones, when emotional consciousness produces feeling.

Consciousness in its volitional stage makes a being exert himself for the attainment of some end. Volitional consciousness gives rise to what we call will or activity.

It is thus clear that all the functions of a sentient being are performed by the sentient being through and as a result of consciousness.

After this analysis the Buddha asked what are the functions which are left to be performed by the soul? All functions assigned to the soul are performed by consciousness.

A soul without any function is an absurdity.

This is how the Buddha disproved the existence of the soul.

That is why the existence of the soul cannot be a part of Dhamma.[533]

---

[533] *Dr. B. R. Ambedkar, The Buddha And His Dhamma, p.262-264*

மேலுள்ள விளக்கங்களே,

> ‘மறுபிறவி என்பது மறுக்கமுடியாதது. அதை விஞ்ஞானிகளுக்கு விளக்கிக் காட்டுவேன்’ என சவாலும் விட்டுள்ளார் அம்பேத்கர். அந்த சவாலை நிறைவேற்ற முடியாமல் காலம் தடுத்தாட்கொண்டு விட்டது.[534]

என்ற ஆசிரியரின் அவாவிற்கான இரண்டாம் நிலை விளக்கமாகும். அவருக்கான நேரிடையான மற்றும் அடிப்படையான விளக்கங்கள் விரிவாகவே பின்வரும் பத்திகளில் தொகுக்கப்பட்டுள்ளன.

சிந்தனைகளை தூண்டும் பல கேள்விகளை எழுப்பியே மறுபிறவி, கர்ம வினை, ஆன்மா சம்மந்தமான பௌத்தத்தின் கோட்பாட்டினை தரத்துவங்குகிறார் அம்பேத்கர்,

> *The third problem relates to the doctrines of soul, of karma and rebirth[535]. The Buddha denied the existence of the soul. But he is*

---

[534] பக். 719

[535] *Causes of this misunderstanding :*

> *What the Buddha preached was heard by his audience, which largely consisted of the Bhikkus.*

> *It is the Bhikkus who reported to the people at large what the Buddha had said on any particular matter.*

> *The art of writing had not yet developed. The Bhikkus had therefore to memorize what they had heard. Not every Bhikku cared to memorize what he heard. But there were some who had made it their profession to memorize. They were called Bhanakas.*

also said to have affirmed the doctrine of karma and rebirth. At once a question arises. If there is no soul, how can there be karma? If there is no soul, how can there be rebirth? These are baffling questions. In what sense did the Buddha use the words

---

The Buddhist canonical literature is as vast as ocean. To memorize all this was indeed a great feat.

In reporting the Buddha it has often been found that he has been misreported.

Many cases of misreporting had been brought to the knowledge of the Buddha while he was alive.

Reference may be made by way of illustration to five such cases. One is mentioned in the Alagaddupama Sutta and the other in the Maha-Kamma-Vibhanga Sutta, a third in the Kannakatthala Sutta, fourth in the Maha-Tanha-Sankhya Sutta and fifth in the Jivaka Sutta.

There were perhaps many more such cases of misreporting. For we find that even the Bhikkus going to the Buddha asking him to tell them what they should do in such contingencies.

The cases of misreporting are common with regard to karma and rebirth.

These doctrines have also a place in the Brahminic religion consequently it was easy for the Bhanakas to incorporate the Brahminic tenets into the Buddhist Religion.

One has therefore to be very careful in accepting what is said in the Buddhist canonical literature as being the word of the Buddha. (Dr. B. R. Ambedkar, The Buddha And His Dhamma, p.350)

karma and rebirth? Did he use them in a different sense than the sense in which they were used by the Brahmins of his day? If so, in what sense? Did he use them in the same sense in which the Brahmins used them? If so, is there not a terrible contradiction between the denial of the soul and the affirmation of karma and rebirth? This contradiction needs to be resolved.[536]

<u>மறுபிறப்பு</u>:

சொல்லமைப்பின் ஒற்றுமைகள் அடிப்படை வேறுபாட்டினை எவ்வாறு மறைக்கிறது *(How Similarities in Terminology Conceal Fundamental Difference)* என்பதற்கு எதன் மறுபிறப்பு *(Rebirth of What?)*, எவருடைய மறுபிறப்பு *(Rebirth of Whom?)* என இரு வினாக்களாக பிரித்து மறுபிறவி சம்பந்தமான குழப்பங்களுக்கு தெளிவுரை வழங்கியிருப்பார் அம்பேத்கர்,

Rebirth of What?

Did the Buddha believe in rebirth?

The answer is in the affirmative.

It is better to split this question further into two parts: (1) Rebirth of What and (2) Rebirth of Whom.

It is better to take each one of these two questions separately.

Here we may consider the first, Rebirth of What.

This question is almost always ignored. It is because of the mixing of the two questions that so much confusion has arisen.

[536] *Dr. B. R. Ambedkar, The Buddha And His Dhamma, Introduction*

According to the Buddha there are four elements of Existence which go to compose the body. They are (1) Prithvi ; (2) Apa ; (3) Tej ; and (4) Vayu.

Question is when the human body dies what happens to these four elements? Do they also die along with dead body? Some say that they do.

The Buddha said no. They join the mass of similar elements floating in (Akash) space.

When the four elements from this floating mass join together a new birth takes place.

This is what the Buddha meant by rebirth.

The elements need not and are not necessarily from the same body which is dead. They may be drawn from different dead bodies.

It must be noted that the body dies. But the elements are ever living.

This is the kind of rebirth in which the Buddha believed.

...

...

Thus amplified, the real answer to the question: What happens when the body dies? is: The body ceases to produce energy.

But this is only a part of the answer. Because death also means that whatever energy that had escaped from the body joins the general mass of energy playing about in the Universe.

Annihilation has therefore a two-fold aspect. In one of its aspects it means cession of production of energy. In another aspect it means a new addition to the stock of general floating mass of energy.

It is probably because of this two-fold aspect of annihilation that the Buddha said that he was not an absolute annihilationist. He was an annihilationist so far as soul was concerned. He was not an annihilationist so far as matter was concerned.

So interpreted it is easy to understand why the Buddha said that he was not an annihilationist. He believed in the regeneration of matter[537] *and not in the rebirth of the soul.*

So interpreted, the Buddha's view is in consonance with science.

It is only in this sense that the Buddha could be said to have believed in rebirth.

Energy is never lost. That is what science affirms. Annihilation in the sense that after death nothing is left would be contrary to science. For it would mean that energy is not constant in volume.

This is the only way by which the dilemma could be solved. (Dr. B. R. Ambedkar, The Buddha And His Dhamma, p.330-333)

இவ்விளக்கங்கள் குறித்து கள்ள மௌனம் காத்திடும் ஆசிரியர், மறுபிறப்பு இல்லை அல்லது இருக்கிறது என்பதை மனம் போன

---

537 மறுபிறப்பு குறித்தான அம்பேத்கரின் "மதம் சார்ந்த நிரூபிப்பை மதவாதிகள் ஏற்றுக்கொள்வார்கள். விஞ்ஞானிகள் அல்ல!" (பக். 730) என்ற ஆசிரியரின் முடிவுக்கு மாறாக அம்பேத்கரது புத்தரின் விளக்கங்கள் விஞ்ஞானத்தோடு இசைந்ததாகவே உள்ளதை இங்கே கவனிக்கலாம்.

போக்கில் அம்பேத்கர் விளக்குகிறார்[538] என முடிவுகொள்வது அவரது புரிதலின்மையை உறுதிப்படுத்துகிறது.

மத வியாக்கியானங்களில் பேசப்படும் ஆன்மா சம்மந்தமான மறுபிறவி கோட்பாட்டினை புத்தர் முற்றிலும் நிராகரித்தார். இதற்கான மிக வெளிப்படையான ஆதாரம் *'Last Meeting between the Buddha and Sariputta'* என்ற தலைப்பில்,

> *"We do not believe in rebirth. Therefore this is our last meeting. Let the Lord forgive me my faults. My last day has come."*

என சாரிபுத்தர் புத்தரிடம் கூறுவதிலிருந்து அறியலாம். போதிசத்வர் குறித்தும், புத்தரின் முற்பிறவிகள் குறித்தும் அம்பேத்கர் நம்பிக்கை கொள்ளாததையும் இவ்வரிகள் உணர்த்துகின்றன.

கர்மம்:

சொல்லமைப்பின் ஒற்றுமைகள் பௌத்தத்தில் கூறப்பட்டுள்ள மறுபிறப்பு தொடர்பான அடிப்படை வேறுபாட்டினை எவ்வாறு மறைக்கிறது என்பதை அம்பேத்கர் சுட்டிக்காட்டுகிறார். இதேப்போன்று, கர்மம் தொடர்பான புரிதலிலும், சொல்லாக்க ஒற்றுமையை ஒப்பிடுவதன் மூலம் பௌத்தமும் பார்ப்பனியம்/இந்து மதம் போன்றதே என்பதாய் விவரம் தெரியாத இந்துக்கள் முடிவு கொள்கின்றனர் என அவர் நினைவூட்டுகிறார். பார்ப்பனியத்தின் கர்ம கோட்பாட்டினை புத்தர் முற்றிலுமாய் நிராகரிக்கவே செய்கிறார்,

> *The fourth thesis of Brahmanic Philosophy was the doctrine of Karma. It was part of the thesis of transmigration of the soul. The Karma of the Brahmins was an answer to the question: "Where did the soul land on transmigration with his new body on new birth?" The answer of the Brahmanic Philosophy was that it depended on a man's deeds in his past life. In other words, it depended on his Karma.*[539]

---

[538] பக். 701

[539] *Dr. B. R. Ambedkar, The Buddha And His Dhamma, p.89*

புத்தரின் கர்மவிதியும், அதன் பாதிப்பும் தற்கால வாழ்வுக்கு மட்டுமே பொருந்துவதாகும் *(The Buddha's Law of Karma applied only to Karma and its effect on present life)* என்ற அம்பேத்கரின் வரிகளை மட்டும் பெரியார்தாசன் தன் மொழிபெயர்ப்பில் கொட்டை எழுத்துகளில் தருகிறார். ஆய்வு நேர்மையின் பொருட்டு அம்பேத்கரது புத்தரை இதனடிப்படையிலேயே ஆசிரியர் விமர்சித்திருக்க வேண்டும். ஆனால் அவரோ புத்தரின் கருத்துக்கு ஒவ்வாத 'பௌத்த தத்துவ இயல்' நூலில் கூறப்பட்டுள்ள ராகுல் சாங்கிருத்யாயன் கூற்றினை பயன்படுத்துகிறார்,

> புத்தர் "செய்வினை" சித்தாந்தத்தை மேலும் வலிமையுள்ளதாக்கினார். "நீ முற்பிறப்பில் செய்த வினையே இப்பிறப்பின் நிலைமைக்கும் ஏழை பணக்காரன் என்ற வேற்றுமைக்கும் காரணமாகும். நீ செய்த வினை உன்னை விட்டுப் போய்விட்டாலும் பலன் மட்டும் உன்னை விட்டுப் போகாது." [540]

தேவிபிரசாத் சட்டோபாத்யாயா, ராம்விலாஸ் சர்மா, பொன்கார்ட்-லெவின் ஆகியோரின் 'பௌத்தம் ஒரு மார்க்சிய அறிமுகம், மார்க்சிய ஒளி கட்டுரைகள்' என்ற புத்தகத்தில் ராம்விலாஸ் சர்மா-வின் கூற்றாய் ஆசிரியர் மேற்கோளிடுவதையும் நாம் அம்பேத்கரது புத்தரோடு ஒப்பிட வேண்டியுள்ளது,

> ஒரு மனிதன் இறந்த பிறகும் அவன் கடைபிடித்து வந்த கர்மப்பயன் தொடருமென்று புத்தர் உறுதியாகக் கருதினார்.[541]

> ஆன்மாவைப் புத்தர் மறுத்தார். ஆனால் மனிதனின் உணர்வு அவனது மரணத்திற்குப் பின்னும் தொடர்கிறது என்பதை ஏற்றுக்கொண்டார்.[542]

---

[540] பக். 720 / ராகுல் சாங்கிருத்யாயன், பௌத்த தத்துவ இயல், பக். 46

[541] பக். 724 / தேவிபிரசாத் சட்டோபாத்யாயா, ராம்விலாஸ் சர்மா, பொன்கார்ட்-லெவின், பௌத்தம் ஒரு மார்க்சிய அறிமுகம், மார்க்சிய ஒளி கட்டுரைகள், பக்.52

பாசபந்தகளால் பிணைப்புண்ட ஆன்மாவுக்குப் பதிலாக மனிதனை அவன் செய்த கருமங்கள் கட்டுப்படுத்துவதாகவும், அது அடுத்தடுத்த பிறவிகளில் துன்பம் தருவதாவும் அவர் கூறினார். மரணத்திற்குப் பின்னரும் காரண-காரிய சங்கிலித் தொடர் நிகழ்ச்சி தொடர்கிறது என்பதற்கு ஆதாரத்தைப் பெற புத்தரின் சீடர்கள் வேதங்களை நம்புவதற்குப் பதிலாக புத்தரின் ஞானத்தை மட்டுமே நம்ப வேண்டியிருந்தது. [543]

மேலுள்ள மூன்றாவது மேற்கோளினை *(திரிபை)* ஆசிரியர் இருமுறை பயன்படுத்துவதோடு, அதனைக்கொண்டே *"(அம்பேத்கர்)* பௌத்தத்தையும் திரித்து தன் விருப்பம் போலவே விளக்கங்கள் அளிக்கிறார்" [544] என எழுதுவது கம்யூனிசத்திற்கு ஒவ்வாத வகையில் நேர்மையை விரட்டுவதாய் உள்ளது. 'பௌத்த தத்துவ இயல்' மற்றும் "பௌத்தம் ஒரு மார்க்சிய அறிமுகம், மார்க்சிய ஒளி கட்டுரைகள்" ஆகிய இரு நூல்களையும் தமிழில் நியு செஞ்சுரி புக் ஹவுஸ் (பி) லிட் பதிப்பித்துள்ளது. மார்க்சிய தளங்களில் இருந்து வெளியிடப்படும் பௌத்தம் தொடர்பான நூல்கள் எத்தனை திரிபுகளை உள்ளடக்கியுள்ளன என்பதற்கு மேலுள்ளவற்றை கீழுள்ள புத்தரின் கோட்பாடுகளோடு ஒப்பிட்டுப்பார்க்கையில் தெளிவாய் புலப்படுகிறது,

Is the Buddhist Doctrine of Karma the same as the Brahminic Doctrine?

---

[542] *பக். 724 / தேவிபிரசாத் சட்டோபாத்யாயா, ராம்விலாஸ் சர்மா, பொன்கார்ட்-லெவின், பௌத்தம் ஒரு மார்க்சிய அறிமுகம், மார்க்சிய ஒளி கட்டுரைகள், பக்.53*

[543] *பக். 727 & பக். 791 / தேவிபிரசாத் சட்டோபாத்யாயா, ராம்விலாஸ் சர்மா, பொன்கார்ட்-லெவின், பௌத்தம் ஒரு மார்க்சிய அறிமுகம், மார்க்சிய ஒளி கட்டுரைகள், பக்.54*

[544] *பக். 792*

There is no doctrine in the Buddha's Dhamma which has created so much confusion as this doctrine of Karma.

What is its place in the Buddha's Dhamma and what is its significance which has already been told.

Ignorant Hindus out of sheer want of understanding say by comparing merely the similarity of words that Buddhism is the same as Brahmanism or Hinduism.

The educated and orthodox section of the Brahmins also do the same. They do so deliberately to mislead the ignorant masses.

The educated Brahmins know full well that the Buddhist Law of Karma is quite different from the Brahminic Law of Karma. Yet they keep on saying that Buddhism is the same as Brahmanism and Hinduism.

The similarity in terminology gives them an easy handle for their false and malicious propaganda.

It is, therefore, necessary to examine the position closely.

The Buddha's Law of Karma, however much may be similarity of words cannot be the same in its connotation as the Brahminic Law of Karma[545]*.*

---

[545] பௌத்தத்தின் கர்ம கோட்பாடு பற்றிய பீட்டர் டெல்லா சன்டினா அவர்களின் எளிய தெளிவுரையும் இங்கே நமக்கு உதவுகிறது,

> *We can begin by deciding what karma is not. Often people misunderstand the meaning of karma. This is especially true in the everyday, casual use of the term. You often find people speaking resignedly about a particular situation and making use of the idea of*

karma to reconcile themselves to it. When people think of karma in this way, it becomes a vehicle of escape and assumes most of the characteristics of a belief in predestination or fate. But this is most certainly not the correct meaning of karma. Perhaps this misunderstanding is a result of the idea of fate that is common in many cultures. Perhaps it is because of this popular belief that the concept of karma is often confused with and obscured by the notion of predestination. But karma is certainly not fate or predestination.

If karma is not fate or predestination, what is it? Let us look at the meaning of the term itself. Karma means "action" that is to say, the act doing this or that. Immediately, we have a clear indication that the real meaning of karma is not fate; rather, karma is action, and as such, it is dynamic. But karma is more than just action, because it is not mechanical action, nor is it unconscious or involuntary action. On contrary, karma is intentional, conscious, deliberate action motivated by volition, or will.

How can this intentional action condition our situation for better or for worse? It can do so because every action must have a reaction, or an effect. This truth has been enunciated with respect to the physical universe by the great classical physicist newton, who formulated the scientific law that every action must have an equal and opposite reaction. In the sphere of intentional action and moral responsibility, there is a counterpart to this law of action and reaction that governs events in the physical universe- namely, the law that every intentional action must have its effect. For this reason, Buddist often speak of intentional action and its ripened consequence or intentional action and its effect. Thus, when we want to speak about intentional action together with its ripened consequences, or effects, we

The premises of the two are so widely different, indeed so widely opposed that the result of the two cannot be the same. They must be different.

The principles of the Hindu Law of Karma may be stated seriatim for convenience.

The Hindu Law of Karma is based on the soul. The Buddhist is not. In fact there is no soul in Buddhism.

The Brahminic Law of Karma is hereditary.

It goes on from life to life. This is so because of the transmigration of the soul.

This cannot be true of the Buddhist Law of Karma. This is also because there is no soul.

The Hindu Law of Karma is based on the existence of a soul which is distinct from the body. When the body dies the soul does not die. The soul flies away.

This is not true of the Buddhist Law of Karma.

According to the Hindu Law of Karma what happens when a man does a karma is this. His act produces two-fold results. It affects the doer and secondly it produces an impress upon his soul.

Each act he does produces an impress upon his soul.

---

use the phrase "the law of karma". (Peter Della Santina, The Tree Of Enlightenment, p. 76-77)

When a man dies and when his soul escapes, the soul is full of such impressions.

It is these impressions which determine his birth and status in his future life.

This Hindu theory is inconsistent with the Buddhist theory of no-soul.

For these reasons the Buddhist doctrine of Karma cannot be and is not the same as the Hindu doctrine of Karma.

It is therefore simply foolish to talk about the Buddhist doctrine of Karma being the same as the Brahminic doctrine of Karma.

All that one can say is beware of this jugglery.[546]

Did the Buddha believe in Past Karma having effect on Future Life?

The Law of Karma was enunciated by the Buddha. He was the first to say: "Reap as you sow."

He was so emphatic about the Law of Karma that he maintained that there could be no moral order unless there was a stern observance of the Law of Karma.

The Buddha's Law of Karma applied only to Karma and its effect on present life.[547]

---

[546] *Dr. B. R. Ambedkar, The Buddha And His Dhamma, p.337-338*
[547] *Dr. B. R. Ambedkar, The Buddha And His Dhamma, p.338*

ஏழைகளின் அவல நிலைக்கான பொறுப்பிலிருந்து அரசையும், சமூகத்தையும் தப்பிக்க செய்வதற்காகவும், புரட்சி உணர்வை முழுமையாகக் கிள்ளியெறியவும் உருவாக்கப்பட்டதே பிராமணியத்தின் கர்ம விதி கோட்பாடு. இக்கோட்பாட்டினை புத்தர் நிராகரிப்பது சமத்துவத்தை நோக்கிய சமூக மாற்றத்திற்கான அவரது நிலைப்பாட்டின் மிக சிறந்த உதாரணம்,

Did the Buddha believe in Past Karma having effect on Future Life? — concluded

> *The Buddha's doctrine of Past Karma is thus in keeping with science.*
>
> *He did not believe in the inheritance of Past Karma.*
>
> *How can he, having held to the view that birth is genetic[548] and whatever inheritance comes to the child it comes through its parents?*

---

[548] That human birth is genetic is told by the Buddha to a Yakkha who came to discuss the matter with him.

The Exalted One was then staying near Rajagraha, on the hill called Indra's Peak.

Now that Yakkha drew near to the Exalted One and addressed him as follows :

> *'Material form is not the living soul'*
>
> *So says th' Enlightened One. Then how doth soul possess this body?*
>
> *Whence to soul doth come*
>
> *Our bunch of bones and bowels?*
>
> *How doth soul within the mother-cave suspended bide?*

To this the Exalted One replied:

The doctrine of past karma is a purely Brahminic doctrine. Past karma taking effect in present life is quite consistent with the Brahminic doctrine of soul, the effect of karma on soul. But it is quite inconsistent with the Buddhist doctrine of non-soul.

It has been bodily introduced into Buddhism by some one who wanted to make Buddhism akin to Hinduism or who did not know what the Buddhist doctrine was.

This is one reason why it must be held that the Buddha could not have preached such a doctrine.

There is another and a more general reason why it must be held that the Buddha could not have preached such a doctrine.

The basis of the Hindu doctrine of past karma as the regulator of future life is an iniquitous doctrine. What could have been the purpose of inventing such a doctrine?

At first the Kalala takes birth, and thence the abudde.

Therefrom the pesi grows,

Developing as ghana in its turn.

Now in the ghana doth appear the hair,

The down, the nails.

And whatsoever food and drink the mother of him takes, thereby the man in mother's womb doth live and grow.

But the Hindu doctrine differs.

It says that the body is genetic. But the soul is not. It is implanted into the body from outside—the doctrine is unable to specify the source. (Dr. B. R. Ambedkar, The Buddha And His Dhamma, p.340)

The only purpose one can think of is to enable the state or the society to escape responsibility for the condition of the poor and the lowly.

Otherwise such an inhuman and absurd doctrine could never have been invented.

It is impossible to imagine that the Buddha who was known as the Maha Karunika could have supported such a doctrine.[549]

The law of Karma as formulated by the Brahmins, thought the Buddha, was calculated to sap the spirit of revolt completely. No one was responsible for the suffering of man except he himself. Revolt could not alter the state of suffering; for suffering was fixed by his past Karma as his lot in this life.[550]

ஆனால் ஆசிரியரோ,

> புத்தருடைய பொருளியல் ஆள்வோருக்குச் சேவகம் செய்வது. அவரது கருத்தியலும் அளவுக்கு அதிகமாகவே அப்பொருளியலுக்குப் பங்களிப்பு தருகிறது.[551]

என முடிவுகொள்வது எதனடிப்படையில் என்று விளக்கவேயில்லை. இங்கே, ஆசிரியரின் வாதத்தின் வழியாகவே அவரது கற்பிதங்களை உடைத்திடவும் முடியும். ஆளும் வர்கத்தின் முதன்மையான கூறாக இருந்த வேத விற்பன்னர்கள் பற்றி அவர் எழுதுகையில்,

> இந்த (மீமெய்யியல்/அனுபூதித்தளம் தொடர்பான) பத்துக் கேள்விகளுக்கும், அதற்கு மேலான கேள்விகளுக்கும் உலகாயதமும் சர்வாகமும் அளித்த பதில்கள் வேத விற்பன்னர்களுக்கு கொடுங்கனவாக இருந்தன. இந்தக் கேள்விகளுக்கு விடையளிப்பதில்தான் அவர்கள் சங்கடங்களை உணர்ந்தார்கள். கடவுளைச் சரணடைந்தார்கள். மந்திரத்திலிருந்து சடங்காக மாறி

---

[549] *Dr. B. R. Ambedkar, The Buddha And His Dhamma, p.342-344*

[550] *Ibid, p.91*

[551] பக். *729*

> மந்திரவாதியாகி அதற்கு பூசை செய்யும் பூசாரியாக மாறி அதனால் சில அனுகூலங்களைப் பெற்று, சமூக மாற்றத்தால் மதமாகும் போது, அது அப்போதைய ஆளும் வர்க்கத்துக்கு எவ்வாறு சேவை செய்யும் ஒன்றாக மாறுகிறது என்பதைக் கணிப்பதுதான் பொருள்முதவாதிகளின் நோக்கம். வேதவிற்பன்னர்களை வைத்து ஆளும் வர்க்கம் உண்டு கொழுப்பதை எதிர்த்துக் கேள்வி கேட்ட சார்வாகத்தையும், உலகாயதத்தையும் ஆளும் வர்க்கம் விட்டு வைக்குமா என்ன? [552]

வேத விற்பன்னர்களின் பூசைகளையும், சடங்குகளையும், மந்திரங்களையும், யாகங்களையும் புத்தர் நேரிடையாகவே எதிர்த்ததற்கு ஆதாரங்கள் எண்ணற்றவை உள்ளன,

> *The second thesis of the Bramhanic Philosophy was that salvation of the soul—that is escape from transmigration—can be had only by the due performance of Vedic sacrifices and observances of religious rites and ceremonies and the offering of gifts to Brahmins.*
>
> ...
>
> ...
>
> *He was equally an opponent of the second thesis of the Brahmanic Philosophy. The Buddha did admit that there was any virtue in a sacrifice. But he made a distinction between true sacrifice and false sacrifice.*
>
> *Sacrifice in the sense of self-denial for the good of others he called true sacrifice. Sacrifice in the sense of killing an animal as an offering to God for personal benefit he regarded as a false sacrifice.*
>
> *The Brahmanic sacrifices were mostly sacrifices of animals to please their gods. He condemned them as false sacrifices. He*

---

[552] பக். 729

would not allow them even though they be performed with the object of getting salvation for the soul.[553]

He argued that the belief in the existence of the soul is as much a source of superstition as the belief in God is. Indeed in his opinion the belief in the existence of a soul is far more dangerous than the belief in God. For not only does it create a priesthood, not only is it the origin of all superstition but it gives the priesthood complete control over man from birth to death.[554]

"வேதவிற்பன்னர்களை வைத்து ஆளும் வர்க்கம் உண்டு கொழுப்பதை எதிர்த்துக் கேள்வி கேட்ட சார்வாகத்தையும், உலகாயதத்தையும் ஆளும் வர்க்கம் விட்டு வைக்குமா என்ன?" என்று ஆசிரியர் கேட்கும் கேள்வி பௌத்தத்தை கொண்டும் முதன்மையாகவே வைக்க முடியும். கடவுள், ஆன்மா மற்றும் பார்ப்பனியம் கூறும் முற்பிறவி கோட்பாடுகளை மறுத்த புத்தருக்கு, முற்பிறவியில் செய்த வினையின் தொடர்ச்சியையும் யாகங்களின் பலன்களையும் ஒத்துக்கொள்ளாத பௌத்தத்திற்கு சாங்கியமும் உலகாயதமும் பேய்க் கனவாகத்தான் இருந்தது, புத்தரும் அந்தக் கனவைக் கண்டு பயந்திருக்கிறார்[555] என ஆசிரியர் நினைப்பது கடலை பார்த்திராத கிணற்று மீனின் நம்பிக்கையை போலுள்ளது எனலாம். ஒரு கட்டத்தில் இதுவே அவரது அகந்தையாக மாறி,

> வேதத்தை மறுத்து, புத்தரை விடக் கடுமையாக பகுத்தறிவையும் அறிவியலையும் பேசிய சார்வாகத்தையோ, சாங்கியத்தையோ, உலகாயதத்தையோ ஆய்வுப்பூர்வமாகப் பேச மாட்டார். பேசினால், புத்தருக்கு எப்படி வேத ஆசிரியர்கள் பிற்போகானவர்களோ அதே போல் புத்தரும்

[553] *Dr. B. R. Ambedkar, The Buddha And His Dhamma, p.87-90*

[554] *Dr. B. R. Ambedkar, The Buddha And His Dhamma, p.261*

[555] பக். *728*

> உலகாயதத்தின்படி படு பிற்போக்கானவர் என்று ஏற்றுக்கொள்ள வேண்டியிருக்கும் அல்லவா?[556]

ஆசிரியரின் இந்த நம்பிக்கையை தகர்க்க *K.A. Nilakanta Sastri*யின் கூற்றே போதுமானது,

> *Indeed, in India, Buddhism roused the antagonism, of the 'orthodox' creeds that took their stand on the Veda as revealed scripture; but it had a more glorious innings than many another creed which was tainted by the same heresy. Those who wish to make an inference from the scarcity of Buddhists in India today must also reflect on the absence of Lokayatas, Pasupatas, Saktas and others.*[557]

இவ்விடத்தில் ஒரு எச்சரிக்கையையும் விடுக்க வேண்டியுள்ளது. 'பௌத்த தத்துவ இயல்' நூலில் ராகுல் சாங்கிருத்யாயன் எழுதும் திரிபுகள் பண்டைய பௌத்தத்திலிருந்தும் அம்பேத்கரது புத்தரிடமிருந்தும் மாறுபடுவதோடு மட்டுமல்லாமல் பார்ப்பனிய கோட்பாடுகளின் நகலாகவே உள்ளன. பௌத்தத்தை மீட்டெடுக்க முனையும் ஆர்வலர்கள் மார்க்சிய தளங்களில் கட்டமைக்கப்படும் பௌத்த நூல்களை ஆய்வின் அடிப்படையிலேயே நிராகரிப்பதற்கு காரணங்களைத் தேடி அலைய வேண்டியதில்லை. மார்க்சிய ஆய்வாளர்களின் பௌத்தம் சார்ந்த அப்பட்டமான பொய்யுரைகள் அவர்கள் நூலிலேயே மிகுதியாய் காணக்கிடைக்கின்றன. எடுத்துக்காட்டாய்,

> உண்மையான ஏற்றத்தாழ்வு ஒழியாவிட்டாலும், சமுதாயத்தில் கீழ்த்தட்டு மக்களின் ஆதரவு பவுத்த மதத்திற்குக் கிடைத்தது; வர்க்கக் கண்ணோட்டத்தில் பார்த்தால் பவுத்த மதம் ஆளும் வர்கத்தின் ஏஜண்ட் செய்யும் மத்தியஸ்தம் போன்றது. அது ஆளும் வர்க்கத்தின் சுயநலத்தை ஒழித்திடாமல் தன்னை நீதியின் ஆதரவாளனாகக் காட்டிக்கொள்ள விரும்பியது.[558]

---

[556] பக். 832

[557] *K.A. Nilakanta Sastri, 'Buddhism in South India', Maha Bodhi Journal, Vol. 50 April-June 1942, pp.157-167*

[558] பக். 721

என ராகுல் சாங்கிருத்யாயன் முடிவுரை எழுதுகிறார். இம்முடிவுரைக்கு அவர் சார்ந்திருக்கும் அனுமானம் பின்வருமாறு,

> ஆகவே புத்தரின் தத்துவக் கருத்துகளை மேலெழுந்த வாரியாகப் பார்த்தபோது, அன்றைய ஆளும் வர்க்கம் தற்காலிகமாக அஞ்சினாலும் அவருடைய மறுபிறப்பையும், செய்வினை சித்தாந்தத்தையும் பார்த்து ஆசுவாசமடைந்து நிச்சிந்தனையானது.

புத்தருடைய கோட்பாடு மறுபிறப்பை மறுக்கிறது. அவருடைய செய்வினை சித்தாந்தமும் முற்பிறவியையோ அடுத்த பிறவியையோ தொடர்புபடுத்தவில்லை. இவை பண்டைய பௌத்தத்தின் அல்லது அம்பேத்கரது புத்தரின் நிலைபாடு மட்டுமல்ல. ஸ்செர்பாட்ஸ்கியை எடுத்துக் காட்டும் தேவிபிரசாத் சட்டோபாத்யாய-வும்

> துவக்ககால பௌத்தத்தில் இல்லாத உபநிடதக் கருதுகோளான நிரந்தர ஆன்மா அல்லது ஆன்மாவின் இன்றியமையாத இயல்புகளை பௌத்தத்தில் நுழைக்க மகாயானச் சுவடிகள் முயற்சி செய்தன என்பது முக்கியமான அம்சமாகும்.[559]

என முடிவுகொள்வதை ஆசிரியரும் மேற்கோளிட்டுள்ளார். ஆன்மாவை நிராகரிக்கும் பௌத்த கோட்பாடு செய்வினை/கர்மவினை கோட்பாட்டோடு சற்றும் இசைந்து போவதன்று என்ற அம்பேத்கரின் கூற்றையும் இங்கே நாம் நினைவு கொள்ளலாம்,

> *The doctrine of past karma is a purely Brahminic doctrine. Past karma taking effect in present life is quite consistent with the Brahminic doctrine of soul, the effect of karma on soul. But it is quite inconsistent with the Buddhist doctrine of non-soul.*[560]

உண்மைகளானது இப்படியிருக்க ஆளும் வர்க்கம் புத்தரின் மறுபிறப்பையும், செய்வினை சித்தாந்தத்தையும் பார்த்து

---

[559] பக். 716

[560] *Dr. B. R. Ambedkar, The Buddha And His Dhamma, p.343*

ஆசுவாசமடைந்து நிச்சிந்தனையானது என ராகுல் சாங்கிருத்யாயன் எழுதுவதும் அதனை தன் விருப்பவாதத்திற்கு ஆசிரியர் பயன்படுத்துவதும் மார்க்சிய சிந்தனையாளர்களின்[561]

---

[561] பார்ப்பன மற்றும் மார்க்சிய பின்புலம் கொண்ட ஆய்வாளர்களின் (கோசாம்பி, தேவிபிரசாத் சட்டோபாத்யாய உட்பட) கருத்துகளையே ஆசிரியர் பெரிதும் பயன்படுத்தியிருப்பதால், இதற்கான நியாயத்தையும் அவர் வழங்க வேண்டியுள்ளது,

> அம்பேத்கர் தனது ஆய்வை முன்னெடுத்து நிறுத்த, எடுத்தாண்ட ஆசிரியர்கள் அனைவரும் பெரும்பான்மையானவர்கள் பார்ப்பனர்களே. இருப்பினும் அம்பேத்கரை விட காத்திரமாக இந்திய தத்துவ மரபுகளை, பார்ப்பனிய மரபுகளைக் கேள்வி கேட்டு விவாதித்த இந்த அறிஞர்களைப் பார்ப்பனர் என்ற சாதி அடையாளத்தோடு பார்ப்பது தலித் அடையாள அரசியலாக இருக்குமே தவிர அறிவுசார் அடையாளமாக இருக்காது. எடுத்துக்காட்டாக இந்துமதப் புராணங்களையும் கடவுள்களையும் கேள்வி கேட்டு அது குறித்து, பல விவரணைகளை விவாதங்களை ஏற்படுத்திய பிறப்பால் மட்டுமான பார்ப்பனர்களை இங்கு சுட்டிக் காட்ட முடியும். கோசாம்பி, தேவிபிரசாத் முதலான பல பேரை நாம் குறிக்க முடியும். அப்படி அவர்கள் இயங்கக் காரணமான சூழல்களையும் நாம் விவாதிக்க முடியும். (பக். 676)

அம்பேத்கர் பார்ப்பன ஆசிரியர்களை அப்படியே எடுத்தாளவில்லை; அவர்கள் மீது வெளிப்படையான விமர்சனங்களையும் வைக்கிறார். கர்ம விதி தொடர்பாக பௌத்தத்தில் இல்லாத அர்த்தங்களை கற்ற பார்ப்பனர்கள் எதுவும் அறியாத வெகு மக்களிடம் தெரிந்தே பரப்பியுள்ளனர் என்று அவர் கூறுவதையும் சில பக்கங்கள் முன்பு கவனித்தோம் *(Educated and orthodox section of the Brahmins deliberately mislead the ignorant masses).* இதனை உறுதிப்படுத்துவதாய் தேவிபிரசாத் சட்டோபாத்யாய பங்களித்த 'பௌத்தம் ஒரு மார்க்சிய அறிமுகம், மார்க்சிய ஒளி கட்டுரைகள்' நூலில் உள்ள திரிபுகளையும் விரிவாகவே விளக்கியுள்ளோம்.

நேர்மை சீரமைக்கமுடியாத நிலையில் சிதைந்து கிடப்பதற்கான சாட்சியங்களே!

நிப்பானா (Nibbana):

அடுத்ததாக,

> பிறவி மறுபிறப்பு என்ற சங்கிலித் தொடருக்கும், நிர்வாண நிலையிலேயே மீட்சி உண்டு என்ற நிலைப்பாட்டிற்கும் அவர் (புத்தர்) சென்றிருக்க மாட்டார்.[562]

என்பதான ராம்விலாஸ் சர்மா-வின் கூற்றினை கவனிக்க வேண்டியுள்ளது. பௌத்தம் பிறவி மறுபிறப்பு சங்கிலித் தொடரை ஏற்கவில்லை. இது ஒருபுறமிருக்க, இந்த சங்கிலித் தொடருக்கான மீட்சியாக நிர்வாணத்தை காட்டுகிறார் சர்மா. பார்ப்பனியத்தில் கூறப்படும் நிர்வாணத்தின் பதத்தில் அவர் எழுதுகிறார். ஆனால், பௌத்தத்தில் உள்ள 'நிப்பானா' இதிலிருந்து எவ்வளவு மாறுபடுகிறது என்பதற்கு அம்பேத்கருடைய விளக்கங்களுக்குள் நாம் செல்ல வேண்டும்,

To Live in Nibbana is Dhamma

> *Of all the doctrines taught by the Buddha the doctrine of Nibbana is the most central one.*
>
> *What is Nibbana? Nibbana as taught by the Buddha has a totally different meaning and content than what has been given to it by his predecessors.*
>
> *By Nibbana they meant the salvation of the soul.*

---

[562] பக். 727 / தேவிபிரசாத் சட்டோபாத்யாயா, ராம்விலாஸ் சர்மா, பொன்கார்ட்-லெவின், பௌத்தம் ஒரு மார்க்சிய அறிமுகம், மார்க்சிய ஒளி கட்டுரைகள், பக்.58

Thus there were four ways in which Nibbana was conceived of : (1) Laukik (material, eat, drink and be merry type) ; (2) Yogic ; (3) Brahmanic and (4) Upanishadic.

There was one common feature of the Brahmanic and Upanishadic conceptions of Nibbana. They involved the recognition of a soul as an independent entity—a theory which the Buddha had denied. The Buddha had therefore no difficulty in rejecting the Brahmanic and Upanishadic teaching of Nibbana.

The Laukik conception of Nibbana was too materialistic to appeal to the Buddha. It meant nothing but the satisfaction of man's animal appetites. There was nothing spiritual in it.

To accept such a conception of Nibbana the Buddha felt was a gross wrong that can be done to a human being.

For the satisfaction of appetites can result only in creating more appetites. Such a way of life could bring no happiness, he thought. On the contrary, such happiness was sure to bring more unhappiness.

The Yogic conception of Nibbana was a purely temporary state. The happiness it brought was negative. It involved disassociation from the world. It avoided pain but gave no happiness. Whatever happiness it may be said to bring lasted as long as the yoga lasted. It was not permanent. It was temporary.

The Buddha's conception of Nibbana is quite different from that of his predecessors.

There are three ideas which underlie his conception of Nibbana.

Of these the happiness of a sentient being as distinct from the salvation of the soul is one.

The second idea is the happiness of the sentient being in Samsara while he is alive. But the idea of a soul and the salvation of the soul after death are absolutely foreign to the Buddha's conception of Nibbana.

The third idea which underlies his conception of Nibbana is the exercise of control over the flames of the passions which are always on fire.

...

...

How can Nibbana give happiness? That is the next question which calls for explanation.

The common notion is that man is unhappy because he is in want. But this is not always true. Man is unhappy even though he is in the midst of plenty.

Unhappiness is the result of greed, and greed is the bane of life of those who have as well as of those who have not.

...

...

What makes man unhappy is his falling a prey to his passions. These passions are called fetters which prevent a man from reaching the state of Nibbana. The moment he is free from the sway of his passions, i.e., he learns to achieve Nibbana, man's way to happiness is open to him.

...

....

There are certain misunderstandings about the Buddha's doctrine of Nibbana.

The word Nibbana etymologically means out blowing, extinguishing.

Taking hold of this root meaning of the word, critics have tried to make nonsense of the doctrine of Nibbana.

They hold that Nibbana means extinction of all human passions which is equivalent to death.

They have by this means tried to throw ridicule over the doctrine of Nibbana.

That such is not the meaning of Nibbana is quite clear if one examines the language of the fire sermon.

The fire sermon does not say that life is burning and death is extinction. It says passions are on fire.

The fire sermon does not say that the passions must be extinguished completely. It says do not add fuel to the flame.

Secondly, critics have failed to make a distinction between Nibbana and Parinibbana.

As the Udana says: "Parinibbana occurs when the body becomes disintegrated, all perceptions become stopped, all sensations die away, the activities cease and consciousness goes away. Thus Parinibbana means complete extinction."

Nibbana can never have this meaning. Nibbana means enough control over passion so as to enable one to walk on the path of righteousness. It was not intended to mean, anything more.

That Nibbana is another name for righteous life is made clear by the Buddha himself to Radha.

...

...

That the idea underlying Nibbana is that it is the path of righteousness. No one will mistake Nibbana for anything else.

Complete annihilation is one extreme and Parinibbana is another extreme. Nibbana is the Middle Way.

So understood all confusion about Nibbana will disappear.[563]

அஸ்ஸலாயன சுத்தா-வினை அடுத்து கவனிப்போம்,

Assalayana went to the Buddha and placed before him the case in favour of the superiority of the Brahmins.

He said, "Brahmins maintain, Gotama, that only Brahmins form the superior class, all other classes being inferior; that only Brahmins form the white class, all other classes being black fellows; that purity resides in Brahmins alone and not in non-Brahmins; and that only Brahmins are Brahma's legitimate sons, born from his mouth, offspring of his, creations of his, and his heirs. What does Gotama say hereon?"

The Buddha's answer simply pulverized Assalayana.

The Buddha said: "Assalayana, are not the Brahmin wives of Brahmins known to have their periods, and to conceive, and to lie and give birth? Notwithstanding this do Brahmins really maintain all what you have said though they are themselves born of women like everybody else?"

[563] *Dr. B. R. Ambedkar, The Buddha And His Dhamma, p.233-238*

Assalayana gave no answer.[564]

பார்ப்பனர்கள் மட்டுமே மேன்மையானவர்கள் என்ற அஸ்ஸலாயனரின் நம்பிக்கையை கேள்விக்குட்படுத்த பார்ப்பனர்களை ஈன்றெடுக்கும் பார்ப்பனப் பெண்களும் மற்ற பெண்களைப் போன்று மாதவிலக்குற்று, கூடி, கருவுற்று தானே பிள்ளை பெறுகின்றனர் என்ற பொருளில் புத்தர் கூறுகிறார். இவ்வரிகளை படிக்கும் ஆசிரியரோ,

> கதைகளைக் கூறி, தங்களது குலப்பெருமையை நிலை நிறுத்தும் எந்தப் பார்ப்பனருக்கும் மானிடர்கள் பெண்ணின் வயிற்றில் இருந்துதான் பிறக்கிறார்கள் என்று தெரியாதா என்ன?[565]

என வினவுகிறார். பார்ப்பனர்கள் அறிவுக்கு இது எட்டியிருந்தால் பிரம்மனின் வாயில் இருந்தே தாங்கள் பிறந்தவர்கள் என்று ஏன் உரைத்தனர் என ஆசிரியர் தான் விளக்க வேண்டும். அவர் எழுப்பும் இதுபோன்ற அற்ப கேள்விகள் அவரது நூலின் வாசிப்பு அனுபவத்தை அசதியாகவே மாற்றுகிறது என்பதைப்பற்றி அவர் அக்கறை கொள்ளவில்லை.

அம்பேத்கரது நூலில் இடம்பெரும் அஸ்ஸலாயன சுத்தா-வில் தேவாலா என்ற கதாப்பாத்திரம் இடம்பெறவில்லை. *Bautham.net* என்ற வலைத்தளத்திலிருந்து ஆசிரியர் மேற்கோளிடும் அஸ்ஸலாயன சுத்தா-வின் இறுதி பகுதியில் அஸ்ஸலாயனருக்கு புத்தர் கூறும் ஒரு கதையில் தேவாலா என்ற முனிவர் இடம்பெறுகிறார். இரண்டினையும் ஒப்பீடும் ஆசிரியர்,

> இப்போது நாம் கேட்கவேண்டியது, இந்தக் கருத்தை புத்தர் சொன்னாரா, தேவாலா சொன்னாரா என்றுதான். ஆனால் புத்தர் இதைச் சொல்லியிருக்கிறார் என்று எடுத்துக் கொண்டோமானால், அந்த சூத்திரத்தில் உள்ள மற்ற விசயங்களையாவது இடைச்செருகல் என்று

[564] *Dr. B. R. Ambedkar, The Buddha And His Dhamma, p.302*
[565] பக். *707*

> சொல்லிருக்க வேண்டும் ஆனால் அம்பேத்கர் அவ்வளவுதான் எனக் கதையை முடிக்கிறார்.[566]

என விமர்சிக்கிறார். நன்கு அறிந்தே இருட்டடிப்பு முயற்சியில் இறங்குகிறார் ஆசிரியர். அஸ்ஸலாயன சுத்தா-வை நாம் முழுதும் படித்தோமானால் இரண்டு செய்திகளை தெரிந்துகொள்ளலாம். முதலாவதாக, அஸ்ஸலாயனரிடம் புத்தர் நேரிடையாக வாதம் செய்கிறார். இப்பகுதியை அம்பேத்கர் தன் நூலில் கையாண்டுள்ளார். இரண்டாவதாக, அஸ்ஸலாயனரிடம் புத்தர் கதையின் மூலமாகவும் வாதம் செய்கிறார். இக்கதையிலேயே புத்தர் தேவாலாவை குறிப்பிடுகிறார். இப்பகுதியினை ஆசிரியர் அவரது நூலில் மேற்கோளிடுகிறார். எனவே, இரண்டுமே அஸ்ஸலாயன சுத்தா-வில் உள்ளன. *Bautham.net*லிருந்து சுத்தாவை படித்திருக்கும் ஆசிரியருக்கு இது தெரியாமல் போக வாய்ப்பில்லை. ஏனெனில், இரண்டு பகுதிகளும் அதில் இடம் பெற்றுள்ளன. புத்தர் சொன்னாரா, தேவாலா சொன்னாரா என்ற கேள்வியை குழப்புவதற்காகவே ஆசிரியர் எழுப்புகிறார். புத்தரும் சொல்லி இருக்கிறார், புத்தர் கூறும் கதையில் தேவாலாவும் சொல்லி இருக்கிறார். எனவே எதனையும் இடைச்செருகல் என்று சொல்வதற்கும் இங்கு அவசியமில்லை. நீண்ட உரையாடல்களைக் கொண்ட இந்த சுத்தாவை சுறுக்கமாகவும் சாரம் விடுபடாமலும் அம்பேத்கர் தன் நூலில் பயன்படுத்தி உள்ளார். ஆசிரியர் கூறுவதுபோல் அவ்வளவுதான் என அம்பேத்கர் கதையை முடிக்கவில்லை. அம்பேத்கரை விமர்சிக்க பலமான வாதங்களை அவர் எழுப்பவில்லை. எண்ணற்ற சாடல்களும், கண்மூடித்தனமான குறைகாணுதலுமாகவே அவரது சிந்தனைகள் சுருங்குகின்றன.

---

[566] பக். 707

இயல் ஏழு

ஆசிரியர் பண்டைய பௌத்தத்தையோ அல்லது புத்தர் காலத்து வரலாற்றையோ நேர்மையாக விளக்குவதாக தெரியவில்லை. உதாரணத்திற்கு,

> அந்தக் காலத்தில்தான் இந்தியாவின் வடகிழக்கில் இரக்கமே இல்லாத அரசு அதிகாரங்கள் தோன்றின. பழங்குடி மக்கள் மற்றும் அரைகுறைப் பழங்குடி மக்களின் சமுதாயங்களின் அழிவின் மீது, மகத ராஜியமும் கோசல ராஜியமும் தோன்றின. அப்படிப்பட்ட காலத்திற்குரிய இயல்பாக மிகத் தாழ்வான ஆசைகளும், மிருகத்தனமான இன்ப வேட்கையும், அருவருக்கத்தக்க பேராசையும், பொதுச்சொத்துகளை சுயநலத்திற்காகக் கொள்ளையடிப்பதும், அதீதமான வரியும், வட்டி வாங்குதலும், பயமுறுத்திப் பணம் பறிப்பதும் போன்றவை மக்களின் வாழ்வில் அதுவரை கேட்டறியாத மிகப் பெரிய துன்பங்களை உண்டாக்கின. ஆனால் அந்தப் பழங்குடிகள் நினைவில், அவர்களிடையே அதற்கு முன் இருந்த சுதந்திரமும் சமத்துவமும், சகோதரத் தன்மையும் ஆகியவை அறவே அழியாமல் இருந்த காலம் அது. புதிதாய்த் தோன்றிய ராஜ்ஜிய ஆதிக்கங்களுக்கு, அது போன்ற மாதிரிச் சமுதாயங்கள் மிகவும் ஆபத்தானவை. இந்த ஜனநாயகங்களை

> நசுக்குவதும் அறவே ஒழிப்பதும் அவற்றின் அரசியல் கொள்கை வழிகளில் முக்கியமானதாகிறது.[567]

என்ற தேவிபிரசாத் சட்டோபாத்யாய-வின் கருத்துகளை ஆசிரியர் தருகிறார். இதே புத்தர் காலத்து வரலாற்றை *Rhys Davids* நேரெதிராக விளக்குகிறார்,

> *But we find no mention of corve'e, forced labour (raja-kariya) at this period. And even in the law books which refer to a later date, this is mentioned as a service due from artisans and mechanics, and not from villagers.*
>
> *On the other hand villagers are described as uniting of their own accord, to build Mote-halls and Rest-house and reservoirs, to mend the roads between their own adjacent villages, and even to lay out parks. And it is interesting to find that women are proud to bear a part in such works of public utility.*
>
> *The economic conditions in such villages were simple. None of the householders could have been what would now be called rich. On the other hand there was a sufficiency for their simple needs, there was security, there was independence. There were no landlords, and no paupers. There was little if any crime. What crime there was in the country (of which later) was nearly all outside the villages. When the central power was strong enough, as it usually was, to put down dacoity, the people, to quote the quaint words of an old Suttanta, "pleased one with another and happy, dancing their children in their hands, dwelt with open doors.*[568]

ஆசிரியரின் நேர்மையற்ற விளக்கங்களுக்கான அடுத்த சான்றுகளை பார்ப்போம்,

> புத்தருக்கும் அவரது சீடர்களுக்கும் பல்வேறு தானங்களை வணிகர்களால் வாரியிறைக்கப்பட்டு வளமோடு வளர்த்து வாழச் செய்தது... தேவதத்தன் விசயத்தில் அஜாதசத்ரு மட்டுமே தொடர்புடையவன்.

---

[567] பக்.799-800

[568] *Rhys Davids, Buddhist India, pp.35-36*

> அவனைத் தவிர தேவதத்தனுக்கு வேறு எந்த அரசனும் உதவியதாக அம்பேத்கரும் குறிப்பிடவில்லை. ஆய்வாளர்களும் குறிப்பிடவில்லை. ஆனால் புத்தருக்கு வணிகர்கள் செய்த உதவிகளைப் பற்றியும் பிம்பிசாரன், பசனேதி, அஜாத சத்ரு போன்ற அரசர்கள் கொட்டிக் கொடுத்தத்தைப் பற்றியும் பக்கம் பக்கமாக விளக்கியிருக்கிறார்கள்.[569]

என்ற ஆசிரியரின் விமர்சனத்திற்கு தேவதத்தன், அஜாதசத்ரு மற்றும் வணிகர்களின் கொடை என்ற வரிசையில் விளக்கங்கள் காண்போம்,

அம்பேத்கர் மட்டுமே தேவதத்தனை வில்லனாக பாவிக்கிறார் என்று ஆசிரியர் கருதுகிறார்,

> புத்தரின் கருணையைக் குறிக்கும் பௌத்தக் கதைகளிலிருந்து தேவதத்தன் புறாவுக்கு அம்பெய்தி, அப்புறாவைக் காப்பாற்றிய சித்தார்த்தன் அந்தப் புறா தனக்குச் சொந்தம் என்று வாதிட்டதைக் கூறுகிறார். மேலும் புறாவை அம்பெய்திக் கொல்ல முயற்சித்த சித்தார்த்தரது மைத்துனன் தேவதத்தன் அவருடைய நிரந்தர எதிரியாகிவிட்டான் என்று அம்பேத்கர் கூறுகிறார். எனவே அம்பேத்கர் பார்வையில் தேவதத்தன் இப்பொழுது ஓர் வில்லன் கதாபாத்திரத்தை எடுத்திருக்கிறான்.[570]

ஆனால் பௌத்த கதைகளிலும் தேவதத்தன் அவ்வாறே சித்தரிக்கப்பட்டுள்ளதை *Rhys Davids*-ம் விளக்குகிறார்,

> *About nine or ten years before the Buddha's death, Devadatta, his first cousin, who had long previously joined the Order, created a schism in the community. We hear of Ajatasattu, then the Crown Prince, as the principal supporter of this Devadatta, the quondam disciple and bitter foe of the Buddha, who is the Judas Iscariot of the Buddhist story.*

---

[569] பக். *783*

[570] பக். *260*

> *About the same time Bimbisara, the King, handed over the reins of government to the Prince. But it was not long before Devadatta incited him, in order to make quite sure, to slay the King. And Ajatasattu carried out this idea in the eight year before the Buddha's death, by starving his father slowly to death.*[571]

அஜாதசத்ரு தன் தந்தையான பிம்பிசாரரை கொலை செய்வதற்கும் தேவதத்தன் தூண்டுதலாய் இருந்திருக்கிறான் என்ற வரலாற்று செய்தி ஒருபுறம் இருக்க, இனி அஜாதசத்ரு புத்தருக்கும் அவரது சங்கத்திற்கும் என்ன செய்தார் என்பதைப்பற்றி கவனிப்போம்,

> *Once, subsequently, when remorse had fastened upon him (Ajatasattu), we hear of his going, with a great retinue, to the Buddha and inquiring of him what were the fruits, visible in this present life, of becoming a member of a religious order. An illustration of the King saluting the Buddha on this occasion is the subject of one of the bas-reliefs on the Bharhut Tope. As usual the Buddha himself is not delineated. Only his footprints are shown.*
>
> *At the close of the discourse the King is stated to have openly taken the Buddha as his guide in future, and to have given expression to the remorse he felt at the murder of his father. But it is also distinctly stated that he was not converted. There is no evidence that he really, after the moment when his heart was touched, continued to follow the Buddha's teaching. He never, so far as we know, waited again either upon the Buddha, or upon any member of the Order, to discuss ethical matters. And we hear of no material support given by him to the order during the Buddha's lifetime.*[572]

ஆசிரியரின் கூற்றுக்கு மாறாக, புத்தரின் வாழ்நாளில் சங்கத்திற்கென எந்தவொரு பொருளுதவியும் அஜாதசத்ரு செய்யவில்லை என்று *Rhys Davids* குறிப்பிடுகிறார். வணிகர்களின் கொடை குறித்து ஆசிரியர் கூறுவதாவது,

---

[571] *Rhys Davids, Buddhist India, pp.9-10*

[572] *Ibid.*

> அரசர்களின் பொருளுதவியும் ஆதரவும், புகழ்ப்பெருமையும் இவ்வளவு கேடானது. அனைத்தையும் கடந்த உறுதிமிக்க அமைதி அடைவதற்குக் கடுமையான தடையாக இவையுள்ளன. எனவே சோதரர்களே! நீங்கள் உங்களை இவ்வாறாகப் பயிற்றுவித்துக் கொள்ள வேண்டும். 'இலாபங்கள், உதவிகள், புகழ்ப்பெருமை ஆகியவை நம்மை வீழ்த்திவிடும்போது, நாம் அவற்றை ஒதுக்கிவிட வேண்டும். அவை நம்மை வீழ்த்திவிடும் எனும்போது, அவை நம் இதயத்தில் இடம்பெறவோ நிலைப்படவோ நம்மை அரசர்களின் அடிமைகளாக்கவோ நாம் விடக்கூடாது.

என்று தலைப்புக்கேற்றவாறு தன் கருத்தை புத்தரது கருத்தாகச்சொல்ல வைத்திருக்கிறார். ஏற்கனவே சூத்தங்களை மாற்றி இதைத்தான் புத்தர் சொன்னார் என்று அம்பேத்கர் புரிந்து கொண்ட மூடநம்பிக்கைக் கோஷங்களை அறவுரைகளாகத் திரித்தார். இங்கு தேவதத்தனை வைத்து அரசர்களின் ஆதரவைச் சார்ந்து இராதீர் என்று சொன்னார் என்று ஒரு புதிய கதையைச் சொல்லுகிறார் அம்பேத்கர். இங்கு தேவதத்தனை வைத்து அரசனைச் சொன்னவர், வணிகர்களின் ஆதரவைச் சார்ந்து இராதீர் என்று சொல்ல முடியுமா என்ன? [573]

பஞ்சசீலத்தை உபாசகர்கள் சுயமாக முன்வந்து கடமையாக கடைப்பிடிக்கையில் பிக்குகளுக்கோ அவை விதிகளாகவே பொருந்தும். பஞ்சசீலத்தோடு சேர்த்து மேலும் அய்ந்து விதிகளையும் புத்தர் பிக்குகளுக்கு இடுகிறார். அவற்றுள் ஒன்று, என்றும் காசு/பணம்/நாணயங்களை பிக்குகள் பெறக்கூடாது என்பதே,

> *He (Buddha) did not stop merely with setting an example by leading a life of purity. He also wanted to mould the character of the ordinary men and women in society. For their guidance he devised a form of baptism which was quite unknown to the Aryan*

---

[573] பக். *766*

Society. The baptism consisted in the convert to Buddhism undertaking to observe certain moral precepts laid down by Buddha. These precepts are known as Panch Sila or the five precepts. They are; (1) Not to kill, (2) Not to steal, (3) Not to lie, (4) Not to be unchaste and (5) Not to drink intoxicants. These five precepts were of the laity. For the Monks there were five additional precepts: (6) Not to eat at forbidden times, (7) Not to dance, sing, or attend theatrical or other spectacles, (8) To abstain from the use of garlands, scents, and ornaments, (9) To abstain from the use of high or broad beds, and (10) Never to receive money.[574]

A Brahmin is free to acquire unlimited amount of property for himself. A Bhikkhu on the other hand cannot.

This is no small difference. Property is the severest limitation upon the mental and moral independence of man both in respect of thought and action. It produces a conflict between the two. That is why the Brahmin is always opposed to change. For, to him a change means loss of power and loss of pelf.

A Bhikkhu having no property is mentally and morally free. In his case there are no personal interests which can stand in the way of honesty and integrity.[575]

பொருளுதவிகள் பெற்று பல ஆடம்பர வசதிகளுடன் ஒரே இடத்தில் அமர்ந்துகொண்டு போதனைகளை வழங்கியவர் அல்ல புத்தர். கால்நடையாகவே அவர் சென்ற இடங்களையெல்லாம் அம்பேத்கர் தொகுத்து வழங்குகிறார்,

1. The Centres of His Preachings

[574] *BAWS, Vol. 3, p.186*

[575] *Dr. B. R. Ambedkar, The Buddha And His Dhamma, p.418*

It is not that after the appointment of the missionaries the Lord sat at one place. He too continued to be his own missionary.

The Lord seems to have made certain places chief centres of his missionary work.

Of such centres, the chief were Shravasti and Rajagraha.

He visited Shravasti about 75 times and Rajagraha about 24 times.

Certain other places were made minor centres.

They were Kapilavastu, which he visited 6 times, Vesali which he visited 6 times, and Kamassadhamma, 4 times.

2. The Places He Visited

Besides these main and minor centres the Blessed Lord visited many other places during the course of his missionary tour.

He visited Ukkatha, Nadika, Sal, Assapura, Ghoshitaram, Nalanda, Appana, Etuma.

He visited Opasad, Iccha-naukal, Chandal Kuppa, Kushinara.

He visited Devadaha, Pava, Ambasanda, Setavya, Anupiya and Ugunma.

The names of the places he visited show that he travelled over the Sakya Desa, the Kuru Desa and Anga Desa.

Roughly speaking, he travelled over the whole of Northern India.

> *These appear to be a few places. But what distance do they cover? Rajagraha from Lumbini is not less than 250 miles. This just gives an idea of distances.*
>
> *These distances the Lord walked on foot. He did not even use a bullock-cart.*
>
> *In his wanderings he had no place to stay until later on when his lay disciples built Viharas and resting places which he and his Bhikkhus used as halts on their journeys. Most often he lived under the shade of wayside trees.*
>
> *He went from place to place, sometimes from village to village, resolving the doubts and difficulties of those who were willing to accept his message, controverting the arguments of those who were his opponents and preaching his gospel to those who like children came to him for guidance.*[576]

அம்பேத்கர் முன்னுக்கு பின் முரணாக தனது வாதங்களை எடுத்து வைக்கிறார் என்பதாக புரிந்துக்கொண்டு பின்வரும் விமர்சனத்தை ஆசிரியர் வைக்கிறார்,

> அம்பேத்கர் இஸ்லாம்தான் புத்தமதத்துக்கு மரணடி கொடுத்தது என்று சொன்னார், அதையும் சமய சந்தர்ப்பத்துக்கு ஏற்றபடி மாற்றுகிறார்.
>
>> புத்த மதத்துக்கு இஸ்லாமால் ஆபத்து ஏற்படவில்லை; பிராமணியத்தால்தான் ஆபத்து ஏற்பட்டது. அது புத்த மதத்தில்(ன்) (மிகவும் கொடிய) வைரியாக வன்னெஞ்சப் பகைவனாக இருந்தது...*(பக். 834)*[577]

---

[576] *533-534*

[577] டாக்டர் பாபாசாகேப் அம்பேத்கர் நூல் தொகுப்பு, தொகுதி *37*, பக். *652*

என்பதாக டாக்டர் பாபாசாகேப் அம்பேத்கர் நூல் தொகுப்பில் இருந்து மேற்கோளிடுகிறார். அம்பேத்கரின் ஆங்கில எழுத்துகளை இதனோடு ஒப்பிட வேண்டியுள்ளது,

> *The danger to Buddhism from Islam no longer exists but the danger from Brahminism exists. It will be its toughest opponent...*[578]

தமிழில் நடந்திருக்கும் மொழிபெயர்ப்பில் தவறு இருப்பதோடு அர்த்தமும் பெரிதளவில் மாற்றப்பட்டுள்ளதை நாம் கவனிக்கலாம். இதன் சரியான தமிழாக்கமாக,

> பௌத்தத்திற்கு இஸ்லாமால் ஏற்பட்ட ஆபத்து தற்போது நிலவவில்லை (தொடரவில்லை). ஆனால் பார்ப்பனியத்தால் அதற்கு ஆபத்து நிலவுகிறது. பார்ப்பனியம் பௌத்தத்திற்கு கடின எதிர்ப்பை தரும்.

என்று கொள்ளும்போது அம்பேத்கர் தன் நிலைப்பாட்டில் முரணற்றவராகவே இருந்திருப்பதை அறியலாம். ஆங்கில பரிச்சயம் இருந்தும் அம்பேத்கரது எழுத்துகளை ஆங்கிலத்தில் பயில அலட்சியம் செய்துக்கொண்டு தமிழாக்கம் செய்யப்பட்டிருக்கும் தொகுதி நூல்களை பயிலும் அம்பேத்கரியர்களுக்கு இதுபோன்ற கருத்துச் சிதைவுகள் அச்சத்தையும் எச்சரிக்கையையும் ஏற்படுத்த வேண்டும்.

ஆசிரியர் இதனை அறியாமல் இருப்பதற்கான சாத்தியக்கூறுகளும் குறைவே. ஏனென்றால், அவர் மேற்கோளிட்டிருப்பது பின்வரும் பத்தியின் தொடர்ச்சியையே,

> பிராமணியத்தின் எழுச்சி இந்தியாவில் புத்த மதம் நசுக்கப்படுவதற்கு வழிவகுத்தது என்றால்[579], இந்திய

[578] *BAWS, Vol. 17, Part Three, p.511*

[579] இதற்கான ஆதாரங்களை *Rhys Davis*-ம் தருகிறார்,

> *Three-fourths or more of the persons named, and the objects of donation specified, in all the inscriptions throughout India, from Asoka's time to Kanishka's are Buddhist, and the majority of the*

நாட்டின் மீது முஸ்லீம் படையெடுப்பு, புத்த மதம் முற்றிலுமாக அழிவதற்கு இட்டுச் சென்றது; முஸ்லீம் படையெடுப்பாளர்கள் கொடிய வன்முறையைக் கையாண்டு விகாரங்களை அழித்தொழிந்தனர் பௌத்த பிட்சுகளைக் கொன்று குவித்தனர். *(டாக்டர் பாபாசாகேப் அம்பேத்கர் நூல் தொகுப்பு, தொகுதி 37, பக். 652)*

இப்பத்தி புத்த மதத்துக்கு இஸ்லாமால் ஆபத்து ஏற்படவில்லை என்ற பொருளை தரவில்லை. இவ்விடத்தில் ஆசிரியர் சிந்தித்து இருக்க வேண்டும்.

தான் மேற்கோளிட்டிருக்கும் பத்தி சம்பந்தமாக மற்றொரு தவறான விமர்சனத்தையும் ஆசிரியர் வைக்கிறார்,

---

reminder are Jain. From that time onwards the Brahmins, the gods they patronised, the sacrifices they carried out, receive ever-increasing notice till the position of things is exactly reversed, and in the fifth century A.D three-fourths are brahmin, and the majority of the rest are Jain. This is the clearest evidence of a strange revulsion of feeling. What had been the predominant national faith has become the faith of a minority. India, which can fairly, down to the time of Kanishka, be called "Buddhist India", ceases to be so. And the process goes on, slowly indeed but continually, until there is not a Buddhist left in the land where Buddhism arose.

How slow the process was is shown by the accounts of the state of things when the Chinese pilgrims travelled in India. Fa Hian, in the early years of the fourth century A.D., finds Buddhism nearly everywhere in decay. He unfortunately gives no figures. But Yuan Chwang, in the seventh century, has done so. These I have examined in detail, and the result shows still, at that time, in India, nearly two hundred thousand of the Buddhist order, of whom three-fourth still adhered to the older forms of the faith, and one-fourth were Mahayanist. (Rhys Davids, Buddhist India, pp.210-211)

> தனது பிக்கு சங்க அமைப்பில் சாதி பார்க்காத புத்தரை அடிப்படையாக வைத்து, தனது பௌத்தத்தை நிறுவும்போது பிராமணர்களை சேர்க்கக் கூடாது என எச்சரிக்கை செய்கிறார். அம்பேத்கர், புத்தருக்குத் தோன்றாத இந்தப் பகுத்தறிவுப்பூர்வமான யோசனையை அம்பேத்கர் வைக்கும் போது பண்டைய புத்தர் 2000 வருடங்களுக்கு முன்னமே அம்பேத்கரை விட முற்போக்காக இருந்திருக்கிறார் என்று புரிந்துகொள்ள முடிகிறது.

முதலாவதாக, அம்பேத்கரின் பரிந்துரை பிக்கு சங்கத்துக்கு அல்ல; மாறாக, பௌத்தத்தினை புத்துயிரூட்டும் இயக்கத்திற்கு. இரண்டாவதாக, பிராமணர்களை சேர்க்கவே கூடாது என்று அவர் பரிந்துரைக்கவில்லை. குறைந்தபட்சம் இயக்கத்தின் தொடக்கக்கட்டத்திலாவது அதிகாரமிகுந்த பொறுப்பில் அவர்களை அமர்த்திடக்கூடாது என்றே அம்பேத்கர் எச்சரிக்கிறார்,

> *It is quite possible that if the Brahmins are allowed to lead the movement of revival of Buddhism they may use their power to sabotage it or misdirect it. The precaution to exclude them from position of power at least in the early stages of our movement is, therefore, very necessary.*[580]

சொல்லப்போனால், இந்திய கம்யூனிச கட்சிகளானவை இந்நாள்வரை தங்களது அதிகாரமிக்க பொறுப்புகளில் மணக்கத்தகாதவர்களை [581] அனுமதிக்கக்கூடாது என்பதை எழுதப்படாத விதியாகவே கொண்டிருக்கின்றது. இதனை ஆசிரியர் நியாயப்படுத்தவும் செய்கிறார் [582]. ஆனால், அம்பேத்கரோ இப்படியொரு தீர்க்கமான நிலைப்பாட்டினை மேலே எடுக்கவில்லை.

> *Anathapindika was anxious to know wherein lay the happiness of a householder.*

---

[580] *BAWS, Vol. 17, Part Three, p.511*

[581] *Unmarriageables- the present day Scheduled Castes.*

[582] இந்நூலின் பக்.48-49 பார்க்க.

Accordingly Anathapindika asked the Lord to explain to him the secret of the householder's happiness.

The Lord said first is the happiness of possession. A householder is possessed of wealth, justly and righteously acquired by great industry, amassed by strength of the arm, and earned by sweat (of the brow)[583]*. At the thought 'I am possessed of wealth justly gained' he gains happiness.*[584]

[583] இங்கே,

> உழைப்பவனை தலைவிதியின் கீழ் உழைக்க வைக்கிறது. மறுபுறத்தில் ஒழுங்காக உழைக்க வேண்டும் என்ற கருத்தில் சொர்க்கத்தைச் சாட்சியாக்கி நிகழ்காலத்தில் அடிமையாக்குகிறது. மதத்தின் இந்த உள்ளார்ந்த தேவை என்பது உழைப்பைப் பொருட்படுத்தாததோடு அதை இழிவான ஒன்றாகவும் காட்சிப்படுத்துக்கிறது. *(பக். 852)*

என்ற ஆசிரியரின் விமர்சனம் பௌத்தத்தோடு மாறுபட்டும் பொருந்திப்போகாமலும் இருக்கிறது.

புத்தருடைய 'உழைப்பு' என்பது அடுத்தவர்களை சுரண்டி பிழைப்பதை எதிர்கிறது என்பதற்கு இப்போதனையை நாம் சான்றாக கொள்ள முடியும். நேர்மையற்ற, நீதியற்ற முறையில் எந்தவொரு உழைப்புமின்றி அடுத்தவர்களை சுரண்டிப்பிழைக்கும் மனிதர்களுக்கு எதிராக புத்தர் இருகிறார். ஆனால் ஆசிரியரோ,

> அம்பேத்கரின் புத்தர் உடலுழைப்பை எங்கும் போற்றிப் பேசுவதில்லை. *(பக். 349)*
>
> அம்பேத்கரது புத்தர் உழைப்பு குறித்தோ, சுரண்டல் குறித்தோ எங்கும் எப்பொழுதும் பேசியதில்லை. *(பக். 802)*
>
> மார்க்ஸையும் புத்தரையும் அம்பேத்கர் ஒப்பிடும் போது உழைப்பு என்ற சொல் குறித்து அவரது கருதுகோள்

மேலுள்ளவற்றை பௌத்த நூலிலிருந்தே [585] அம்பேத்கர் எடுத்தாண்டுள்ளார். இதனை ஆசிரியர் புறந்தள்ளுவது ஒருபுறமிருந்தாலும் பதிலுக்கு அவர் வைப்பது வெறுப்பின் மிகுதியால் எழும் சாடல்களை மட்டுமே,

> அம்பேத்கரது புத்தர் இப்படிப்பட்ட ஒருவனை எங்காவது கண்டு பேசியிருக்கிறார் என்று அம்பேத்கரால் ஒருபோதும் நிறுவமுடியாது. முடியுமெனில் புத்தருக்குக் கொட்டிக் கொடுத்து, அவரது உழைக்காத பிக்குகளின் கும்பியை நிரப்பி தன் அகங்காரத்தை வளர்த்து, வள்ளல் எனப் புத்தரது வாயால் புகழப்பட்ட பிரபுக்களும் அரசர்களும் மட்டுமே இன்பமாக வாழ்ந்திருக்கிறார்கள். [586]

என தொடர்பற்றவைகளாக அவர் எழுதுகையில் விவாதங்களின் இலக்கணத்தையும் அவர் மறந்துவிடுகிறார். அவருக்கே உரிய தர்க்கமற்ற புரிதல்களும், தூற்றல்களும் மேலும் நீள்கிறது,

> *Second is the happiness of enjoyment. A householder is possessed of wealth justly and righteously acquired by great industry amassed by strength of the arm, and earned by sweat (of the brow), enjoys his wealth and performs acts of merit. Thus at the thought 'I am doing meritorious deeds with my wealth which was justly gained' and so forth he gains happiness.* [587]

> என்னவாக இருந்தது என்பது பெருங்குழப்பமாய் இருக்கிறது. (பக். 801)

என விமர்சித்து நகர்கிறார். புத்தரின் இந்த போதனையை நடுநிலையோடு செவிசாய்ப்பதைவிட சற்றும் தொடர்பற்ற முறையில் பிக்குகளை விமர்சிக்க அவர் விரைவதால் 'உழைப்பு' குறித்தான புத்தரின் கருத்துகள் ஆசிரியருக்கு புலப்படாமலும் போகிறது.

[584] *Dr. B. R. Ambedkar, The Buddha And His Dhamma, p.375*
[585] *Damnik Sutta. Anguttara Nikaya, Chatukka Nipat.*
[586] *பக். 747*
[587] *Dr. B. R. Ambedkar, The Buddha And His Dhamma, p.375*

என்பதற்கும் ஆசிரியரின் சிந்தனையானது பிக்குகளின் மீதான வெறுப்பையே நாடுகிறது,

> மறுபடி மறுபடி அவன் பாடுபட்டுச் சேர்த்தாலும் நற்செயல்கள் புரிவதன் மூலமாகத்தான் இன்பமெய்தமுடியும். அந்த நற்செயல் என்ன பிக்கு மடத்துக்கு படியளப்பது.[588]

புத்தர் இல்லறத்தாரின் நலனுக்காக கூறிய போதனைகள்கூட பிக்குகளின் சுயநலத்தினை மனதில் கொண்டு அமைந்திருப்பதாய் ஆசிரியர் சித்தரிக்கிறார். 'நற்செயல் புரி' என்று இல்லறத்தாருக்கு புத்தர் உரையாற்றினால் 'பிக்குகளுக்கே நற்செயல் புரி' என்று ஆசிரியருக்கு கேட்கிறது. இங்கு பிரச்சினை என்பது கேட்பவரிடம் தஞ்சமடைந்துள்ளது.

வாதம் வலுவாக இருக்க வேண்டுமே தவிர வன்மத்துடன் அல்ல! ஆனால் ஆசிரியர் வலுப்படுத்தியிருப்பது அவரது வன்மத்தினையே தவிர வாதத்தை அல்ல. அவரது மொழியில் கூற வேண்டுமென்றால் அவரது வாதங்கள் முனை மழுங்கிய வாதங்களாகவே முடிகிறது.

> அரசர்களின் ஆதரவைச் சார்ந்துதான் புத்தரது மதம் வளர்ந்தது. அவரது சிலைகள் உயர்ந்தன. மலையளவு சிலை, மலையே சிலை போன்று செதுக்கியதெல்லாம் யார்? பொதுமக்களா! எந்தப் பொதுமக்கள்! அல்லது எந்த ஒடுக்கப்பட்டவர்கள் புத்தரது காலத்தில் அவருக்கு சிலையைச் செதுக்கி வணங்கி இருக்கமுடியும்? புத்தரது தத்துவம் அரசுக்கும் வணிகருக்கும் சாதகமாக இருந்ததனால்தானே அரசர்களும் வணிகர்களும் அதைத் தன் தோளில் ஏற்றிக் கொண்டாடினார்கள்.[589]

என்ற ஆசிரியரின் விமர்சனத்தை மார்க்சியத்தை நோக்கியும் அவர் வைக்க முடியும். கம்யூனிச தலைவர்களுக்கு எழுப்பப்பட்டிருக்கும் மிகப்பெரிய சிலைகளை கட்டியது பொதுமக்களா அல்லது கம்யூனிச அரசுகளா? லெனின், மாவோ,

---

[588] பக். 748

[589] பக். 777

ஸ்டாலின், சே குவேரா போன்றோருக்கு இன்றைய மற்றும் முன்னாள் கம்யூனிச நாடுகளும், சோவியத் யூனியனும் தங்களது அரசின் முன்னெடுப்புகளால் சிலைகள் கட்டியது இல்லையா? தனக்கு சிலைகள் இருக்கக்கூடாது என்று பிடெல் காஸ்ட்ரோ ஆசைப்படாமல் இருந்திருப்பின் அவருக்கும் கியூபா சிலை எழுப்பி இருக்கும் என்பதே எதார்த்தம். கொள்கைகளால் ஈர்க்கப்பட்டு அதன் வெளிப்பாடாகவும் குறியீடாகவும் சில மனிதர்கள் சிலைகளாக மாற்றப்பட்டிருப்பதும் மாற்றப்படுவதும் மனித வரலாற்றின் குணாம்சமாகவே கருதலாம். அவ்வாறே அன்றைய காலக்கட்டத்தில் பௌத்த அரசர்கள் புத்தரை வடிவமைத்தனர்; அவ்வாறே இன்றைய காலக்கட்டத்தில் கம்யூனிச நாடுகள் அதன் தலைவர்களுக்கு சிலைகள் எழுப்புகின்றன. சிலைகள் என்பது அவை தொடர்புடைய கோட்பாடு பலம் பெற்றிருப்பதற்கான ஓர் சிறு அறிகுறியே ஆகும். அக்கோட்பாடுகள் எக்காலகட்டத்தில் பலம் பெற்றிருந்தன என்பதனையும் அச்சிலைகளின் காலம் சாட்சியப்படுத்துகின்றன.

> ... ஆனால் சாமர்த்தியமாக தேவதத்தன் பெற்ற உதவியை வெறிநாய் முகத்தில் வீசிய கறித்துண்டு என விமர்சிக்கும் அம்பேத்கர், தனது புத்தர் பெற்ற உதவிகள் குறித்து எதையும் கூறவில்லை. ஆனால் வரலாற்றுப் போக்கில் வணிகர்கள் வீசிய கறித்துண்டுகள் பௌத்த மதத்தையே புதைகுழிக்கு அனுப்பிய வரலாற்றை அம்பேத்கரால் புரிந்து கொள்ள முடியவில்லை. [590]

என்ற ஆசிரியரின் ஒப்பீடுதலும் புரிதலும் ஆய்வுபூர்வமாக பொருந்தவில்லை. ஜைன மதத்தை பின்பற்றுபவர்கள் பெரும்பாலோர் வணிகர்களாகவே உள்ளனர். சிறுபான்மை மதமாக ஜைனம் இருந்தாலும் இன்றுவரை அது நிலைத்து நிற்பதற்கு ஒரு முக்கியமான காரணம் வணிகர்களின் கொடையும் ஆகும். ஆசிரியரின் தர்க்கப்படி பார்த்தால் வணிகர்கள் வீசிய கறித்துண்டுகள் ஜைன மதத்தையே புதைகுழிக்கு அல்லவா அனுப்பி இருக்க வேண்டும். மாறாக, அது இந்நாள்வரை நிலைப்பதற்கு வணிகர்களும் ஒரு காரணமாகவே இருக்கின்றனர். மகாவீரரின் தத்துவம் அரசுக்கும் வணிகருக்கும் சாதகமாக இருந்ததனால்தான் அரசர்களும்

[590] பக். 783

வணிகர்களும் அதைத் தன் தோளில் ஏற்றிக் கொண்டாடினார்கள் என்று ஆசிரியர் முடிவு கொள்வாரா? அப்படியொரு புரிதலை பௌத்தத்தின் மீது மட்டும் ஏன் அவர் ஏற்படுத்துகிறார்?

> கடன் கொடுப்பதை இழிவான தொழிலாகக் கருதிய பண்டையப் பார்ப்பன விதியிலிருந்து, கடன்கொடுப்பது வட்டிக்கு விடுவது சாலச் சிறந்தது என்ற வகையில் வணிக வர்க்கத்துக்கு பௌத்தம் சேவை புரியத் தொடங்கியது.[591]

என்றொரு தவறான விமர்சனத்தையும் ஆசிரியர் வைக்கிறார். ஏழ்மையைப் போல[592] கடனில் வாழ்வதையும் துக்கமாகக் கருதியவர் புத்தர். அதுமட்டுமின்றி, கடனில்லாத வாழ்வே இல்லறத்தாருக்கு மகிழ்ச்சி அளிக்கும் என்ற புத்தரின் போதனை வணிக வர்க்கத்துக்கு எப்படி சேவை செய்திருக்க முடியும்? கடன்கொடுப்பது வட்டிக்கு விடுவது சாலச் சிறந்தது போன்ற கருத்துகளை பௌத்தத்திலிருந்து ஆசிரியர் மேற்கோளிட தவறுகிறார். புத்தரின் போதனைகள் அதற்கான சாத்தியக்கூறுகளை எங்கும் தரவும் இல்லை.

> *"Woeful in the world is poverty and debt."*
>
> *Thus the Buddha's conception of Dukkha is material. (Dr. B. R. Ambedkar, The Buddha And His Dhamma, p.510-511)*

---

[591] பக். 841

[592] *The Blessed Lord did not elevate poverty by calling it a blessed state of life.*

Nor did he tell the poor that they may remain content for they will inherit the earth.

On the contrary, he said riches are welcome. What he insisted upon is that the acquisition of riches must be subject to Vinaya. (Dr. B. R. Ambedkar, The Buddha And His Dhamma, p. 459)

என *Majjhima Nikaya, Alagaddupama Sutta I: II: 22 :167* என்ற இடத்தில் புத்தர் கூறுகிறார்.

> *Third is the happiness of freedom from debt. A householder, owes no one any debt great or small, thus he gains happiness, thus he at the thought of 'I owe no man anything' and so forth, gains happiness.*[593]

கடன் மற்றும் அடிமைகள் தொடர்பான ஆசிரியரின் விமர்சனங்கள் சுத்தாக்களின் அடிப்படையிலோ அல்லது ஏனைய பௌத்த நூல்களின் அடிப்படையிலோ அமையவில்லை. தேவிபிரசாத் சட்டோபாத்யாயா அல்லது ராகுல்ஜி போன்றோரின் புரிதல்களையே அவர் அதிகபட்சம் சார்ந்திருக்கிறார். ஆசிரியருக்கு அம்பேத்கரது எழுத்துகளை புரிந்துகொள்வதிலும் சிக்கல்கள் உள்ளன,

> *"Killing and maiming, stripes, bonds, theft, lies, fraud, deceit, adultery—not meats, but these are carrion.*
>
> *"Pursuit of pleasure, lust for guzzlings, life unclean, blatant dissent—not meats, but these are carrion.*[594]

மேலுள்ள வரிகளில் 'bonds' என்ற வார்த்தையானது ஒன்றின் மீது பற்றுகொள்வதை குறிக்கின்றது. ஆசிரியர் இதனை வேறுவிதமாக,

> இதில் தனி மனித ஒழுக்கங்களோடு அடிமைப்படுத்தலும் என்ற ஒரு வார்த்தை இருக்கிறது. ஆனால் புத்தரது சங்கத்தில் அடிமைகளுக்கு இடமில்லை என்பதை நாம் கவனத்தில் கொள்ளவேண்டும். இப்படியே விளக்கி உருவகமாக எது செத்த இறைச்சி

---

[593] *Dr. B. R. Ambedkar, The Buddha And His Dhamma, p.375*

[594] *Dr. B. R. Ambedkar, The Buddha And His Dhamma, p.400*

என்று விளக்குவதாக அம்பேத்கர் எடுத்துக்காட்டுகிறார்.[595]

என திரிக்கிறார். கிரேக்க மற்றும் ரோம அரசுகள் ஆதரித்த அடிமை முறை போன்று அல்லது கருப்பர்கள் சிக்கித்தவித்த ஒரு சமுதாய கட்டமைப்பினைப் போன்று புத்தர் காலத்து சமுதாயமும் இருந்தது என்றவாறு ஆசிரியர் தன் நூலில் சித்தரிக்கிறார். இது முற்றிலும் தவறு. புத்தர் காலத்தின் சமுதாய அமைப்பினை பற்றியும் அதில் நிலவிய அடிமைகளின் நிலை குறித்தும் *Rhys Davids* கூறுகையில்,

> *... Below all four (4 Varnas), that is below the Sudras, we have mention of other "low tribes" and "low trades"- hina-jatiyo and hina-sippani. Among the first we are told of workers in rushes, bird-catchers, and cart-makers– aboriginal tribesmen who were hereditary craftsmen in these three ways. Among the later– mat-makers, barbers, potters, weavers, and leather workers– it is implied that there was no hard and fast line, determined by birth. People could, and did, change their vocations by adopting one or other of these "low traders". Thus at jat. 5.290, foll., a love-lorn Kshatriya works successively (without any dishonor or penalty) as a potter, basket maker, reed-worker, garland-maker, and cook. Also at jat. 6.372,. a setthi works as a tailor and as a potter, and still retains the respect of his high-born relations.*
>
> *Finally we hear in both Jain and Buddhist books of aboriginal tribes, Chandalas and Pukkusas, who were more despised even than these low tribes and trades.*
>
> *Besides the above, who were all freemen, there were also slaves: individuals had been captured in predatory raids and reduced to slavery, or had been deprived of their freedom as a judicial punishment; or had submitted to slavery of their own accord. Children born to such slaves were also slaves; and the emancipation of slaves is often referred to. But we hear nothing of such later developments of slavery as rendered the Greek mines, the Roman lati-fundia, or the plantations of Christian*

---

[595] பக். 766

> *slave-owners, scenes of misery and oppression. For the most part the slaves were household servants, and not badly treated; and their numbers seem to have been insignificant.*[596]
>
> *The Statement about slavery is odd. The distinct and unanimous testimony of all the Indian evidence is decisive that the status of slavery was then an actual factor of Indian life, though not a very important one. When the Greek writer(Megasthanes) states, so emphatically, the contrary, one can only say that he is mistaken in the main fact, and that his evidence only shows how very little the sort of slavery then existing in India would strike a foreigner accustomed to the sort of slavery then existing in Greece.*[597]

புத்தரது சங்கத்தில் அடிமைகளுக்கும் இடமிருந்தது என்பதற்கும் சன்னா-வை எடுத்துக்காட்டாக தருகிறார் அம்பேத்கர்,

> *Channa was a native of Kapilavatsu and was a slave in the house of Suddhodana.*
>
> ...
>
> *All of them sought from the Buddha permission to become Bhikkus and enter the Order. The Buddha without hesitation and without caring for their low birth or their previous condition, admitted them into the Order.*[598]

அடிமைகளை சங்கத்தில் அனுமதித்த புத்தர்[599] அரசு சேவையில் உள்ளோரை (எ.கா- போர் வீரர்கள்) சங்கத்தில் சேர்ப்பதற்கு எதிராய் விதிகளையும் இடுகிறார். *Buddha's Ahimsa was not as absolute as the Ahimsa preached by Mahavira the founder of Jainism. He would have allowed force only as energy*[600]. புத்தரின் அஹிம்சை என்பது முழுமுற்றானது கிடையாது என்பதை

---

[596] *Rhys Davids, Buddhist India, pp.39-41*

[597] *Rhys Davids, Buddhist India, p.174*

[598] *Dr. B. R. Ambedkar, The Buddha And His Dhamma, p.188*

[599] மேலும் உதாரணத்திற்கு இந்நூலின் பக்.256 பார்க்க.

[600] இந்நூலின் பக்.34 பார்க்க.

புரிந்துகொள்பவர்களுக்கு படைவீரர்களை சங்கத்தில் அனுமதிக்காதது நெருடல்களை ஏற்படுத்தாது. மஹாவீரரைப் பின்பற்றுவராயிருந்த சின்ஹா என்ற படை தளபதியின் கேள்விக்கு புத்தர் அளித்த பதில் இவ்விஷயத்தில் நமக்கு தெளிவை தருகின்றன,

> *... Sinha said: "I am a soldier, O Blessed One, and am appointed by the king to enforce his laws and to wage his wars. Does the Tathagata, who teaches kindness without end and compassion with all sufferers, permit the punishment of the criminal? And further, does the Tathagata declare that it is wrong to go to war for the protection of our homes, our wives, our children, and our property? Does the Tathagata teach the doctrine of a complete self-surrender, so that I should suffer the evil-doer to do what he pleases and yield submissively to him who threatens to take by violence what is my own? Does the Tathagata maintain that all strifes, including such warfare as is waged for a righteous cause, should be forbidden?"*
>
> *The Lord replied: "The Tathagata says: 'He who deserves punishment must be punished, and he who is worthy of favour must be favoured. Yet at the same time he teaches to do no injury to any living being but to be full of love and kindness. These injunctions are not contradictory, for whosoever must be punished for the crimes which he has committed suffers his injury not through the ill-will of the judge but on account of his evil-doing. His own acts have brought upon him the injury that the executor of the law inflicts. When a magistrate punishes, let him not harbour hatred in his breast, yet a murderer, when put to death, should consider that this is the fruit of his own act. As soon as he will understand that the punishment will purify his soul, he will no longer lament his fate but rejoice at it.' "*
>
> *A proper understanding of these instances would show that the Ahimsa taught by the Blessed Lord was fundamental. But it was not absolute.*

> *He taught that evil should be cured by the return of good. But he never preached that evil should be allowed to overpower good.*
>
> *He stood for Ahimsa. He denounced Himsa. But he did not deny that Himsa may be the last resort to save good being destroyed by evil.*[601]

தீமையானது நன்மையை அழிப்பதிலிருந்து பாதுகாக்க படைவீரர்கள் தேவை என்பதை புத்தர் மறுதலிக்கவில்லை. இதற்கென ஹிம்சையை (தண்டனை) ஆணையிடும் நீதிபதியோ அல்லது ஹிம்சையை செயல்படுத்தும் படைவீரனோ தவறிழைத்தவர்களாக ஆகமுடியாது[602]. புரட்சியை நியாயப்படுத்த இதே விளக்கத்தை கம்யூனிச சித்தாந்தமும் உள்ளடக்கி இருப்பதை இங்கே நாம் நினைவுபடுத்தலாம்.

> இங்கு அம்பேத்கர் செய்யும் நுணுக்கமான திரிபை கொஞ்சம் ஊன்றிக் கவனித்தால் நன்கு விளங்கும். அதாவது தேவிபிரசாத்தும், ராகுல்ஜியும் இந்த விதி சம்பந்தமாக எடுத்துக் காட்டும் போது படைவீரர்கள் என்றே குறிப்பிடுகிறார்கள். ஆனால் அம்பேத்கர் அவர்களை அதிகாரிகள் என மாற்றுகிறார்.[603]

என்ற ஆசிரியரின் கண்டுபிடிப்பு சந்தேகமின்றி கண்மூடித்தனமானதே. அம்பேத்கர் மிக நேரிடையாக படைவீரர்கள் *(Soldiers)* என்றும் குறிப்பிடுகிறார்.

> *"The Lord well knows that there are kings who are against the Dhamma. These hostile kings are ever ready to harass the bhikkhus even for trifling reasons. It is impossible to imagine*

---

[601] *Dr. B. R. Ambedkar, The Buddha And His Dhamma, p.508-509*

[602] *People who accept the Buddha's teachings find it difficult to accept Ahimsa as an absolute obligation. They say that such a definition of Ahimsa involves the sacrifice of good for evil, the sacrifice of virtue for vice. (Dr. B. R. Ambedkar, The Buddha And His Dhamma, p.345)*

[603] பக். *776*

the lengths to which they might go in their ill-treatment of the bhikkhus if they find that the bhikkhus are seducing the soldiers to leave the army and join the Sangh. Pray Lord to do the needful to avert the disaster."

The Lord replied: "It was never my intention to allow soldiers under the cloak of Ahimsa or in the name of Ahimsa to abandon their duty to the king or to their country."

கடினமான விஷயங்களை எளிமையாக புரிந்துகொள்ளும்படி எழுதும் அம்பேத்கரை ஆசிரியர் இப்படி புரிந்துகொள்கிறார் என்றால், எளிமையான விஷயங்களை கடினமாக புரிந்துகொள்ளும்படி செய்யும் மார்க்சின் எழுத்துகள் இவரை என்னென்ன செய்துகொண்டிருக்கிறது என்று தெரியவில்லை. இதில் மறைந்திருக்கும். வேடிக்கை என்னவென்றால், ஆசிரியரை குழப்பத்திலிருந்து காப்பற்ற மார்க்ஸ் கடவுளையும் மறுத்துவிட்டார் என்பதுதான்!

உழுவது, விதைப்பது, அறுப்பது முதலியவற்றிற்கு காலங்களை கணித்து கூறுவதால் அக்காலத்தில் பார்ப்பான் உற்பத்தியை ஊக்குவிக்க முடிந்த முன்னோடியாக இருந்தான்[604] என்ற டி.டி. கோசாம்பியின் முடிவு ஆசிரியருக்கு ஏற்றுக்கொள்ளும்படியாக உள்ளது. ஆனால், பௌத்தம் அழிந்ததற்கும், பார்ப்பனியர்கள் நிலைத்து நின்றதுக்கும் காரணமாக ஒவ்வொரு பார்ப்பனரும் தன்னளவில் புரோகிதர்கள், பௌத்தர்களில் அப்படியில்லை என்று அம்பேத்கர் கூறும் ஒரு காரணம் ஆசிரியருக்கு தர்க்கத்திற்கு அப்பாற்பட்டதாகவே தெரிகிறது[605]

> பௌத்த மத அழிவுக்கு இதுதான் காரணமென்று வரலாற்றுப் பூர்வமாக, அம்பேத்கர் பௌத்தத்தை விளக்கினாரென்று நாம் எதிர்பார்த்தோமெனில் அவரோ நமக்கு ஏமாற்றத்தைத் தருகிறவராக இருக்கிறார்.[606]

---

[604] பக். *811*

[605] அதே பக்கம்.

[606] பக். *62*

என்ற ஆசிரியரின் கூற்று தவறானதே. *'The Decline and Fall of Buddhism'* [607] என்ற தலைப்பில் வரலாற்றுப் பூர்வமான தகவல்களுடனே பௌத்தத்தின் வீழ்ச்சிக்கான காரணங்களை விளக்குகிறார் அம்பேத்கர்,

> *In dealing with this subject people fail to make a very important distinction. It is a distinction between the fall of Buddhism and the decline of Buddhism. It is necessary to make this distinction because the fall of Buddhism is one, the reasons for which are very different from those which brought about its downfall. For the fall is due to quite obvious causes while the reasons for its decline are not quite so obvious.*
>
> *There can be no doubt that the fall of Buddhism in India was due to the invasions of the Musalmans.*
>
> ...
>
> ...
>
> *... there were three special circumstances (for the decline) which made it possible for Bramhanism and impossible for Buddhism to survive the calamity of Muslim invasions. In the first place*

---

[607] பௌத்தத்தின் நலிவும் *(Decline)* வீழ்ச்சியும் *(Fall)* குறித்தான விளக்கத்தை பிற்காலத்தில் வரும் வரலாற்று ஆசிரியர்களால் கூற இயலும் என *Rhys Davids* நம்பிக்கை கொண்டிருந்தார்,

> *And it is not unreasonable to hope that, when the authorities, especially the Buddhist Sanskrit texts, shall have been made accessible, and the sites shall have been explored, the materials will be available from which some historian of the future will be able to piece together a story, equally interesting and equally instructive, of the decline and fall of Buddhism in India. (Rhys Davids, Buddhist India, p.212)*

Rhys Davids பயன்படுத்திய வார்த்தைகளைக் கொண்டே *'The Decline and Fall of Buddhism'* என்ற தலைப்பில் அம்பேத்கர் விளக்கம் கொடுத்திருப்பது இங்கே குறிப்பிடத்தக்கது. *'Revolution and Counter-Revolution'* என்ற கட்டுரையின் ஒரு பகுதியாக அம்பேத்கர் இதனை எழுதியிருக்கிறார்.

Bramhanism at the time of the Muslim invasions had the support of the State. Buddhism had no such support. What is however more important is the fact that this State support to Bramhanism lasted till Islam had become a quiet religion and the flames of its original fury as a mission against idolatory had died out. Secondly the Buddhist priesthood perished by the sword of Islam and could not be resusciated. On the other hand it was not possible for Islam to annihilate the Bramhanic priesthood. In the third place the Buddhist laity was persecuted by the Bramhanic rulers of India and to escape this tyranny the mass of the Buddhist population of India embraced Islam and renounced Buddhism.[608]

இதன் தொடர்ச்சியாக, இம்மூன்று நிகழ்வுகள் தொடர்பான வரலாற்று சான்றுகளையும் பிற அறிஞர்களின் வாதங்களையும் இதே கட்டுரையில் அம்பேத்கர் விரிவாகவும் தருகிறார். அவர் தரும் மற்றொரு காரணமானது,

The so-called Buddhist laity besides worshipping the Buddha also continued to worship other Gods and Goddesses which were set up by the Brahmins to destroy Buddhism. Buddhism disappeared from India largely of this wavering attitude of the laity.[609]

பவுத்தத்தின் வீழ்ச்சிக்கான காரணங்களாக அவர் (அம்பேத்கர்) இஸ்லாமியத்தையும் பார்ப்பனியத்தையும், சிறுதெய்வ வழிபாட்டு முறைகளையுமே கூறுகிறார்.[610]

என மறுப்புக்கான விளக்கங்கள் இல்லாத வெற்று விமர்சனத்தை மட்டுமே மற்றொரு இடத்தில் ஆசிரியர் வைக்கிறார். அம்பேத்கர் கூறும் காரணங்களுக்கு வலுசேர்க்கும் வரலாற்று சாட்சியங்களை தங்குதடையின்றி தமிழ்ச் சமூகத்திலேயே கண்டடைய முடியும். சிறுதெய்வம்/குலதெய்வம் தொடர்பான

---

[608] *BAWS, Vol. 3, pp. 229-238*

[609] *BAWS, Vol. 17, Part One, p.430*

[610] பக். *804*

ஆய்வுகளில் இவை ஏராளமாகவே காணக்கிடைக்கின்றன என்பது குறிப்பிடத்தக்கது.

புத்தமதம் அழிந்ததற்கான காரணங்கள் தெரியாதெனவும் அம்பேத்கர் சொல்லியிருக்கிறார்[611] என்பதுபோன்ற கற்பிதத்தை ஆசிரியர் உருவாக்க முயலும் விதத்தையையும் இங்கே சுட்டிக்காட்டவேண்டும். இதற்காக அம்பேத்கரது தொகுதி நூலிலிருந்து அவர் மேற்கோளிடுவதாவது,

> புத்தமத இலக்கியங்களை நான் படித்துப் பார்த்தபோது புத்தரின் சீடர்களில் *90* சதம் பேர் பிராமணர்கள் என்று கண்டேன். பிராமணர்கள் புத்தரிடம் விவாதம் நடத்தவும் வாதம் புரியவும் வந்தனர். அவர்கள் வாதத்தில் தோற்ற போது புத்தருக்கு ஆதரவாளர்களாக மாறினர். இறுதியில் புத்த மதத்தை ஏற்றுக்கொண்டனர். புத்த மத இலக்கியங்கள் இத்தகைய பல சம்பவங்களை எடுத்துச் சொல்கின்றன. இவ்வாறாக பிராமணர்கள் பெரும்பாலோனரின் மத்தியிலே தழைத்துச் செழித்திருந்த புத்தமதம் எப்படிப் பிராமணர்களாலேயே அழிக்கப்பட்டது என்பது. புரியவில்லை.[612]

தொகுதி நூலில் இல்லாத ஒரு முற்றுப்புள்ளியையும் 'புரியவில்லை' என்ற கடைசி சொல்லுக்கு முன்னர் ஆசிரியர் நுழைக்கிறார். இது தட்டச்சு பிழையாக தெரியவில்லை என்பதற்கு மூன்று காரணங்களை கூற முடியும். முதலாவதாக, இக்கடைசி வரி தொடர்பான அம்பேத்கரது ஆங்கில வரிகளை தமிழில் மொழிபெயர்க்கையில் 'புரியவில்லை' என்ற சொல்லாடலை தவிர்த்திருக்க வேண்டும்,

> *Therefore, how is it that Buddhism that had flourished amongst the majority of Brahmins was later on destroyed by the Brahmins themselves.*[613]

---

[611] *பக். 811*

[612] *பக். 833 / டாக்டர் பாபாசாகேப் அம்பேத்கர் நூல் தொகுப்பு, தொகுதி 37, பக். 514*

[613] *BAWS, Vol. 17, Part Three, pp.406-409*

என்ற வினாவுடனே அம்பேத்கரது வரிகள் செல்கிறது. புத்தமதம் அழிந்ததற்கான காரணங்கள் அம்பேத்கருக்கு தெரியாதென அர்த்தம் தருவதற்கு இடையில் முற்றுப்புள்ளி கொண்ட வாக்கிய அமைப்பை ஆசிரியர் ஏற்படுத்துகிறார்[614]. இரண்டாவதாக, மேலுள்ள ஆங்கில வரிகளை தொடர்ந்து அதற்கான காரணங்களையும் அடுத்த பத்திகளில் அம்பேத்கர் விளக்குகிறார். இப்பத்தி வரிசையினை ஆசிரியர் மாற்றுகிறார். அதாவது, அம்பேத்கர் கூறும் இரண்டு காரணங்களை மட்டும் முன்னதாக மேற்கோளிட்டுவிட்டு [615] புத்தமதம் எப்படிப் பிராமணர்களாலேயே அழிக்கப்பட்டது என்பது புரியவில்லை என அம்பேத்கர் முடிப்பதுபோல் அம்பேத்கரின் பத்திகளை

[614]அம்பேத்கரின் ஆங்கில எழுத்துகளோடு தொகுதி நூல்களில் இருக்கும் தமிழ் மொழிப்பெயர்ப்பினை ஆசிரியர் ஒப்பிடாமல் இருக்கவும் இல்லை,

> *... what is emphasised is meditation, contemplation and Abhidhamma. This way of presenting Buddhism to Indians would be fatal to our cause. (BAWS Vol.17, Part Three, p.508)*

இதனை தமிழ் தொகுதி நூலில்,

> புத்த மதத்தை இந்தியர்களுக்கு இவ்வாறு படம்பிடித்துக் காட்டுவது நமது லட்சியத்துக்கு சாவுமணி அடிப்பதாகும். *(டாக்டர் பாபாசாகேப் அம்பேத்கர் நூல் தொகுப்பு, தொகுதி 37, பக். 649)*

என்று தவறாக மொழிபெயர்த்திருப்பதை,

> *அம்பேத்கர் சொன்ன இவ்வழிகளைப் படம்பிடித்துக் காட்டினால் சாவுமணி அடிப்பது போல் ஆகிவிடும் என்று அம்பேத்கரே சொல்லுகிறார்! (மொழிபெயர்ப்பாளர்களின் சாவுமணியாக இருக்க வேண்டும்). (பக். 842)*

என ஆசிரியர் கிண்டலுடன் சுட்டிக்காட்டவும் செய்கிறார்.

[615] பக். *833*

மாற்றியமைக்கிறார் ஆசிரியர். மூன்றாவதாக, பௌத்தம் அழிந்தது குறித்தான ஏழு காரணங்களை இப்பத்திகளில் அம்பேத்கர் பட்டியலுமிடுகிறார். அவற்றை ஆசிரியர் முழுதுமாய் சுட்டிக்காட்ட மறுக்கிறார். பௌத்தத்தின் எழுச்சி மற்றும் மறைவு தொடர்பான நம்பத்தகுந்த நூல் எதுவும் தனக்கு கிடைக்கவில்லை என்ற முன் அறிவிப்புடனே அம்பேத்கர் தனது நேர்மையான விளக்கங்களை தருகிறார்,

> *Most people who have studied rise and fall of Buddhism in India would admit that this subject had not been adequately dealt with as it should have been. I have not been able to find any authentic material explaining why Buddhism rose to the height it achieved and why it disappeared in India.*[616]

இதனைத்தொடர்ந்து, பிராமணர்கள் பெரும்பாலானோரின் மத்தியிலே தழைத்துச் செழித்திருந்த புத்தமதம் பிராமணர்களாலேயே அழிக்கப்பட்டதிற்கான காரணமாக,

> 1. *In my opinion the main reason for this was the family deity's (kula deva) worship... Ashoka after embracing Buddhism discontinued this practice and removed the idols of such deities...This action of Asoka disturbed the Brahmins very much as it ended their unfair means of livelihood and exploitation*[617].

---

[616] *BAWS, Vol. 17, Part Three, p.406*

[617] பௌத்தத்தால் பார்ப்பன புரோகிதர்களின் வருவாயும் மதிப்பும் பாதிப்புக்குள்ளானதை *Rhys Davids*-ம் சுட்டிக்காட்டுகிறார்,

> *The priests, very naturally, did not like the gradually growing esteem in which a body of men (and women) were held who despised the sacrifice, the source of the priests' income and reputation. But they were quite helpless in the matter. The sacrifices the priests were ready to offer had entirely lost any significance they may have once possessed as national or tribal ceremonies. They were now merely magic rites performed for the benefit of one individual and at his expense. In the priestly*

2. *In order to take revenge for the loss they suffered on account of stoppage of Kulapuja (family deity's worship), Brahmins gave up the approved motto of being advisers only and tried to grab power. With the help of their well-wishers Kshatriyas, they also organized an united Brahmin-Kshatriya axis against Buddhism. The ascendency of braminism again in Indian society, is one of the reasons for the downfall of Buddhism.*

பௌத்தத்தின் மறைவிற்கான மற்ற காரணமாக அம்பேத்கர் தருவது,

3. *The foreign invasions*[618] *are also responsible for the decline of Buddhism in India. The Greeks did no harm to Buddhism. There*

---

books it is taken for granted that every one entitled to do so is desirous to have the sacrifices performed for him. In actual life there were probably many who jibbed at the cost; and preferred, if they wanted magic, magic of other and cheaper kinds. In any case there was no central organization of the priesthood; there were no permanent temples to their gods, and such sacred shrines as the people could frequent were the sacred trees or other objects of veneration belonging to the worship of the local gods, and quite apart from the cultus or the influence of the priests. (Rhys Davids, Buddhist India, p.163)

[618] வடமேற்கில் இருந்து வந்த அந்நிய படையெடுப்புகளை *Rhys Davids*-ம் ஒரு காரணமாக கருதுகிறார்,

We must seek elsewhere for the cause of the decline of the Budhist faith: and they will be found, I think, partly in the changes that took place in the faith itself, partly in the changes that took place in the intellectual standard of the people. And in both respects the influence of the foreign tribes that invaded India from the north-West can scarcely be exaggerated. (Rhys Davids, Buddhist India, p.212) are positive proofs available that the Greeks gave liberal financial assistance for Buddhist activities. The Huns invaded India, and after being defeated by the Guptas, they settled in India. Prior to this, the Huns tried to destory Buddhism. The religion of the Buddha got the serverest blow from the Muslim invasion. They destroyed the Buddhist idols and killed the Bhikkhus. They mistook the great Nalanda University as the Fort of Buddhists and killed a large number of monks thinking that they were soldiers. The few Bhikkhus who escaped an onslaught fled away to the neighbouring contries like Nepal, Tibet, and China.

4. *Whatsoever the religion may be, it requires the priest community to preserve it. Due to the shortage of Buddhist monks, Buddhism declined. Efforts were subsequently made by some Buddhists to raise another priest-hood in order to revive Buddhism but their efforts failed. Such is not case with Hinduism. A Brahmin's son is priest by birth. Therefore, no separate priest community is required to protect their religion. This is why Hinduism survived Muslim onslaught.*

5. *Moreover, Buddhism as a religion is difficult to practice while Hinduism is not.*

6. *Besides, the political climate in India had also been inhospitable to its advancement.*

பௌத்தத்தின் நலிவும் *(Decline)* வீழ்ச்சியும் *(Fall)* என்று வித்தியாசப்படுத்தி அம்பேத்கர் விளக்குகையில் *Rhys Davids*-ன் பார்வையை அவர் மேலும் கூர்மை படுத்துகிறார் என்பதை இங்கே கவனிக்க வேண்டும்.

> 7. *Of course Buddhism declined in India because of the rise of Vaishnavism and Saivism, the two cults which adopted and asorbed many good points of Buddhism.*[619]

அடுத்ததாக, பிக்குகள் தொடர்பான ஆசிரியரின் விமர்சனத்திற்கு செல்வோம்,

> பிக்குகள் எதையும் சொந்தமாக வைத்துக்கொள்ள வேண்டியதில்லை என்பதை ஒரு கூற்றாகக் கொள்ளும் போது அவர்கள் உழைக்கவே வேண்டியதில்லை என்பதையும் நாம் மறக்ககூடாது.[620]

என ஆசிரியர் கூறுகிறார். இது தவறான கருத்தாக்கம். எதனையும் சொந்தம் கொண்டாடாமல் சொகுசு வாழக்கையில் ஈடுபட பிக்குகளுக்கான விதிகள் வழிவகுக்கவில்லை. மாறாக,

> *A Bhikkhu takes the vow of poverty. He must beg for his food. He must live on alms. He must sustain himself only on one meal a day. Where there is no Vihar built for the Sangh, he must live under a tree.*[621]

பிக்குகள் உணவினை தானமாக பெற்று தங்களுக்குள் பகிர்ந்துகொள்கின்றனர்[622]. இவ்விதியினை இகழ்வதற்கு *'Alms'* என்ற வார்த்தைக்கு 'தானம்' என்பதற்கு பதிலாய் 'பிச்சை' என்று

---

[619] *BAWS, Vol. 17, Part Three, pp.406-409*

[620] பக். *795*

[621] *Dr. B. R. Ambedkar, The Buddha And His Dhamma, p.418*

[622] *But the peculiarity was that, before the rise of Buddhism, it was a prevalent habit for wandering teachers also- and not only students- to beg. Such wandering teachers, who were not necessarily ascetics except in so far as they were celibates, are always represented as being held in high esteem by the people. In the monarchies the royal family, in the clans the community, put up (as we have seen above) public halls where such Wanderers (Paribbajaka) could lodge, and where conversational discussions, open to everyone, were held on philosophic and religious questions. (Rhys Davids, Buddhist India, p.161)*

அர்த்தம் தரப்படுகிறது. இங்கே, கருணையின் வெளிப்பாடாய் பிச்சை கொடுப்பதை நாம் புரிந்துகொள்ளலாம். அதே சமயம், எந்தவொரு மனிதனின் பங்களிப்பையும் அங்கீகரிப்பதன் வெளிப்பாடாக உலகம் அவனுக்கு தானமும் அளிக்கிறது. பிக்குகள் தங்களது செயல்பாடுகளை சமுதாயத்தின் முன்பு மதிப்பீடு செய்வதற்கான ஒரு கருவியாகவும் தானம் பெற்று வாழும் அவர்களது வாழ்க்கைமுறை [623] உள்ளது எனலாம். அவர்களின் போதனைகள் நிராகரிக்கப்படும்போது சங்கத்திற்கு மக்களிடமிருந்து தானம் (உணவு) கிடைக்கப்போவதில்லை. இதுமட்டுமின்றி, சங்கம் தனியுடைமையை நிராகரிப்பதாலும், பிக்குகள் தனிசொத்துக்கள் கொண்டிருக்க கூடாது என்பதாலும் கூட அவர்கள் உணவினை தானமாக பெற்று வாழ வேண்டும் என்ற விதி எழுகிறது. *Ven. Bhikku Sumedha* அவர்களின் கருத்தினை இங்கே மேற்கோளிடுவதும் சரியாக இருக்கும்,

> *In order to set an example of humility and contentedness, the noble disciples of the Lord Buddha consider that the best way of procuring their bodily sustenance is to go out upon a begging round and collect whatever food the lay devotees are pleased to put into their alms-bowl. Early in the morning clad in the Yellow Robe, bowl in their hands and loving kindness and good-will to all beings (both friend and enemy) in their hearts, they go from house to house, making no distinction between the houses of the poor and rich, stopping at all doors alike, whether belonging to*

---

[623] *"A man is not a mendicant (Bhikkhu) simply because he asks others for alms; he who adopts the whole law is a Bhikkhu, not he who only begs. (Dr. B. R. Ambedkar, The Buddha And His Dhamma, p.425)*

The only cord which bound the Bhikkhu to the Laity was alms.

The Bhikkhu depended upon alms and it is the laity who gave alms.

...

However, the bond of alms was enough for a Bhikkhu to reform an erring member of the laity. (Dr. B. R. Ambedkar, The Buddha And His Dhamma, p.451)

people of high or of low degree. They walk neither too slowly nor to fast; neither do they look to this side nor to that. With body erect and eyes downcast, they stand silently at the door of any particular house they bless the inmates of the house and extend to them their goodwill. Neither are they too much pleased when they receive food more than usually delightful; nor yet are they dejected when they receive plain or coarse fare. They are contented with whatever they get. They are patient and submissive, yet not devoid of dignity.[624]

அடுத்ததாக,

அம்பேத்கருடைய புத்தரைப் பொறுத்தமட்டில், உழைப்பு என்பது அனைத்தும் புலனடக்கமே. அதோடு தன்னையும் அடக்கி, பிறரையும் உழைத்து அடக்கவேண்டும். இப்படி அடக்க வேண்டியதை எல்லாம் அடக்கி வைத்துவிட்டால் அனைத்து நலமும் பெறலாம் என்றாகிறது.[625]

புத்தர் பிக்குகளுக்கு உழைக்கவே கூடாது என்பதை ஒரு விதியாக வைத்திருக்கிறார்.[626]

பேருக்குக் கூட ஒரு பிக்கு வேலை செய்ததில்லை. செய்யக் கூடாது. இது புத்தரின் விதி.[627]

புத்தர் ஒரு பிக்கு உழைக்கக் கூடாது என்பதை ஒரு சட்டமாகவே போட்டிருக்கிறார்.[628]

உழைப்பு என்பது பௌத்த அகராதியிலேயே கிடையாது என்பதை நாம் புரிந்துகொள்ளலாம். உழைக்காத ஒரு வர்க்கத்தைக் கொண்ட பௌத்த மட

---

[624] *Ven. Bhikku Sumedha, 'Good Will', Maha Bodhi Journal, Vol. 38 July 1930 pp.348-363*

[625] பக். *754*

[626] பக். *336*

[627] பக். *557*

[628] அதே பக்கம்.

> வாழ்க்கையைத்தான் உழைக்கும் வர்க்கத் தத்துவமான மார்க்சியத்தோடு ஒப்பிடுகிறார்[629] அம்பேத்கர்.[630]

என்று திரும்ப திரும்ப இடம்பெறும் ஆசிரியரின் குற்றச்சாட்டு ஆதாரங்களின் அடிப்படையில் அவர் நூலில் அமையவில்லை. வேலை செய்யக்கூடாது என்ற புத்தரின் விதியை ஆசிரியர் புனைந்தும்கூட மேற்கோளிட முடியாது. மாறாக,

> *The Bhikku who retires from the world in order to lead a life of leisure will have no gain. For a life of indolence is an abomination, and lack of energy is to be despised.*[631]

என்றே புத்தர் அறிவுறுத்துகிறார். ஒரு பிக்கு என்பவர் மக்களுக்கு தொண்டாற்றும் சமூக சேவகராய் தன் வாழ்வை அர்ப்பணித்து அவர்களுக்கு நண்பராய், வழிகாட்டியாய், தத்துவஞானியாய் இருப்பதன் பொருட்டே பௌத்தத்தின் எதிர்காலமும் சார்ந்துள்ளது என்று அம்பேத்கர் கருதுகிறார்,

> *What was the object of the Buddha in creating the Bhikkhu? Was the object to create a perfect man? Or was his object to create a social servant devoting his life to service of the people and being their friend, guide and philosopher? This is a very real question. On it depends the future of Buddhism. If the Bhikkhu is only a perfect man he is of no use to the propagation of Buddhism because though a perfect man he is a selfish man. If, on the other hand, he is a social servant he may prove to be the hope of Buddhism. This question must be decided not so much in the interest of doctrinal consistency but in the interest of the future of Buddhism.*[632]

---

[629] கம்யூனிசத்தை சாத்தியப்படுத்துவதற்கான வழிமுறையில் பௌத்தம் சிறந்ததா அல்லது மார்க்சியம் சிறந்ததா என்ற அடிப்படையிலேயே அம்பேத்கரின் ஒப்பீடு இருப்பதை முன்பக்கங்களில் பார்த்தோம்.

[630] பக். 574

[631] *Dr. B. R. Ambedkar, The Buddha And His Dhamma, p.149 / Culla Vagga 6:2*

[632] *Dr. B. R. Ambedkar, The Buddha And His Dhamma, Introduction*

உழைக்காத ஓய்வு வாழ்க்கையினை பிக்குகள் தேர்ந்தெடுப்பதை புத்தர் வெறுக்கிறார். சமூக சேவகர்களாய் இருக்கும் பிக்குகளே பௌத்தத்தின் நம்பிக்கைகளாய் இருக்க முடியும் என்பது அம்பேத்கரின் எண்ணமும் கூட. ஆசிரியரின் வெற்று வாய்மொழி குற்றச்சாட்டு புத்தருக்கும் பொருந்தாது; அம்பேத்கரின் எழுத்துகளும் இதனை எதிர்கிறது.

> பிக்குகளின் எளிமை, வறுமை நிலை குறித்துக் கூறுகையில் அவற்றை அம்பேத்கர் விதந்தோதவும் செய்கிறார். புத்தரது காலப் பிக்குகளையும், புத்த மதத்தை ஏற்றுக்கொண்ட அரசர் காலத்திலிருந்த பிக்குகளின் வளமையையும் ஒரு சேரப் பார்ப்பதில்தான் அம்பேத்கரது புத்த மதச் சாய்வு தெள்ளென வெளிப்படுகிறது.[633]

என ஆசிரியர் குழப்பிக்கொள்கிறார். அம்பேத்கர் தனது ‘புத்தரும் அவர் தம்மமும்’ நூலில் பிக்குகளை பற்றி பேசுகையில் [634]

---

[633] பக். *803*

[634] *What is the function of the Bhikkhu?* என்ற தலைப்பில் அம்பேத்கர் விளக்குவதாவது,

> *Is the Bhikkhu to devote himself to self-culture or is he to serve the people and guide them?*
>
> *He must discharge both the functions.*
>
> *Without self-culture he is not fit to guide. Therefore he must himself be a perfect, best man, righteous man and an enlightened man. For this he must practice self-culture.*
>
> *A Bhikkhu leaves his home. But he does not retire from the world. He leaves home so that he may have the freedom and the opportunity to serve those who are attached to their homes but*

பௌத்த கோட்பாடுகள் வழியாகவே அவர்களை வரையறை செய்கிறார் என்பதை நாம் நினைவில் கொள்ள வேண்டும். புத்தரது காலத்து பிக்குகளையும், அதற்கு பிந்தைய காலம் முதல் தற்காலத்தில் இருக்கும் பிக்குகள் வரை அவர் யாரையும் ஒரே வட்டத்திற்குள் வைத்து விதந்தோதிடவும் இல்லை. சிலோனில் *1950* ஆம் ஆண்டு உலக பௌத்தர்களின் மாநாட்டில் அவராற்றிய உரை இதனை தெளிவுப்படுத்துகிறது,

> *The definite objects of my visit are first, to see Buddhist Ceremonial. Ceremonial is an important part of religion. Whatever rationalists might say, ceremonial is a very essential thing in religion. By coming here I thought I would be able to see the ritual that formed part and parcel of Buddhism.*
>
> *Secondly, I wish to find out to what extent the religion of the Buddha is observed here in its pristine purity and to what extent His Gospel is encrusted by superstition, with beliefs incongruous with Buddhism and Buddha's doctrines.*
>
> *My third objective is to find out what extent the Order of Bhikkhus as established by Buddha has been of service to the community and whether that Order is merely engaged in mainntaing what is called "purity of life" for itself, or whether*

> *whose life is full of sorrow, misery and unhappiness and who cannot help themselves.*
>
> *Compassion which is the essence of the Dhamma requires that every one shall love and serve and the Bhikkhu is not exempt from it.*
>
> *A Bhikkhu who is indifferent to the woes of mankind, however perfect in self-culture, is not at all a Bhikkhu. He may be something else but he is not a Bhikkhu. (Dr. B. R. Ambedkar, The Buddha And His Dhamma, p.435)*

it is engaged in serving the laity, advising and making it perfect in the way the Buddha wished it to be. I am interested in finding out to what extent the religion of Buddha is a living force or whether it is something which exists by reason of the fact that the people of this country happen to be Buddhists in the traditional sense of the word and having inherited it merely passed it from one generation to another, whether there was the dynamics of religion so far as the country is concerned. The best way I could find out if religion is static or that it has momentum and is dyanamic is to study and observe the interest the younger generation of the country displayed, to what extent they devoted their time to religion, to what extent their belief in religion was giving them salvation (not in the theological sense of salvation after death, but in the life of the world). Buddhist countries should have not merely fellowship, but promote religion and make sacrifices. Merely to send Bhikkus to lecture on the Message of the Buddha does not make people accept His way of Life.[635]

அடுத்ததாக,

அம்பேத்கர் புத்தம் சரணம் கச்சாமி என்று சரணடைவதால், அவருக்கு புத்தர் ஞானியாகத் தோன்றி, கடவுளாக உருமாற்றம் அடைந்து, சிலை வழிப்பாட்டையும் கைக்கொண்டு புத்த சரணங்களை சடங்கு என்ற முறையில் செய்ய ஆரம்பிக்கிறார். இன்று அது ஜெய்பீம் என்று அம்பேத்கரையே கடவுளாக்குவதில் வந்து நிற்கிறது. ஒரு சீர்திருத்தவாதியைக் கடவுளாக்குவது அவருக்கு நாம் செய்யும் இழிவே அன்றி வேறல்ல.[636]

புத்தரது உருவச் சிலையை அம்பேத்கர் வணங்கும்போது பகுத்தறிவான புத்தர் மறைந்து மகாயான புத்தர் தோற்றம் கொள்கிறார்.[637]

---

[635] *BAWS Vol.17, Part Three, p.404-405*

[636] பக். 798

[637] பக். 866

என்ற ஆசிரியரின் புரிதலுக்கு பொறுப்புடன் விளக்கமளிக்க வேண்டியுள்ளது. இந்து மதத்தில் இருந்து விடுபட விழையும் ஒடுக்கப்பட்ட மக்கள் பௌத்தத்தை தழுவுகையில் பின்வருபவற்றை நினைவில் கொள்ள வேண்டும் என்று *15* அக்டோபர், *1956* அன்று தனது மதமாற்ற உரையில் அம்பேத்கர் கூறுகிறார்,

> *What debate took place between Nagsena and Milinda is kown to the world through a book. The name of that book is 'Milinda Panha'. Milinda asked a question, 'Why does the religion decline?' Nagsena answered and gave three reasons for it.*
>
> *The first reason is that a particular religion itself is immature. The basic principles of that religion have no depth. It becomes a temporal religion and such religion survives only for short period.*
>
> *The second reason is that, if there are no learned preachers in that religion, then the religion declines. Learned persons should preach the philosophy of the religion. If the preachers of the religion are not prepared to hold debate with the opponents, then the religion declines.*
>
> *And the third reason is that, the religion and the religious principles are only for learned persons. For common people there are temples and shrines. They go there and worship supernatural power.*
>
> *While embracing Buddhism we should keep in mind these reasons... Buddha's principles are immortal. Nevertheless the Buddha has not claimed that this is the religion of God. The Buddha said that his father was a common man; his mother was a common woman. If you feel, accept this religion. If this religion appeals to your reason, then accept it. Such generosity has not been allowed in any other religion.*[638]

[638] *BAWS Vol.17, Part Three, p.542*

எனவே, சாமானிய மக்கள் வழிபாட்டின் மீது கொண்ட பிணைப்பின் முக்கியத்துவத்தைப் பற்றி அம்பேத்கர் நன்கு உணர்ந்திருந்தார். ஆனால், அதற்காக அம்பேத்கர் பரிந்துரைப்பது தெய்வ வழிபாட்டினையும் அல்ல. இதனை புரிந்துகொள்ள பௌத்தத்தில் *'Devotion'* மற்றும் *'Faith'* ஆகிய சொல்லாடல்கள் எவ்வாறு பொருள் கொள்ளப்படுகிறது என்பதை பார்ப்போம்,

> *Though there is no personal god in Buddhism yet it is religion and some of its sects are devotional system. Modern scholars believe that Buddhism became devotional only in China and Japan. Our researches do not substantiate this theory. Already in the life–time of the Buddha we see that the Buddha was an object of devotion and adoration.*
>
> *Mighty monarchs, proud chieftains, and great leaders of society vied with each other in honouring and serving the Buddha. He was the torchbearer of mankind and was revered as such. He had disclaimed all divinity yet he had been worshipped in his own life-time by fairly large number of Indians. After his Great Decease, not less than eight Indian Kingdoms came to war over his holy relics. A bloody war was averted and his sacred relics distributed among the representatives of eight nations. The Sakyas, the Mallas, the Licchavis, the Koliyas, the Mauryas, the Brahmanas, and the Magadhas have enshrined these relics in great sacred memorials called Stupas and worship is of Buddhist origin, and in the life of the Buddhists, both monks and the laity, the Buddha worship or Caitya-worship. Even after the invention of a Buddha figure in human form, the Stupa-worship went on simultaneously with image-worship. Today the entire Buddhist world cherishes the icons of Buddha and Buddha is worshipped with great devotion in a thousand plastic forms. The figure of Buddha is not the Buddha. It is only a symbol, a pratika.*[639]

ஆதலால், புத்தரின் உருவம் என்பது புத்தராக ஆகாது, அது வெறும் குறியீடே என்று *Dr. L.M. Joshi* முடிவு கொள்ள,

[639] *Dr. L.M. Joshi, 'Faith and Devotion in Buddhism', Maha Bodhi Journal, Vol. 76 July 1968, pp. 127-134*

கோவில்களுக்கு செல்லும் பௌத்தர்களின் ஈடுபாட்டினை புரிந்துகொள்வதுபற்றி பின்வருமாறு *Ven. Dr. H. Saddhatissa Mahathera* விளக்குகிறார்,

> *How to understand the nature of devotion shown by the Buddhists when they get to the temple? In the temple one finds the image of the Buddha which serves as token of inspiration. He finds it helpful in concentrating on his teaching. He also makes an offering in the shrine. The offering of flowers and incense expresses his homage and gratitude and indicates no intrinsic values. His offerings are his recognition of the Buddha's sublime qualities. They are an outward indication that he takes the Buddha and Dhamma as his guide. He accepts the way of life as laid down by the Buddha.*
>
> *Almost all religions refer to confidence in terms of faith. The Buddha, however, urged his followers to see and to understand things for themselves.*[640]

மதங்களானது பற்றினையே *(faith)* நம்பிக்கையாக கொள்ளும்போது, புத்தர் வகுத்த வாழ்வியலை ஏற்ற பௌத்தர்களின் நம்பிக்கையானது கண்மூடித்தனமான பற்றினை அடிப்படையாக கொண்டது அல்ல. மாறாக, பௌத்தத்தில் நிலவும் பற்றின் தன்மை குறித்து *Ven. U. Dhammaratana Mahathera* அவர்கள் மிக எளிய நடையில் விளக்குகிறார்,

> *Faith has become so much associated with religion that the term faith has become a synonym for religion. So it may be said that just as Buddhism is not a religion in one sense while it is so in another sense, so also Buddhism is a faith in one sense while it is not so in another sense. That is to say, there is a place for faith in Buddhism. The following lines deal with the nature of that faith.*
>
> *It is not possible for us to live even for one moment with what may be called universal doubt. This does not mean that we should believe or have faith in each and everything, nor that we*

---

[640] *Ven. Dr. H. Saddhatissa Mahathera, 'The Saddha Concept in Buddhism', Maha Bodhi Journal, Vol. 84 April-May 1976 pp. 124-128*

should have blind faith in anything. If a student has no faith in his teacher it is difficult for him to learn his lessons from him. But then he should be intelligent enough to distinguish between a good teacher and a bad teacher. In the same way, if a patient has no faith in his physician he cannot proceed with his treatment. But then he should be intelligent enough to make out a genuine physician from a quack. That is to say, we should not be so skeptical as to have no faith even in the treatment of a genuine physician and thus fall a victim to quackery. So we should avoid the two extremes of skepticism and credulity and follow the middle path. In other words, we should keep an enquiring mind without taking sides with one or the other.

...

Faith as such is neutral in character. When we use it with our eyes closed, without inquiry, then it becomes blind faith. But when we use it with our eyes open, with inquiry, then it becomes rational faith.

In Pali what we may call blind faith is known as okappana saddha. It is the faith of the average man that is born of hearsay or out of regard for a time-honoured tradition. It is the professional faith associated with mere belief. As against this, rational faith is born of appreciation or pasada as it is called in Pali. When we know the value of a thing, we appreciate it. So quite naturally faith arises with regard to the same. In terms of the sacred scriptures one accepts or rejects a thing in terms of anisamsa or good results and adinava or bad results respectively. So faith born of such knowledge is known as Pannanvayasadha or rational faith.[641]

பற்று என்பதற்கு இவ்வாறான வரையறையை *Ven. U. Dhammaratana Mahathera* ஒருபுறம் வழங்கினாலும், பற்று என்ற சொல்லாடலின் பதத்தை விட 'ஆழ்ந்த புரிதலால் ஏற்படுகின்ற நம்பிக்கை' என்று பொருள் கொள்வது சரியாக இருக்கும் என *Ven. Dr. H. Saddhatissa Mahathera* தெளிவுரை வழங்கும்போது

[641] *Ven. U. Dhammaratana Mahathera, 'Faith in Buddhism', Vol. 64 May 1966, pp. 251-254*

அம்பேத்கர் தனது பௌத்த ஏற்பு நிகழ்வில் புத்தரை கைக்கூப்பி வணங்கியதற்கான காரணத்தை விளங்கிக்கொள்ள முடிகிறது,

> *The concept of confidence in Buddhism is referred to in Pali as saddha and in Sanskrit as sraddha. Saddha is not faith, as usually translated. But is confidence, born out of conviction. According to Buddhist philosophy it is a purifying mental factor in the mind and has a deeper philosophical meaning than that of mere confidence. Firstly, it is a confidence born out of understanding or conviction of the Four Noble Truths. Secondly, it is a feeling of reverence or esteem which a follower accords to a personality, or a set of doctrines. Thirdly, it implies an earnest hope of execution and realizes ethical principles of developing one's innate morality. Asanga, the Buddhist philosopher of the 4th century A.C. has pointed out three aspects of saddha:*
>
> *i. full and firm conviction that a thing is,*
> *ii. serene joy and good qualities and*
> *iii. aspiration, or wish to achieve an objects in view.*[642]

அடுத்ததாக,

> *Turning to the path of virtue, he asked, "Is not Dana necessary to remove the suffering of the needy and the poor and to promote general good? Is not Karuna necessary to be drawn to the relief of poverty and suffering wherever it exists? Is not Nekkamma necessary to selfless work? Is not Uppekka necessary for sustained endeavour even though there is no personal gain?*
>
> *...*
>
> *"I go further and say, "Love is not enough ; what is required is Maitri." It is wider than love. It means fellowship not merely with human beings but with all living beings. It is not confined*

[642] *Ven. Dr. H. Saddhatissa Mahathera, 'The Saddha Concept in Buddhism', Maha Bodhi Journal, Vol. 84 April-May 1976 pp. 124-128*

to human beings. Is not such Maitri necessary? What else can give to all living beings the same happiness which one seeks for one's own self, to keep the mind impartial, open to all, with affection for every one and hatred for none?"[643]

என்று தனது முதல் பேருரையிலேயே கருணையையும் அன்பையும் மைத்ரியையும் போதிக்கும் அம்பேத்கரின் [644] புத்தரை *W.N.* குபேர் நேரெதிராக விமர்சிப்பதாவது,

> அம்பேத்கர் போதிக்கும் புத்தமதம் வெறுப்பை அடிப்படையாகக் கொண்டது. புத்தருடையதோ கருணையை அடிப்படையாகக் கொண்டது.[645]

என்று. இக்கருத்தினை தன் சார்புநிலைக்காக ஆசிரியர் பயன்படுத்துகிறார் என நாம் புறந்தள்ளினாலும், அறிஞர்களை முன்வைத்து *W.N.* குபேர் தொகுத்தளிக்கிறார் என ஆசிரியர் தொடர்ந்து மேற்கோளிடும்,

> டாக்டர் ரிஸ் டேவிட்ஸ், தன்னுடைய 'புத்த மதம்' என்னும் நூலில் கீழ்க்கண்டவாறு குறிப்பிட்டார். "கௌதம் ஓர் இந்துவாகவே வளர்க்கப்பட்டார், இந்துவாகவே வாழ்ந்து இறந்தார். அவரது போதனைகள் முழுமையாக இந்தியர்களுக்குக்கானது.

---

[643] *Dr. B. R. Ambedkar, The Buddha And His Dhamma, p.129*

[644] புத்தருடைய கருணையை குறித்து பின்வரும் இரண்டு தலைப்புகளிலும் அம்பேத்கர் விரிவாகவும் விளக்குகிறார்,

Dhamma is Saddhamma only when it teaches that besides Pradnya and Sila what is necessary is Karuna.

Dhamma is Saddhamma only when it teaches that more than Karuna what is necessary is Maitri.

[645] பக். 854

> அவர் ஒரு மாபெரும் மேதை, அறிவாளி, இந்துக்களிலேயே மிகச்சிறந்தவர்.[646]

என்ற கருத்தை கட்டாயம் விமர்சிக்க வேண்டியுள்ளது. இவ்விடத்தில் *W.N.* குபேர் சிந்தித்து எழுதியதாகவோ அல்லது ஆசிரியர் தான் அதனை சுயநினைவோடு மேற்கோளிடுவதாகவோ தெரியவில்லை. புத்தர் காலத்தில் ஏது இந்து மதம்? இந்து மதமே கட்டமைக்கப்படாத ஒரு காலகட்டத்தில் புத்தர் எப்படி இந்துவாகவே வளர்ந்து, வாழ்ந்து இறந்திருப்பார்?

> *To know a subject thoroughly, one must know its relevant traditions exactly and precisely. Similarly, the significance of Buddhism would not be understood unless the exact circumstances which gave birth to it are understood. I disagree with the view that Hinduism has all along been the religion of India. Hinduism is the latest development of social thought in India.*
>
> *The religion of India has undergone three changes. Vedic religion which was practiced first gave way, in course of time, to Brahmanism and this in turn to Hinduism. It was during Brahminic period that Buddhism was born. This was because Buddhism opposed inequality, authority and division of society into various classes which Braminism had introduced in India.*[647]

என அம்பேத்கர் குறிப்பிடுகிறார். புத்தரது காலத்தினை அடிப்படையாக கொண்டு அவர் மீது 'இந்து' போன்ற மதசாயலை பூச வேண்டும் என்று யாரொருவர் நினைத்திருந்தாலும் கூட 'வேத பார்ப்பனர்' என்ற சொல்லையே குறித்திருக்க முடியும். ஆனால், அதற்கு வரலாறும் தர்க்கமும் அனுமதிக்காது. காரணம், புத்தர் வேதத்தை எதிர்த்தவர்; அவர் பார்ப்பனரும் அல்ல!

---

[646] பக். 854

[647] *BAWS, Vol. 17, Part Three, p.406*

இந்திய வரலாறு தொடர்பாக அம்பேத்கரை நிராகரிக்கும் ஆசிரியரின் காரணங்களும் முழுமையாக இல்லை,

> அம்பேத்கரது பௌத்தமே தவறான புரிதலில் இருந்து தொடங்குகிறது. அதாவது பார்ப்பன மத அட்டுழியங்களுக்கு எதிராகத்தான் பௌத்தம் தொடங்கியது என்று இந்திய வராலாற்றை மதங்களின் வராலாறாகப் பார்த்ததன் விளைவே அது. ஆனால் அது அப்படியல்ல என்பதற்கு தேவிபிரசாத் தொடங்கி, கோசாம்பி, இர்பான் ஹபிப், டி.என். ஜா வரை ஆய்வாளர்களால் விளக்கங்கள் கொடுக்கப்பட்டிருக்கின்றன. [648]

அம்பேத்கரது இந்த முடிவுகளை 'பண்டைய இந்தியாவில் புரட்சியும் எதிர்ப்புரட்சியும்' *(Revolution and Counter-Revolution in Ancient India)* என்ற தலைப்பில் காணலாம். இத்தலைப்பின்கீழ் ஏழு புத்தகங்களை எழுத அவர் முதலில் திட்டமிட்டிருந்தார். இவை முழுமையாக கிடைக்காவிடினும் *280* பக்கங்களுக்கான அவரது எழுத்துகள் ஆங்கிலத்தில் உள்ளன. பௌத்ததிற்கெதிரான எதிர்புரட்சியினை பார்ப்பனியம் நிகழ்த்தியிருப்பதற்கான அம்பேத்கரது வாதங்கள் பலமாகவே உள்ளன. வரலாற்றின் காலவரிசையோடும் பல ஆய்வாளர்களின் தரவுகளோடும் அவை பொருந்துகின்றன. தான் குறிப்பிடும் தேவிபிரசாத், கோசாம்பி, இர்பான் ஹபிப், டி.என். ஜா போன்ற ஆய்வாளர்கள் இவ்வாதங்களை எவ்வாறு மறுத்துள்ளனர் என்பதை ஆசிரியர் விளக்கியிருக்க வேண்டும். விளக்கங்கள் இல்லாத அவரது வெற்று கூற்றுகளுக்கு சரியான எதிர்வினையாற்றுவதும் கடினம்.

ஒரு கம்யூனிஸ்டாக இருந்துகொண்டே இந்து மதத்தின் முற்போக்குத் தன்மையை தோண்டியெடுக்கும் ஆசிரியரின் வாதம் புருவங்களை உயர்த்தச் செய்கிறது,

> ஒரு மதம் ஒரு அடையாளத்தோடு இல்லாமல் பன்முக வடிவத்தில் இயங்குவதென்பது முற்போக்குத் தன்மை கொண்டதென அம்பேத்கர் அறியாதது ஆச்சரியத்திற்குரியதல்ல. இந்திய தத்துவ மரபை இந்துத்

---

[648] பக். *797*

> தத்துவ மரபாய் வைத்து, ஒட்டுமொத்த படைப்பிலக்கியத்தையும் பார்ப்பனியமாய்க் கண்டதன்[649] விளைவு இது.[650]

இந்திய தத்துவ மரபை இந்துத் தத்துவ மரபாய் மட்டுமாக சுருக்கும் பார்வை அம்பேத்கருக்கு இருந்தது கிடையாது,

> *He (Ambedkar) also displaces the notion of homogeneity of tradition. According to this thought, all the Indian tradition had a common origin in the Vedas. This particular historicism was maintained by the Brahmanical nationalist scholarship.*
>
> *But Ambedkar departs from such singular Brahmanical ideas and maintained that the Indian tradition has always revolved around the Vedic and non-Vedic traditions. It can be discernible in his writings on Indian history. (BAB-102, B.R. Ambedkar Society and Culture, IGNOU, p.108)*

இந்து மதம் பன்முக வடிவத்தில் இயங்குவதை முற்போக்குத் தன்மையென ஆசிரியர் கருதுவதே அபத்தமாக உள்ளது. *'The difficulty of knowing why one is a Hindu'*[651] என்ற தலைப்பில் பன்முக

---

[649] ஆசிரியரின் கூற்று மேலோட்டமாக உள்ளது. இந்திய வரலாற்றில் இந்து மதத்தின் வளர்ச்சியை குறித்தும் அதன் பங்களிப்பின் வீரியம் குறித்தும் அம்பேத்கர் நன்கு அறிந்திருந்தார்,

> *Dr. Ambedkar was of the opinion that the significance Buddhism of would not be understood unless the exact circumstances which gave birth to it were understood. He disagreed with most people who were under the impression that the religion of India had all along been Hinduism "Hinduism is the latest development of social thought in India," he declared. (BAWS, Vol. 17, Part One, p.383)*

[650] பக். 872

[651] *BAWS Vol.3, pp. 13-15*

வடிவத்தில் இயங்கும் இந்து மதத்தின் புதிரினை *(Riddle)* அம்பேத்கர் கேள்விக்குட்படுத்துகிறார். இந்து மதத்தின் பன்முகத் தன்மை என்பது முகலாய அரசர்களை நிறைவுபடுத்த *'Allahupanishad'* என்ற படைப்பினை உருவாக்கும் அளவுக்கு நெளிவு சுழிவுகளுடன் இருந்துள்ளது,

> *I am quite aware that there are some protagonists of Hinduism who say that Hinduism is a very adaptable religion, that it can adjust itself to everything and absorb anything. I do not think many people would regard such a capacity in a religion as a virtue to be proud of just as no one would think highly of a child because it has developed the capacity to eat dung, and digest it. But that is another matter. It is quite true that Hinduism can adjust itself. The best example of its adjust ability is the literary production called Allahupanishad which the Brahmins of the time of Akbar produced to give a place to his Dine-Ilahi within Hinduism and to recognize it as the Seventh system of Hindu philosophy. It is true that Hinduism can absorb many things. The beef-eating Hinduism (or strictly speaking Brahmanism which is the proper name of Hinduism in its earlier stage) absorbed the non-violence theory of Buddhism and became a religion of vegetarianism. But there is one thing which Hinduism has never been able to do—namely to adjust itself to absorb the Untouchables or to remove the bar of Untouchability. There have been many reformers who, long before Mr. Gandhi came on the scene, tried to remove the stain of Untouchability. But they have all failed. The reason for their failure appears to me to be very simple. Hindus have nothing to fear from the Untouchables, nor have they anything to gain by the abolition of Untouchability. Hindus gave up beef-eating because they were afraid that otherwise Buddhism would overpower Hinduism. Hindus wrote Allah-upanishad because they had everything to gain by helping Akbar to establish a new religion. The author gained money by pleasing the Emperor and by lending aid to establish a religion which promised less tyranny and oppression to the Hindus than Islam held out. Neither of these considerations exist for the most sanguine among the*

Untouchables to expect that the Hindus will readily put an end to this curse of Untouchability.[652]

இவ்விளக்கத்தினை கடந்து, அம்பேத்கர் எழுப்பும் கேள்விகளே ஆசிரியரின் அறியாமைக்கும் முற்போக்குத் தன்மை என நம்பிக்கொண்டிருக்கும் அவரது புரிதலுக்கும் விடையளிப்பதாய் உள்ளது,

One also hears a Hindu say that his civilization has inherent strength because it has survived while all other ancient civilization such as Egypt, Babylon, Judea, Rome and Greece have vanished. Such a view however legitimate misses the main point. The main point is not whether the civilization is ancient and whether it has survived. The main point is what are the merits of a civilization? What is its worth, if it has survived, on what plain[653]*? In other words the principal question is, is this*

---

[652] *BAWS Vol.9, pp. 195-196*

[653] *The Survival Theory*

"Professor Radhakrishnan once said that there was one argument to prove the greatness of Hindus and that was: it had survived the shakes of time, it still existed whereas other ancient cults and creeds had been dead long ago.

In reply to this argument Dr. Ambedkar says:—

"I fear that this statement may become the basis of a vicious argument that the part of survival is a proof of fitness to survive. It seems to me that the question is, not whether a community lives or dies; the question is, on what plane does it live. There are different modes of survival. But all are not equally honourable. For an individual as well as for a society there is a gulf between merely living and living worthily. To fight in a battle and to live in glory is one mode. To treat a retreat, to surrender and live the life of a capture is also a mode of survival. It is useless for the Hindus to take comfort in the fact that he and his people have survived. What he must consider is what is the quality of that survival. If he does that, I am sure he will cease to take pride in the mere fact of survival. The Hindus

Hindu civilization, the social heritage a burden or a benefit? What does it offer by way of growth and expansion to classes and to individuals? (BAWS, Vol. 17, Part Two, p.19)

அடுத்ததாக,

> வெகுதூரத்தில் அயல்நாடுகளில் தன்னை ஆதரிப்பவர்களின் புகலிடம் தேடிக் கதியற்று ஓடிற்று புத்தமதம். புல்லுருவித் தனத்தை மட்டுமே தனக்கு ஆதாரமாகக் கொள்ள ஆரம்பித்ததுமே கடைசியில் அதன் விதி இப்படித்தான் முடியும் என்பது எதிர்ப்பார்க்கக் கூடியதுதான்.[654]

என்ற ஆசிரியரின் வாதத்தை அவருக்கே பொருத்தினால், மார்க்சியம் இப்படித்தான் ஐரோப்பாவில் இருந்து ரஷ்யா, சீனா, கியூபா போன்ற நாடுகளுக்கு கதியற்று வந்தடைந்ததாக கொள்ளவேண்டும். இங்கு, அவரது பார்வையே தவறானது. பௌத்தம் மற்றும் மார்க்சியம் இரண்டுமே அயல்நாடுகளில் வேரூன்றுவதற்கு அவற்றின் கோட்பாடுகளே காரணம் எனலாம்.

பௌத்தம் தொடர்பான அம்பேத்கரது கருத்துகளை கையாள தடைவிதிக்கும் ஆசிரியரின் தர்க்கமும் விந்தையாக உள்ளது,

> அம்பேத்கரது புத்தர் பற்றிய இந்த 'புத்தரும் அவர் தம்மமும்' நூலே அவரது இறுதி நூல். நாம் இதிலிருந்து விமர்சனங்களை முன்வைத்தால், தலித்தியர்கள் அம்பேத்கரது பௌத்தப் பார்வையை, அவர் மதம் மாறாமல் இருந்து எழுதிய விமர்சனங்களில் இருந்து எடுத்தாளத் தொடங்குவர்.[655]

---

have been living a life of continuous defeat and what appears to them to be life everlasting is not living everlastingly. It is a mode of survival of which every right-minded Hindu, who is not afraid to own up the truth will feel ashamed." (BAWS Vol.17, Part Two, p.505)

[654] பக். *809*

[655] பக். *846*

அம்பேத்கர் 14 அக்டோபர் 1956 அன்று மதம் மாறினார். 6 டிசம்பர் 1956 அன்று இயற்கை எய்தினார். பௌத்தம் தழுவி சரியாக 53 நாட்கள் மட்டுமே அவர் உயிர் வாழ்ந்திருக்கிறார். இந்நாட்களில் கிடைக்கக்கூடிய அம்பேத்கரது பௌத்தப் பார்வையை மட்டும் தான் ஆசிரியர் ஏற்றுக்கொள்வார் போல தெரிகிறது! இது எந்த வகையான தர்க்கம் என்றும் தெரியவில்லை. இவ்விடத்தில் நான்கு தகவல்களை நாம் நினைவுபடுத்த வேண்டியுள்ளது. புத்தரின் வாழ்க்கை தொடர்பான ஒரு படைப்பினில் தானும் ஈடுபட்டுள்ளதாக அம்பேத்கர் 1948 ஆம் ஆண்டில் மூன்றாம் பதிப்பாய் வெளிவந்த P.L. நரசு-வின் புத்தகத்தின் முகவுரையில் எழுதுகிறார். இரண்டாவதாக, தான் ஒரு இந்துவாக சாக மாட்டேன் என்று 1935ஆம் ஆண்டிலேயே இயோலா (நாசிக் மாவட்டத்தில்) மாநாட்டில்[656] அவர் சூளுரைக்கிறார். மூன்றாவதாக, 1936 ஆம் ஆண்டில் சாதி இந்து சீர்திருத்தவாதிகளால் ஏற்றுக்கொள்ள முடியாமல்போன 'சாதி ஒழிப்பு' என்கிற உரையில் மதமாற்றத்தை ஒடுக்கப்பட்ட மக்களின் விடுதலைக்கான தீர்வாக[657] அம்பேத்கர் கூறுகிறார். இந்நிலைப்பாட்டினை தாதர் (பம்பாய்) மாநாட்டிலும் 'விடுதலைக்கு என்ன வழி' என்ற தன் உரையில்[658] விரிவாய் விளக்குகிறார்,

> *As early as 1936 in Annihilation of Caste, Ambedkar shows his leanings towards Buddhist philosophy. Later his interest in ancient social history made him write Who Were Shudras and The Untouchables. In the preface to the third edition of P. L. Narasu's book, Ambedkar wrote that he was also working on*

---

[656] *"What religion we shall belong to have is not decided; what ways and means we shall adopt, we have not thought out; but we have decided one thing, and that after due deliberations and with deep conviction, that Hindu religion is not good for us," declared Dr. Ambedkar when shown by the Associated Press representative Gandhiji's comment on his Nasik speech. (BAWS Vol.17, Part Three, pp.94-99)*

[657] இந்நூலின் பக்.19-21 பார்க்க.

[658] *'What Way Emancipation?' (BAWS Vol.17, Part Three, pp.113-147)*

some of the problems. Ambedkar further claimed that the book was also an outcome of what he wrote in 1951 in an issue of Mahabodhi Society journal. He wrote in the Mahabodhi journal:

> *The Buddha's religion was the only religion which a society awakened by science could accept, and without which it would perish.*

According to his unpublished preface:

> *If a modern man who knows science must have a religion, the only religion he can have the religion of the Buddha. The conviction has grown in me after thirty-five years[659] of close study of all religions.*

It shows his constant engagement and rigorous nature of studies he made of religious studies. Though Ambedkar cited the Mahabodhi journal article of 1951, but in reality he was working on Buddhism as he wrote in the preface to the third edition of P. L. Narasu's book in 1948. Ambedkar writes:

> *In writing this foreword to this reprint, it was my intention to deal with some of the criticism which has been leveled against the teaching of Buddha by his adversaries, past and present.*

He further writes:

> *I am myself working on a life of Buddha and I think that I could deal with this matter better in my own work*

---

[659] *He (Ambedkar) said that he had gone through religious books like Mahabharata, Bhagwat Gita in his young days but when he came across the book about Gautama Buddha, it had great impression on him and since that time he became the follower of Buddha. (BAWS Vol.17, Part Three, p.505)*

> *wherein I could do more justice to it than a forward to another man's work.*[660]

தனது மதமாற்றத்திற்கு நெடுங்காலம் எடுத்துக்கொண்டதன் காரணமாக அம்பேத்கர் கூறியது,

> *Some people say, "Why did you take so much time to get converted? What were you doing all these days? This is the question of importance. Convincing a religion is not an easy task. That is not the mission of a single person. Any person thinking of religion will come to know this. No man in the world shoulder as much responsibility as do I. If I get a long life, I will fulfill my planned work. (Shouts of 'long live Dr.Babasaheb Ambedkar')".* [661]

அம்பேத்கர் கூறும் காரணம் மிக சரியானதும்கூட. மணக்கத்தகாதவர்கள் பலர் பௌத்தத்தை ஏற்பதற்கு அம்பேத்கர் காரணியாக இருக்கலாம். ஆனால் அவர்கள் பௌத்தர்களாக நீடிப்பதற்கு பௌத்தமும் மற்றொரு முதன்மையான காரணம் ஆகும். எந்த பாதையை காண்பித்தால் தனது மக்கள் நீடித்து பயணிப்பர் என்பதற்கு மதங்களையெல்லாம் ஒப்பிட்டு இறுதியில் பௌத்தத்தை தேர்ந்தெடுக்க அம்பேத்கர் எடுத்துக்கொண்ட காலம் என்பது நியாயமானதும் தவிர்க்க முடியாததும் ஆகும். ஒரு விதத்தில் இவை தலைவனுக்கான அறிவாற்றலையும், நிலைகுலையாத பொறுமையையும், ஒடுக்கப்பட்ட மக்களுக்கான தொலைநோக்கு பார்வையினையும் ஒருசேர சாட்சியப்படுத்துகின்றன.

> மதமாற்றம் எந்தவிதத்தில் தீண்டத்தாகதவர்களுக்கு சமூக அடிமைத் தனத்திலிருந்து விடுதலையையும், பொருளாதார மேம்பாட்டையும் முன்னேற்றத்தையும் அளித்திடும் என்று அவரால் (அம்பேத்கரால்) விளக்க முடியவில்லை.[662]

---

[660] *BAB-102, B.R. Ambedkar Society and Culture, IGNOU, p.105*

[661] *BAWS Vol.17, Part Three, p.540*

[662] பக். *847*

என சித்தரிக்கும் ஆசிரியர் *W.N.* குபேர் அவர்களை மேற்கோளிட்டு தொடரும் வாதமும் சேர்த்தே திருத்தப்பட வேண்டியதாகும்,

> அவர் (அம்பேத்கர்) பொருளாயதத் துயரங்களைத் துடைத்து அழிப்பதற்கு அறிவியல் முறையை ஏற்றுக்கொள்ளத் தவறினார்; அதற்குரிய மாற்றை புத்த மதத்திற்கு மாறுவதில் காண முயன்றார்.

> என்று *W.N.* குபேர் தொகுத்துத் தருவதை நோக்கும்போது, அம்பேத்கரின் பௌத்தம் எத்தகைய வழியைக் கண்டது என்பது நமக்கு விளங்குகிறது.[663]

என ஆசிரியர் எழுதுகிறார். மதமாற்றம் என்பதும் ஒடுக்கப்பட்ட மக்களின் பொருளாதாரத் துயரங்களைத் துடைத்து அழிக்கும் ஒரு அறிவியல் முறைதான் என்பதை பொறுமையுடன் புரிந்துகொள்ளவேண்டிய பொறுப்பு கம்யூனிஸ்ட் அறிஞர்களுக்கு குறைபடுகிறது. தீண்டாமையினால் ஏற்படும் சமுதாயப் பிரச்சினைகளின் மீது தங்களது அறிவியல் பார்வையை செலுத்தத் தவறுவதால் அவர்கள் இதில் தெளிவும் அடைவதில்லை. பல பொருளாதாரத் துயரங்களை ஏற்படுத்தும் தீண்டாமைப் பிரச்சினை என்பதே சாதி இந்துக்களுக்கும், தீண்டத்தகாதவர்களுக்கும் இடையில் நடக்கும் ஒரு வர்க்கப் போராட்டம் என அம்பேத்கர் கவனப்படுத்துகிறார்,

> *The problem of the Untouchability is a matter of class struggle. It is a struggle between Caste-Hindus and the Untouchables. This is not a matter of doing injustice against one man. This is a matter of injustice being done by one class against another. This class struggle has a relation with the social status. This struggle indicates how one class should keep its relations with another class. The struggle starts as soon as you start claiming equal treatment with others. Had it not been so, there would have been no struggle for the simple reason like serving the chapattis, wearing the super quality of clothes, putting on the sacrd thread, fetching the water in a meal pot, riding the bridegroom on the horse-back etc. In all thse cases, you spend your own money.*

---

[663] பக். *859*

> *Why then the high caste Hindus get irritated? The reason for their anger is very simple, your behaving on par with them insults them. Your status in their eyes is low, you are impure, you must remain at the lowest rung, then alone, they will allow you to live happily. The moment you cross your level, the struggle starts. The instances given above also prove one more fact that the Untouchability is not a short or temporary feature, it is a permanent one. To put it straight, it can be said that the struggle between the Caste Hindus and the Untochables is a permanent phenomena. It is eternal, because the religion which has placed you at the lowest level of the society is itself eternal, according to the belief of the High Caste people. No change, according to times and circumstances is possible. You are at the lowest rung of the ladder today. You shall remain lowest forever. This means, the struggle between the Hindus and the Untouchablles shall continue forever. How will you survive through this struggle is the main question. And unless you think over it, there is no way out. Those who desire to live in obedience to the dictates of the Hindus, those who wish to remain their slaves, they do not need to think over this problem. But those who wish to live a life of self-respect and equality, will have to think over this. How should we survive through this struggle? For me, it is not difficult to answer this question. Those who have assembled here will have to agree that in any sruggle, one who holds strength becomes the victor. One who has no strength, need not expect success. This has been proved by experience, and I do not need to cite illustration to prove it.*[664]

வலிமையின் தேவைக்கு அழுத்தம் கொடுக்கும் அம்பேத்கர், மேலும் இரண்டு உண்மைகளையும் தன் விவாதத்தில் நிறுவுகிறார். முதாலாவதாக, வலிமையில்லாமல் கொடுங்கோன்மையை தீண்டத்தகாதவர்கள் எதிர்கொள்ள முடியாதென்றும்; இரண்டாவதாக, கொடுங்கோன்மையை எதிர்கொள்ள தீண்டத்தகாதவர்களிடம் போதுமான வலிமை இல்லை என்பதனையும் எடுத்துக்கூறும் அவர் இதற்கான தீர்வாக கொடுங்கோன்மையை எதிர்கொள்ளும் வலிமையை

---

[664] *BAWS Vol.17, Part Three, pp.118-119*

வெளியிலிருந்து (மற்றொரு மதத்திலிருந்து) பெற்றாக வேண்டும் என உரைக்கிறார்,

Strength needs to be brought from outside

The casteism and religious fanaticism in this country, as I see it, had a very peculiar effect on the minds and morality of the people. In this Country, nobody seems to to be pained by the poverty and sufferings of the people. And if at all anybody is pained, he does not try to eradicate it. People come to the help of those in poverty, sorrow and suffering but only amongst one's own caste or religion. Though this is a perverted sense of morality, it cannot be forgotten that it is prevalent in this country. In the villages the Untouchables suffer at the hands of the Hindus, it does not mean that there are no men of other religions and that they do not realise that the maltreatment to the Untouchables by the Hindus is most unjustified, but they do not come to the rescue of the Untouchables. What is the reason behind it? If you ask them, why do they not help you, they reply that it is not their business to interfere and that had you been members of their religion, they would have helped you. From this you will realize one thing that, unless you establish close relations with some other society, unless you join some other religion, you cannot get the strength from outside. It clearly means, you must leave your present religion and assimilate yourselves with some other society. Without that, you cannot gain the strength of that society. So long as you do not have strength, you and your future generations will have to lead your lives in the same pitiable condition.[665]

பௌத்த ஏற்பு என்பது தீண்டத்தாகதவர்களுக்கு சமூக அடிமைத் தனத்திலிருந்து விடுதலையையும், அதே சமயம் தீண்டாமையினால் ஏற்படும் பொருளாதார அடிமைத் தனத்திலிருந்தும் விடுதலையையும் ஏற்படுத்தும் என்பதில் ஐயம் கொள்ளத்தேவையில்லை. இவ்விடத்தில், அம்பேத்கர் மதம் என்பதை எவ்வாறு புரிந்துகொள்கிறார் என்பதனையும் அவ்வரையறைக்குள் பௌத்தமும் பொருந்திப்போகிறது

[665] *BAWS Vol.17, Part Three, p.121*

என்பதனையும் நினைவூட்டி வாதங்களை முடித்துகொள்வது பொருத்தமாய் இருக்கும் என நம்புகிறேன்,

> *Now I propose to put forth my thoughts as to why the conversion is much necessary for spiritual well being. What is Religion for? Why is it necessary? Let us try to understand it. You will find that several people have defined religion in a various ways. But amongst all of these definitions, only one is most meaningful and agreeable to all. 'That which governs people is Religion'. This is the true definition of Religion. This is not my definition. Mr.Tilak, the foremost leader of the Sanatani Hindus himself is the author of this definition. So nobody can accuse me of having interpolated the definition of religion. Though I have not defined it, it is not that I have accepted it merely for argument's sake. I accept it. Religion means the rules imposed for the maintenance of society. I also have the same concept of religion. Although this definition realistically or logically appears to be correct, it does not disclose or clarify the nature of rules which govern a society. The question still remains as to what should be the nature of rules which govern society. This question is more important than that of definition. Because the question which is religion and which is not religion, does not depend on its definition but on the motive and nature of the rules that bind and govern a society. What should be the nature of real religion? While deciding this question; another question naturally follows. What should be the relation between a man and society. The modern social philosophers have postulated three answers to this question. Some have said that the ultimate goal of society is to achieve happiness for the individual. Some say the society exists for development of the inherent qualities and energies of man and help him to develop his self. However some claim that the chief object of social organization is not the development or happiness of the individual but the creation of an ideal society. The concept of Hindu religion is, however, very different from all these concepts. There is no place for an individual in Hindu religion. The Hindu religion is constituted on a class concept. Hindu religion does not teach how an individual should behave with another individual. A religion which does not recognize the individual is not personally acceptable to me. Although society*

is necessary for the individual, mere social welfare cannot be the ultimate goal of religion. According to me, individual welfare and progress (individual development) should be the real aim of the religion. Although the individual is a part of the society, the relation with society is not like the body and its organs or the cart and its wheels.[666]

புத்தரின் கோட்பாடுகளை வைத்து தனது விமர்சனத்தை நிறுவுவார் என்ற எதிர்பார்ப்பிலேயே ஆசிரியரின் நூலை வாசகர்கள் கையில் எடுக்கின்றனர். ஆனால் தன் ஆய்வை கோட்பாட்டின் மீது கவனப்படுத்தாமல் புத்தரின் வாழ்க்கைப் பற்றிய பகுதிகளோடு அவர் நிறுத்திக்கொள்கிறார். அம்பேத்கரின் பல வாதங்களை மேற்கோளிட்டு, அதற்கான மறுப்பாக கொஞ்சம் சாடினாலே தாம் வெற்றி கண்டுவிடுவதாய் ஆசிரியரின் போக்கும் உள்ளது. தன் விருப்பவாதத்திற்கு பயன்படும் என்று வெட்டி வைத்த கம்யூனிச மேற்கோள்களை எப்படி பயன்படுத்துவது என்று தெரியாமல், அவற்றின் அணிவகுப்புகளாவே தன் நூலின் ஏழாவது இயலின் கடைசி பகுதியினை கட்டமைத்து முடித்திருக்கிறார் ஆசிரியர். இந்த குறிப்புகளுக்கு மத்தியில் ஆங்காங்கே அவரது சாடல்களும், கற்பனைகளும், திரிபுகளும் விவாதம் என்ற போர்வையில் வைக்கப்படுகிறது.

ஒரு *Intellectual exercise* ஆக இருக்கும் என்றே இப்புத்தகத்தை நான் படிக்கத் தொடங்கினேன். காவிமயப்படுத்த முடியாத அண்ணல் அம்பேத்கரை விமர்சித்து காவி அட்டையுடன் 920 பக்கங்களுக்கு இடதுசாரி/மார்க்சிய விமர்சனங்களானது எவ்வளவு நேர்த்தியாக வைக்கப்பட்டிருக்கும் என்று அறிய ஆவல் இருந்தது. தனது முன்னுரையில் வேறு ஆசிரியர் எதிர்பார்ப்புகளை உயரே தள்ளி விடுகிறார். ஆனால் இறுதியில் நான் எதிர்பார்த்த *Intellectual Exercise* எல்லாம் பித்தலாட்டங்களை வெளிக்கொணரும் தேவையாக மாறிவிட்டது. சாமர்த்தியம் எனக்கு இருந்திருந்தால், இப்புத்தகத்தை படிப்பதற்கு முன்னரே இத்தேவையை நான் உணர்ந்திருக்கலாம். இருக்க கூடாத காவி நிறம் அட்டைப்படத்தில் படர்ந்திருப்பதையும், முழுதும் படர்ந்து

[666] *BAWS Vol.17, Part Three, pp.121-122*

இருக்க வேண்டிய நீல நிறம் அட்டைப்படத்தில் சுருங்கி இருப்பதையும் கண்டும், அதன் அர்த்தத்தை புரிந்தும், புத்தகம் இவ்வாறு தான் இருக்கும் என்று கணிக்காமல், விருப்பு வெறுப்பு இல்லாமல் நான் அணுகியது, இப்புத்தக வாசிப்பின் அனுபவத்தின் பொருட்டு என் சாமர்த்தியமின்மையையே காட்டுகிறது. இதற்கு நான் அறிவிலித்தனமாக இமைகளை சிமிட்டாமல் முழிக்கவும் வேண்டியுள்ளது. ஆனால் ஆசிரியருக்கு இது தலைகுனிவே.

> *Any religion that cannot provide an answer to communism will not survive. The only religion, in my view, that can serve as an antidote to Communism is Buddhism.*[667]

என்று *5*, பிப்ரவரி, *1956* அன்று அம்பேத்கர் உரையாற்றுகையில், தன் வாழ்நாள் முழுதும் வன்முறையை வழிமுறையாய் கொள்ளும் கம்யூனிசத்தை அவர் எதிர்த்திருந்தாலும் தனக்கான போட்டியாகவே அக்கோட்பாட்டினை அவர் கருதியிருக்கிறார் என்பது தெளிவாகுகிறது. தீர்வுக்கான வழிமுறையில் தான் மாறுபடுகிறோமே தவிர பிரச்சினை (சுரண்டல்) பற்றிய புரிதலில் அல்ல என்ற பக்குவமும் முதிர்ச்சியும் அண்ணல் அவர்களுக்கு அலாதியாகவே இருந்திருக்கிறது. இந்தியாவின் பொருளாதாரக் கொள்கை தொடர்பான அவரது பல பரிந்துரைகளை கம்யூனிச பார்வை கொண்டு பார்ப்பவர்களால் இதனைப் புரிந்துகொள்ள முடியும்.

சமுதாயத்தின் மீதான அம்பேத்கரது தாக்கம் பெருகிக்கொண்டேதான் உள்ளது. அவரின் வழியில் மீண்டெழுந்த தலித் இயக்கங்கள் மூலம் இதனை உணர்ந்த நாம் தற்போது அவரை வீழ்த்திடத் துடிக்கும் தோழர்களின் தவிப்பையும், காவிகளின் தள்ளாடல்களையும் பார்க்கிறோம். அம்பேத்கரியம் என்பது இச்சமுதாயத்தினை நிலைநிறுத்துவதற்கான ஒரு *Competing Ideology* ஆக உள்ளது என்பதற்கும் அவரது எதிராளிகளே சாட்சிகளாய் இன்று நிற்கின்றனர். அதில் புதிதாக தற்போது இணைந்திருப்பவர் வசுமித்ர. அம்பேத்கருக்கு எதிரான கலகத்தை உருவாக்கும் கனாவில் நேர்மையற்ற அவரது படைப்புகள் (தற்போது வெளிவந்திருக்கும் ஆசிரியரின் 'அம்பேத்கரியப் பார்ப்பனியம்'

---

[667] *BAWS, Vol. 17, Part Three, p.514*

நூல் உட்பட) சச்சரவுகளையும் நிராகரிப்புகளையும் சந்திக்கும் என்பதில் மாற்றுக்கருத்து இருக்கப்போவதில்லை. பொறுத்திருந்து பார்ப்போம்.

Author's Book Launch Speech

Event: 125th Year Anniversary Celebration of South India Buddha Vihar
Place: Perambur, Chennai
Date: 19, December, 2021

Jaibhim to one and all. Good Evening.

The book presently being released 'Kaaviyil Sidhaiyum Sivappu' is a response against the malicious misinterpretation of Buddha's Dhamma. The mischief was done from the Brahminical circle- to be more precise, the Communist circle. Hence, it will be more appropriate to restrain my brief speech by highlighting the attitude of Babasaheb himself, when he was faced with a situation in which the Buddha was charged as being the man whose teachings were mainly responsible for the downfall of women in India. Such a notorious charge appeared in an article which had appeared in Eve's Weekly of January 21, 1950. As a refutation to it, Lama Govinda (otherwise known as Ernst Lothar Hoffmann) wrote an article titled "The Position of Women in Hinduism and Buddhism". It was published in the journal of the Maha Bodhi for March 1950. It is pertinent to understand Babasaheb's attitude in this regard. His own words are:

> *"Lama Govinda* ***did his duty as every Buddhist must in coming forward to refute the charge****. But the matter cannot be allowed to rest there. This is not the first time such a charge is made against the Buddha. It is often made by interested parties who cannot bear his greatness, and comes from quarters weightier in authority than the writer an Eve's Weekly can claim. It is, therefore, necessary to go to the root of the matter and examine the very foundation of this oft repeated charge. The charge is so grave and so vile that the readers of the Maha Bodhi will, I am sure, welcome further examination of it."*

Thus, Babasaheb himself took the responsibility of demolishing the charge that Buddha's teachings were mainly responsible for the downfall of women in India. The outcome is another beautiful article among the many of his thought-provoking writings. The article is the well-known ***"THE RISE AND FALL OF THE HINDU WOMAN: WHO WAS RESPONSIBLE FOR IT?"***

The point I want to make is this:

> *We have witnessed many decades during which the writings of Babasaheb were suppressed- kept away from the public's knowledge. But the previous and the present decade have become darker. We live in a time where not only Dr.Ambedkar is being appropriated by the right-wing forces but also, Buddha- whom Babasaheb himself considered as his master, is being misinterpreted and misrepresented by the left-wing forces. We have to be wary of this ideological battle. Because, our foundation is not only made of Intellectual Prowess of Dr.Ambedkar but also of the Noble Teachings of Buddha, the Exalted One.*

We must imbibe Babasaheb's attitude and as a Buddhist it is the bounded duty of each one of us in coming forward to refute the charges against Buddha. Our battle is not against the individual men but against the adverse ideology they perpetuate.

> *"Men are mortal. So are ideas. An idea needs propagation as much as a plant needs watering. Otherwise both will wither and die."*

Inspired by the above words of Babasaheb, I sincerely thank the efforts of South India Buddha Vihar spearheaded by the dynamic leadership of my beloved Sir, Mr.Armstrong, in publishing the book 'Kaaviyil Sidhaiyum Sivappu' and issuing the same to the public. Thank you.

www.ingramcontent.com/pod-product-compliance
Lightning Source LLC
LaVergne TN
LVHW100430051026
849518LV00004B/1440
9789354938344